'न'भां'त'म'णी'

प्रा. शशिकांत कुगांवकर

मेहता पब्लिशिंग हाऊस

Email : production@mehtapublishinghouse.com

Website : www.mehtapublishinghouse.com

- *या पुस्तकातील लेखकाची मते, घटना, वर्णने ही त्या लेखकाची असून त्याच्याशी प्रकाशक सहमत असतीलच असे नाही.*

NABHANTAMANI by PROF. SHASHIKANT KUGAONKAR

नभांतमणी : प्रा. शशिकांत कुगांवकर / कादंबरी

© प्रा. शशिकांत कुगांवकर

Email : author@mehtapublishinghouse.com

प्रकाशक : सुनील अनिल मेहता, मेहता पब्लिशिंग हाऊस,
१९४१ सदाशिव पेठ, माडीवाले कॉलनी, पुणे - ३०.

मुखपृष्ठ : फाल्गुन ग्राफिक्स

प्रथमावृत्ती : डिसेंबर, २०२०

P Book ISBN 9789353175054

E Book ISBN 9789353175061

E Books available on : play.google.com/store/books
www.amazon.in
https://books.apple.com

माझी पहिली निर्मिती
परममित्र प्रा. अशोक कदम यांसी

मनोगत

माणूस जेव्हा ६०वर्षांपेक्षा जास्त जीवन जगतो, तेव्हा त्याच्यावर नकळत सभोवतालच्या समाजाचा निश्चित परिणाम होतो. अनुभवाची शिदोरी त्याच्यापाशी जमा होते. त्यामुळे त्याचे स्वतःचे मत तयार होते. या मताच्या आधारे तो ठामपणे काहीतरी सांगू शकतो. अर्थात, त्याची मते सर्वमान्य असतात किंवा बरोबरच असतील असेही नाही. परंतु ती पूर्ण डावलण्यासारखीही असतात असे नसते. प्रत्येक जण आपापल्या मगदुरानुसार आपल्याच नव्हे, तर इतरांच्या आयुष्याचा अर्थ लावण्याचा प्रयत्न करीत असतो. आपण एखादी गोष्ट आपल्या मुलांना किंवा नातवांना सांगतो आणि ते आपले मत देतात तेव्हा आपणास वाटते, यांना काय कळते? परंतु ते तसे नसते. त्यांच्या जवळही त्यांचे अनुभवविश्व असते. या अनुभवविश्वाच्या मंथनातून ते आपले म्हणणे मांडत असतात.

आज आपणा सर्वांना जाणवते की शिक्षणाच्या विकासासोबत देव देव करण्याचे, धार्मिकतेचे अवडंबर जास्तच वाढले आहे. जेव्हा आपण सहलीसाठी निघतो तेव्हा निसर्गसौंदर्याचा आस्वाद घेत-घेत मंदिरे आणि स्थानिक मठ किंवा धर्मसंस्थाना भेट देतोच. अशा ठिकाणची गर्दी पाहिली की आश्चर्य वाटते. अर्थात, भारतामध्ये, विशेषतः दक्षिण भारतामध्ये मंदिरे आणि मठ यांचेच प्राबल्य आहे. आपणा सर्वांच्याच जीवनावर धार्मिक संस्कारांचा पगडा असतो. सहज बोलताना आपणास ऐकू येते- 'आमच्या इथे चालत नाही.' आपण कसे वागायचे... आपण काय घालायचे... आपण लग्न कोणाशी करायचे... आपण काय खायचे... अशा आपल्या सर्व वैयक्तिक गोष्टींवरसुद्धा धर्माचा पगडा असतोच. सर्वांत गमतीची गोष्ट- हे लिखित स्वरूपात असतेच असे नाही. कर्णोपकर्णी, पिढ्या न् पिढ्या हे सांगितले जात असते. ही सर्व ऐकीव माहिती मान्यच करायची असते. त्याविषयी शंका उपस्थित करणे किंवा प्रश्न विचारणे अधर्म ठरतो. धर्मविरोधी प्रश्न विचारणाऱ्या व्यक्तींना उत्तर मिळत नाही, तर त्यांचे जीवनच संपवले जाते.

सर्वसामान्य माणसाप्रमाणे धर्मगुरूंची अवस्थाही काहीशी अशीच झालेली असते. परंतु त्यांचाही निरुपाय असू शकतो. भळभळणारी जखम सांभाळत त्यांनाही त्यांचे आयुष्य कंठावे लागत असणार. हे बदलणे कालानुरूप गरजेचे असते.

'कळते पण वळत नाही,' अशी अवस्था निर्माण झालेली असते. एक इंग्रजी कादंबरी 'स्कार्लेट लेटर'चा मराठी अनुवाद, तसेच 'ब्रेड विनर' वस्तुस्थितीवर आधारित कादंबरीचा अनुवाद वाचताना अपार वेदना होतात. बदलाची गरज आहे. असे वाटते.

सदर कथा पूर्णपणे काल्पनिक आहे. माणसाने इतर सर्व माणसांशी माणसाप्रमाणे वागावे. नियतीच्या किंवा धर्मनियमाच्या हातातले बुजगावणे होऊन जगण्यापेक्षा त्यात सकारात्मक बदल घडवून आणावेत. धर्माचा पगडा थोडातरी कमी व्हावा यासाठी आपण सर्वांनी प्रयत्न करावेत, ही माफक अपेक्षा आहे.

आपण लिहितो ते इतरांना आवडेल का, लिखाणात काही प्रक्षोभक आहे का, हे पाहण्यासाठी माझे स्नेही श्री. विनोद सोमाणी, प्रा. अशोक कदम आणि प्रा. अनिल गेळे यांनी हस्तलिखित वाचून वेळोवेळी सूचना दिल्या. गेळे सरांनी हस्तलिखितामधील व्याकरणाच्या चुका दुरुस्त करून दिल्या. माझी पत्नी सौ. सुनीता कुगांवकर ही तर माझी हक्काची वाचक. चार पाने लिहिली की लगेच तिला दाखवायचे आणि तिचे मत जाणून घ्यायचे. 'छान झाले' म्हटले की उत्साह वाढायचा. या सर्वांच्या ऋणांत राहणेच जास्त श्रेयस्कर.

– प्रा. शशिकांत कुगांवकर

विद्यापीठाच्या समाजशास्त्र विभागाच्या मुख्यालयातून बझरचा आवाज झाल्याबरोबर स्टुलावर बसलेला कर्मचारी त्वरित आत जात म्हणाला, "सर!" विभागप्रमुख डॉ. केशवचंद्र अरणावळांच्यासमोर नुकताच आलेला पत्रव्यवहार विखुरलेला होता. डॉ. अरणावळ अत्यंत प्रसन्न व्यक्तिमत्त्वाचे वयस्क प्रपाठक होते. त्यांनी आपल्या सोनेरी कडांच्या चश्म्यातून समोर पाहत सांगितले, "अरे, डॉ. महंती मॅडमना बोलावून आणा." कर्मचाऱ्याने त्वरित "होय सर!" असे म्हणून बाहेर पाय टाकले. डॉ. अरणावळांच्या वृद्ध चेहऱ्यावर कौतुक आणि किंचित अभिमानाचे भाव दिसत होते. त्यांनी हातातील, यू.जी.सी. विभागातील संगणकातून छापून आलेल्या पत्राकडे पुन्हा ओझरती नजर टाकली. त्यांनी ते पत्र उजव्या हाताशी ठेवले आणि इतर पत्रव्यवहार पाहू लागले. काही वेळ गेला आणि अत्यंत मंजूळ आवाज आला.

"सर! मी येऊ का?" महंती मॅडम झुलता दरवाजा किंचित ओढून समोर होत्या. सर्वसामान्य भारतीय स्त्रीची असते तेवढी उंची. अंगावर फिकट निळ्या रंगाची साडी, गर्द काळ्या रंगाचे पोलके. गळ्यात नाजूक सोनसाखळी, कपाळावर साडीच्या रंगाची छोटी टिकली, अशी अत्यंत मोहक मूर्ती. वय तिशीच्या आतले. चेहऱ्यावर विद्वत्तेची प्रभा. चेहरा शांत आणि गंभीर. त्यांच्याकडे पाहताच एक दरारा वाटत असे. त्यांची अदब समोरील व्यक्तीमध्ये आपोआपच दुरावा निर्माण करीत असे. अत्यंत कमी वयामध्ये समाजशास्त्र विषयात त्यांनी आपले नैपुण्य सिद्ध केले होते. संशोधनातील त्यांचे काम समाजशास्त्र विषयातील सर्व तज्ज्ञ लोकांनी आवर्जून वाचले होते. जेव्हा जेव्हा सदर विषयाची चर्चासत्रे होत असत, तेव्हा सर्व अभ्यासक त्यांच्या कामाची चर्चा व प्रशंसा करीत असत; अगदी महंती मॅडम चर्चासत्रास उपस्थित नसल्या तरी. चर्चासत्रात स्वतःचे संशोधन सादर करत असताना कित्येक जण महंती मॅडमच्या संशोधनाचा संदर्भ सांगितल्याशिवाय राहत नसत.

माणूस म्हटले की मानव प्रवृत्ती आपोआपच येतात आणि आश्चर्याची गोष्ट

म्हणजे जगातील मोजके अपवाद सोडता, सर्व ठिकाणी बहुधा साम्यच आढळते. म्हणूनच समाजाविषयी लिहिताना, समाजप्रवृत्तीवर आसूड ओढताना जगातील सर्व तत्त्वज्ञांची मते समानच येतात. धर्म कोणताही असो, त्या प्रत्येक धर्मग्रंथात मानवाने कसे वागावे हे सांगताना फरक दिसेल; परंतु कसे वागायचे नाही यात निश्चितच साधर्म्य आढळते. समाजातील उच्चभ्रू आणि प्रज्ञावंत माणसांमध्ये, 'तुम्ही माझ्यापेक्षा महान आहात,' असे तोंडावर सांगण्याची पद्धत असते; परंतु त्या व्यक्तीच्या पाठीमागे त्याची मते, त्याचे संशोधन याचे सविस्तर वाभाडे काढण्याचे शल्यकर्म सहज पाहण्यास मिळते. आपणही प्रज्ञावंत असू तर आपणही त्यात सामील असतो. या पार्श्वभूमीवर, महंती मॅडमच्या पाठीमागेही हे प्रज्ञावंत विद्वान मोकळेपणाने त्यांच्या संशोधनाविषयी अत्यंत आत्मीयतेने चर्चा करीत असत. असा नावीन्यपूर्ण विचार आपणास का सुचला नाही, याविषयी त्यांना खंत वाटत असे.

डॉ. महंती मॅडमकडे प्रसन्न नजरेने बघत डॉ. अरणावळांनी त्यांना मान हलवून संमती दिली.

मॅडम, सरांच्या टेबलसमोरील खुर्चीजवळ उभ्या राहिल्या आणि परवानगी विचारली, "सर! मी बसू का?"

स्मितहास्याने सर म्हणाले, "बसा मॅडम. सांगा मॅडम, मी तुम्हाला का बोलावले असेल?"

दिङ्मूढ होत डॉ. महंती, "सर!" एवढेच बोलल्या.

"अहो मॅडम, आपण विद्यापीठ अनुदान मंडळाकडे कुलगुरूंच्या संमतीने तुमच्या संशोधन प्रकल्पाचा जो अर्ज पाठवला होता, तो मान्य झाला आहे. शिवाय, त्यासोबत खर्चाचा जो तपशील पाठवला होता; तोही मंजूर झाला आहे. मी गेली ३० वर्षे विद्यापीठात कार्यरत आहे. अनेक प्रकल्प अहवाल मी पाठवले; काही माझ्या सहमतीने पाठवले. परंतु आजपर्यंत, सादर केलेला खर्चाचा तपशील आहे तसा कधीही मंजूर होऊन आलेला नाही. आपल्याच नव्हे, तर इतरही विभागांनाही असाच अनुभव आहे. तुम्ही अत्यंत भाग्यवान आहात." असे म्हणत सरांनी हातातील पत्र मॅडमच्या समोर ठेवले.

'सर कधीही इतके दिलखुलासपणे बोलत नाहीत' असा विचार करत पत्र हातात घेऊन मॅडमनी त्यावर झर्रकन नजर टाकली. पत्रातील ठळक अक्षरांनी पत्राचा अर्थ स्पष्ट केला होता. मॅडमच्याही चेहऱ्यावर अस्पष्टसा आनंद दिसला. त्यांचे ओठ किंचित विलग झाले. क्षणार्धात भानावर येत त्यांनी सरांकडे नजर वळवली.

"मॅडम," सर पुढे बोलू लागले. "चेक अद्याप आलेला नाही. पुढील आठवड्यात तो येईलच म्हणा! पण कामास सुरुवात करण्यास हरकत नाही असे मला वाटते."

"धन्यवाद सर!" महंती मॅडम पुढे संवाद चालू ठेवत म्हणाल्या, "सर, कॉफी

घेऊ या का?''

"हो, अगदी निश्चित.'' असे म्हणत सरांनी बझर वाजवून कर्मचाऱ्यास कॉफी आणावयास पाठवले.

डॉ. महंती मॅडम पुढे म्हणाल्या, "सर, प्रकल्प अतिशय नावीन्यपूर्ण आहे. 'इब्द खल्दून'ने १४व्या शतकात समाजशास्त्र विषयासंदर्भात विवेचन केले, हा अत्यंत जुना संदर्भ सापडतो. परंतु इ.स. पूर्व ३५० वर्षांपूर्वी आर्य चाणक्य यांनी अर्थशास्त्राचा पहिला ग्रंथ लिहिला. त्यामध्ये त्यांनी समाजशास्त्राचे विवरण केले आहे. पण भारतीयांनी इतिहास कधीही स्पष्टपणे लिहिला नसावा किंवा लिहिला असेल तर तो कालोघात नष्ट झाला असावा. प्रत्येक क्षेत्रात भारतीयच पूर्वी कसे श्रेष्ठ होते हे सांगण्यासाठी मी असे म्हणत नाही. पण समाजशास्त्र ही संज्ञा ऑगस्ट कॉम्ट यांच्या संशोधनानंतर उदयास आली असली, तरी इ.स. पूर्वीही समाज होताच ना? त्या काळातही समाजाला नियमित करणारी तत्त्वे असणारच ना? साम्यवाद, दर्शनशास्त्र, हिगेलचे नैतिक दर्शन, प्रत्यक्षवाद अशा आणि अशासारख्या अनेक संकल्पना १९व्या शतकापासून विस्तारित झाल्या, तरी समाज त्यापूर्वीपासूनच अस्तित्वात आहे. शिवाय, आपण फक्त मानवाविषयीच सातत्याने बोलत असतो. पण मानवाच्या आधी कितीतरी वर्षे, कदाचित दशलक्ष वर्षे पूर्वीपासून निरनिराळे सजीव अस्तित्वात आहेत. निरीक्षण करून पाहिले तर लक्षात येते, की काही सजीव एकएकटे राहतात, तर काही समूह करून राहतात. मग तोही एकसंध समाजच झाला. त्यांच्यातही एकत्र राहण्यासाठी काहीतरी नियम, तत्त्वे असलीच पाहिजेत. समाजशास्त्रामध्ये डार्विनच्या उत्क्रांतिवादाची जोड दिलेली दिसते; परंतु त्यात आणखी सखोलता पाहिजे. समुहाने राहणाऱ्या सजीवांच्या निरीक्षणातून आदिमानवाने समुहात राहत असतानाचे नियमन घेतले असावे. त्या संदर्भातच हा संशोधन प्रकल्प आहे.'' प्रदीर्घ संभाषणानंतर डॉ. महंती मॅडम किंचित थांबल्या.

डॉ. अरणावळ स्तंभितपणे मॅडमकडे पाहत होते. मॅडमच्या मुद्देसूद संभाषणाची ते कौतुकाने नोंद घेत होते. डॉ. अरणावळांविषयीही समाजशास्त्र विषयातील सर्व तज्ज्ञांना आदर होता. त्यांच्याही विषयातील संशोधनाने नवगती प्राप्त झाली होती. सरांच्या चेहऱ्यावर मॅडमविषयी कौतुकमिश्रित आदर दिसत होता. तेवढ्यात कॉफीचे कप दोघांच्या समोर आले. कॉफीचा आस्वाद घेत असताना मॅडम पुढे बोलू लागल्या, "सर, या प्रकल्पासाठी मला एका सहायकाची मदत लागेल.''

"निश्चितच. फार मोठा प्रकल्प आहे. तुमच्या बोलण्यातून लक्षात येते की निरनिराळ्या विषयांतील संदर्भग्रंथ वाचावे लागतील. त्यासाठी विविध ठिकाणी भेटी द्याव्या लागतील. तुम्ही विद्यापीठात नुकत्याच आलेल्या आहात. तुम्हाला योग्य सहायक मिळणे अवघड जाईल. तेव्हा माझ्या परिचयातील एखादा चांगला प्राध्यापक,

सहायक म्हणून शोधून देईन,'' डॉ. अरणावळ सहज म्हणाले.

डॉ. महंतींना एकदम दडपण आले. जरी कोल्हापूर विद्यापीठ क्षेत्रात काही महिन्यांपूर्वी नोकरीनिमित्त रुजू झाल्या असल्या तरी विद्यापीठातील आणि संशोधन शाखांतील राजकारणाची ओळख संशोधक विद्यार्थी म्हणून पुणे विद्यापीठात असताना झाली होतीच. त्यांना या राजकीय ज्वाळांची झळ अप्रत्यक्षरीत्या जाणवली होती. इतक्या ज्ञानसंपन्न माणसामधली हिणकस आणि स्वार्थी वृत्ती त्यांच्या लक्षात आली होती. प्रत्येक ठिकाणी आपल्या समर्थकांची वर्णी लावून त्यांना उपकृत करावयाचे आणि स्वतःचे स्थान बळकट करायचे. अर्थात, ही तर सर्वसाधारण मनुष्य प्रवृत्ती आहे आणि तिचा मोह सोडणे अतिशय दुर्मिळ आहे. परंतु त्यामुळे कार्यामध्ये ढवळाढवळ, आपल्याच संकल्पना श्रेष्ठ आणि उपयुक्त आहेत, मानसिक क्लेश, विसंवाद आणि मूळ कार्यास मिळालेले भलतेच वळण, शेवटी कार्यनाश अशा टप्प्यांमुळे संशोधन प्रकल्पाचे वाटोळे ठरलेले. या सर्व बाबी मॅडमच्या नजरेसमोर चमकून गेल्या. परंतु विभागप्रमुखांच्या सूचना टाळणेही अशक्य. त्या स्तब्ध झाल्या. डॉ. अरणावळांना मॅडमच्या बोलक्या चेहऱ्यावरील बदलते भाव लक्षात आले. आपले बोलणे मॅडमच्या मनास रुचले नाही, याची जाणीव झाली. ते म्हणाले, ''मॅडम, तुम्ही या विद्यापीठात नवीन आहात. सर्वच विद्यापीठांत राजकारण जणू अपरिहार्य भाग झाला आहे. पण माझे तुम्हाला सांगणे केवळ तुमच्या नवेपणामुळे आहे. तुमचा काही वेगळा विचार असेल तर खुलेपणाने सांगा. आपला प्रकल्प यशस्वी होणे आणि आपल्या विषयाला एखादी नवी चालना मिळावी, असे मलाही वाटते. त्यामुळे तुम्ही तुमचे विचार व्यक्त करा. तुमच्या कामात अडथळे येणार नाहीत हे पाहणे, माझी जबाबदारी.''

सरांच्या खुलाशामुळे मॅडमचे समाधान झाले. दडपणाचे सावट दूर झाले. त्या म्हणाल्या, ''सर, माझ्या प्रकल्पासाठी नव्या दमाचा, वेगळ्या संकल्पनांना मोकळेपणाने सामोरा जाणारा सहकारी पाहिजे. आता ज्या कार्यरत व्यक्ती आहेत त्यांच्या मेंदूमध्ये जुन्या आणि रूढ कल्पना इतक्या घट्ट बसलेल्या असतात, की नवीन गोष्टींचा विचार जुन्याच पद्धतीने करतात. त्यामुळे समन्वय होत नाही. मूळ शोधकार्य बाजूला पडते. त्यांच्या सोबतीने आपल्या मेंदूमध्ये, विचारांमध्ये तसेच बदल होत जातात. एखादी खोटी गोष्ट पुनःपुन्हा येत राहिली, तर ती पुढे खरी वाटावी असे होत जाते. म्हणून माझा सहायक मीच निवडला तर छान, असे मला वाटते. आपल्या विद्वत्तेचा अनादर करणे किंवा आपल्या सूचनेचा अव्हेर करणे असा मुळीच हेतू नाही. सर, आपण मला समजून घ्याल ना?''

''अरे हो हो, किती गंभीर होता आहात मॅडम! मला तुमचे म्हणणे पटले. पण तुम्ही तुमचा सहकारी कसा शोधणार? काही योजना? मला एवढे म्हणावेसे वाटते

की प्रकल्पाचे काम सहज चालावे.'' डॉ. अरणावळ उत्तरले.

"सर, माझ्या डोक्यात असे आहे - आता पुढील महिन्यात विद्यापीठाच्या परीक्षा होत आहेत. एम.ए.फायनलच्या उत्तरपत्रिका तपासण्यासाठी विविध भागांतून येतील. त्यांचे गुणांकन झाल्यावर त्यातील सर्वोच्च गुणांच्या उत्तरपत्रिका तुमच्याकडे येतीलच. त्या जर मला पाहण्यास मिळाल्या तर मला कदाचित त्यातून काही लाभ होईल. अर्थात, हे नियमानुसार होईल का नाही याची मला कल्पना नाही.'' महंती मॅडम उत्तरल्या.

"उत्तम! अगदी उत्तम विचार आहे. नियमानुसार की नियमबाह्य हा माझा विषय. शिवाय, तुमचा हेतू गुणामधील बदल किंवा इतर असा नाहीच. म्हणून तत्त्व वगैरे बाजूला ठेवू या. तुम्ही त्या उत्तरपत्रिका पाहा. त्यातून तुम्हाला जर विषयाच्या वाढीसाठी फायदा मिळणार असेल तर माझी हरकत नाही, डॉ. महंती.'' एवढ्यावर त्यांचे संभाषण संपले.

आता आकाश निरभ्र झाले होते. मळभाची छाया दूर झाली. मेंदूवरील ताण हलका झाला. प्रथमच डॉ. महंती मॅडमच्या सुंदर चेहऱ्यावर कधी नव्हे ती हास्याची लकेर दिसली. हातात पत्र आणि विभागप्रमुखांची परवानगी घेऊन त्या मुख्यालयातून बाहेर पडून आपल्या कक्षाकडे निघाल्या. एखाद्या गोष्टीची शाश्वती झाली की आनंदाचे कल्लोळ उठतात. कार्याची यशस्वी सुरुवात ही कार्यपूर्णतेची ग्वाही असते. नवागताच्या स्वागतासाठी दरवाजामध्ये आरतीचे ताट घेऊन जावे आणि आरती ओवाळण्यापूर्वीच वाऱ्याच्या झोताने निरांजनातील ज्योती मालवून फक्त निळ्या-काळ्या धुरांच्या रेषा डोळ्यांसमोर दिसाव्यात, खिन्नतेचे सावट पसरावे, असे काही झाले नाही. त्यामुळे मॅडमना खूप हलके झाल्यासारखे वाटले. त्यांची पावले जलद गतीने जात राहिली.

॥

दीपावलीत अमावस्येच्या रात्री घरोघरी लक्ष्मीपूजन चालू असते. लक्ष्मीची प्रतिमा, त्यासमोर पाच प्रकारची फळे, झेंडूची फुले, समई असा मोठा थाट असतो. याशिवाय घरातील सुवर्णालंकार मोठ्या कलात्मकतेने ठळकपणे दिसतील असे मांडलेले असतात. पूजाविधीसाठी आपल्या आळीतील ओळखीच्या लोकांना आवर्जून बोलावलेले असते. आरती झाल्यानंतर प्रथम घरातील व्यक्ती हळद-कुंकू वाहून नमस्कार करतात. नंतर आळीतील व्यक्ती नमस्कार करतात. प्रसाद वाटण्यासाठी त्या घरातील ज्येष्ठ व्यक्ती बसलेली असते. नमस्कारानंतर प्रत्येकाला पेढा, लाह्या, आणि एक फळ देण्याची परंपरा आहे. पेढा व लाह्या देताना नव्हे, तर फळ देताना मात्र नमस्कार कोण करत आहे ते पाहून केळी, सीताफळ, डाळिंब, सफरचंद किंवा

मोसंबी यांपैकी काय द्यायचे हे ठरते. आपली पाळी आल्यानंतर पूर्वानुभवामुळे हातात केळी पडणार अशी आशा करत असताना चुकून सफरचंद पडल्यानंतर जी भावना होते, तशीच काहीशी भावना डॉ. महंती यांच्या चित्ताची झाली होती. त्यांच्या शरीराला जणू पंख फुटले होते आणि स्वच्छंदपणे एखाद्या परीप्रमाणे त्या अवकाशात विहरत होत्या.

डॉ. नभा महंती यांनी आपल्या कक्षात आल्यानंतर खुर्चीमध्ये बसून अत्यंत उत्कटतेने विद्यापीठ अनुदान मंडळाचे पत्र एकदाच सविस्तरपणे वाचले. पत्रावरील जावक क्रमांकासहित सर्व मजकूर त्यांच्या मेंदूच्या पटलावर कोरला गेला होता; एखाद्या लेण्यातील मूर्तीसारखा.

त्यांनी पंचिंग मशिनच्या साहाय्याने पत्रास छिद्रे पाडली. टेबलच्या उजव्या खणाचे कुलूप उघडले. त्यातील लाल रंगाची फाइल काढली. त्यात पत्र काळजीपूर्वक लावले. खण बंद करून त्याला कुलूप लावले. आता त्या आपल्याच विचारात व्यग्र झाल्या. काही वेळापूर्वी त्या संदर्भग्रंथाचे वाचन करीत होत्या आणि एका सुंदर चामडी आवरण असणाऱ्या छोट्या नोंदवहीत महत्त्वाच्या नोंदी करीत होत्या. मॅडमची बैठक धीराची होती. ४ ते ५ तास सलग बसूनही त्यांच्या चेहऱ्यावर कंटाळा किंवा थकवा याचा मागमूसही दिसत नसे. आणखी काही तास बसून अभ्यास करण्याची त्यांची तयारी पुन्हाही असे. त्यांची एकाग्रता इतकी गाढ असे, की त्यांना त्यांच्या कक्षात काय चालले आहे याची जाणीवही नसे. त्याच्याशी त्यांना काही कर्तव्यही नसे. विनाकारण गप्पांमध्ये वेळ घालवणे त्यांना मान्यही नव्हते. त्यांच्या जीवनाची घडण बालपणापासूनच तशी झाल्यामुळे त्यांच्या जवळच्या आप्तेष्टांमध्येही त्यांच्याविषयी एक वलय निर्माण झाले होते. त्यांची शैक्षणिक बाजू लहानपणापासूनच अत्यंत उज्ज्वल होती. प्रत्येक वेळी पहिल्या पाच क्रमांकामध्येच; मग ती शाळा असो, बोर्ड असो की विद्यापीठ. म्हणूनच अवघ्या २७व्या वर्षी त्यांनी डॉक्टरेट हा सन्मान प्राप्त केला होता. या स्वभावामुळे जनसामान्यांत आणि सहकाऱ्यांमध्ये मॅडम थोड्या शिष्ट आहेत, अशीच भावना होती. कासरा सुटलेल्या जनावराने मोकाटपणे हिंडावे, त्याप्रमाणे त्या कधीच नव्हत्या. याशिवाय त्यांचे लावण्य आणि चेहऱ्यावरील गंभीरता त्यांच्या शिष्ट वाटण्यास हातभारच लावत असत.

"अहो महंती मॅडम, कोठे हरवला आहात!'' या आवाजाने मॅडम वर्तमानात आल्या.

डॉ. महंती यांचे सहकारी डॉ. नारायण वर्धने कक्षामध्ये येत होते. त्यांनी आपली बॅग, पाण्याची बाटली टेबलवर ठेवत, खुर्चीवर बसत मॅडमना विचारातून बाहेर आणले. वर्धनेंनाही थोडी गंमत वाटली होती. वयाच्या पन्नाशीकडे झुकलेले व्यक्तिमत्त्व.

पॅन्ट आणि अर्ध्या बाह्यांचा शर्ट. शक्यतो इनशर्ट करणे टाळणारे, पायात कोल्हापुरी चप्पल, ओठांवर भरघोस मिश्या, भरभक्कम पैलवानासारखी शरीरयष्टी, अघळपघळ बोलणे. त्यांना पाहिल्यानंतर हा गृहस्थ प्राध्यापक असे वाटणे अवघड होते. त्यांना कधी संदर्भग्रंथ किंवा क्रमिक पुस्तकही वाचताना कोणीही पाहिले नव्हते. परंतु एम.ए.च्या वर्गातील विद्यार्थ्यांचे ते अत्यंत आवडते सर होते. सर विभागात आले की त्यांच्या टेबलभोवती विद्यार्थ्यांचा घोळका जमलाच म्हणून समजावे. एखाद्या मित्राशी गप्पा माराव्यात तसे ते विद्यार्थ्यांशी गप्पा मारत. मुलीही त्यांच्याबरोबर छान गप्पा करीत. एखादे वेळी स्थानिक विद्यार्थिनी अत्यंत मोकळेपणाने ''सर, येता का डबा खाण्यासाठी?'' असेही विचारत.

महंती मॅडमही वर्गावर तास घेण्यासाठी जात असत. त्यांच्याही शिकवण्याची हातोटी उत्कृष्ट होती. मुले त्यांच्या तासाला प्रत्येक शब्द लक्षपूर्वक ऐकत. त्या वेळी वर्गात नीरव शांतता असे आणि मॅडमचा आवाज म्हणजे सतारीतून निघणाऱ्या मंजूळ ध्वनीप्रमाणे असे. विषय शिकवत असताना त्यांचा चेहरा आनंदाने ओतप्रोत भारलेला असे. मुलांना शिकवत असणाऱ्या मॅडम आणि इतर वेळच्या मॅडम अगदी वेगळ्या भासत. त्यांच्या नेहमीच्या गंभीर चेहऱ्याकडे पाहून याच मॅडम इतका सुंदर तास घेत होत्या, याच्यावर विश्वासच बसणे कठीण वाटत असे. शंका विचारण्यासाठी मुली मॅडमकडे गेल्या आहेत असे पाहण्यातच नव्हते. एखादा वर्गातील सर्वात हुशार मुलगा क्वचितच जात असे. या मुलाचे पूर्ण समाधान काही वेळात लगेचच होत असे. शंकानिरसनासाठी महंती मॅडमना पुस्तकही उघडावे लागत नसे.

महंती मॅडम आणि वर्धने सर या दोन व्यक्तिमत्त्वांत इतका विरोधाभास होता आणि दोघे एकाच कक्षात दिवसांचे ४ ते ५ तास एकत्र असत. म्हणूनच वर्धने सर मॅडमशी संवाद साधू शकत. वर्धने सर अत्यंत प्रेमळ स्वभावाचे होते. विभागातील सर्व सहकाऱ्यांचे त्यांच्याशी छान जमत असे. सरांच्या टेबलसमोरील खुर्ची कधीच रिकामी राहत नसे. सर तासासाठी गेले असले तरी त्या खुर्चीत कोणी ना कोणी बसलेले असे. याच्या उलट मॅडमच्या समोरील खुर्ची सतत कोणाची तरी वाट बघत असल्याप्रमाणे दिसे.

''अहो वर्धने सर, काही नाही; आताच यू.जी.सी.चे पत्र आले आहे आणि माझ्या शोध प्रकल्पास मंजुरी मिळाली त्याचाच विचार करीत आहे. बस्स एवढेच.'' महंती मॅडम उत्तरल्या.

''वा! वा! अभिनंदन!'' असे म्हणून वर्धने सर आपली बॅग, पाण्याची बॉटल व्यवस्थित ठेवून उठले अन् निघून गेले.

मार्च महिना अर्धा संपत आला होता. पुढील महिन्यात वार्षिक परीक्षा सुरू होणार होती. परीक्षेचे वेळापत्रक प्रसिद्ध झाले होते. बहुतेक विभागातील अभ्यासक्रम

पूर्ण झाले होते. एखाद्या प्राध्यापकाचा अभ्यासक्रम राहिलेला असेल त्यांचेच तास होत असत. पदव्युत्तर अभ्यासक्रमातील विद्यार्थ्यांना तासास बसलेच पाहिजे, असे बंधनही नव्हते. ही मुले परिपक्व झालेली असतात. त्यांना भविष्याची कल्पना असते. त्यामुळे शाळेतील विद्यार्थ्यांप्रमाणे कसलीही बंधने नसतात. विभागामध्ये फक्त संशोधन करणारी ७ ते ८ मुले आणि त्यांचे मार्गदर्शक यांचाच राबता होता. या काळात प्राध्यापकांनाही विभागात थांबलेच पाहिजे, अशी सक्ती नव्हती आणि असलीच तर प्रवृत्ती नव्हती. भ्रमणध्वनीचा जमाना असल्यामुळे संपर्क साधणे सहज शक्य होते. काही प्राध्यापकांनी मुलांना भ्रमणध्वनी क्रमांक दिलेले होते. अगदी तासांची आठवणही मुले त्यांना करून देत. सर्व गोष्टी सुरळीत आणि विनातक्रार चालू असल्यामुळे काही मोठे प्रश्न नव्हते.

चार वाजत आले होते. विभागातील इतर कर्मचाऱ्यांना पाच वाजेपर्यंत थांबणे बंधनकारक होते. या वेळेत सर्व कर्मचारी पोर्चमध्ये एकत्र येऊन गप्पा मारत बसत. तेव्हा सर्वांना कोणत्या विभागात कोणती घटना घडली याची सविस्तर माहिति मिळत असे. काही घटना नसेल तर राजकारण हा रोजचा विषय असेच तोंडी लावण्यासाठी. कोल्हापुरातीलच सर्व जण ना! काही वेळा संशोधक विद्यार्थीही त्यात सामील होत.

डॉ. महंती यांनी आपली पुस्तके गोळा केली. नोंदवही पर्समध्ये ठेवली. दुचाकीची चावी काढली. आज त्या अर्धा तास लवकरच निघाल्या. इतर वेळी त्यांच्या निघण्याची वेळ साडेचार ही होती. डाव्या हातात पुस्तके, उजव्या हातात पर्स आणि चावी. त्या बाहेर आल्या. विद्यापीठाने त्यांना आवारातच राहाण्यासाठी फ्लॅट दिला होता. दुचाकीने घरी येण्यास पाच मिनिटांपेक्षाही कमी वेळ लागत असे. त्यांनी आपल्या दुचाकीच्या बैठकीच्या खाली असणारी सामान ठेवण्याची जागा उघडली. पुस्तके त्यात ठेवून बैठक पूर्ववत केली. पर्स समोरील मोकळ्या जागेत अडकवली. दुचाकी सुरू केली. घरी जाण्याआधी राजारामपुरीत जाऊन येण्याचा त्यांचा विचार होता.

०३

सुधाताई सोफ्यावर मासिक वाचत बसल्या होत्या. एफ.एम. रेडिओवर तलत मेहमूद यांचे, 'झूमे रेऽऽ मेरा दिल भी झूमे, धरती को चूमे रेऽऽ' हे जुने गीत चालू होते. तेवढ्यात मंजूळ घंटानाद झाला. सुधाताईंची नजर आपोआप समोरील घड्याळाकडे गेली. सव्वापाच वाजत होते. 'नभा आली दिसते,' झर्रकन विचार आला. त्यांनी दार उघडले आणि नभास विचारले,"आलीस?"महंती मॅडमनी हुंकार भरला आणि दरवाजा बंद करत त्या आत आल्या.

सुधाताईंच्या लक्षात आले- स्वारी खूश दिसत आहे.

मॅडमनी हातातील साहित्य टीपॉयवर ठेवले. सुधाताईंचे दोन्ही हात हातांत घेतले आणि म्हणाल्या, "माई, मी आज खूप आनंदात आहे. यू.जी.सी.ने माझ्या प्रकल्पास मान्यता दिली आहे. फार मोठे काम झाल्यासारखे वाटते. अर्थात, जबाबदारीसुद्धा वाढली ना ! पण हरकत नाही; माझ्याकडे व्यावहारिक योजना आहे. त्यामुळे सर्व सुरळीत पार पडेलच म्हणा."

मॅडमनी टीपॉयवरील पेढ्यांचा पुडा माईंच्या हातात दिला आणि त्या आपल्या आईच्या पाया पडल्या.

सुधाताईंच्या डोळ्यांत आनंदाश्रू चमकले. मुलीला पोटाशी घेत उच्चारल्या, "नभा, तू हुशार आहेसच. शिवाय, ध्येय कसे मिळवायचे हे पण माहिती आहे तुला. आता दिवसरात्र तुझ्या डोक्यात प्रकल्पाशिवाय दुसरे काही असणार नाही. इथे आल्यापासून पहिल्यांदाच तुझ्या सहवासाचा आनंद मिळत होता."

त्यांना तोडत मॅडम म्हणाल्या, "माई, आता काय मी परगावी जाणार आहे का? अगं, मी नोकरी करत आहे. हां, तसं सतत फिरावं लागणार संदर्भ शोधण्यासाठी. पण नेहमी नाही; कधीकधी. मी सतत तुझ्यासमोर राहणार आहे."

"होय, तू समोरच असणार. पण तुझ्या डोक्यात तुझा अभ्यास, विक्रमाच्या खांद्यावरील वेताळासारखा!" माई म्हणाल्या.

"हे मात्र नाकारता येणार नाही," मॅडम बाथरूमच्या दिशेने जात म्हणाल्या. सुधाताई स्वयंपाकघराकडे गेल्या.

बाथरूममधून बाहेर आल्यानंतर मॅडमनी कपडे बदलले. त्यांना मोकळे मोकळे वाटत होते. त्या स्वयंपाकघरात आल्या. सुधाताई चहाची कपबशी त्यांच्या हातात देत म्हणाल्या, "नभा, राधाच्या घरीही पेढे दे."

"हो माई." चहा संपवून मॅडम पेढे घेऊन डॉ. राधा दिवाण यांच्याकडे गेल्या. राधा मॅडम म्हणाल्या, "ये नभा." संपूर्ण विद्यापीठात मॅडमची आणि दिवाण यांचीच फक्त मैत्री होती. दोघींच्या वयात तसे १० वर्षांपेक्षा जास्त अंतर असावे; पण तारा जुळल्या होत्या. राधा मॅडम विज्ञान विभागातील वनस्पतिशास्त्र विषयातील तज्ज्ञ होत्या. दोघींच्या गप्पा छान रंगत असत. राधा मॅडमची मुलगी रमाशी नभा मॅडमची विशेष आस्था होती. सुधाताई आणि रमाची तर छान गट्टी जमलेली होती. रमा, हायस्कूलमधील कन्या, बहुधा महंतींच्याच घरी असे.

"काय गं नभा, कसले पेढे? पाहुणे तर काही दिसले नाहीत." थट्टेच्या स्वरात राधा मॅडमनी छेडले. दोघींच्या गप्पा सुरू झाल्या. महंती मॅडमनी दिवसभरातील घटना सांगितल्या. सुधाताईंची हाक ऐकल्यावर नभा मॅडम घरी परतल्या.

रात्री जेवण घेत असताना सुधाताई म्हणाल्या, "तुझ्या बोलण्यातून समजते की

आता तुझे काम वाढणार, तुला रक्कमही मोठी मिळणार. सर्व बाबींचा हिशोब ठेवावा लागणार. तुझ्या अभ्यासातून वेळ काढून हे सर्व तुला जमणार आहे का? मला वाटते मदतीसाठी कोणाला तरी घ्यावे.''

''माई, मदतीसाठी सक्षम व्यक्ती घेण्याचे तर ठरवले आहे. आता मदत कोणत्या प्रकारची ते मात्र पाहावे लागेल. माझा विचार आहे, अभ्यासातच मदतीची गरज उपयोगी पडेल. हिशोबाची बाब मलाच बघावी लागेल. नियोजन करावे लागेल. अर्थात, थोडा अवधी आहे. चांगला आणि अभ्यासू सहकारी मिळाला तर फार ताण जाणवणार नाही.''

अंथरुणावर पडल्यानंतर काही क्षणात झोपी जाणाऱ्या सुधाताई आज जागयाच होत्या. मुलीसमोर आनंदाचा दिखावा करत होत्या तरी मनातून त्या निराश झाल्या होत्या. नभा संशोधन करत असेपर्यंत त्यांना काही काळजी नव्हती. आता संशोधन पूर्ण झाल्यानंतर त्यांच्या मनात मुलीच्या विवाहाचे विचार सुरू झाले होते. आज त्यांना निषादची प्रकर्षाने आठवण झाली. नभा निषादचा- आपल्या पित्याचा- शब्द सहसा मोडत नसे. दोन वर्षांपूर्वी अपघाती निधन झाल्यापासून नभा हट्टी झाली होती. जीवनात पित्याच्या जाण्याने जी पोकळी निर्माण झाली होती ती अभ्यासाने भरून काढावयाची, अशी धारणा झाली होती.

आता नवीन प्रकल्पास मान्यता म्हणजे पुन्हा अभ्यास. त्यातून नभाला बाहेर काढणे त्यांना एकटीला शक्य नव्हते. निषादची साथ पाहिजे होती. त्याच्या अचानक जाण्याने आर्थिकदृष्ट्या फारसा फरक पडला नसला, तरी संसार सुरळीत चालणे कठीण झाले होते. सुधाताई आणि निषाद यांना दोन्ही बाजूंनी जवळचे नातेवाईक कोणीच नव्हते. नभा आणि सुधाताई या दोघींनाच एकमेकांची साथ देत पुढे जाणे अपरिहार्य होते. तसे पाहता, सुधाताईही आतापर्यंत नोकरी करत असल्यामुळे समाजाशी दोन हात करण्यासाठी समर्थ होत्या. नभाचीही मानसिकता कणखर आहे. तेव्हा समाजाच्या दृष्टीने दोघीही बिनधास्त होत्या. परंतु एकमेकींच्या स्वाभिमानास त्या खूप जपत आणि हीच खूप अवघडलेली अवस्था होती.

आपण नभाला लग्नाविषयी विचारले तर तिचे उत्तर काय येणार हे सुधाताईंना पक्के माहीत असल्यामुळे त्या बैचेन झाल्या होत्या. मयसभेत शिरावे पण तेथून बाहेर पडण्याची वाट माहिती नसल्यामुळे माणूस जसा भांबावून जातो तशी अवस्था झाली होती. पुढे काय? उत्तर माहीत नसणारा प्रश्न.

सुधाताई किंवा स्वर्गीय निषाद दोघेही उच्चशिक्षित आणि अभिरुची म्हणजे काय याची कल्पना असणारे होते. दोघेही नास्तिक नव्हते, तसेच देवधर्माचे, रूढ बंधनांचे स्तोम करणाऱ्यांपैकीही नव्हते. श्रद्धा मान्य होती, पण त्याचे अवडंबर नव्हते. देव्हारा किंवा देवदेवतांचे फोटो असला प्रकार त्यांच्या घरात नव्हता. देव

माणसातच पाहाणे हे तत्त्व दोघांच्या विचारांत पक्के होते. देवासमोर पैसे टाकण्यापेक्षा घरात काम करणाऱ्या माणसांना गरजेच्या वेळी आर्थिक मदत करणे त्यांना जास्त आवडत असे. मदत केली असेल तर ती त्वरित विसरून जाणे त्यांचा स्वभाव होता. त्यांनी त्यांच्या संपर्कात आलेल्या कित्येक गरजवंतांना, त्यांची गरज समजताच न मागता मदत केली होती.

रस्त्यावरून जाताना वाटेत मंदिर दिसले की, हात हलवून नमस्कार करणारे लोक पाहिले की त्यांना गंमत वाटे. नमस्कार करावयाचा असेल तर मंदिरात जाऊन देवाला नमस्कार करावा, असे त्यांचे मत होते. पुण्यात असताना चतुःशृंगी मंदिरात जाण्याचा त्यांचा प्रघात होता. देवाला जाताना हळद-कुंकू, साखर, फुले, खण, नारळ इत्यादी वस्तू नेणे त्यांच्या संकल्पनेत कधीच बसले नाही. देवीस मंगळवारी किंवा शुक्रवारी या विशिष्ट दिवशी जावे लागते, ते त्यांना हास्यास्पद वाटे. देवीला किंवा देवाला दर्शनासाठी जाताना प्रसन्न वृत्ती आणि एकाग्रता असावी, मंदिरात गर्दी नसावी, तर दर्शनाचा आनंद मिळतो, अशी भावना दोघांचीही होती. सणवार असताना मुद्दामहून पूजा मांडावी, पुजाऱ्यास किंवा भटास जेवणासाठी बोलवावे, या कल्पना हद्दपार केल्या होत्या. श्राद्ध, पुण्यतिथी अशा गोष्टी त्यांनी घराबाहेर सोडून दिल्या होत्या. त्याच संस्कारात नभा मॅडम तयार झाल्या होत्या. कोल्हापुरात आल्यापासून मॅडम आईला घेऊन महालक्ष्मी मंदिरात महिन्यातून एखाद-दुसऱ्या दिवशी जात. मंदिरात जाण्यापेक्षा रंकाळा तलावाच्या बाजूने फेरफटका मारणे दोघींना जास्त आवडत असे. आज पेढे घेऊन आल्यानंतर, "देवापुढे पेढे ठेव" असे उद्गार येण्याएवजी सुधाताई म्हणाल्या होत्या, 'राधाला पेढे दे,' अशी जडणघडण झाल्यामुळे हे वाक्य आपोआप निघाले होते.

ß

मणिभद्र आपल्या विविध वस्तू भांडारात अभ्यास करत आणि दुकानातील मालाची विक्री करत बसला होता. त्याचे भांडार म्हणजे चार फूट रुंद, चार फूट लांब आणि सात फूट उंच पत्र्याची टपरी होती. त्याने आपल्या दुकानाचे '१ ते ३० भांडार' असे चमत्कारिक ठेवले होते. कारण त्याच्याकडील वस्तू कमीत कमी १ रुपया आणि जास्तीत जास्त ३० रुपये या किमतीच्या होत्या.

त्यांचे गाव म्हणजे ३००/४०० लोकांची वस्ती होती. त्या गावात ग्रामपंचायतसुद्धा नव्हती. लगतच्या ग्रामपंचायत निवडणुकीच्या वेळी मात्र एक प्रतिनिधी या वस्तीतून घेणे सक्तीचे होते. वस्ती छोटी असली तरी विस्तार मात्र मोठा होता. कारण घरे विरळ, दूर दूर होती. वस्तीच्या सभोवताली डोंगर होते. डोंगर सदाहरित असल्यामुळे ती वस्ती एखाद्या पिकनिक स्पॉटसारखी होती. वस्तीवर

मिरजे आणि सास्तुरे यांच्याच घरात दुचाकी वाहने होती. वस्तीवर राहणारे छोटेमोठे शेतकरी आणि थोडेसे कष्टकरी इतक्या दोनच प्रकारची माणसे होती. एकमेव किराणा दुकान हणमा मोगरेचे होते. वस्तीवर पाणी मुबलक होते. जागोजागी विहिरी होत्या आणि विहिरींवर पंप बसवलेले होते. वस्तीच्या मध्यावर एका विशाल चिंचेभोवती ओबडधोबड पार होता. त्या पारावर सतत कोणी ना कोणी झाडाला पाठ टेकून, पाय पसरून बसलेले असत.

पारापासून थोड्या अंतरावर छोटेसे महादेवाचे आणि त्याला चिकटून मारुतीचे मंदिर होते. एक विरक्त, दुसरा ब्रह्मचारी. कोणी अशी जोडी जमवली कोण जाणे! पाराच्या जवळच एक दार नसलेली झोपडी आणि त्याच्यासमोरच एक दगडांनी बांधलेला कट्टा होता. ही झोपडी म्हणजे वस्तीच्या दूध महासंघाचे ऑफिस. सकाळी सात वाजता इथे दूध संकलनाचे काम चाले. वस्तीवर बहुतेक सर्वांकडे दुभती जनावरे होती. हणमाकडेच दूध संकलनाचे काम होते. कोणाचे दूध किती लिटर मिळाले त्याची नोंद छापील वहीत होत असे. जे सभासद आहेत त्यांची नावे छापून दर महिन्याला संघाकडून नोंदवही येत असे. दर शनिवारी दूध देणाऱ्या शेतकऱ्यांचा हिशोब करून पैसेवाटपाचे काम होत असे. हणमाला त्या हिशोबाची कटकट वाटत असे आणि हमखास चुका होत असत. त्यामुळे हणमा गेली काही वर्षे मणिभद्रची मदत घेत असे. त्या बदल्यात तो मणिभद्रला त्याच्या पगारातील निम्मा पगार देत असे. मणिभद्र शिकलेला आणि प्रामाणिक होता. सर्व वस्तीकरांचा त्याच्यावर विश्वास होता. त्यामुळे सर्व व्यवहार विनातक्रार सुरळीत चालू होता. तालुक्याच्या दूध संघ ऑफिसमध्ये गेल्या कित्येक वर्षांत तक्रार नव्हती. ऑफिसमधील कारकुनांना त्याचे कौतुक होते.

सकाळी आठ-साडेआठपर्यंत तालुका संघाची गाडी संकलित दूध घेऊन गेल्यानंतर तो कट्टा रिकामा असे. कधीकधी सकाळी नऊनंतर कोंबडं किंवा बकरं कापायला त्या कट्ट्याचा वापर होत असे. कट्ट्याच्या बाजूला एक विहीर होती. तिच्या कडा दगडांनी गोलाकार बांधलेल्या होत्या. एक कासरा आणि लोखंडी पोहरा कायम तिथे असे. वस्ती मुख्य रस्त्यापासून दीड किलोमीटर आत असल्यामुळे बाहेरगावहून वस्तीत येण्यासाठी चालण्याशिवाय इतर पर्यायच नव्हता. वस्तीवरील माणूस बाहेरगावावरून आला तर तो तडक विहिरीजवळ येई. नंतर पोहऱ्याने पाणी काढून हात-पाय धुऊन मंदिरात जाऊन देवाला नमस्कार करूनच तो वस्तीत जात असे. वस्तीकडून येणारे सर्व रस्ते चिंचेच्या पारापाशीच येत. तेथून मुख्य रस्त्याकडे जाणारा मार्ग सुरू होई. मुख्य रस्त्यावरून जातानाच एक रस्ता स्मशानभूमीकडे जाण्यासाठी निघत असे. त्यामुळे चिंचेच्या पारावर बसलेल्या माणसांना कळत असे; कोण बाहेर चालले किंवा कोण गावात आले. कोणास माहीत असो नसो,

मणिभद्रला मात्र सर्व बित्तंबातमी नक्की ठाऊक असे. जाणारा किंवा येणारा मणिभद्रला हटकूनच जाई; कारण मणिभद्रची टपरी पारावरच होती. तो सकाळी ७ वाजता दुकान उघडे ते दिवस मावळताना बंद करे. दुपारी १ ते ३ या वेळेत दुकान बंद असे. शेतीची कामे चालू असतील तर मात्र दुकान तो त्याच्या सवडीने उघडे. मणिभद्रच्या टपरीत गोळ्या, बिस्किट पुडे, रिबिनचे बंडल, सिगारेट, विडी, फेस पावडर, पिन्स, कंगवे, नेलपॉलिश अशा अनेक वस्तू विक्रीसाठी ठेवलेल्या असत. दिवसाकाठी २०० ते ३०० रु. किमतीच्या वस्तू विकल्या जात. दुकानातील वस्तू तो कागल किंवा कोल्हापुरातून विकत घेत असे. कागल तालुक्यात तो वस्तीवरून सायकलवर जात असे. फक्त ५ किलोमीटर कागल दूर होते. कोल्हापूरला जाताना तो कागलपर्यंत सायकल, तेथून बस असा प्रवास करत असे. कोल्हापूरला जाणे क्वचित असे; कारण त्याच्या गरजेच्या वस्तू कागल गावात मिळत असत.

मणिभद्रने बहिःस्थ विद्यार्थी म्हणून पदवीपर्यंत कला शाखेत शिक्षण पूर्ण केले होते. आता तो पदव्युत्तर शिक्षण घेत होता. पुढील महिन्यात त्याची पदव्युत्तर शिक्षणातील शेवटची परीक्षा होती. पुढे संशोधन करून पीएच.डी. होण्याची इच्छा होती. आतापर्यंत बहिःस्थ विद्यार्थी असूनही त्याने प्रत्येक परीक्षेत ७० टक्क्यांपेक्षा जास्तच गुण मिळवले होते. पुढेही यापेक्षा जास्त गुण मिळण्याची त्याला खात्री होती. पीएच.डी. करून पुढे काय, हा त्याला भेडसावणारा प्रश्न होता. नियमित वृत्तपत्रवाचन करत असल्यामुळे त्याला शैक्षणिक क्षेत्राची चांगलीच ओळख झाली होती. प्राध्यापक होणे हे त्याचे स्वप्न होते. त्यासाठी गुणवत्तेसोबत पैसेही मोजावे लागणार, हे माहिती होते. मणिभद्रकडे वस्तीवर दोन-सव्वा दोन एकर शेती होती. वस्ती रस्त्यापासून आत असल्यामुळे ती विकून उभी राहणारी रक्कम त्याला नोकरी मिळवून देण्यासाठी समर्थ नव्हती. विवंचना फार मोठी होती. उमेद ठेवण्यासाठी काही आधार नाही याची भयानक जाणीव अस्वस्थ करत राही. चमत्कार घडला तर गुणवत्तेमुळे कदाचित शक्य होईल अशी एक भाबडी आशा त्याला अभ्यासास चेतना देत असे. मिळवलेली पदवी कधी ना कधी उपयोगी पडणार, असा ठाम विश्वास त्याला होता.

अभ्यासासोबत त्याने वडिलांच्या मदतीने शेतीतही लक्ष घातले होते. कोल्हापूर इथे शेती महाविद्यालयास तो सतत भेटी देत असे. तिथला प्राध्यापक वर्ग चांगला असल्यामुळे त्याला सहकार्य मिळत असे. नव्याने विकसित झालेले वाण, जैवशेतीच्या संकल्पना, गांडूळखत यांसारखे ज्ञान तो मिळवत राही आणि त्याचा उपयोग तो शेतामध्ये करीत असे. वस्तीवर छोट्या आवारात इतरांपेक्षा जास्त उत्पादन आणि दर्जेदार माल तयार करणे, यात तो तरबेज झाला होता. अपारंपरिक पिके घेण्यात त्याला आनंद होत असे. पारंपरिक शेती पिढ्या न् पिढ्या सर्व जण करीत असत.

त्याच्या वडिलांनाही नवीन कल्पना फारशा रुचत नसत. पण दर वर्षी मिळणारी वाढीव रक्कम दिसत असल्यामुळे ते फार विरोध करत नसत. वस्तीवरच नव्हे, तर लगतच्या इतर शेततुकड्यांमध्ये मणिभद्रचा तुकडा खूप वेगळा दिसत असे. त्याने शेताच्या बांधावर चारी बाजूंनी झाडांचे कुंपण लावले होते. त्याच्या घराच्या पाठीमागेच शेत असल्यामुळे लक्ष ठेवणेही सोपे होते. त्याचे छोटेसे दोन खोल्यांचे घर डौलदार होते. घराच्या पुढे आणि मागे दोन्ही बाजूला पडवी होती. मागील पडवीतून शेत नजरेच्या टप्प्यात असे. दोन्ही पडव्या छताने झाकलेल्या होत्या. शेतीची अवजारे ठेवण्यासाठी त्या उपयोगी पडत. घराच्या पाठीमागे जनावरांसाठी प्रशस्त गोठा होता. तो अत्यंत स्वच्छ राहील हे तो स्वतः पाहत असे. दोन गायी आणि दोन बैल असा बारदाना होता. गायीच्या धारा काढण्याचे काम त्याची अव्वा करीत असे. घरी लागणारे दूध ठेवून उरलेले दूध केंद्रावर जात असे. गोठ्याच्या बाजूस एक पाण्याने सदैव भरलेली विहीर, त्यावर विद्युतपंप असा सरंजाम होता. जगण्यासाठी पुरेसे उत्पन्न होते. पण सर्व खर्च वजा जाता गंगाजळीत ठेवण्यासाठी फार पैसे राहत नव्हते. खाऊनपिऊन सुखी असे ते घर होते. मणिभद्र, अव्वा आणि अण्णांचा एकुलता एक मुलगा असल्यामुळे दोघेही त्याच्याच सल्ल्यानुसार संसार करत होते. त्यांचे तिघांचे एकमेकांवर निरतिशय प्रेम होते. मणिभद्र उंचापुरा, गहू रंगाचा तरुण होता. शेतामध्ये नियमित राबत असल्यामुळे शरीर घोटीव होते. त्याच्याशी बोलणाऱ्या व्यक्तीवर त्याच्या व्यक्तिमत्त्वाचा आणि विचारांचा प्रभाव सहजपणे पडत असे.

॰

दुकानात बसून अभ्यास करत असताना मणिभद्रची नजर हमरस्त्याकडून येणाऱ्या रस्त्यावर पडली. दूर अंतरावर एका स्त्रीची आकृती त्याने पाहिली. येणारी स्त्री कोण आहे ते लक्षात येताच त्याने दुकान बंद केले व तो वेगाने त्या स्त्रीकडे जाऊ लागला. जवळ जाताच तो म्हणाला, "मावशी, आज अचानक कशी?" त्याने सरोजच्या हातातील बॅग घेतली आणि पुढे म्हणाला, "फोन का नाही केला?"

"अरे मणी, ताईला भेटायचे मनात आले म्हणून." सरोजमावशी उत्तरल्या. मावशी त्याच्या वस्तीपासून केवळ २०/२१ किलोमीटर अंतरावरील निपाणी या कर्नाटकातील शहरात राहत होत्या. तिचे पती आत्माराम महाधनी शहरात व्यापार करत. शिवाय, २०/२२ एकर शेती होती. ती एक सधन पार्टी होती. त्यांना गंधमती नावाची एकच कन्या होती. ती बेळगाव इथे संगणक शिक्षणासाठी वसतिगृहात राहत होती. मणिभद्रपेक्षा चार वर्षांनी लहान होती. गप्पांच्या ओघात दोघे घरी आले. अंगणातून मणिभद्रने अव्वाला मावशी आल्याचे सांगितले आणि तो परत दुकानाकडे गेला.

मणिभद्रच्या अव्वा लगबगीने घराच्या बाहेर आल्या. छोट्या बहिणीस पाहून त्यांना फार आनंद झाला. इकडच्या तिकडच्या गप्पा मारत त्यांचा चहा झाला. संध्याकाळची वेळ झाली होती. अंधार पडण्यास सुरुवात होताच मणी आणि त्याचे वडील रुद्राण्णा येणार, शिवाय बहीणही मुक्कामाला आली. वरदाईने स्वयंपाकाच्या तयारीस सुरुवात केली. सरोज ताईच्या कामात मदत करू लागली. ''सरू, अचानक काही न सांगता कशी काय?'' वरदाईने विचारले.

''ताई, पूर्णानंदस्वामींचा निरोप आला यांच्याकडे. त्यांनी तुम्हाला भेटण्यासाठी निरोप दिला आहे.'' सरोजने ताईच्या प्रश्नास उत्तर दिले. पुढे त्या म्हणाल्या, ''यांनी मला मुद्दाम पाठवले आहे. 'तुम्हाला घेऊन ये'असे म्हणाले. काय काम आहे ते मात्र सांगितले नाही. 'भेटणे गरजेचे आहे' एवढेच सांगितले. आता स्वामींचा निरोप म्हणजे नाही म्हणता येणार कसे?''

वरदाईचे काम थांबले. विचारांचे मोहोळ उठले. स्वामी म्हणजे सरोजचे मोठे दीर. एका समृद्ध मठाचे अधिपती. सरोजच्या सोबत वरदाईचे मठामध्ये जाणे असे. दर वर्षी दसऱ्याच्या काळात मठाच्या कार्यक्रमाचे निमंत्रण आवर्जून असे. तेव्हा वरदाईचे सर्व कुटुंब दोन दिवसांसाठी संकेश्वर गावाजवळील राणीहळ्ळी या खेड्यातील मठामध्ये जात असे. गेल्या काही वर्षांपासून मणिभद्र कार्यक्रमात उत्साहाने भाग घेऊन कार्यक्रम उत्तम रीतीने होण्यासाठी झटत असे.

उत्सवाच्या धामधुमीतून थोडासा निवांतपणा मिळाला की मणिभद्र स्वामीजींच्या जवळ बसून संवाद करत असे. स्वामी पूर्णानंद मजबूत शरीरयष्टीचे, आरोग्याच्या अजूनपर्यंत काही तक्रारी नसणारे ७२ वर्षांचे वृद्ध होते. डोक्यावर भरपूर पांढरे, मानेच्या खाली आलेले केस. पांढरी शुभ्र दाढी, दुसऱ्याच्या हृदयाचा सहज वेध घेणारे पाणीदार तेजस्वी डोळे, बोलण्यातील अधिकारवाणी, सतत ग्रंथ आणि विविध दैनिकांचे वाचन यामुळे विचारांना आलेली खोली आणि मठाशी संलग्न माणसांच्या उन्नतीचा मनापासून ध्यास, असे परिपूर्ण व्यक्तिमत्त्व. मठाशी संलग्न राणीहळ्ळी हे स्थानिक खेडे आणि जवळच्या १०-१५ इतर गावांतील बराच मोठा समुदाय स्वामी पूर्णानंदांच्या 'कात्यायनी मठी'शी जोडलेला होता. दुर्गामातेच्या उत्सवाच्या वेळी ४०००ते ५००० जनसमुदाय राणीहळ्ळीमध्ये येत असे. नवरात्रीच्या १० दिवसांचा उत्सव मोठ्या दिमाखात साजरा होत असे. भजन, कीर्तन, होमहवन, देवीची प्रतिष्ठापना, मिरवणूक, दिव्यांची आरास; मोठा अपूर्व सोहळा होत असे. या उत्सवाच्या प्रसंगी भक्तगण स्वखुशीने मोठ्या रकमा मठाला अर्पण करत असत. पूर्वी शेकड्यांनी येणाऱ्या भक्तगणांत आजच्या शिक्षणाने समृद्ध झालेल्या काळात खूपच मोठी वाढ झालेली होती. बहुतेक भक्तांच्या घरातील पुढील पिढी शिक्षणासाठी किंवा नोकऱ्यांच्या निमित्ताने दूरवरील पुणे, मुंबई, बंगळूर,

हैद्राबाद, याशिवाय इतर देशांतही विखुरलेली होती. परंतु उत्सवाच्या निमित्ताने आवर्जून गावाकडील आपल्या आप्तेष्टांना भेटण्यासाठी वर्ष-दोन वर्षात येत.

मठाचे आवार प्रशस्त होते. साधारण दोन एकर जागेवर मठाची स्थापना झाली होती. मठाच्या जागेला मोठमोठ्या वृक्षांचे कुंपणच होते. मठाच्या मागील मोठ्या आवारात कात्यायिनी देवीचे दगडी मंदिर होते. मंदिराच्या भोवती २० फूट रुंदीची गोलाकार ओवरी होती. १०८ सुबक दगडी स्तंभ आणि त्यावरील कलात्मक दगडी छत आठवण करून देत असे; भारतीय पुरातत्त्व मनोहारी स्थापत्याची. इतके भव्य मंदिर जवळपास कोठेही नव्हते. मंदिराच्या विशाल गाभाऱ्यात पाषाणात घडवलेली सिंहारूढ कात्यायिनी देवीची चतुर्भुज मूर्ती अतिशय देखणी होती. जवळपासच्या कित्येक घराण्यांची ही कुलदेवता होती. म्हणून इतका विशाल जनसमुदाय उत्सवाला येणे आणि मुबलक दानधर्म करणे, यात फार आश्चर्य नव्हते. संपूर्ण मठ खासगी मालमत्ता प्रकारातील असल्यामुळे विश्वस्त मंडळ वगैरे काही प्रकार नव्हता. मठाधिपती हे संपूर्णपणे स्वामी असत आणि ही परंपरा सातवाहनापासून असल्यामुळे कसलाच गोंधळ नव्हता. आजपर्यंत होऊन गेलेले सर्व मठाधिपती निःस्पृह होते. भक्तजनांची त्यांच्यावर निस्सीम श्रद्धा होती. मठाच्या स्वामींविषयी सर्वांनाच आदर होता. त्यांचा एक दरारा होता. त्यामुळे स्वामींचा शब्द ओलांडण्याची कोणाची छाती होत नसे. तसे नैतिक दडपण असे. शिवाय, स्वामींनीही कधी भक्तलोकांना अडचणीत टाकणारे शब्द उच्चारले नव्हते. समोरील भक्ताची क्षमता पाहूनच त्याप्रमाणे स्वामींचे बोलणे होत असे. स्वामींचे शब्द म्हणजे आज्ञा समजूनच लोक त्याप्रमाणे शब्दांची प्रामाणिकपणे पूर्तता करत असत. मठाला सामाजिक प्रतिष्ठा होती. मठाकडूनही सर्वसामान्यांना आधार आणि मदत मिळत असे. स्वामींच्या शब्दामुळे शेकडो लोकांना नोकऱ्या, कामधंदे मिळाले होते. अनेक कुटुंबाना मठामुळे अर्थपूर्ण सुबत्ता मिळाली होती. कित्येक लोकांच्या आयुष्याचे मठाच्या संलग्नतेमुळे कायमस्वरूपी भले झाले होते आणि लोकांना त्याची जाणीवही होती.

पूर्णानंदस्वामी शिक्षित आणि ज्ञानी होते. त्यांनी मठाशी संलग्न लोकांच्या अद्ययावत नोंदी ठेवल्या होत्या. त्यांचा जनसंपर्क खूप मोठा होता. राजकारणापासून ते अलिप्त होते, म्हणून सर्वच लोक त्यांच्या सान्निध्यात होते. कोणत्याही पक्षाच्या मेळाव्यात त्यांना आवर्जून आमत्रंण असे. त्यांच्या आशीर्वादाने कार्यास शोभा येते, असे सर्वांचे म्हणणे होते. स्वामींचे ज्ञान व सोबत वक्तृत्व यामुळे त्यांचे भाषण ऐकणे हा अनुभव असे. कार्यक्रमास स्वामी येणार आहेत असे समजले, की लोक मोठ्या संख्येने येणार, हे सांगायची गरज नसे. स्वामींची ज्ञानपूर्वक, प्रतिगामी कृत्यांची कठोर निर्भर्त्सना, पुरोगामी विचारसरणी, प्रत्येक वाक्याला विविध धर्मग्रंथांतील संदर्भ देण्याची हातोटी, यामुळे अशिक्षित आणि सुशिक्षित सर्वांना त्यांच्या प्रवचनामुळे

नवीन पद्धती, नवीन आचाराची दिशा मिळे. स्वामींच्या प्रवचनांची प्रत्येक वर्तमानपत्रातून आणि आकाशवाणी माध्यमातून प्रसिद्धी होई. दूरदर्शन केंद्रातून विज्ञानवादी प्रतिष्ठितांबरोबर चर्चा करण्यासाठी निमंत्रण मिळे. अशा चर्चांमधून त्यांना धर्मावरून कठोर टीका ऐकून घ्यावी लागे. त्यांना उत्तर देताना ते धर्म आणि विज्ञान याची अप्रतिम सांगड घालून समोरील अनेकांना निरुत्तर करत. स्वतःला निधर्मी मानणारे व देवदेवतांचे अस्तित्व नाकारणारे विचारवंत स्वामींच्या विचारांनी प्रभावित होत. धर्माचे अधिष्ठान माणसाच्या नैतिक बैठकीसाठी कसे आवश्यक आहे, हे स्वामीजी नेहमीच्या उदाहरणांतून समजावून सांगत. देवाचे अस्तित्व मानलेच पाहिजे, असा आग्रह ते धरत नसत. धर्मातील अनिष्ट प्रथा कशा उगम पावल्या याची मीमांसा ते करत. अशा अनिष्ट प्रथा घातक आहेत आणि त्यांचा ते प्रखर विरोध करत. स्वामीजींचे ज्ञान, अंधश्रद्धांवर कठोर प्रहार आणि विज्ञानाची कास धरून केलेले विवेचन ऐकून टीकाकारांची तोंडे आपोआपच बंद होत.

मणिभद्र स्वामीजींसमवेत चर्चा करे. त्याचेही वाचन अफाट असल्यामुळे नवनवीन प्रश्न, त्यांची संभाव्य उत्तरे यात दोघेही हरवून जात. स्वामीजींना अशा चर्चेमधून नवीन धागे सापडत, तर मणिभद्रच्या विचारांची बैठक पक्की होत असे. आजकालच्या तरुणांविषयी सर्वसाधारण जनसामान्यांत ज्या भावना होत्या, त्याला छेद जाणारी ही चर्चा असे. स्वामीजींना मणिभद्रचे कौतुक वाटे. हा तरुण वायफळ किंवा दिशाहीन बोलणे करणारा नाही. याच्या विचारांची दिशा ठाम आहे. समाजाविषयी ऋण मान्य करणारी आहे. नवीन विचार ज्ञानाच्या कसोटीवर घासून तपासून पाहण्याचे त्याच्याकडे कसब आहे, अशा विचारांनी स्वामीजी प्रसन्न होत.

मागील पडवीत शेतीची अवजारे ठेवल्याचा आवाज आला. रुद्राण्णा आले वाटते. वरदाई भानावर आली

रुद्राण्णा विहिरीजवळील कट्ट्यावर गेले. तिथे असणाऱ्या हौदातून पाणी घेऊन हात-पाय, तोंड स्वच्छ धुऊन धोतराच्या सोग्याने तोंड, हात कोरडे करत स्वयंपाकघरात आले. सरोजला पाहून ते म्हणाले, "सरू, कसे काय येणे झाले? आत्मारामजी, गंधा सर्व ठीक आहेत ना?"

"होय भाऊजी!" असे म्हणत सरोज उठल्या आणि रुद्राण्णांना वाकून नमस्कार केला. "कल्याण भव!" रुद्राण्णांनी मनापासून आशीर्वाद दिले. सरोज पुढे बोलू लागल्या. "स्वामींनी भेटावयास बोलवण्याचा निरोप गंधाच्या वडिलांजवळ दिला. त्यांनी 'तुम्हा दोघांना घेऊन ये' असे सांगून पाठवले आहे." स्वामीजींचे नाव ऐकताच रुद्राण्णांनी हात जोडून, डोळे मिटून "जगदंब" असे म्हणत नमस्कार

केला.

"काय आज्ञा असेल हो स्वामीजींची?" पतीच्या चेहऱ्याकडे आशेने पाहत वरदाईचे शब्द आले. तिच्या चेहऱ्यावरील प्रश्नांकित मुद्रेकडे पाहत रुद्राण्णा उत्तरले, "जे काही असेल ते आपल्या भल्यासाठीच असेल. फार काळजी करू नकोस."

त्यांचे असे बोलणे होत असतानाच मणिभद्रही आला. त्यालाही निरोप समजला. तो म्हणाला, "उद्या तुम्ही लवकर जेवण करून निपाणीला निघा. तिथे गेल्यानंतर काकांना सोबत घेऊन स्वामीजींकडे जा. तुम्ही दुपारी एक वाजेपर्यंत मठामध्ये स्वामीजींची गाठ घ्या. त्यांचे म्हणणे ऐकून तुम्हाला दिवस मावळेपर्यंत परतता येईल. मात्र स्वामीजींना फोन करून कळवा, तुम्ही किती वाजेपर्यंत जाणार ते. म्हणजे गैरसोय होणार नाही."

आज आत्माराम महाधनी दुकानाचा व्यवहार मुनीमजीवर सोपवून घरीच थांबले होते. ११ वाजेपर्यंत आम्ही निपाणीला येतो, असा सरोजचा फोन झाला होता. वरदाईने त्यांच्यासाठी जेवणाचा डबा घेतला होता.

अल्पावधीत जेवण करून आत्मारामांनी स्वतःची कार काढली. ते सरोजला म्हणाले, "तूसुद्धा चल." सर्व जण कात्यायिनी मठाकडे निघाले.

सकाळचे मठातील दैनंदिन कार्यक्रम पूर्ण करून, भोजन करून, स्वामीजी बैठकीत वर्तमानपत्र वाचत थांबले होते. त्यांच्या धाकट्या बंधूंनी निपाणीतून निघत असल्याचा दूरध्वनी केला होता. अर्ध्या तासात ते मठात येणार होते.

सर्व जण मठात आले. दर्शनी भागातील नळावर हात-पाय धुऊन स्वामीजीं जवळ आले. सर्वांनी स्वामीजींच्या चरणांचे दर्शन घेतले. "जगदंब!" उच्चार करत स्वामीजींनी आशीर्वाद दिले.

आत्मारामजी म्हणाले, "मंदिरात जाऊन येतो." वरदाई आणि सरोज दोघींनीही ओटीचे सामान आणले होते. देवीचे दर्शन घेताना ओटी भरण्याची प्रथा होती. देवीचे दर्शन घेऊन सर्व जण बैठकीत स्वामींच्या चरणाजवळ बसले.

"स्वामीजी," रुद्राण्णा बोलण्यास सुरुवात करणार तेवढ्यात स्वामीजींनी हातांनी रुद्राण्णास गप्प राहाण्यास इशारा केला. त्यांनी डोळे मिटून घेतले. कदाचित बोलण्यास सुरुवात नेमकी कशी करावी याचा ते विचार करत असावेत. स्वामीजींच्या अशा वागण्याची सवय नसल्यामुळे चौघेही गोंधळून गेले. एकमेकांकडे पाहात ते एकमेकांना नजरेनेच विचारू लागले. आत्मारामजींना आपल्या बंधूची अशी क्रिया अपेक्षित नव्हती.

क्षणभराने डोळे उघडून स्वामीजी निश्चयाने बोलू लागले, "हे पाहा, या मठाचा व्याप खूपच वाढला आहे. अजून तरी पूर्ण क्षमतेने व्यवहार पाहणे जमते मला. परंतु मी काही अमरत्वाचा पट्टा घेऊन आलो नाही. आता माझा उत्तराधिकारी ठरवण्याची वेळ आली आहे, असे मला वाटते."

ठीक आहे. तुमचे म्हणणे अगदी रास्त आहे. पण आमचा इथे संबंध कसा येतो? चौघांच्याही चेहऱ्यावर प्रश्नचिन्ह उमटले. परंतु कोणीही बोलले नाही.

स्वामी पुढे बोलू लागले, "जवळ जवळ ५० वर्षे झाली मी या मठाचा कार्यभार पाहत आलो आहे. सुरुवातीला राणीहळ्ळी व आसपासच्या गावातील लोकांची संख्या थोडी होती. काही शेकड्यामध्ये भक्तगणांची मठामध्ये जा-ये असे. तुम्हीसुद्धा पाहताच आहात; तीच संख्या हजारोंमध्ये आली आहे. मठाची स्थावर मालमत्ता आणि गंगाजळीही खूप आहे. देवीच्या सोन्याच्या आभूषणांमध्येही खूप वाढ झाली आहे. आता मठाचा उत्तराधिकारी म्हणून अत्यंत ज्ञानी, व्यवहाराची जाण असणारा पाहिजे. ती व्यक्ती राजकारणापासून अलिप्त; पण समाजकार्याची आवड असणारी हवी. योग्य व्यक्तीसाठी मी गेली काही वर्षे तपास घेत आहे. रुद्राण्णा, मणिभद्रसोबत मी नेहमी चर्चा करतो. तो हुशार आहे. म्हणून मला वाटते माझा उत्तराधिकारी मणिभद्रला करावे."

स्वामीजींचे शब्द ऐकले आणि वरदाईस वाटले आपल्या हृदयावर कोणीतरी धारदार चाकूने रेघा ओढत आहे. तिच्या डोळ्यांत अश्रूंची गर्दी झाली. स्वामींचे तिच्याकडे लक्ष होतेच. ते म्हणाले, "वरदाई, तुमच्या भावना काय झाल्या असतील ते माझ्या लक्षात आले. मणिभद्र आता तरुण झाले आहेत. त्यांचे लग्न करावे, नातवंडांना खेळवत उर्वरित आयुष्य कंठावे, आपला वंश पुढे चालू राहावा, हे खूप स्वाभाविक आहे. जर ते मठाधिपती झाले तर ही गादी ब्रह्मचर्याची आहे. त्यांना संसार करता येणार नाही. त्यांना मठाचाच संसार करावा लागणार. मीसुद्धा खूप विचार केला. ते तुमचे एकुलते एक चिरंजीव आहेत. त्यांना एखादा भाऊ किंवा बहीणही नाही. तुमच्या सर्व आशा त्यांच्यावरच केंद्रित झाल्या असणार. पण हेही लक्षात घ्या, कात्यायिनी मठाची गादीही फार महत्त्वाची आहे. जगदंबेचा आशीर्वाद आहे. माझी खात्री आहे, की ते ही गादी छान सांभाळतील. माझ्यापेक्षाही ते समाजात प्रसिद्ध होतील. इथल्या संपत्तीचा विनियोग त्यांच्याकडून चांगल्या पद्धतीने होईल. चांगला उत्तराधिकारी मिळाल्यामुळे मला शांतपणे जगदंबेच्या चरणी रुजू होता येईल. तुम्ही थोडा मोह सोडला तर त्यांचे भले होईल. प्रथम माझे म्हणणे तुम्हास सांगून तुमची संमती मिळाली तर मी मणिभद्र यांच्याशी वार्तालाप करीन. निर्णय तुम्ही घ्यावयाचा आहे. मी सक्ती नाही करू शकत. तुम्ही, 'नाही' असा निर्णय दिला तरी मला तो मान्य करावा लागेल. परंतु मी फार कष्टी होईन." स्वामींचे बोलणे

थांबले.

वरदाई आणि रुद्राण्णा दिङ्मूढ झाले. एखादी वावटळ यावी आणि डोळ्यांदेखत आपले सर्वस्व उद्ध्वस्त करून जावी, अशी त्यांची भावना झाली. कात्यायिनी देवी त्यांची कुलदेवता. तिची सेवा करण्याची संधी आपणहून चालत आली आहे. मठाची संपत्ती हा भाग महत्त्वाचा आहेच, त्याशिवाय ऐश्वर्यासोबत मानसन्मान आणि कीर्तीही अफाट होणार. या मठाचे आधिपत्य मिळणे म्हणजे मागील सर्व जन्मांत केलेले पुण्य फळास आले, असेच म्हणावे लागेल. या मठाचे अनुयायी साऱ्या पंचक्रोशीत आहेत. गरीब आणि धनिक, सर्व स्तरांतील लोक, शिक्षित आणि अशिक्षितही आहेत. मठाच्या वार्षिक कार्यक्रमांसाठी परदेशात गेलेले लोक आवर्जून येतात. यापुढे आयुष्यभर कसलीच चिंता राहणार नाही. स्वामींनी इतक्या लोकांतून मणिभद्रची निवड करावी, ही अभिनंदनाची गोष्ट आहे. त्याच्याकडे तेवढी हुशारी असलीच पाहिजे. म्हणून तर स्वामीजींनी त्यांची निवड केली आहे. हे सगळे खरे असले तरी आपला वंश इथेच संपणार. एका बाजूस उत्कर्ष आणि दुसऱ्या बाजूस चारचौघांसारखे साधे सरळ आयुष्य. स्वामीजींना काय सांगावे? रुद्राण्णा आणि वरदाई काहीच बोलू शकत नाहीत हे लक्षात घेऊन आत्मारामजी स्वामींना म्हणाले, ''स्वामीजी, आपण आकस्मिकपणे अशी विचारणा केली, त्यामुळे आम्ही भांबावून गेलो आहोत. मणिभद्र अत्यंत हुशार आणि नव्यांची वाट शोधणारा आहे. लहानपणापासूनच स्वतः व्यवसाय करत असल्यामुळे व्यवहार कळतो त्याला. मठासाठी तो अनेकांपैकी एक असाही आहे. ज्या अर्थी आपण इतक्या लोकांमधून त्याची निवड केली तेव्हा त्याच्या गुणवत्तेची खात्री असेलच. सध्या तो एम.ए.च्या परीक्षेस बसणार आहे. म्हणून लगेचच निर्णय घेता येणार नाही. त्याचा कल कसा राहील, तो मठाधिपती होण्यास अनुकूल आहे किंवा नाही, हे लगेच समजणार नाही. त्याचा निर्णय काय असेल ते कळण्यासाठी त्याची परीक्षा होऊ द्यावी लागेल. सध्या तरी त्याच्यासोबत बोलता येणार नाही. शिवाय, वरदाताई आणि अण्णांनाही काही कालावधी देणे इष्ट ठरेल. त्यामुळे त्याची परीक्षा संपेपर्यंत थांबावे लागेल. आम्ही आधी चर्चा करतो. वरदाताई आणि अण्णांचा निर्णय 'नाही' असा आला तरी मी मणिभद्रशी बोलून घेतो आणि नंतर आपणाला निर्णय कळवतो.''

आत्मारामांचे समग्र संभाषण ऐकून स्वामी पूर्णानंदजी किंचित हास्य करून म्हणाले, ''मला मणिभद्र यांच्या परीक्षेविषयी माहिती आहे. त्यांना पुढे संशोधन करण्याची इच्छा आहे. तसे त्यांनी मला सांगितलेही आहे. मलाही वाटते त्यांनी पीएच.डी. ही पदवी मिळवावी. त्यांची क्षमताही आहे. जर त्यांना शिष्यवृत्ती मिळाली तर संशोधनासाठी आवश्यक आर्थिक बाब आपोआपच पूर्ण होईल. जर शिष्यवृत्ती नाही मिळाली तर पैशांची व्यवस्था त्यांना स्वतःला करावी लागेल आणि त्यांची

सध्याची परिस्थिती पाहता, ते अडचणीचे होईल. जर त्यांनी मठाधिपती होण्यास संमती दिली तर अडचणीच्या वेळी अधिकृतपणे त्यांना आर्थिक मदत देणे सोयीचे होईल. त्यांची इच्छा पूर्ण होऊन त्यांना पदवीही मिळेल. सध्या काही वर्षे मी मठाची कार्ये करू शकतो; पण थोडी मदत भावी उत्तराधिकाऱ्याकडून मिळाली तर माझ्या जबाबदारीचा ताण कमी होईल. शिवाय, धार्मिक शिक्षण देण्यासही काही वेळ जाईलच. या सर्व बाबी विचारात घेऊनच मी सध्या विषय उपस्थित केला आहे. कोणत्याही आई-वडिलांना हा निर्णय घेणे कठीण जाणार. त्यासाठी वेळही लागणार. परंतु मठाधिपती होणे ही फार सन्मानाची गोष्ट आहे. अशी संधी पुन्हापुन्हा मिळत नाही. मठाच्या मोठेपणाविषयी वेगळे सांगण्याची गरज नाही. त्यामुळे आपण सर्वांनीच अतिशय काळजीपूर्वक विचार करून माझ्या इच्छेविषयी निर्णय घ्यावा. आपणांस मी आज्ञा देणे योग्य होणार नाही; परंतु आपण मला नाराजही करणार नाहीत.'' स्वामींनी नकळत थोडा दबाव तंत्राचा उपयोग केला. त्यांची मनापासूनची इच्छा स्वच्छ शब्दांमध्ये सांगितली.

सर्व जणांनी स्वामींच्या चरणांचे पुनश्च दर्शन घेतले. 'जगदंब' शब्द उच्चारून स्वामींनी त्यांना जाण्याची अनुमती दिली. निपाणीला परत जाताना कोणीही एकमेकांशी बोलणे केले नाही. सर्व जणांच्याच मेंदूमध्ये विचारांचे आणि भावनांचे कल्लोळ उठले होते. दहा दिशांनी निरनिराळे प्रवाह येत होते. आता प्रत्येकाची भूमिका या प्रवाहातून जाता जाता निश्चित पक्की होणार होती. जेव्हा बोलण्यास सुरुवात होईल तेव्हा प्रत्येक जण स्वतःची भूमिका मांडणार होते आणि आपले म्हणणे कसे योग्य, हे आग्रहाने सांगणार होते.

निपाणीला आल्यानंतर चहापानाचा कार्यक्रम झाल्यानंतर बैठकीच्या खोलीत सरोज यांनी चर्चेला सुरुवात केली. ''ताई, स्वामीजींच्या अशा इच्छेची आपणास काहीच कल्पना नव्हती. तेव्हापासून माझ्या डोळ्यांसमोर मणिभद्रची छबी सतत येते. आज मला मनापासून मुलगा नसल्याची खंत वाटली. अर्थात, असता तरी स्वामीजींनी त्याचीच निवड केली असती असे नाही.''

आत्माराम म्हणाले, ''सरोज, समजा आपल्या नसणाऱ्या मुलांची त्यांनी निवड केली असती तरी तुझा स्वभाव पाहता, तू ठामपणे नकार दिला असता. मठाची सांपत्तिक स्थिती छानच आहे, पण केवळ पैसा या एका गोष्टीमुळे माणूस समाधानी असू शकत नाही. प्रत्येकाला आपला स्वतःचा संसार, पत्नी, मुले या सर्वच गोष्टीसुद्धा आवश्यकच असतात. शिवाय, ताईंना मणिभद्र हा एकटाच मुलगा आहे. त्यांना असा निर्णय घेणे फार सोपे नाही जाणार. अर्थात, तो मठाधिपती झाला तर त्यांना फार मोठा सन्मान मिळणार आहे. अतिशय कठीण आहे त्यांच्यासाठी. अण्णा, तुमचे काय मत आहे?''

नभांतमणी । २१

"अहो, संधी उत्तम आहे. संसार, बायको-पोरं सर्वांनाच असतात; पण असा जगाचा संसार करावयास मिळणे अत्यंत भाग्याची गोष्ट आहे." पापभीरू रुद्राण्णा मनापासून उद्‍गारले.

अतिशय दुखावलेल्या स्वरात, डोळ्यांतील पाण्याला मुक्त वाट देत वरदाई म्हणाल्या, "अहो, माझा विचारही तुम्हाला करता येत नाही का? आपणास ढीगभर लेकरं आहेत का? एकुलतं एक लेकरू असं दान केल्यासारखं जगासाठी देऊन टाकायचे का?"

समजुतीच्या स्वरात रुद्राण्णा म्हणाले, "वरदा, तू एकटीच अशी आई नाहीस. आपल्या देशातील अनेक आईंची एकुलती एक लेकरं सीमेवर उभी आहेत. केव्हा एखादी गोळी त्यांना शहीद करून जाईल, हे प्रत्यक्ष भगवंतालाही माहीत नाही. त्या आईला हे का माहीत नसेल? अशा माता फक्त अडाणीच असतात असे नाही. किती तरी शिकलेल्या मातांनी मुले आपल्या देशाच्या संरक्षणासाठी अर्पण केलेली आहेत. त्यासुद्धा तुझ्यासारख्या आईच आहेत. शिवाय, स्वामीजींचा शब्द किंवा विनंती आपणास आज्ञेसारखीच आहे. त्यांचा मोठेपणा तरी बघ, ते आज्ञा देऊ शकले असते. परंतु आपला विचार करूनच ते असे म्हणाले ना! मग आता आपण मोठेपण घेऊन त्यांची इच्छा मानावयास नको का? आपण त्यांचा शब्द कसा मोडू शकतो? काही काळ आपणास वाईट वाटेल, पण मणीचे नाव मोठे झालेले पाहून आनंदच होईल."

"अहो, स्वामीजींचा शब्द मोडण्याचे पाप घेऊन आपण सुखी राहू शकतच नाही. पण मणीचीच इच्छा नसेल तर," वरदाई म्हणाल्या.

"हे बघ, शेवटी मणीने मान्य केले तरच पुढील गोष्टी होणार. मला वाटते, तोही स्वामीजींना नाही म्हणणार नाही. गेले कित्येक दिवस झाले आपण पाहतो आहोत, त्याचे आणि स्वामीजींचे चांगलेच जमते. काही गोष्टी स्वामीजी त्याला विचारून करतात," रुद्राण्णा म्हणाले.

"पण घरी गेल्यानंतर त्याला काय उत्तर द्यायचे?" वरदाईच्या या प्रश्नावर आत्मरामजी म्हणाले, "आताच त्याला ही गोष्ट सांगू नका. खोटे बोलण्याचे पापही नको म्हणून 'तुला परीक्षेत चांगले यश मिळो म्हणून स्वामीजींनी जगदंबेस अभिषेक करण्यास सांगितले 'असे सांगा. मी फोन करून अभिषेक करा अशी विनंती करतो."

आत्मारामजींचे बोलणे संपताच रुद्राण्णांनी खिशातून ५०१ रु. काढून त्यांच्या समोर ठेवले.

ശ

हरवल्याप्रमाणे अण्णा आणि अव्वा दिवस मावळतीला घराकडे येताना मणिभद्रला

दुकानातूनच दिसले. त्याने आज लवकरच दुकान बंद केले. तोही त्यांच्यासोबत घराकडे निघाला. वाटेतच त्याने विचारले, "अण्णा, स्वामीजींनी का बोलवले होते?"

रुद्राण्णा चेहऱ्यावर हास्य दाखवत म्हणाले, "पोरा, त्यांचे तुझ्यावर बरेच लक्ष आहे वाटते." चट्‌कन त्यांच्या लक्षात आले. अशा बोलण्यामुळे मणिभद्रच्या डोक्यात भलतेच विचार येतील. त्याला बगल देत ते पुढे म्हणाले, "तुझे आणि त्यांचे तुझ्या शिक्षणाविषयी बोलणे झालेले दिसते. तू पुढे पीएच.डी. करणार असे सांगितले का?"

"अहो अण्णा, या दसऱ्याच्या उत्सवाला त्यांनीच मला विचारले होते, आता पदवी मिळाल्यानंतर काय करणार? तेव्हा मी म्हणालो होतो, पुढे पीएच.डी. करण्याचा विचार आहे." मणिभद्रने खुलासा केला.

रुद्राण्णाला स्वामीजींच्या दूरदृष्टीचे आश्चर्य वाटले. स्वामीजींनी मणिभद्रविषयी बारीकसारीकसुद्धा माहिती गोळा करावयास सुरुवात केलेली दिसते. स्वामीजी कधीही कोणाच्या खासगी आयुष्यात लक्ष घालत नाहीत. तसा त्यांचा स्वभावही नाही आणि त्यांना तितका वेळही नाही. परंतु मणिभद्रला त्यांना गादीवर बसवायचे आहे हे पक्के झालेले दिसते. ते म्हणाले, "तुला शिक्षणात यश मिळावे म्हणून देवीला अभिषेक घाला, हे सांगण्यासाठी त्यांनी बोलावले होते. लगेच मी ५०१ रु. देऊन अभिषेक घाला असे सांगितले. तुझा अभ्यास चालू आहेच. शिवाय, स्वामीजींचा आशीर्वाद आणि देवीची कृपा, यामुळे यश नक्की मिळेल."

मणिभद्रला आपल्या वडिलांचे बोलणे तितके पटले नाही. त्याने आपल्या अव्वाकडे पाहिले. तिचा चेहरा काही वेगळे सांगत होता. पण ती काही बोलली नाही. तिचे ओठ घट्ट मिटले होते. डोळ्यांत पाणी साचले होते. रुद्राण्णांना मणिभद्रला आपले बोलणे पटलेले नाही हे जाणवले म्हणून ते पुढे म्हणाले, "स्वामीजी तुला भेटावयाचे आहे असे म्हणत होते. मठाचे काही काम आहे असे ते सांगत होते. आम्ही सांगितले की त्याची परीक्षा झाल्यानंतर पाठवून देतो."

मणिभद्रला हे म्हणणे पटले. तो म्हणाला, "राणीहळ्ळी किती दूर आहे! मी रविवारी स्वामीजींना भेटून येतो." स्वामीजींना आपली आठवण झाली असे ऐकल्यामुळे त्याला आनंद झाला होता.

"नको, स्वामीजी म्हणाले आहेत परीक्षा झाल्यानंतर पाठवा." वरदाई बोलली. तिचा आवाज रुद्ध झाला होता.

एवढ्यावर त्यांचे बोलणे थांबले. मणिभद्रच्या डोक्यात स्वामीजींचे विचार चालू झाले होते. 'केवढा ज्ञानी माणूस, समाजासाठी किती कष्ट घेतात. कर्नाटक राज्यात

त्यांचे केवढे नाव आहे. कारखानदार, मंत्री, समाजातील असंख्य लोक किती सन्मान करतात. काय काम असेल माझ्याकडे? शेवटचा पेपर झाला की त्यांना दूरध्वनी करून लगेचच भेटावयास जायचे...' अशी आंदोलने होत राहिली.

परीक्षा फक्त २१ दिवस दूर होती. आतापर्यंत त्याचा अभ्यास व्यवस्थित झाला होता. आता उजळणी झाली की संपले. उन्हाळ्याचे दिवस सुरू झाले होते. शेतीची कामे आता मे महिन्याच्या शेवटपर्यंत फार नव्हती. थोडीशी भाजीपाल्याची जी लागवड होती, ती जोपासायची होती. एक एकर ऊस चांगला वाढला होता. त्याला खताचा एक डोस आणि पाणी देणे, अशी किरकोळ कामे होती. परंतु त्याला त्याची काळजी नव्हती. विहिरीत पाणी होते आणि देखभाल करण्यासाठी रुद्राण्णा होतेच. घराच्या मागेच शेत असल्यामुळे सकाळी एकदा फिरून आले की भागण्यासारखे होते. अभ्यासाला पुरेसा वेळ देता येण्यासारखा होता. ७० टक्क्यांपेक्षा जास्त गुण मिळवायचे आणि पीएच.डी. साठी असणाऱ्या स्पर्धा परीक्षेची छान तयारी करावयाची, हेच ध्येय त्याच्या डोळ्यांत उमटले होते.

मणिभद्र आपल्या दुकानात बसला होता. सकाळचे ११ वाजून गेले होते. गावातील सोमनाथ अण्णाची नववीत शिकणारी रत्ना त्यांच्याकडे आली. "मणिभय्या," या उच्चाराने मणिभद्र भानावर आला. त्याने पुस्तकातील नजर समोर उचलली. त्याची लाडकी रत्नाम्मा समोर दिसली. नुकतीच ती कागलच्या शाळेतून आली होती. उन्हाच्या चटक्यांची जाणीव तिच्या चेहऱ्याकडे पाहताच होत होती. वेणी बांधलेल्या केसातून चेहऱ्यावर ओघळणाऱ्या घामाच्या धारा. रंग काळा असल्यामुळे गाल गुलाबी किंवा लाल असा प्रश्न नव्हता. पण हमरस्त्यापासून इथपर्यंत चालत आल्यामुळे चेहऱ्यावर असणारे श्रांत भाव त्या छोट्या जिवाची तगमग स्पष्ट करत होते. गावातील निम्नतम वर्गातील ही मुलगी थोडीसुद्धा नजरेत भरणारी नव्हती. सतत कळत नकळत उपेक्षाच ज्यांच्या जीवनात भरलेली असते त्यांना इतरांकडे बघण्याचीही चोरी अशी रत्ना. परंतु तिच्या डोळ्यांतील बुद्धिमत्तेची चमक समोरील कोणत्याही माणसाला निरुत्तर करत असे. मणिभद्र आणि रत्नाची एक वेगळ्या स्तरावरील मैत्री होती. मणी तिच्या भावनांची नेहमी दखल घेत असे.

"काय रत्नाम्मा, सुटली का शाळा? तुझी तर परीक्षा पण झाली आहे. काय करतेस शाळेत जाऊन?"

"मणिभय्या, आता दहावीचे उन्हाळी वर्ग सुरू आहेत. ते जाऊ दे, मला तुझी मदत पाहिजे."

"तुझा अभ्यास घ्यायचा आहे का?"

"नाही रे भय्या, आमच्या शाळेचा २०वा वर्धापन दिन ३ एप्रिलला आहे. त्यामुळे शाळेत अनेक कार्यक्रम आणि विविध स्पर्धा होणार आहेत. माझी भाग

घेण्याची खूप इच्छा आहे. पण आमचे सर गोऱ्या मुलींनाच वेगवेगळे विषय देतात, भाग घेण्यास सांगतात. मला फक्त व्याख्यान देण्यास सांगतात. इतर कार्यक्रमांत संधीच देत नाहीत. मी मात्र हट्टाने चित्ररथ स्पर्धेत भाग घेतला आहे. इतरांनी पण भाग घेतला आहे. सर त्या सर्वांना विविध प्रकारच्या चित्ररथाविषयी मार्गदर्शन करतात. मला म्हणतात, तुझा तूच विषय निवड आणि मॉडेल बनव. जर सर्वांना आवडले तर आम्ही त्याचा सहभाग नोंदवू.'' एवढे बोलून ती उदासपणे गप्प बसली.

मणिभद्रला खूप वाईट वाटले. ही मुलगी खालच्या वर्गातील. शिवाय, दिसण्यातही फार चांगली नाही. आमचा समाज २१व्या शतकातही अजून मनू परंपरांच्या जोखडातून सुटत नाही. मार्क्स साम्यवादाची भाषा करतो; पण सर्व जगात लोकांच्या डोक्यातून उच्च-नीच या भावना जात नाहीत. आमचा देश लोकशाहीवादी आहे, पण फक्त नियमांत आणि कागदावरच. प्रत्यक्ष वर्तनात मात्र अजूनही परंपरावादीच आहे. धर्माच्या माध्यमातून शतकानुशतके जातिव्यवस्थेचे जे समर्थन केले जाते, त्यामुळे तर 'जात' जात नाही; उलट तिची पाळेमुळे घट्ट रुजतच जातात. या मुलीच्या बुद्धिवैभवाकडे कधी समाज पाहणार आहे? मणीला फार हळहळ वाटली. त्याच्या मनात ईर्षा निर्माण झाली. तिच्या प्रतिकृतीला पहिलाच क्रमांक मिळवून द्यावयाचा. त्याने रत्नाच्या डोक्यावर हात ठेवला. हातातील पुस्तक बाजूला केले आणि म्हणाला, ''रत्नाम्मा, उन्हातून आली आहेस. जरा तोंड धुऊन घे आणि देवाला नमस्कार करून पारावर ये. मग आपण बोलू.''

मणिभद्र पारावर झाडाच्या सावलीत बसला. तेवढ्यात रत्ना तिथे आली. आता तिच्या चेहऱ्यावर तरतरी आली होती. तिने भय्याच्या भरवशावर तर एवढी मोठी गोष्ट करण्याचे ठरवले होते. तिचा भय्यावरील विश्वास अनाठायी नव्हता. मणीने एक कॅडबरी तिच्या हातात दिली. जेव्हा रत्नाची गाठ होई तेव्हा कॅडबरी ठरलेलीच असे.

मणिभद्र म्हणाला, ''रत्नाम्मा, आता तुझ्या डोक्यात चित्ररथाबद्दल काय आहे ते सांग पाहू. मला जर ते योग्य वाटले तर ठीक, नाहीतर दुसरी एखादी कल्पना आपण पाहू.''

''भय्या, 'माणसाच्या जीवनात शिक्षणाचे महत्त्व' असे काही दाखवावे असे वाटते.''

''रत्नाम्मा, तुझी कल्पना छान आहे. परंतु तिच्यात फार नावीन्य आज राहिले नाही. दुसरी एखादी प्रभावी कल्पना सुचते का? ...जरा विचार कर.''

थोडा वेळ दोघेही विचारात पडले. नंतर मणिभद्र म्हणाला, ''आपण जातीय विषमता अशी कल्पना घेतली तर.''

"भय्या, कल्पना ठीक आहे; पण ती चित्ररूपाने दाखवणे जरा अवघड जाईल का रे?" रत्नाच्या विचारांची ती चुणूक पाहून मणी चकितच झाला. त्याने कल्पना सांगितली, पण ती साकार कशी करणार? प्रतिकृती अत्यंत सोपी पण लोकांच्या पट्कन आणि प्रभावीपणे लक्षात आली पाहिजे. तिचा दृश्य प्रभावही आकर्षक असला पाहिजे. त्यामध्ये हालचाल दिसली पाहिजे. कल्पना करणे सोपे आहे; परंतु साकार करणे कठीण आहे की! सर्व विचार करून मणिभद्र म्हणाला, "रत्ना, आपण आज रात्री स्वतंत्रपणे विचार करू. नंतर तुझ्या आणि माझ्या कल्पनांची सांगड घालून निर्णय ठरवू."

रत्ना निघून गेली, पण मणिभद्रच्या विचारांचा अश्व चौखूर धावू लागला. त्याचे पुस्तकातील लक्ष विचलित झाले. जातीय विषमता अनादी काळापासून असून, आजही ती तशीच आहे, हे कसे दाखवावे? मणिभद्रच्या मेंदूमध्ये जातीय विषमतेच्या निरनिराळ्या कल्पना येऊ लागल्या. परंतु प्रतिकृती तयार करण्यासाठी योग्य नसल्यामुळे त्या उपयोगी नव्हत्या. फार विचारानंतर त्याला एक विषय सुचला. पूर्वीच्या समाजामध्ये ब्राह्मण लोक अस्पृश्याची छाया अंगावर पडली तर अंघोळ करत असत. आता सध्याच्या काळामध्ये अजूनही अस्पृश्यता अस्तित्वात आहे ते कोणत्या प्रसंगातून दाखवावे, हे काही त्याच्या लक्षात येईना. खूप प्रसंग त्याच्या डोळ्यांसमोर येत; परंतु ते जटिल आणि प्रतिकृतीच्या दृष्टीने योग्य वाटेनात.

दुसऱ्या दिवशी शाळेतून आल्यानंतर रत्ना आणि मणिभद्र पुन्हा पारावर बसले. तो म्हणाला, "रत्नाम्मा, काल आपण अस्पृश्यतेचे दर्शन असा विषय प्रतिकृतीसाठी निवडला. मग, काही सुचले का?"

"मणिभय्या, कल्पना अनेक सुचल्या; पण मॉडेल करण्यास किंवा सर्वांना समजेल असे काही वाटले नाही," रत्ना म्हणाली.

"होय गं, मीसुद्धा खूप विचार केला, तेव्हा मला एक कल्पना बरी वाटली; पण तिला जोडीदार दुसरी नाही अजून सुचली." असे म्हणून त्याने त्याची कल्पना सांगितली. तो पुढे म्हणाला, "आजच्या काळातील घटना काय दाखवावी ते मात्र डोक्यात येईना बघ."

हाताच्या मुठीवर हनुवटी ठेवून रत्ना विचार करू लागली. अचानक ती म्हणाली, "भय्या, आपण विहीर दाखवू आणि उच्च जातीच्या बायका अस्पृश्य स्त्रीला पाणी वाढतात असे दाखवले तर?"

"अरे व्वा! छानच आणि करावयासही सोपे जाईल." तिच्या कल्पनेमुळे मणिभद्रच्या नजरेसमोर प्रतिकृती स्पष्ट झाली. "रत्नाम्मा, तू दुपारी जेवण झाल्यावर चारनंतर ये. त्या वेळी आपण सविस्तर चर्चा करून ही प्रतिकृती कशी करता येते ते पाहू. हुशार आहेस हं!" मणिभद्र म्हणाला.

"भय्या, यात काय रे हुशारी? हे तर आमचे आजचे जीवन आहे. आजही इतके पाणी असूनही आमच्या लोकांना पाणी कोणी दिले तरच मिळते. तळ्यावर किंवा ओढ्यावरही आम्हाला कपडे धुण्यासाठी जागा पंचायतीने ठरवून दिली आहे. सर्वांसाठी वरची जागा, खालच्या बाजूस आम्ही." रत्नाच्या चेहऱ्यावर विषण्णता पसरली.

तिच्या चेहऱ्याकडे पाहून मणिभद्रला खूप कसेतरी वाटले. तो रत्नाला स्पर्श करतो, तिच्याबद्दल त्याला प्रेम वाटते, हे सर्व वस्तीस ठाऊक होते. त्याबद्दल वस्तीवरचे लोक नाराजच होते. पण त्याची सर्वांना मदत करण्याची सवय, त्याचे उच्च कूळ आणि त्याचे शिक्षण त्यामुळे त्याच्याविषयी बोलण्याची हिंमत त्यांच्याकडे नव्हती.

दुपारी चारनंतर रत्ना परत आली. मणिभद्रचाही अभ्यास झाला होता. तो बोलू लागला, "रत्नाम्मा, चित्ररथ ट्रॅक्टरवर ठेवणार आहेत की बैलगाडीवर?"

बहुतेक एका चित्ररथासाठी एक बैलगाडी ठरवणार आहेत. म्हणून प्रतिकृती दोन दिवसांत करावयाची आहे. म्हणजे ती पाहून पसंत पडल्यास बैलगाड्यांची संख्या नक्की करणार आहेत. आपण करणार मॉडेल, पण त्याची निवड अवघड आहे कारण सरांना मला घ्यायचेच नाही." रत्ना उत्तरली.

मणिभद्रने विचारले, "कोणते सर आहेत गं?"

"अरे, कलाशिक्षक भावते सर. तुझ्या ओळखीचे असतील कारण दहावीपर्यंत तू आमच्याच शाळेत होतास की! आणि तूच पहिला आला होतास ना तालुक्यात. शाळेच्या बोर्डावर नाव आहे तुझे," रत्ना अभिमानाने म्हणाली.

"मी येतो उद्या तुझ्यासोबत शाळेत. उद्या मला यावेच लागणार कागलास. कारण आपल्या प्रतिकृतीसाठी रंगीत कागद, पुठ्ठे, छोटी मोटार अशा वस्तू घ्याव्या लागतात रत्नाम्मा. तुझ्याकडे रंगपेटी आणि ब्रश असेलच ना?" मणिभद्रने विचारले.

"आहे रंगपेटी आणि ब्रश." रत्नाने मान डोलवत सांगितले.

"हे बघ, आपण बैलगाडीच्या रुंदीपेक्षा थोडा कमी रुंद बॉक्स घेऊन त्याच्यावर फिरता पुठ्ठा करू. त्या पुठ्ठ्याचे दोन भाग करू. एका भागात पुरातन काळातील दृश्य म्हणजे एक सोवळे नेसलेला ब्राह्मण रस्त्याने जाताना दाखवू. जाताना एका हरिजनाची सावली त्याच्या अंगावर पडलेली दाखवू. त्यामुळे पुढे तो स्नान करताना दिसेल. त्या बाजूस आपण १६३० साल असे लिहू. तसेच 'जातिभेद' असा शब्द लिहू. दुसऱ्या बाजूला विहीर, तिथे पाणी भरणाऱ्या स्त्रिया आणि कडेला बसलेली पाण्याचे भांडे घेतलेली अस्पृश्य स्त्री दाखवू. त्या बाजूला २०१४ साल हे लिहू आणि त्यापुढे 'अजूनही तसेच'. मध्यावर आपण जो पुठ्ठा लावणार त्याच्या दोन्ही बाजूस तुमच्या संस्थेचे नाव मोठ्या अक्षरात लिहू. त्याच्यावर आपण आणखी एक

पट्टी जोडू आणि त्यावर लिहू 'समानतेसाठी शिक्षण, शिक्षणासाठी' खालील बाजूस संस्थेचे नाव आपोआपच येईल.'' मणिभद्र थांबला.

रत्नाच्या डोळ्यांसमोर संपूर्ण मॉडेल उभे राहिले. तिला वाटून गेले, खूपच छान होणार.

''माझ्या दुकानात बिस्किटची खोकी आहेत. तुझी चित्रकला चांगली आहे. तू छान चित्रे काढ खोक्याच्या पुठ्ठ्यावर, रंग दे आणि संध्याकाळी माझ्या घरी ये. आपण ती कापून ठेवू. उद्या संध्याकाळी कसल्याही परिस्थितीमध्ये पूर्ण करू. चालेल?'' मणिभद्र म्हणाला.

''हो!'' रत्ना उत्तरली. मणिभद्रने दिलेली खोकी घेऊन ती निघाली.

संध्याकाळी आठ वाजता रत्नाने हाक मारली, ''मणिभय्या,'' वरदाईच्या चेहऱ्यावर नापसंती उमटली. परंतु मणिभद्रच्या भीतीने ती गप्प बसे. रुद्राण्णा बाहेर आले आणि प्रेमाने म्हणाले, ''रत्नाबाळा, ये. तुझ्या हातात एवढे काय आहे?'' रत्नाच्या हातातील पुठ्ठे पाहून ते थोडे गोंधळून गेले होते.

रत्ना पडवीत आली. ती अण्णांपासून दूर उभे राहून पुठ्ठ्यावर काढलेली चित्रे दाखवू लागली. अण्णांना रत्ना आवडे, परंतु वरदाईच्या कटकटीमुळे तिच्यापासून दूरच थांबत. ''अरे व्वा! फारच सुंदर काढले आहेस.'' आपोआप त्यांचे उद्‌गार आले. रत्नाने फारच सुंदर व्यक्तिचित्रे काढली होती. तेवढ्यात मणिभद्रही तिथे आला. तिच्या हातातून ती चित्रे घेऊन पाहत म्हणाला, ''रत्नाम्मा, तुला विषय समजला आहे. मला जशी चित्रे पाहिजे होती अगदी तशीच आहेत. तू रंगसुद्धा छान आणि योग्य फरक दाखवणारे वापरले आहेस.''

त्याने ती चित्रे रत्नाकडे दिली. घरातून एक मोठी चटई आणि कात्री आणली. चटई पडवीत टाकली. चित्रे घेऊन ती दोघे बसली. जवळच एक स्टूल घेऊन रुद्राण्णाही बसले व उत्सुकतेने पाहू लागले. तासभर बसून मणिभद्रने ती सर्व चित्रे बाह्य रेषेवरून कापून कटआउटसारखी तयार केली. डिंकाची बाटली रत्नाजवळ दिली होती. ती कापलेल्या पुठ्ठ्याचे तुकडे कटआउटच्या मागे कलात्मक रीतीने चिकटवत होती. त्यामुळे त्या चित्रांची मजबुती वाढत होती.

वरदाई स्वयंपाकघरातून ती दोघे एकाच चटईवर बसलेले पाहून जळफळत होती. करणार काय?

''आज आपण इथेच थांबू. उद्या मी शाळेत येतो. भावते सरांना भेटून त्यांचे म्हणणे आपण ऐकू. या प्रतिकृतीसाठी लागणारे साहित्य खरेदी करू. उद्या आपण ही प्रतिकृती पूर्णच करू.'' मणिभद्रने सांगितले.

दुसरे दिवशी मणिभद्र कागलच्या आपल्या पूर्वाश्रमीच्या शाळेत गेला. तो हुशार विद्यार्थी असल्यामुळे सर्व शिक्षक त्याला ओळखतच होते. शाळेत जाताच

त्याला कलाशिक्षक भावते सरच दिसले. सरांनीच त्याला विचारले, "अरे मणिभद्र, तू कसा काय इथे?"

"नमस्कार सर, आपल्या शाळेचा वधार्पन दिन आहे. आमच्या वस्तीवरील रत्नमाला बनहळ्ळीने चित्ररथ स्पर्धेत भाग घेतला आहे. सर, तुम्हीच त्या विभागाचे प्रमुख आहात. म्हणून तुमची गाठ घ्यावी या उद्देशाने आपणाकडे आलो." मणिभद्रने सांगितले.

"ती रत्ना होय, म्हणते ती भाग घ्यावयाचा, पण मी फार गंभीरपणे घेतले नाही." सर उद्‌गारले.

"का हो सर, ती खालच्या जातीची, दिसण्यातही छान नाही म्हणून? पण सर, ती खूप हुशार आहे. सर्व तुकड्यांमध्ये ती प्रथम क्रमांक मिळवते. कदाचित बोर्ड परीक्षेतही ९५% च्या पुढे गुण मिळवेल ती. हे सर्व सोडले तरी ती आपल्याच शाळेतील विद्यार्थिनी आहे," मणिभद्र जरा रागानेच म्हणाला.

"अरे मणिभद्र, कशाला तिची रदबदली करतो आहेस. तू उच्च कुळातील मुलगा आहेस. कशाला अशा खालच्या जातीच्या मुलीच्या नादी लागतोस?" सरांच्या मेंदूतील उच्चनीच विचार शब्दरूपाने बाहेर पडले.

"सर, तिने प्रतिकृती तयार केली आहे. त्या मुलीची कल्पना तरी पाहा." असे म्हणून मणिभद्रने प्रतिकृतीची माहिती दिली. भावते सरही ते ऐकून चकित झाले. त्यांना वाटून गेले की या मुलीचा प्रथम क्रमांक येऊ शकतो. मग तर नकोच. कारण त्यांनी इतर मुलींना मार्गदर्शन करून प्रतिकृती तयार करून घेतल्या होत्या. त्यांना क्रमांक न मिळणे त्यांना अपमानास्पद वाटले. पण आता मणिभद्रने त्यात सहभाग घेतला होता. याला रोखणे अवघड जाईल. मुख्याध्यापक आणि मणिभद्र यांचे चांगलेच जमते. तो त्यांच्याकडून सहज परवानगी मिळवू शकतो. हा सर्व विचार करून ते म्हणाले, "मणिभद्र, कल्पना चांगली आहे; पण आता हा चित्ररथ मांडावयास बैलगाडी मिळणे अवघड आहे."

मणिभद्रच्या लक्षात आले की यांची इच्छाच नाही. त्यांच्या नजरेसमोर रत्नाम्माचा हिरमुसलेला चेहरा आला. आता त्याची ईर्षा जागी झाली. तो भावते सरांना म्हणाला, "सर, आपण मुख्याध्यापक सरांकडे जाऊ. काही मार्ग निघतो का ते पाहू."

भावते सरांची इच्छा नव्हती, पण त्यांचा इलाज संपला होता. ते दोघे मुख्याध्यापकांच्या कक्षात गेले. मणिभद्रला पाहून मुख्याध्यापक आनंदित झाले. मणिभद्रने मुख्याध्यापकांना सर्व गोष्टी पुन्हा सांगितल्या. त्यांना कल्पना फार उत्तम वाटली. भावते सरांनी 'बैलगाडी मिळणे कठीण आहे' असे सांगितल्यावर मुख्याध्यापकही विचारात पडले. तेवढ्यात मणिभद्रने स्वतःची बैलगाडी आणण्याची कल्पना

दिल्यानंतर आता काही अडचणच राहिली नाही. शेवटी त्याला परवानगी देण्यात आली.

दुसरे दिवशी मणिभद्र आणि रत्नाने प्रतिकृती पूर्ण केली. त्याने मोबाइलमध्ये व्हिडीओ क्लिप तयार केली आणि कागल इथे जाऊन मुख्याध्यापकांना ती दाखवली. त्यांची प्रतिकृती पाहून ते एकदम खूश झाले. मणिभद्रने मुद्दामच ती भावते सरांना दाखवली नाही. कारण ते खुसपट काढतील याची भीती त्याला वाटली.

वर्धापन दिनाच्या दिवशी त्याने आपली बैलगाडी सकाळी लवकरच जोडली. बैलगाडी आणि बैलांना पोळ्याच्या दिवसाप्रमाणे सजवले. प्रतिकृती आणि रत्नाला घेऊन तो वेळेच्या आधी शाळेत पोहोचला. पण भावते सरांनी मिरवणुकीच्या वेळी त्याची गाडी शेवटी ठेवली. परंतु त्यामुळे मणिभद्रला फायदाच झाला. सर्वांच्या प्रतिकृती पाहिल्यानंतर त्याची प्रतिकृती लोकांना पाहण्यास मिळत असल्यामुळे तुलना करणे सोपे जात होते. लोक आपणहून त्या प्रतिकृतीस उत्स्फूर्तपणे दाद देत होते. त्याने चल्लचित्रे दाखवल्यामुळे ती इतर प्रतिकृतींपेक्षा वेगळी आणि सर्वोत्तम झाली होती. सबंध मिरवणुकीमध्ये रत्ना मणिभद्रसोबत बसली होती. तिच्या चेहऱ्यावर आनंद ओसंडून वाहत होता. मणिभद्रला खूप समाधान वाटले.

अपेक्षेप्रमाणे रत्नमालाला प्रथम पुरस्कार मिळाला. शाळेचा माजी विद्यार्थी आणि प्रतिकृतीचा मार्गदर्शक म्हणून मणिभद्रचाही संस्थापकांच्या हस्ते सत्कार करण्यात आला.

ଓ

आज मणिभद्रची परीक्षा संपली. अपेक्षेप्रमाणे सर्व पेपर्स व्यवस्थितपणे लिहिता आले होते. उत्तम टक्केवारी मिळण्याची त्याला खात्री झाली होती. आता संशोधनासाठी असणाऱ्या स्पर्धा परीक्षेची तयारी. पण त्याचा एवढा ताण त्याला वाटत नव्हता. संशोधनासाठी शिष्यवृत्ती मिळणे आणि चांगला मार्गदर्शक मिळवणे, एवढे काम उरले होते. मार्गदर्शक मिळवण्यासाठी त्याला त्रास होईल असे वाटत होते. आतापर्यंत त्याने बहिःस्थ विद्यार्थी म्हणून परीक्षा दिल्या होत्या. कोल्हापूर इथल्या राजाराम महाविद्यालयातून त्याने परीक्षेचा अर्ज सादर करून पदवी मिळवली होती. आता पदव्युत्तर परीक्षाही तेथूनच दिली होती. या महाविद्यालयातील प्राध्यापक त्याच्या थोड्याशा ओळखीचे झाले होते. महाविद्यालयात त्याने त्याच्या समाजशास्त्र विषयात प्रत्येक परीक्षेत प्रथम क्रमांक मिळवल्यामुळे तो एक हुशार विद्यार्थी म्हणून ओळखला जात होता. तिथल्याच एखाद्या प्राध्यापकास मार्गदर्शक निवडून संशोधन करण्याचा विचार मणिभद्रचा होता. राजाराम महाविद्यालयापासून जवळच शिवाजी

विद्यापीठाचा परिसर आहे; परंतु त्याने विद्यापीठाच्या आवारात अपवादात्मक परिस्थितीमध्येच प्रवेश केला होता. विद्यापीठाचा समाजशास्त्र विभाग कोठे आहे, ते मात्र त्याने माहीत करून घेतले होते. त्या विद्यापीठातील कोणत्याही व्यक्तीची त्याची ओळख नव्हती. त्याने सतत बहिःस्थ विद्यार्थी म्हणून परीक्षा दिल्या असल्यामुळे त्याचा स्वतःचा मित्रपरिवारही नव्हता. वस्तीवरील मोजके तरुण आणि त्याचा सतत संबंध राहिला होता. तसे महाविद्यालयीन जीवन म्हणजे काय हे फक्त वाचनातूनच त्याला माहिती होते; अनुभव असा काहीच नव्हता.

परीक्षेचा शेवटचा पेपर शुक्रवारी झाला होता. त्याच्या डोक्यात स्वामीजींना भेटण्याचे होते.

संध्याकाळी त्याने रुद्राण्णांना सांगितले, ''अण्णा, आज माझी परीक्षा संपली. मी रविवारी स्वामीजींना भेटावयास जातो.''

वरदाईच्या काळजाचा ठोका चुकला. तिच्या डोळ्यांत अश्रूंनी गर्दी केली. भविष्यात काय होणार? याने जर मठाधिपती होण्याचे ठरवले तर? पुढे काय? तिने जगदंबेचा धावा सुरू केला. आई जगदंबे, काय तुझी मर्जी! अगं, एकच लेकरू माझं आणि ते तू माझ्यापासून हिरावून नेणार. जगदंबे, तू साऱ्या जगाची आई. या आईचे दुःख तुलाच समजणार ना. बघ, लेकराचं भलं कर.''

रुद्राण्णा म्हणाले, ''मणी, रविवारी स्वामी परगावी असतात. गाठ पडेलच असे नाही.''

''अण्णा, मी फोन करून विचारून मगच जाणार आहे.''

''बघ बाबा!'' एवढे बोलून ते गप्प बसले. त्यांनाही भरून आले होते. आपल्या मुलाच्या आयुष्याला आता कोणते वळण लागणार? विचार कुंठित झाले होते.

मणिभद्रचे स्वामीजींशी फोनवरून संभाषण झाल्यानंतर मंगळवारी स्वामीजींकडे जाण्याचे ठरले. रुद्राण्णाच्या सांगण्यावरून निपाणीच्या आत्माराम यांच्याशीही बोलणे झाले. मंगळवारी मठात जाऊन आल्यानंतर निपाणीला दोन दिवस राहण्याचा त्याला आग्रह झाला. गंधमतीही सुटीसाठी निपाणीला आलेली होती.

मंगळवारी सकाळी ११ वाजता मणिभद्र राणीहळ्ळीला कात्यायिनी मठामध्ये आला. देवीचा वार असल्यामुळे मठामध्ये गावातील भक्तगणांची वर्दळ होती. देवीचे दर्शन, नंतर स्वामीजींचे दर्शन, अशी पद्धत असल्यामुळे स्वामीजी मंदिरातील दर्शन मार्गावरच बसलेले होते.

जगदंबेचे दर्शन घेऊन नंतर स्वामीजींचे दर्शन घेऊन मणिभद्र स्वामीजींच्या समोर बसला. स्वामींनी त्यांच्या परीक्षेविषयी, घरच्यांविषयी माहिती विचारून घेतली. साधारण दुपारी १ वाजता लोकांची वर्दळ थांबली. तेव्हा स्वामीजी मणिभद्रला सोबत घेऊन मठात आले. दोघांनी प्रथमच एकत्र भोजन घेतले. नंतर स्वामीजींनी

मल्लू ड्रायव्हरला मोटारगाडी बाहेर काढण्यास सांगितले. मणिभद्रला घेऊन स्वामीजी मठाच्या शेतीवर आले. मठापासून साधारण ५ किलोमीटर अंतरावर शेती होती. समोर रस्ता व तिन्ही बाजूंनी डोंगरांनी वेढलेली ती ३२ एकर सलग शेती होती. डोंगरातून आताही पाण्याचे ओहोळ खाली पडताना दिसत होते. शेतीमध्ये भात आणि उसाचे पीक घेतले जात होते. सलग वीस एकर ऊस आणि उरलेल्या जागेत भात घेतला जात होता. जमीन काळभोर कसदार होती. पाण्याचा प्रश्न नव्हता. दर वर्षी शेकडो टन ऊस पिकत होता. शेतीपासून ३ किलोमीटर अंतरावर कात्यायिनी साखर कारखाना होता. स्वामीजींच्या प्रेरणेनेच रावसाहेब भिमदे यांनी कारखान्यांची उभारणी केली होती. ते स्वामीजींचे भक्त होते. दर वर्षी मठाच्या शेतीतील उसांच्या साहाय्याने गाळपांची सुरुवात करण्याची प्रथा होती.

भाताचेही उत्पन्न भरघोस होते. शेतीसाठी आवश्यक यांत्रिक अवजारे उपलब्ध होती. दोन कुटुंबे शेतीच्या देखभालीसाठी कायमस्वरूपी ठेवलेली होती. रानामध्ये त्यांना राहण्यासाठी चांगली घरे बांधलेली होती. मठाने पाच गाई सांभाळल्या होत्या. त्यांच्यासाठी बंदिस्त गोठा होता. शिवाय, धान्य साठवण्यासाठी प्रशस्त कोठार बांधलेले होते. शेतीमध्ये वीजपुरवठा होता. अत्यंत चांगले आणि रमणीय स्थळ होते.

मणिभद्रला मुळातच शेती आवडे. त्यामुळे एकंदर परिसर पाहून तो खूश झाला.

मठामध्ये परत आल्यानंतर स्वामीजींनी त्याला ग्रंथालय दाखवले. असंख्य धर्मग्रंथांचे ते भांडारच होते. नंतर स्वामीजी त्याला मंदिराकडे घेऊन गेले. मुख्य मंदिराखाली एक छोटी ध्यानधारणेसाठी असणारी भूमिगत खोली दाखवली. संध्याकाळी ५ वाजेपर्यंत स्वामीजी मणिभद्रला मठाच्या सर्व स्थावर मालमत्तेची माहिती सांगत होते. सुरुवातीस मणिभद्र उत्सुकतेने सर्व पाहात होता. नंतर त्याला वाटत गेले, स्वामीजी हे सर्व मला का दाखवत आहेत? काही केल्या त्याला स्वामीजींच्या वर्तनाची उकल होईना. शेवटी मठामध्ये बैठकीच्या खोलीत बसल्यानंतर स्वामीजी म्हणाले, "मणिभद्र, तुम्हाला अनेक प्रश्न पडले असतील. मला हे सर्व का दाखवण्यात येत आहे? आता मी तुम्हाला खुलासा करतो. या मठाला उत्तराधिकारी नेमण्याचा सर्वस्वी अधिकार सांप्रत मठाधिपतींनाच असतो. आता मला असे जाणवू लागले आहे की उत्तराधिकारी नेमणे गरजेचे आहे. त्यासाठी योग्य व्यक्ती असणे अत्यंत गरजेचे आहे. ती व्यक्ती सुशिक्षित असावी, धर्माबद्दल श्रद्धा, समाजासाठी धडपड, धर्मातील जुन्या रूढी बदलण्याची धमक आणि सतत अभ्यास करून धर्माचे तत्त्व नेमकेपणाने सांगणारी असावी. काही वर्षांपासून तुमच्याशी बोलताना मला आपल्या विचारांची खोली लक्षात आली. प्रत्येक घटनेचा वस्तुनिष्ठ पद्धतीने

विचार करून त्यातील चांगली आणि वाईट पटकन समजावून घेण्याची नैसर्गिक आणि अभ्यासातून आलेली क्षमता, स्वतःला जे पटत नाही ते सांगण्याचे धारिष्ट्य, समाजाविषयी आत्मीयता, गरीब आणि श्रीमंत या भेदाबद्दल संताप, जातींमधील उच्चनीचतेबद्दल संवेदना, अशा कित्येक पैलूंची ओळख झाली.''

स्वतःविषयी इतक्या ज्ञानी स्वामीजींकडून कौतुक ऐकून मणिभद्रला गुदमरल्यासारखे झाले. तो म्हणाला, ''स्वामीजी, आपण माझ्याविषयी इतके चांगले उद्गार काढले त्यामुळे मी भरून पावलो आहे. आपण आता जे माझ्याविषयी बोललात, ते अंशतः खरे आहे. अजून परिपक्वता येण्यासाठी मला आणखी अनुभव आणि अभ्यास याची आवश्यकता आहे. माझे आतापर्यंतचे जीवन एका छोट्याशा निसर्गाने समृद्ध वस्तीत व्यतीत झाले आहे. एका छोट्याशा जलाशयात राहणाऱ्या यत्किंचित जलचरासारखे झाले आहे. सागरामध्ये अथकपणे विहार करणाऱ्या देवमाशाचे अनुभवविश्व किती विशाल असते. मला तर अजून एवढे मोठे विश्व पाहावयाचे आहे, अनुभवायचे आहे. जगामध्ये कोट्यवधी लोक पृथ्वीच्या विविध वातावरणात भरून राहिले आहेत. प्रत्येकाचे स्वभाव किती वेगवेगळे असतील त्याचा थोडा तरी अनुभव आला तर कोठे मला जरासा शहाणपणा येईल. समाजाशी बांधून घ्यावयाचे म्हणजे समाजाची ओळख होणे गरजेचे आहे. जेव्हा गांधीजींनी देश फिरून पाहिला तेव्हा त्यांना देशाची आणि देशबांधवांची ओळख झाली. नेमकेपणाने देशातील लोकांना काय पाहिजे ते समजले. तेव्हा त्यांच्या विचारांची बैठक पक्की झाली. म्हणून ते 'महात्माजी' होऊ शकले.''

''हेच तुमचे विचार मला मोहिनी घालतात. इतकी परिपक्वता आजच्या तरुण पिढीमध्ये अभावानेच दिसते. त्यामुळे मला माझी योजना योग्य वाटते.'' स्वामीजी अत्यंत भारावलेल्या शब्दांत उत्तरले.

''स्वामीजी, कसली योजना? कसलीही असू द्या, ती पूर्ण करण्यासाठी मी काहीही करण्यासाठी तयार आहे; आपण फक्त आज्ञा द्या.'' स्वामीजींची योजना काय असेल, आपली त्यात कोणती भूमिका असेल, याचा विचारही न करता मणिभद्र बोलून गेला.

त्याच्या या बोलण्याचा स्वामीजी सहज फायदा घेऊन त्याला मठाच्या बंधनात अडकवू शकले असते. त्यानंतर मणिभद्रला माघार घेणे शक्यच झाले नसते. परंतु स्वामीजी स्वतःच ज्ञानी होते. अनुभवांची मोठी शिदोरी त्यांच्या गाठीशी होती. ही वाक्ये मणिभद्र नव्हे, तर त्याचे उसळते तारुण्य बोलत आहे. त्यांना हृदयापासून येणारे शब्द हवे होते. तारुण्याच्या ऊर्मीतून येणारे क्षणभंगुर असू शकते; हृदयातून आलेले चिरकालीन असते, याची त्यांना जाणीव होती. त्यांच्या ओठांवर स्मित उमटले.

"मणिभद्र, आता मी मुद्द्याचे सांगतो." एवढे बोलून स्वामीजी क्षणभर थांबले. मणिभद्रची उत्सुकता शिगेला पोहोचली. स्वामीजी पुढे म्हणाले, "तुम्ही या कात्यायिनी मठाची धुरा सांभाळावी असे मला मनापासून वाटते. ही आज्ञा नाही; माझी इच्छा आहे. मला खात्री आहे, की संपूर्ण विचारांती तुमच्या लक्षात येईल; मी व्यक्त केलेली इच्छा किती योग्य आहे. तुम्ही माझ्या शब्दांना मान द्याल. जर तुम्हाला वेगळे काही करायचे असेल, किंवा चारचौघांसारखा संसार करावयाचा असेल, तर तुम्ही ही योजना नाही स्वीकारली तरी चालेल. तुमच्या संपूर्ण विचारानंतर असे लक्षात येईल की तुम्हाला अत्यंत वेगळ्या प्रकारचा संसार करण्याची संधी मिळाली आहे. तुम्ही समाजशास्त्राचे विद्यार्थी आहात. अभ्यासातून तुमच्या लक्षात आले आहे, आपला समाज धर्मांच्या रूढींनी इतका घट्ट बांधला गेला आहे, की तो बदलाच्या वाटेसही जात नाही. हजारो वर्षांपूर्वी माणसे एकत्र गुण्यागोविंदाने राहावीत म्हणून धर्माची बंधने घातली असतील. तीच बंधने रूढी होऊन परंपरागत पुढे येत राहिली. त्या काळात जे ज्ञान उपलब्ध होते, त्यांतील चांगल्या गोष्टींची निवड त्या त्या काळातील धर्म संस्थापकांनी केली असेल. आताच्या काळात माहिती आणि तंत्रज्ञानाच्या कसोट्यांवर त्या बंधनांचे, रूढींचे कितपत महत्त्व उरले आहे, ते तपासून त्यांची पुनर्मांडणी आवश्यक झाली आहे. हे सर्वसामान्य माणूस करू शकत नाही. या कट्टर विचारांचे समाजाच्या अंगात रुतलेले काटे काढण्यासाठी धर्माचाच काट्यांसारखा उपयोग करण्याची वेळ आली आहे. हे करण्यासाठी धर्मपीठावर अत्यंत सक्षम गुरूची गरज आहे. या दृष्टीने मी तुमच्याकडे पाहत आहे."

स्वामीजींच्या बोलण्यामुळे मणिभद्रला वाटले, आपल्या कवटीला छिद्र पाडून त्यात सुतळीबाँब ठेवून त्याची वात पेटवून दिली आहे. वरदाईच्या डोळ्यांत साचलेल्या पाण्याचे रहस्य आता त्याला उलगडले. काय तिची अवस्था झाली असेल स्वामीजींचे म्हणणे ऐकताना. मी तिचा एकुलता एक मुलगा. माझ्यावरच तिच्या सर्व आशाआकांक्षा एकवटलेल्या. मणी आता मोठा झाला आहे. त्याचे शिक्षण पूर्ण झाले आहे. त्याचे लग्न करावे. त्याच्या मुलांना खेळवत उर्वरित आयुष्य सुखासमाधानाने घालवावे... किती बाळबोध अपेक्षा! परंतु त्यालाही सुरुंग लागावा. स्वामीजींच्या म्हणण्यास नाही म्हणणे तिलाच काय, मलाही शक्य नाही. स्वामीजींची इच्छा म्हणजे आपणासाठी आज्ञाच. ती मोडण्याचे धैर्य आहे कोठे? मठाधिपती होणे म्हणजे सामान्य माणसासारखा संसार करता येणार नाही. आपणास लग्न करावे वाटत नाही का? तो स्वतःलाच प्रश्न विचारू लागला. तो आता तारुण्यात आला होता. निसर्गनियमानुसार त्याच्याही मनात स्त्रीविषयी विचार येणे स्वाभाविक होते. तो राहत होता ती एक छोटीशी वस्ती होती. सर्व माणसे सालस आणि पापभीरू असल्यामुळे असभ्य वागणे नव्हते. सर्व जण एक कुटुंब म्हणून राहत होते. जरा

कोठे गडबड दिसली तर वस्तीला त्याची खबर मिळत असे. त्याचा दबाव वस्तीत राहणाऱ्या सर्व लोकांवर होता. त्यामुळे स्त्री-पुरुष यांच्यात वावगे वागणे जवळ जवळ नव्हतेच. शिवाय मणिभद्रने महाविद्यालयात प्रवेश घेऊन शिक्षणही घेतले नव्हते. त्यामुळे स्त्राबाबतीत आसक्ती किंवा वेड्यावाकड्या भावनाही त्याच्या डोक्यात कधी आलेल्या नव्हत्या. म्हणून संसार होणार नाही याविषयी त्याला फारसे काही वाटले नाही. फक्त अव्वाबाबत त्याला हळहळ वाटली.

त्याच्या दृष्टीने पीएच.डी. करणे महत्त्वाचे वाटत होते. मठाची जबाबदारी पेलणे हे एक आव्हान होते. आव्हानाला झुंजणे त्याला आवडत असे. समाजासाठी काहीतरी करावे, अशी त्याची आंतरिक भावना होती. नोकरी आणि संसार करताना आपण फार काही करू शकणार नाही. संसार सहज शक्य आहे; परंतु नोकरीची शाश्वती नाही. पीएच.डी.सारखी सर्वोच्च पदवी घेऊनही बरोजगार युवक आहेत. शिवाय, समाजशास्त्र विषयास मोठे भविष्यही नाही. एकदा पोटापाण्याचा प्रश्न उभा राहिला तर कसले ध्येय आणि कसली समाजसेवा!

जर स्वामीजींच्या म्हणण्यानुसार गादीवर बसावयाचे ठरवले तर पोटापाण्याचा प्रश्न उरतच नाही. शिवाय, आपोआप सन्मान मिळणार. आपल्या समाजाविषयी ज्या कल्पना आहेत त्या पूर्ण करण्यासाठी योग्य साधन मिळणार. मणिभद्रच्या डोक्यात विचारांचा कल्लोळ उठला.

बराच काळ शांतता पसरली होती. स्वामीजींना त्याच्या अंतःकरणात उठलेली वावटळ त्याच्या चेहऱ्यावरील रेषांमधून स्पष्ट दिसत होती. असे घडणार याची माहिती त्यांना होती. काळ हा सर्व प्रश्नांचे उत्तर असतो, म्हणून ते स्वस्थचित्त बसले होते.

''स्वामीजी, मला आणखी शिक्षण घ्यायचे आहे. पीएच.डी. पदवी मिळवायची आहे.''

''पुढील पदवी मिळवण्यासाठी अडचण नाही. तुमची संमती असेल तर मठाकडून तुम्हाला संपूर्ण आर्थिक मदत देता येईल. शिवाय, मठाचा कारभार लगेच तुमच्याकडे येणार नाही. मठाधिपती होण्यासाठी तुम्हाला माझ्याकडे धर्मशिक्षण घ्यावे लागणार. मठाचा आर्थिक व्यवहार कसा करावयाचा याचीही माहिती घ्यावी लागणार. या सर्वांसाठी तसा एक वर्षाचा कालावधी लागणार. परंतु तुमचे शिक्षण चालू राहिले तर ते करत मठाच्या व्यवहाराची माहिती घेण्यासाठी जास्तीचा कालावधी लागणार. मलाही तशी घाई नाही. मधल्या काळात तुमची रीतसर समारंभपूर्वक उत्तराधिकारी म्हणून नेमणूक करता येईल. पाहा, आणखी काही शंका असतील तर त्याही सांगा.'' स्वामीजींनी त्याच्या सर्व प्रश्नांची उत्तरे दिली

''स्वामीजी, मला आज्ञा द्या. घरात याविषयी आमचे काहीच बोलणे झालेले

नाही. सर्वांचा विचार घेणे गरजेचे आहे. चर्चा झाल्यानंतर आपणास फोन करून भेटावयास येतो.''

''जगदंब!'' असे म्हणून स्वामीजींनी त्याला अनुज्ञा दिली. स्वामीजींनी ड्रायव्हरला बोलावून मणिभद्रला निपाणीपर्यंत सोडून येण्यास सांगितले. मणिभद्र नको म्हणत होता; पण स्वामीजींनी त्याचे ऐकले नाही.

निपाणीला सरोजमावशीच्या दारात मणिभद्र आला. गंधमती बैठकीच्या खोलीत टी.व्ही.वरील कार्यक्रम पाहत बसली होती. तेथूनच ती मोठ्याने म्हणाली, ''आई, मणिभय्या आला गं.''

सरोजमावशी लगबगीने बैठकीत आल्या. मणिभद्रचा विचाराने व्यग्र झालेला चेहरा पाहून त्या अस्वस्थ झाल्या. त्याला बसावयास सांगून त्यांनी आपल्या पतीला फोन करून मणिभद्र आल्याचे सांगितले.

गंधमती एक उमलणारे फूल होते. आकर्षक चेहरा, मोठे डोळे, सुडौल बांधा, सावळा रंग, अशी छाप पाडणारी तरुणी होती. तिने टी.व्ही. बंद केला. दोघांच्या गप्पा सुरू झाल्या. मणिभद्र मठातील प्रसंग काही क्षणापुरता विसरला.

साडेआठच्या सुमारास दुकान वाढवून आत्मारामजी घरी आले.

''मणिभद्र, स्वामीजींशी बोलणे झाले? समजली त्यांची इच्छा? मणिभद्र, तुला फार मोठी संधी मिळत आहे. तू खूप भाग्यवान आहेस. आम्हाला स्वामीजींनी पूर्वीच कल्पना दिली होती. तुझी परीक्षा असल्यामुळे आम्ही गप्प राहिलो होतो.''

आत्मरामजींच्या बोलण्यानंतर मणिभद्र म्हणाला, ''काका, आपण म्हणता त्याप्रमाणे मोठी संधी आहे; तेवढीच जबाबदारीसुद्धा मोठी आहे. मला जमेल का?''

''अरे, ज्या अर्थी स्वामीजींनी तुझी निवड केली, तेव्हा याबद्दल शंका नको. स्वामीजी गेल्या ५० वर्षांपेक्षा जास्त काळ मठाधिपती आहेत. ते ज्ञानी आहेत. तू हे कार्य करू शकतो हे माहिती असल्यामुळेच त्यांनी तुला हाक दिली. त्यांचा जनसंपर्क किती दांडगा आहे. इतक्या लोकांमधून तुलाच विचारले ही जगदंबेचीच इच्छा असली पाहिजे. खरंच, केवढी मोठी गोष्ट. शिवाय, त्यांनी विचारणा केली; आज्ञा नव्हे. आता त्यांच्या इच्छेचा मान राखणे तुझे कर्तव्यच आहे. माझ्या मते, तू आता सर्वसामान्य व्यक्ती राहिला नाहीस. वरदाताईंबद्दल मला सहानुभूती वाटते. पण त्याही मन कठोर करून जगदंबेची इच्छा प्रमाण मानणार.''

गंधमतीला त्यांच्या बोलण्याचा संदर्भ थोडा वेळाने लक्षात आला. ती म्हणाली, ''बाबा, मणिभय्या आता आपल्या मठाचा स्वामी होणार?''

आत्मारामजी म्हणाले, ''गंधा, अगदी तसेच नाही. अद्याप तसे काही ठरले नाही. याची वाच्यता कोठेही करावयाची नाही. लक्षात ठेव.''

मणिभद्र रात्री बराच वेळ जागा होता. निर्णयाशी झुंजत होता. सकाळी लवकरच

वस्तीवर जाण्यासाठी निघाला. त्याची बेचैनी लक्षात घेऊन काका आणि मावशीनेही त्याला थांबवले नाही.

वस्तीच्या रस्त्यावर संथपणे चालणारा मणिभद्र आजूबाजूला पाहत होता. गेल्या २४ वर्षांपासून पाहत आलेला परिसर, पण आता संदर्भ हरवलेला आहे, असे त्याला वाटत होते. काही तासांमध्ये प्रचंड बदल झाला आहे, असे भासत होते. माणसाच्या जीवनात काही वाक्यांनी एवढी उलथापालथ होऊ शकते, हे खरे न वाटणारे तो प्रत्यक्ष अनुभवत होता. शब्दांमध्ये केवढे सामर्थ्य असते. काही शब्दांमुळे हजारो लोक बलिदानास कसे तयार होत असतील, या शंकेचे उत्तर त्याला मिळाले. 'शब्द हे शस्त्र आहे; जपून वापरा' असे शहाणी माणसे का म्हणतात, हे कळत होते. पाय ओढत तो घराकडे जात होता. डोळ्यांत हरवलेपणाची झाक दिसत होती. जीवनात आमूलाग्र बदल होऊ शकतात, हे जाणवत होते.

मणिभद्र घरी आला. वरदाई पडवीत भाजी निवडत बसल्या होत्या. त्या उभ्या राहिल्या. मणीने तिच्या हाताला धरून घरात नेऊन पलंगावर बसवले. तिच्या मांडीवर डोके ठेवून तो डोळे मिटून पडला. मायलेकरांचे निःशब्द बोलणे चालू होते. रुद्राण्णा गुडघ्यावर हनुवटी ठेवून ते संभाषण ऐकत होते. आपल्या माणसाचे एकमेकांवरील प्रेम व्यक्त करण्यासाठी शब्दाच्या पुढची अवस्था म्हणजे स्पर्श किंवा दृष्टी. केवळ नजर किंवा स्पर्श शब्दाशिवाय कितीतरी भावना किंवा स्पंदने व्यक्त करून जातात.

मणिभद्रच्या गालावर दोन गरम थेंब पडले. त्याने अव्वाच्या चेहऱ्याकडे पाहिले. आईच्या काळजातील स्पंदने डोळ्यांवाटे त्यांच्यापर्यंत पोहोचत होती.

"अव्वा, मी स्वामीजींना नको असे सांगतो."

"मणी, तसे करू नकोस. ही इच्छा जगदंबेने त्यांच्या मुखातून तुझ्याकडे व्यक्त केली आहे. ही इच्छा डावलून आपले जीवन सुखी नाही होणार. ईश्वरेच्छेपुढे आपल्यासारख्या पामरांचे काय चालणार? आमच्या इच्छा म्हणजे सामान्य माणसांच्या इच्छा. देवीचे म्हणणे असे असेल की समाजाच्या भल्यासाठी ही व्यक्ती योग्य आहे. देवाच्या अशा म्हणण्यास 'नाही' म्हणणे पाप आहे. हे पाप आपण करू नये," डोळ्यांना पदर लावत, हात जोडून वरदाई म्हणाल्या. देवावर असीम श्रद्धा असल्यामुळे त्यांचे शब्द असेच येणार होते.

"अव्वा, माझेही विचार फक्त तुझ्याभोवती पिंगा घालत होते. तुला दुखावून मोठे होण्याचे विचारच येत नव्हते. स्वामीजींची इच्छा नाकारणे कोणालाच शक्य नाही. किती आशेने आणि विश्वासाने माझ्याशी बोलत होते. त्यांना माहीत आहे की आपण नाही म्हणणार नाही. अगं, काल त्यांनी कात्यायिनी मठाची स्थावर मालमत्ता दाखवली. रोख संपत्ती किती आहे ते अजून सांगितले नाही. परंतु सहज अंदाज येतो

की ती अफाटच असणार. हे सर्व सांभाळणे खूप मोठी गोष्ट आहे. मठाचे स्वामीच या सर्व संपत्तीला जबाबदार असतात. मोठेच दडपण आहे. ही जबाबदारी आपण घेऊ शकतो का, याचीच काळजी वाटत आहे. उत्तराधिकारी म्हणून स्वामीजींच्या नावलौकिकाला आपल्या हातून काळिमा तर लागणार नाही ना, अशी शंका येते.''

रुद्राण्णा म्हणाले, ''स्वामीजी तुला खूप वर्षांपासून ओळखतात. तुला उत्तराधिकारी नेमण्याचा विचार त्यांनी आताच घेतला असेल असे वाटत नाही. खूप दिवसांपासून ते तुझे निरीक्षण करत असतील. स्वामीजींसारख्या ज्ञानी माणसास लोकांना ओळखण्याची एक अंगभूत क्षमता असते. हजारो लोक त्यांच्या संपर्कात येत असतात. कोणते लोक कोणत्या लायकीचे आहेत, हे त्यांना सहज ओळखता येते. तुझ्या क्षमतेविषयी शंका असती तर त्यांनी हा विषय तुझ्यासमोर काढलाच नसता.''

वडिलांच्या बोलण्यामुळे मणिभद्रचा ऊर भरून आला. त्याला स्वतःबद्दल थोडा अभिमान वाटला. अव्वा आणि अण्णांशी बोलून त्याचे चित्त स्थिर झाले. डोक्यातील विचारांची वावटळ शांत झाली होती. सर्वांचा निर्णय झाला होता.

आठ दिवसांनंतर मणिभद्र पुढील गोष्टी ठरवण्यासाठी पुन्हा स्वामीजींना भेटण्यासाठी गेला. स्वामीजींच्या पायांवर डोके ठेवून त्याने आशीर्वाद घेतला.

''स्वामीजी, सर्वांशी विचारविनिमय करून मी आपली इच्छा आज्ञा म्हणून स्वीकारली आहे. आता यापुढे काय करावयाचे हे विचारण्यासाठी मी आलो आहे. पीएच. डी. साठी होणारी स्पर्धापरीक्षा दोन महिन्यांनंतर आहे. त्यानंतर निकाल आणि नंतर संशोधन कार्य २।। ते ३ वर्षे. आता तीन महिने तसा मी मोकळाच आहे.''

''ठीक आहे. या तीन महिन्यांत मी तुम्हाला धर्माविषयी, मठाच्या रिवाजाची ओळख करून देईन. आपला सध्याचा पॅन्ट-शर्ट असा पेहराव बदलावा लागणार नाही. फक्त अभ्यासाच्या काळात पांढरी लुंगी आणि पांढरा रेशमी कुर्ता मठात असताना घालावा लागेल. सकाळी दोन तास आणि संध्याकाळी दोन तास देवीच्या गाभाऱ्यात अभ्यासाला आपण बसत जाऊ. इतर वेळी आपण सवडीप्रमाणे ग्रंथालयातील विविध पुस्तकांचे वाचन करावे. तुमच्या स्वतःच्या अभ्यासासाठी तुमच्या सोईची वेळ करा. सुरुवातीस थोडा ताण वाटेल. लवकरच तुम्ही इथेच वास्तव्याला या.

ज्या वेळी गरज वाटेल तेव्हा तुम्हाला वस्तीवर किंवा इतर ठिकाणी जाण्याची परवानगी आहे. फक्त आम्हाला पूर्वसूचना देत चला. इथल्या वास्तव्यामुळे तुमचा इथे किंवा शेतीमध्ये काम करणाऱ्या सर्वांचा परिचय होईल. गावातील लोकांशी आपला संपर्क होईल. आपण इतक्यात कोणालाच काही सांगणार नाही. येत्या दसऱ्याच्या सहाव्या मंगल दिवशी समारंभपूर्वक तुम्हाला उत्तराधिकारी म्हणून जाहीर करू. नंतरही तुमचे संशोधन कार्य आणि धर्माभ्यास सुरू राहील. तुम्हाला डॉक्टरेट मिळाली की तुम्हाला गादीवर बसवून मी दूर होईन. तुम्ही इथे वास्तव्यास आलात

म्हणजे तुमच्या सर्व खर्चाची जबाबदारी मठातर्फेच होईल. तुम्हाला शिष्यवृत्ती मिळाली तर ठीक; नाहीतर तुमच्या संशोधन कार्यासाठी लागणाऱ्या खर्चाची तजवीज मठाकडून केली जाईल.''

''स्वामीजी, आठ दिवसांनंतर मी वास्तव्यास इथे येईन. माझ्या संशोधन काळात मला सातत्याने कोल्हापूर इथे जावे लागणार. तेव्हा मात्र मला वस्तीवरच मुक्काम करावा लागेल. माझ्या अव्वा आणि अण्णांची पुढची सोय करावी लागेल. त्या वेळी मात्र शनिवार आणि रविवार या दोन दिवशी मी राणीहळ्ळीस मुक्कामास राहीन.''

''पाहू, पुढे आपणास परिस्थितीचा विचार करून कशी योजना करावयाची ते,'' स्वामीजी म्हणाले.

ଓ

मणिभद्र मठामध्ये राहावयास आला. स्वामीजींनी आपल्या खोलीजवळील खोलीमध्ये त्याची व्यवस्था केली होती. सर्व सोईने युक्त आणि हवेशीर खोली होती. स्वामीजींनी त्यांना सकाळी पाच वाजता ध्यानमंदिरात येण्याविषयी सांगितले. मणिभद्रने आपले सामान खोलीमध्ये लावले. मठाची सेवा करण्यासाठी दासप्पा आणि मल्ल्या हे सहकुटुंब मागील बाजूस कर्मचाऱ्यांसाठी बांधलेल्या दोन वेगवेगळ्या घरांमध्ये वास्तव्यास होते.

दासप्पा मंदिराच्या पूजेचे काम करी. त्याची पत्नी यल्लमाकडे मठ आणि मंदिराच्या स्वच्छतेचे काम होते. त्यांना रुक्मिणी नावाची शाळेत जाणारी मुलगी होती.

मल्ल्या कारचालक होता. शिवाय, मठाला लागणाऱ्या साहित्याची जबाबदारी त्याच्याकडे होती. त्याची पत्नी भानुमती हिच्याकडे मठातील स्वयंपाकघराचा ताबा होता. दोघेही प्रौढ होते. त्यांना दोन मुले होती. मठाने त्यांना शिक्षण दिले होते. दोघांना नोकरी असल्यामुळे ते त्यांच्या त्यांच्या नोकरीच्या गावी घरे बांधून स्थायिक झालेली होती. दोघेही आपल्या आई-वडिलांना भेटण्यासाठी येत. कात्यायिनी मठामुळे त्यांचे जीवन मार्गी लागल्यामुळे ते मठाशी बांधलेले होते.

सर्वांनी पहाटे ४ वाजता उठून कामाला सुरुवात करण्याचा शिरस्ता होता.

पहाटे ४ वाजता मणिभद्रला जाग आली. प्रातर्विधी, योगा सर्व उरकेपर्यंत ५ वाजण्याची वेळ झाली. तेवढ्यात दासप्पाने त्याच्या हातामध्ये रेशमी लुंगी आणि कुर्ता दोन जोड आणून दिले. नवीन वस्त्रे परिधान करून तो ध्यानमंदिरात दाखल झाला. स्वामीजी ध्यानमंदिरात आधीच उपस्थित झालेले होते. सकाळी सात वाजेपर्यंत मणिभद्रचे धर्मशिक्षण झाले. त्यांची आकलनशक्ती पाहून स्वामीजींना वाटले हे खूप

लवकरच तयार होतील.

दोघेही कात्यायिनी मंदिराच्या गाभाऱ्यात आले. दासप्पाने देवीची सजावट करून पूजा केली होती. आता मठातील सर्व सदस्य आणि गावातील नेहमी येणारे, कधीकधी येणारे स्त्री-पुरुष आरतीसाठी जमा झाले होते. मल्ल्याने मंदिरातील घंटा, तर दासप्पाने झांजेचा ताबा घेतला. स्वामीजींनी खड्या आवाजामध्ये 'दुर्गे दुर्घटभारी तुजवीण संसारी' आरतीस सुरुवात केली. घंटेचा आणि झांजेचा लयबद्ध नाद, त्याला जनसमुदायाची साथ, लयबद्ध टाळ्यांचा आवाज, देवीची प्रसन्न मूर्ती यामुळे वातावरण भारून गेले होते. मणिभद्रला आपण अत्यंत वेगळ्या आणि मंगलमय वातावरणामध्ये आल्याचा अनुभव आला. हेच यापुढे आपले जीवन याची खूणगाठ पटली. आरतीनंतर स्वामीजींच्या हस्ते सर्वांना देवीचा प्रसाद दिला गेला.

बैठकीच्या खोलीत स्वामीजी वर्तमानपत्राचे वाचन करत बसले. मणिभद्र त्यांच्या खोलीत अभ्यासात मग्न झाला. भानुमती स्वयंपाकघरामध्ये सर्वांच्या भोजनाच्या तयारीस लागली. आठ वाजण्याच्या सुमारास गावातील मद्देहळ्ळी नावाचे गृहस्थ आले. त्यांनी स्वामीजींचे दर्शन घेतले व त्यांच्या गादीवर ५०१ रुपये ठेवले.

"स्वामीजी, माझ्या नातवाचा आज वाढदिवस आहे. म्हणून देवीला अभिषेक करावयाचा आहे."

स्वामीजींनी मल्लयाला बोलावून घेतले. त्याला अभिषेकासाठी लागणाऱ्या वस्तूंची यादी देण्यास सांगितले आणि ११ वाजता अभिषेकासाठी येण्यास सांगितले. नंतर दासप्पाला ११ वाजता देवीस अभिषेक असल्याचे सांगितले.

मणिभद्रला त्याच्या खोलीतून सर्व दिसत होते. असे शिक्षण तर आता २४ तास चालतच राहणार होते. थोड्या वेळाने स्वामीजी मल्लयाला घेवून शेताकडे जाऊन आले.

सकाळी ११ वाजता मद्देहळ्ळीचे कुटुंब मठामध्ये आले. स्वामीजी त्यांना घेऊन मंदिरात गेले. दासप्पाने मूर्तीचा सर्व साज काढून ठेवला होता. स्वामीजींनी मंत्रघोषास सुरुवात केली.

वन्दे वांछित मनोरथार्थ चंद्रार्धकृत शेखराम् ।
सिंहरुढा चतुर्भुजा कात्यायिनी यशस्वीनम् ॥
स्वर्णाआज्ञा चक्र स्थितां षष्टम् दुर्गा त्रिनेत्रम् ।
वराभीत करां षगपदधरां कात्यायन सुता भजामि ॥
पटाम्बर परिधानां स्मरेमुखी नानालंकार भूषिताम् ।
मंजीर, हार, केयूर, किंकिणी, रत्नकुंडल मण्डिताम् ॥
प्रसन्नवदना पय्वाधरां कांतकपोला तुंग कुचाम् ।

कमनीय लावण्या त्रिवलीविभूषित निम्न नभाम् ॥

सर्व जण हात जोडून बसले होते. प्रथम दहीस्नान, नंतर दुग्धस्नान, त्यानंतर पवित्र केलेल्या जलाने स्नान घातले गेले. देवीला वस्त्र आणि अलंकार घातल्यानंतर ज्याचा वाढदिवस होता, त्याच्या हस्ते देवीच्या मस्तकावर चंदनमिश्रित कुंकू लावण्यात आले. यल्लमाने परडीमधील पोत पेटविला. वाढदिवस असणाऱ्या मुलाच्या गळ्यात कवड्यांची माळ घातली. पोतावर तेल घालण्यास सांगितले. मंत्रघोष चालूच होता. शेवटी घंटानाद आणि झांजेच्या आवाजात आरती झाली.

मद्देहळ्ळी कुटुंबाने आणलेला नैवेद्य देवाला अर्पण केला. त्या कुटुंबाने मठामध्ये दर्शनास आलेल्या सर्वांना वाटण्यासाठी पेढ्यांचा प्रसाद दासप्पाच्या हवाली केला. साधारण एक तासाचा अवधी झाला होता. मणिभद्रला कसलीही सूचना देण्यात आली नव्हती. तरीही तो या विधीसाठी आपणहून उपस्थित राहिला. त्याचा तो आपलेपणाचा भाव पाहून स्वामीजींना संतोष झाला.

फार थोड्या दिवसांमध्ये मणिभद्र मठाच्या जीवनाशी एकरूप झाला. त्याचा पिंड अभ्यासाचा असल्यामुळे ग्रंथालयाशी त्याची चांगलीच दोस्ती झाली होती. पांढरेशुभ्र कपडे त्याच्या जीवनाचा भाग झाले होते. त्याने पांढऱ्या रंगाची पॅन्ट आणि शर्ट शिवून घेतले होते. स्वामीजींचे कपडे गावातील परीट येऊन भट्टीसाठी घेऊन जात होता आणि आणूनही देत होता. कुलदेवतेसाठी त्याची ही सेवा होती. मणिभद्रचेही कपडे स्वामीजींच्या कपड्यांसोबत भट्टीस जात होते. किराणासामान महिन्याच्या महिन्यास राणीहळ्ळीतील पंतोजी नावाच्या दुकानदाराकडून नियमित येत असे. पंतोजींनी स्वामींची ही सेवा आपणहून मागून घेतली होती. गावामध्ये स्वामीजींच्या मठातील सर्व सेवेकऱ्यांची माहिती होती. त्यामुळे गावातील लोक, व्यापारी त्यांनी मागितलेल्या वस्तू विनामोबदला देत असत. त्या वस्तू त्यांच्याकडे असणाऱ्या सर्वांत चांगल्या प्रतीच्या असत. दानधर्म ही भावना नव्हती, तर देवीची सेवा अशी भावना होती. देवीसाठी काहीही करण्याची सर्वांची तयारी होती. स्वामीजींनी या सर्वांना सांगून ठेवले होते की दसऱ्याच्या वेळी सर्वांनी आतापर्यंत मठाला दिलेल्या वस्तूंची किंमत लेखी आणून द्यावयाची. स्वामीजी त्यांना देणगीची अधिकृत पावती देत. शिवाय, अशा व्यक्तींची नावे त्यांच्या देणगीच्या आकड्यांसह दर वर्षी फलकावर जाहीर करत. त्यामुळे मठाची सेवा करणाऱ्या लोकांनाही फार समाधान वाटे. त्यांच्या पूजा अग्रक्रमाने आणि स्वतः स्वामीजींच्या हस्ते संपन्न होत.

महिन्याभराच्या कालावधीमध्ये मणिभद्रही कात्यायिनी देवीच्या नित्यपूजेत तरबेज झाला. काही अभिषेक, काही महापूजा त्याच्या हस्ते होऊ लागल्या. पहाडी आवाजातील त्याचे मंत्रोच्चार ऐकणाऱ्यांच्या अंगावर रोमांच उभे करत. स्वामींच्या

ऐवजी हा नवीन तरुण आपला अभिषेक सांगणार हे पाहून भक्तगण सुरुवातीला नाराज होत; परंतु अभिषेकाची सांगता दुर्गेच्या घनगंभीर आरतीने झाल्यानंतर त्यांनाही फार प्रसन्न वाटे. खुद्द राणीहळ्ळी गावातच नव्हे, तर आजूबाजूच्या गावातही हळूहळू मणिभद्रची ओळख होत होती.

स्वामीजींच्या मार्गदर्शनाखाली तो नित्यपूजा, प्रवचने, जागरण, गोंधळ अशा विविध धार्मिक अभ्यासात निष्णात होत होता.

स्वामीजींना दीप अमावस्येच्या रात्री बेळगाव इथल्या सुप्रसिद्ध देवीच्या मंदिरात प्रवचनासाठी आमंत्रित केले होते. स्वामीजींचे प्रवचन म्हणजे 'भक्तिरसाची गंगा' हे माहीत असल्यामुळे लोकांचा प्रचंड प्रतिसाद मिळत असे. प्रवचनातून दुर्गेच्या विविध अवतारांची समग्र माहिती मिळे. प्रवचन तीन दिवस चाले. एखाद्या सधन भक्ताच्या निवासात स्वामीजींच्या मुक्कामाची व्यवस्था असे. शहरामध्ये जागोजागी स्वामीजींच्या प्रवचनांचे फलक लागत. स्थानिक वृत्तपत्रातून जाहिराती होत असत. मंदिराच्या आवारात विस्तीर्ण मंडप घातलेला असे. विद्युत रोषणाई, तात्पुरती विविध प्रकारची दुकाने, गाड्यावरील दुकाने, अशी एखाद्या जत्रेसारखी तयारी होई. अत्यंत शुद्ध आणि रसाळ भाषेत संस्कृतमधील देवीची महती सांगणारे श्लोक नंतर त्याचा कन्नड भाषेत अनुवाद, असे तीन तास प्रवचन रंगत जाई. हजारो लोक- यात स्त्री वर्गाचा मोठा सहभाग असे- या प्रवचनासाठी आवर्जून येत. प्रवचनांची झलक किंवा संपूर्ण प्रवचन चित्रीकरणासाठी अनेक दूरदर्शनचे आणि आकाशवाणीचे बातमीदार हजर असत. जेव्हा स्वामी प्रवचनासाठी बसत, तेव्हा तीन तास अखंड बोलत. त्यांच्या बैठकीत थोडाही बदल होत नसे. फक्त त्यांचा चेहरा विविध भावमुद्रा दाखवत असे आणि शब्दांच्या फेकीबरोबर हातांच्या वेगवेगळ्या हालचाली एखादे बैठे नाट्य निर्माण करत. स्वामीजींच्या या मुद्रा अतिशय विलोभनीय असत. त्याचे दर्शन सर्वांना व्हावे म्हणून जागोजागी मंडपामध्ये टीव्हीची योजना केलेली असे. स्वामींचा आवाज सुरू झाला की सर्वत्र नीरव शांतता पसरे.

या प्रवचनासाठी त्यांनी मणिभद्रला घेऊन जाण्याचे ठरवले होते. मणिभद्रची ती जणू परीक्षाच होती. त्यांनी मणिभद्रला सांगितले होते तू श्लोक वाच, मी त्याचे विश्लेषण करीन.

संध्याकाळी प्रवचनाच्या पहिल्या दिवशी जेव्हा मणिभद्रने मंडपातील रोषणाई, प्रचंड जनसमुदाय आणि कोलाहल पाहिला तेव्हा फार मोठे दडपण त्याच्यावर आले. स्वामीजी स्थानापन्न होताच कोलाहल खूप कमी झाला. मणिभद्रसाठी स्वतंत्र माइक आणि आसन व्यवस्था करण्यात आली होती.

आयोजकांनी स्वागत केले, प्रवचन ठेवण्याचा हेतू सांगितला, स्वामीजींचा परिचय करून दिला. मणिभद्र कोण हे माहिती नसल्यामुळे त्याचा नामोल्लेखही

झाला नाही. बरेच स्थानिक राजकारणी आणि दोन मंत्रीही प्रवचन उद्घाटनासाठी आले होते. त्यांचा परिचय आणि सत्कार यात अर्धा तास गेला. इतक्या वेळात मणिभद्रचे दडपण बऱ्यापैकी कमी झाले होते. परंतु इतक्या मोठ्या जनसमुदायापुढे बिनचूक वाचन करणे जमेल का? त्याची शंका दूर झाली नव्हती. त्याला वाटत होते, माझा आवाज अजून मोकळा झालेला नाही. भावनांचा कढ येणे थांबून चित्त स्थिर झालेले नाही. काय करावे हे त्याला सुचत नव्हते. काही क्षण शांततेत गेले. त्याच्या वाचण्याशिवाय स्वामीजींना एक शब्दही बोलता येणार नव्हता. स्वामीजींनी मणिभद्रच्या चेहऱ्याकडे पाहिले. त्याची गोंधळलेली अवस्था पाहून त्याच्याकडील ग्रंथ आपण घेऊन सुरुवात करावी, असा विचार त्यांच्या डोक्यात येत होता. तेवढ्यात मणिभद्रने डोळे मिटून घेतले. हात जोडून चित्तवृत्ती शांत व्हाव्यात म्हणून त्याने देवीचे स्तोत्र म्हणण्यास सुरुवात केली,

कंचनाभा वराभयं, पद्मधरा मुकटोज्वला ।
स्मरेमुखी शिवपत्नी, कात्यायनसुते नमोअस्तुते ।।
पटांबर परिधानां, नानालंकार भूषिंता।
सिंहास्थितां पद्महस्तां कात्यायनसुते नमोअस्तुते ।।
परमावदमयी देवी परब्रह्म परमात्मा ।
परमशक्ति, परमभक्ति कात्यायनसुते नमोअस्तुते ।।

स्वामीजी गोंधळून गेले. अशी सुरुवात ठरलेली नव्हती. त्याचा पहाडी घनगंभीर आवाज एकदम शांत वातावरणामध्ये जणू आकाशस्थित देवतेला हाक देत होता. त्याच्या या स्तोत्रामुळे समोरील जनसमुदायाच्या भावना उद्दीपित झाल्या. त्यांची गात्रे प्रफुल्लित झाली आणि सर्वांनी टाळ्या वाजवून त्याला दाद दिली. स्वामीजींनी अजून एक शब्दही उच्चारला नव्हता, तरीही समुदायाच्या उत्स्फूर्त प्रतिसादामुळे त्यांच्याही डोळ्यांत आनंदाश्रू आले. कॅमेऱ्याने तो क्षण अचूक पकडला. प्रवचनाचे त्वरित जिवंत प्रसारण चालू होते. निपाणी आणि वस्तीच्या घरामध्ये दूरदर्शन संच चालू होते. आत्मारामजी, सरोजमावशी, गंधमती, वरदाई, रुद्राण्णांनाही तो प्रसंग दिसला. तेसुद्धा सद्‌गदित झाले.

आज प्रवचन खूपच वेगळे झाले. पूर्वी ज्यांनी फक्त स्वामीजींचे एकट्याचेच प्रवचन ऐकले होते, त्यांना आजच्या आणि आधीच्या प्रवचनातील फरक ठळकपणे जाणवला. मणिभद्रच्या पहाडी आवाजातून स्पष्टपणे उच्चारलेले श्लोक आणि स्वामीजींच्या नेहमीच्या शैलीतून त्याचे विवेचन, ही जुगलबंदी सर्वांना मंत्रमुग्ध करून गेली. मंत्री महोदय उद्घाटन करून पुढील कार्यक्रमास जाणार होते. त्यांनी कार्यक्रम स्थगित करून शेवटपर्यंत प्रवचन ऐकले. प्रवचन झाल्यानंतर आयोजकांनी

दानपेटीत दान देण्याचे आवाहन केले. दानपेटीत पैसे टाकण्यासाठी लोकांची रांग लावण्याची वेळ आली. त्याच वेळी मंत्री महोदयांच्या हस्ते राहून गेलेला मणिभद्रचाही सत्कार झाला.

प्रत्येक दिवशी प्रवचनासाठी येणाऱ्या समुदायाची संख्या वाढत गेली. शेवटी बैठकव्यवस्था अपुरी पडली. हजारो लोक उभे राहून प्रवचनाचा आनंद घेत होते. शेवटच्या दिवशी आत्मारामजी सर्वांना प्रवचनास घेऊन आले होते. वरदाई आपल्या मुलाचे देखणे रूप डोळे भरून पाहत होती. एकाच प्रवचनाने मणिभद्रचे दूरदर्शन आणि रेडिओवरील बातम्यातून खूप कौतुक करण्यात आले. शेवटच्या दिवशी पुन्हा एकदा दोघांचाही सत्कार करण्यात आला. स्वामी पूर्णानंदजींना मानधन म्हणून थैली देण्यात आली.

राणीहळ्ळीस आल्यानंतर दुसरे दिवशी स्वामीजींनी मणिभद्रला बोलावून घेतले. "मणिभद्र, आपणास प्रवचनाचे किती पैसे मिळाले याची काही कल्पना आहे का?"

"स्वामीजी, आपण हे पैशासाठी करतो का?"

"नाही, परंतु समाज आपणास प्रेमाने आणि श्रद्धेने देतो. आपण प्रवचनासाठी एक पैशाचीही मागणी केलेली नाही. आयोजकांच्या आवाहनाला प्रतिसाद आणि देवीवरील श्रद्धा. शिवाय, धार्मिक कार्यास सहकार्य अशा भावनेने लोक निधी देतात. आपणास दानपेटीत जमा झालेल्या रकमेतील अत्यंत थोडी रक्कम मानधन म्हणून देतात. तुम्ही पाहिले आहे, सर्व व्यवस्था करण्यासाठी प्रचंड मेहनत आणि पुष्कळ रक्कम लागते. तेव्हा असे कार्यक्रम संपन्न होतात. त्यांनी आपणाला १ लाख रुपये मानधन आपणहून दिले आहे." स्वामीजींच्या बोलण्यावर मणिभद्रला अचंबा वाटला.

तो म्हणाला, "स्वामीजी, आपणाला नव्हे, तुम्हाला. मला अजून कोणी ओळखतही नाही. तुमची साधना आणि कीर्ती जनमान्य आहे."

"अहो, तुम्हाला तुमच्या पहिल्याच स्तोत्राने लोकांनी उचलून धरले. आता थोड्या दिवसांत तुम्हाला तुम्ही किती महत्त्वाचे आहात ते लक्षात येईल. आज तुम्ही बँकेमध्ये खाते उघडा. मी ३५,०००/- रु. तुम्हाला देणार आहे. शिवाय, तुम्ही जे अभिषेक आणि ज्या महापूजा करणार आहात तेही पैसे तुमच्या खात्यावर ठेवत चला." स्वामीजींची आज्ञा झाली.

"स्वामीजी, मठासाठीच ठेवा ती रक्कम," मणिभद्र म्हणाला.

"मणिभद्र, आम्ही अत्यंत विचारपूर्वक हे सांगत आहोत. तुम्हाला संशोधन करावयाचे आहे. शिष्यवृत्ती मिळाली तरीही तुम्हाला अतिरिक्त खर्च असणार. तुम्हाला सतत कोल्हापूरला जावे लागणार, तो प्रवासखर्च; तिथे भोजनही बाहेरच करावे लागणार. आताचा जमाना महागाईचा आहे. सर्व गोष्टी व्यवस्थित असतील तर मन प्रसन्न राहील. मन प्रसन्न असेल तर तुम्हाला अभ्यासावर लक्ष केंद्रित करता

येईल. तुमचे संशोधन तडजोडीच्या फेऱ्यात न अडकता उत्तम प्रतीचे होईल. गरज भासली तरी तुम्ही आम्हाला पैसे मागणार नाही. म्हणून ही तजवीज करून ठेवणे आवश्यक आहे. हे तर तुमच्या मेहनतीचे पैसे आहेत. याच्या व्यतिरिक्त, आम्ही मठाची रक्कमही तुमच्या खात्यावर जमा करत राहणार आहोत. सर्वांत महत्त्वाची गोष्ट म्हणजे पैशाचा, खर्चाचा तपशील मला कधीही द्यावयाचा नाही. तुमच्या खात्यावरील सर्व पैसे तुमचेच असतील. मला विश्वास आहे की आपण अनाठायी खर्च करणार नाही.'' स्वामीजींच्या या बोलण्यावर मणिभद्र भारावून गेला. स्वामीजींच्या विश्वासास कधीही तडा जाऊ द्यावयाचा नाही, असा त्याने निश्चयच केला.

॰४

जूनच्या २१ तारखेला एम.ए.चा निकाल लागणार हे मणिभद्रला भ्रमणध्वनी इंटरनेटवरून समजले. आणखी १५ दिवसांनी आपणास किती टक्के गुण मिळणार हे समजेल; त्याच्या लक्षात आले. लगेच १५ दिवसांनी आपणास स्पर्धा परीक्षेस जावे लागणार. आता जोमाने अभ्यास करावयाचा असे ठरवून तो आपल्या दिनचर्येत थोडे बदल करू लागला. स्वामीजींच्या सांगण्यानुसार त्याने शेतीकडे लक्ष देण्यास सुरुवात केली होती. शेतीवर दोन कुटुंबे; एक गौतमचे आणि दुसरे शेषनाथ यांचे होते.

गौतमच्या पत्नीचे नाव काशीबाई होते. त्यांना गणेश आणि दुर्गा नावाची अपत्ये होती. गणेशने नुकताच हायस्कूलमध्ये प्रवेश घेतला होता. दुर्गा पहिलीच्या वर्गात गेली होती.

शेषनाथच्या पत्नीचे नाव लिंगव्वा होते. कमल आणि तान्ही लक्ष्मी ही त्यांची अपत्ये.

स्वामीजींच्या सांगण्यावरून दोघांनीही नसबंदीची शस्त्रक्रिया करून घेतली होती. लिंगव्वाला दोनच मुली आहेत, एखादा कुलदीपक असावा असे वाटत होते. परंतु स्वामीजींनी तिची समजूत घातली होती. तिला पटले नव्हते; परंतु ती गप्प राहिली होती.

मणिभद्रची सर्वांशी ओळख झाली होती. त्याला शेतीचे बारकावे माहीत असल्यामुळे गौतम आणि शेषनाथची त्याच्याबरोबर छान तार जुळली होती.

शनिवार आणि रविवार तो आपल्या वस्तीवर मुक्कामाला असे. सध्या त्याने वस्तीवरील लोकांना अभ्यासासाठी कोल्हापूर मुक्कामी असतो, असे सांगून ठेवले होते. त्याने आपले १ ते ३० भांडार फक्त दोन दिवस चालू ठेवले होते. कधीतरी ते त्याने कायमचे बंद करावयाचे ठरवले होते; परंतु मागील आठवड्यातील घटनेमुळे त्याचे विचार बदलले होते. गावातील एका मजूर परिवारातील सातव

अण्णा यांचा अपघात झाला होता. अपघातामध्ये त्यांच्या उजव्या पायास मोठी दुखापत झाली होती. हातात कायमची काठी आली होती. पुढील आयुष्य कसे जगायचे, असा गहन प्रश्न फक्त सातव अण्णांनाच नव्हे, तर साऱ्या वस्तीलाच पडला होता. त्यांच्या मजुरीवर संसाराचा गाडा चालत होता. बायको आणि तीन लहान मुले यांचे काय, असा प्रश्न पडला होता. वस्तीवरील कोणालाही कामासाठी माणसाची गरज पडली तर हक्काने सातव अण्णाला बोलावणे जाई. आपल्या बायको-मुलासह तो कामाच्या ठिकाणी हजर होऊन, मिळेल त्या मजुरीवर समाधानाने काम पूर्ण करून देत असे. सर्व लोकांना तो हवाहवासा वाटत राही. वस्तीवरील सर्वांना हळहळ वाटत होती; पण मार्ग सुचत नव्हता. मणिभद्रला मार्ग सापडला होता.

तो सातव अण्णांच्या घरी गेला. सातव अण्णांना तो म्हणाला, "अण्णा, तुम्ही घाबरू नका. तुम्हाला मजुरी करता येणार नाही. मलाही माझे दुकान चालू ठेवणे आता शक्य होणार नाही. पुढच्या शिक्षणासाठी आता मला कोल्हापूरला राहावे लागणार. तेव्हा तुम्हीच दुकान बघत जा. भाडे वगैरे काही नाही आणि दुकानासाठी लागणारे सामान मी कोल्हापूरातून आणून देत जाईन. मी वेळोवेळी वस्तीवर येतच असणार. काही काळजी करू नका."

सातव अण्णांच्या डोळ्यांत टचकन पाणी आले. अत्यंत भावविवशतेने ते म्हणाले, "मणिभय्या, आज मला समजले की 'आंधळ्याची गुरे देव सांभाळतो' असे का म्हणतात." त्यांचे हात आपोआप जोडले गेले. डोळ्यांतून पाण्याच्या धारा निघत होत्या.

मणिभद्रचा निर्णय समजल्यानंतर वस्तीला आनंद झाला. सर्वांनी ठरवून टाकले की या दुकानात मिळणारे साहित्य आवर्जून घ्यायचे. सातव अण्णांच्या संसाराला जमेल तेवढा हातभार लावायचा. अशा प्रकारे त्यांना मदत करायची.

मणिभद्रने हणमा मोगरेला रत्नाम्माची मदत दिल्यामुळे त्याचीही सोय झाली. रत्नाम्मालाही शिक्षण घेता घेता चार पैसे मिळण्याची व्यवस्था झाली.

मणिभद्र सतत त्याच्या परिचयातील व्यक्तीच्या कल्याणाकडे लक्ष देत असे. ती त्याची उपजत वृत्ती होती.

८

डॉ. महंती मॅडम हातातील उत्तरपत्रिका घेऊन डॉ. अरणावळ यांच्या कक्षात आल्या. "सर, मी आपण दिलेल्या उत्तरपत्रिका पाहिल्या. तुम्ही उत्तरपत्रिकांसोबत परीक्षा क्रमांक आणि नावाची यादीही दिली होती. मला चांगल्या वाटलेल्या उत्तरपत्रिकांपैकी बऱ्याच मुलींच्या आहेत. मुलगी सहायक म्हणून घेणे मला योग्य

वाटत नाही. कारण या मुली वयात आलेल्या असतात. पदवी मिळाल्यापासूनच त्यांच्या विवाहाचे विचार पालकांच्या घरात सुरू झालेले असतात. पदव्युत्तर शिक्षणानंतर त्यांना मुलीचे वय उलटून चालले, असेच वाटते. त्यामुळे अशा मुली आणखी २ ते ३ वर्षे अभ्यासात राहणे शक्यच नाही. यातील दोन उत्तरपत्रिका मुलांच्या आहेत. त्यांतील एक मणिभद्र कौलगी; हे बहिःस्थ विद्यार्थी आहेत. राजाराम महाविद्यालयातून त्यांनी परीक्षा दिली आहे. ते कोल्हापूरच्या आसपासच राहतात. त्यांच्या उत्तराने मला प्रभावित केले आहे. फक्त पाठ्यपुस्तकातील माहिती त्यांनी दिलेली नाही, तर स्वतःची मते त्यांनी त्याला जोडली आहेत. त्यांचे अवांतर वाचनही चांगले आहे. ते लिखाणातून दिसते. मला वाटते, निकाल लागण्यापूर्वी त्यांना बोलावून घ्यावे आणि विचारणा करावी.''

डॉ. अरणावळ त्यांना म्हणाले, ''मॅडम, काही हरकत नाही. मला मुलांच्या नावाची यादी पाहू देत.''

मॅडमनी यादी सरांच्या समोर ठेवली. नावापुढे विद्यार्थ्यांचा पत्रव्यवहाराचा पत्ता होता. सरांनी तो पत्ता वाचला. त्यांनी घंटा वाजवून दारातील कर्मचाऱ्यास बोलावून हरिरामला घेऊन येण्याचा निरोप दिला. मॅडम थोड्या बुचकळ्यात पडल्या. हरिराम कार्यालयातील कारकून होते. मॅडम काहीही न बोलता शांत राहिल्या. हरिराम कक्षात येताच डॉ. अरणावळ म्हणाले, ''हरिराम, तुम्ही कागल इथे मुक्कामी असता. कागल जवळपास एक वस्ती दिसते. हा पत्ता पाहा.'' सरांनी पत्ता त्याच्यासमोर ठेवला. तो पत्ता वाचून हरिराम म्हणाले, ''माहिती आहे ही वस्ती.''

सर म्हणाले, ''रविवारी वस्तीवर जायचे आणि तिथे मणिभद्र कौलगी राहतात, त्यांना बोलावले आहे असा निरोप देऊन या.''

नंतर ते मॅडमना म्हणाले, ''ते सोमवारी आपणास भेटण्यास येतील. पाहू पुढे काय घडते ते.''

रविवारी मणिभद्र सातव अण्णांना दुकानी घेऊनी आला. ''अण्णा, आजपासून हे दुकान तुमचे. मी प्रत्येक वस्तूवर ती किती रुपयास विकायची ते लिहून ठेवले आहे. रोज ३०० ते ४०० रुपये किमतीच्या मालाची विक्री होते. रोज ५० ते ६० रुपयांचा फायदा होतो. जरा व्यवहाराने वागलात तर जास्तही पैसे मिळतील. लक्षात ठेवा, अडचणी आल्या म्हणून सगळे पैसे वापरू नका. जर तीनशे रुपये जमा झाले तर ५० रुपये खर्चाला घ्यायचे. २५० रुपये पुन्हा माल आणण्यासाठी शिल्लक ठेवायचे. म्हणजे आठवड्याचे १५०० रुपये तरी बाजूला ठेवा. म्हणजे पुन्हा माल आणून ठेवता येईल. आले का लक्षात?''

सातव अण्णांनी हात जोडून मान डोलावली. तेवढ्यात हमरस्त्यावरून मोटरसायकलचा आवाज आला. कोणी अनोळखी व्यक्ती वस्तीवर येत होती.

मोटरसायकल दुकानापाशी थांबली.

खिशातील हातरुमालाने तोंड पुसत ती व्यक्ती म्हणाली, "अहो, इथे मणिभद्र कौलगी कोठे राहतात?"

"मीच मणिभद्र." मणिभद्र उत्तरला.

"अरे व्वा! सुरुवात उत्तम झाली म्हणावयाची. मी हरिराम. विद्यापीठाच्या समाजशास्त्र विभागात नोकरीला आहे. विभागप्रमुख डॉ. अरणावळ सरांनी तुम्हाला सोमवारी भेटावयास बोलावले आहे." हरिरामांनी क्षणात निरोप सांगून टाकला.

मणिभद्रला आश्चर्य वाटले. त्याने चौकशी केली. परंतु हरिराम त्याच्या कोणत्याही प्रश्नाचे उत्तर देऊ शकले नाहीत. मणिभद्रने त्यांना घरी घेऊन जाऊन जेवण करावयास भाग पाडूनच परत पाठवले. फक्त बोलावले; तेही विभाग प्रमुखांनी. गुंता सुटण्यासाठी पदरच मिळत नव्हता. तो अस्वस्थ झाला. त्याने स्वामीजींना भ्रमणध्वनीद्वारा सर्व परिस्थितीची कल्पना देऊन सोमवारी येण्याविषयी हतबलता दर्शवली.

"मी आत येऊ का?"

डॉ. महंती मॅडमनी दरवाजाकडे पाहिले.

समोरील व्यक्तीकडे त्या पाहतच राहिल्या. भरदार व्यक्तिमत्त्व, सरळ हृदयातच शिरणारा पहाडी आवाज, शुभ्र वेष. पाणीदार डोळे, त्यांना पाहताच होणारी आपलेपणाची जाणीव, चेहऱ्यावर दिसणारी बुद्धिमत्तेची चमक, भरपूर उंची, निमगौर वर्ण, पीळदार शरीरयष्टी, मॅडमना प्रथमच वेगळ्या भावना जाणवल्या. त्यांना स्वतःचेच आश्चर्य वाटले.

भानावर येत त्यांनी मणिभद्रला आत येण्यास सांगितले.

"मॅडम, मी मणिभद्र कौलगी. विभागप्रमुखांनी मला आपली भेट घेण्यास सांगितले," महंती मॅडमकडे पाहत तो म्हणाला.

मॅडमच्या सुंदर आणि करारी व्यक्तिमत्त्वाची सर्वांवर जशी छाप पडत असे तशीच प्रतिक्रिया त्याचीही झाली. स्वामीजींइतक्याच तोलामोलाचे व्यक्तिमत्त्व. उगाचच अशी भावना येत राहिली.

"मिस्टर कौलगी, आपण एम.ए.ची परीक्षा दिली आहे. आपली उत्तरपत्रिका पाहिली. छान आहे. आपण केवळ पुस्तकातील माहिती न देता त्याच्या अनुषंगाने तुमची स्वतःची मतेही अचूकतेने दिली आहेत, ते मला विशेष वाटले. आपण सर्वसामान्य विद्यार्थ्यांप्रमाणे महाविद्यालयाच्या वर्गात बसून अभ्यास केलेला नाही. तुम्ही बहिःस्थ विद्यार्थी आहात आणि वाचनही खूप केले आहे. फक्त पदवी मिळवणे

एवढेच आपले ध्येय नाही, तर तुम्हाला विषयाची खूपच आवड आणि तळमळ आहे. ते लिखाणातून जाणवते.'' मॅडमच्या अशा बोलण्यातून मणिभद्रला जरा ओशाळवाणे वाटले. महंती मॅडमच्या संशोधनाची कीर्ती त्याला माहिती होती. विद्यापीठातील समाजशास्त्र विषयास एक विशिष्ट उंची देण्यामध्ये अनेक नामवंत प्राध्यापकांचा सहयोग होता. त्यामध्ये अल्पावधीत आपल्या विद्वत्तेने महंती मॅडमनी मोलाची भर घातली होती.

मॅडम पुढे म्हणाल्या,''मणिभद्र, मी एक मोठा प्रकल्प करण्याचे ठरवले आहे. अनुदान मंडळाकडून त्याला मान्यता मिळाली आहे. या प्रकल्पपूर्तीचे मोठे काम आहे. त्याविषयी सविस्तर बोलण्यापूर्वी प्रथम तुमचे पुढील ध्येय कोणते आहे? मला मोकळेपणाने सांगा.''

अत्यंत विनयाने मणिभद्र म्हणाला, ''मॅडम, मलाही आपल्या विषयामध्ये काही योगदान देण्याची इच्छा आहे. मला उत्तम गुणांनी पदवी मिळणार असा विश्वास आहे. पुढे आपणही संशोधन करावे या हेतूने मी स्पर्धा परीक्षेस बसून शिष्यवृत्ती मिळवण्याचा प्रयत्न करणार आहे.''

''उत्तम! तुम्हाला चांगल्या मार्क्सनी पदवी मिळणार यात शंका नाही. विद्यापीठातील प्राध्यापिका म्हणून मी सांगते आहे. तुम्हाला संशोधन करण्याची इच्छा आहे हे ऐकून बरे वाटले. आता मी तुम्हाला का बोलावले ते सांगते. आमचा नवीन प्रकल्प करण्यासाठी मला एका उत्तम सहायकाची गरज आहे. तुम्ही हे काम करावे, असे वाटते.''

''मॅडम, मला आनंद वाटला. माझी आपणास मदत करण्याची योग्यता आहे असे वाटते; हीच माझ्यासाठी मोठ्या समाधानाची गोष्ट आहे. पण माझे संशोधन, माझी पीएच.डी. या संदर्भात मी काय समजावे?'' मणिभद्रच्या स्पष्ट विचारांचे महंती मॅडमना कौतुक वाटले.

त्या म्हणाल्या, ''तुम्ही तुमच्या ध्येयाविषयी जेव्हा बोलणे केले, त्याच वेळी माझे विचारचक्र त्या दिशेने सुरू झाले. हा प्रकल्प पूर्णतेसाठी साधारण ३ वर्षांचा कालावधी लागेल. या प्रकल्पाला समांतर विषय घेऊन सोबतच तुम्हाला तुमचे संशोधन करता येईल. मला अद्याप मार्गदर्शक म्हणून मान्यता नाही; परंतु डॉ. अरणावळांच्या मार्गदर्शनाखाली तुमचे संशोधन चालू करता येईल. शिष्यवृत्तीचा विचार करावयाचा झाला तर तेवढी रक्कम तुम्हाला सहायक म्हणून नियमितपणे देता येईलच. म्हणजे तुमचा आर्थिक व्यवहार सुरळीत होईल.''

''मॅडम, मला जर विभागप्रमुख मार्गदर्शक म्हणून मिळणार असतील आणि आर्थिक प्रश्न मार्गी लागत असेल तर याच्यापेक्षा चांगली गोष्ट कोणती असेल. शिवाय, आपणासोबत काम करण्याची संधी म्हणजे माझे भाग्यच म्हणावयास

हवे.''

मणिभद्रशी संवाद होत असतानाच महंती मॅडमना जाणवत होते की वयाच्या तुलनेत या माणसाची प्रगल्भता खूपच जास्त आहे. यांचे बोलणे, विचारधारा इतक्या सहज नाही पाहण्यास मिळत. सुरुवातीस वाटत होते, हे ग्रामीण भागातील विद्यार्थी; यांना कितपत पोच असणार. पण आता कळते आहे की हे पाणी वेगळेच आहे. या प्रकल्पासाठी अत्यंत योग्य व्यक्ती आहेत. माझ्यासमोरील खुर्ची आजपर्यंत नेहमी रिकामीच असत होती. यांचा होकार मिळाला तर ही कायम भरलेली असणार. मॅडमच्या चेहऱ्यावर हरवलेपणाची भावना प्रथमच दिसत होती.

'' मॅडम,'' मणिभद्रच्या हाकेने त्या भानावर आल्या. ''मला विचार करावयास थोडा अवधी पाहिजे. मी शुक्रवारी पुन्हा आपणास भेटण्यासाठी येतो तेव्हा निर्णय सांगतो. मग मी निघू का?''

''ठीक आहे.'' मॅडमच्या अनुज्ञेवरून मणिभद्र निघून गेला.

सुधाताई नभाला चांगल्याच ओळखत होत्या. गेले दोन महिने सतत नभा अभ्यासात, संशोधनाचे संदर्भ काढण्यात खूप गुंतलेली होती. तिची अथकपणे काम करण्याची वृत्ती बालपणापासूनच होती. चेहऱ्यावर ताणाची मुद्रा; सतत लिखाण. गेल्या दोन महिन्यांत २००पेक्षा जास्त पाने माहिती लिहून झाली होती. एक झपाटलेपणा दिसत होता. आज मात्र काहीतरी असे झाले होते की लेकीचा चेहरा जरा खुलला होता. त्यांना राहवले नाही. त्या म्हणाल्या, ''नभा, आज काय विशेष? खुशीत दिसते आहेस. काही महत्त्वाचे संदर्भ सापडले की काय!''

''माई, संदर्भ तर मिळतच असतात गं, पण आज थोडं मोकळं वाटतं आहे. मोठ्या कामाचं दडपण तर असतंच ना. मला एकटीला हा मेरू पर्वत उचलणं जमणारच नव्हतं. योग्य मदतनीस मिळाला तर हुरूप येतो ना, तसं झालं आहे. आज एम.ए.परीक्षेस बसलेल्या एका विद्यार्थ्यास भेटावयास बोलावलं होतं. मणिभद्र त्याचं नाव. एका ग्रामीण वस्तीवर राहतात; परंतु हुशार आहेत. त्यांचे विचार ऐकल्यानंतर या प्रकल्पास त्यांची फार मदत होईल असं वाटतं. अजून त्यांनी पक्का निर्णय दिलेला नाही. पण का कोणास ठाऊक; ते नाही म्हणणार नाहीत असं वाटतं.'' नभा मॅडम उत्तरल्या.

''छान!'' माई म्हणाल्या. ''नभा, तुझा चेहरा निवळलेला पाहून फार समाधान वाटतंय. किती गुंतवून घेतेस कामात. तुझ्या वयाच्या मुली किती अल्लड असतात. तू मात्र सतत गंभीरच असतेस. अगं, जरा हसत जा. जगाकडे पाहत जा. किती नवनवीन मोहाचे डोह आहेत, त्यात जरा डुंबायला शीक. सत्तावीस वर्षं झाली. पुस्तकाबाहेरसुद्धा सुंदर जग असतं. पण पुस्तक म्हणजेच तुझं जग झालं आहे. तुझे बाबा गेल्यापासून तू स्वतःला पुस्तकातच गुंतवत राहिली आहेस. जरा

मोकळ्या आकाशात पक्ष्याप्रमाणे विहरण्यास तयार हो.''

''झालं का माई पुन्हा सुरू?'' नभाने पुन्हा गंभीर होत प्रश्न केला.

''अगं बाई, आता जरा तुझा चेहरा प्रसन्न झाला होता. पुन्हा गंभीर नको होऊ,'' सुधाताई म्हणाल्या.

महंती मॅडम किंचित वरमल्या. त्यांना वाटले, एक आई म्हणून माईच्या भावना अगदी रास्त आहेत. कोणत्याही आईस आपले मूल आनंदात असावे यातच आनंद वाटतो. आपण तर हसणे-बागडणे विसरूनच गेलो आहोत. अभ्यासात सतत आपणास यश मिळत गेले. त्यामुळे त्याशिवाय आनंदाचे क्षण इतरत्रही असतात याचे भानच नाही राहिले. आपण माईला किती गृहीत धरत आलो. आपल्या एवढ्याशा आनंदात ती सरळपणे सामील होते. तिच्या आनंदाच्या कल्पना इतक्या मर्यादित नाहीत. आपणास त्या संकल्पनांची जाणीवच होत नाही का? आपणास तारुण्याचे मोहोर फुटलेच नाहीत का?' मॅडम या विचारांनी चपापल्या. आजपर्यंत हे विचार का नाही मेंदूच्या पटलावर उमटले? आपल्या मेंदूचा हा विभाग विकसितच झाला नाही, का तो सुप्तावस्थेत गेला आहे? त्यांना काहीच समजेना, आजच असे विचार का उमटत आहेत? काही कळेना. शेवटी सर्व प्रश्न अनुत्तरित ठेवून त्या गप्प झाल्या.

मणिभद्र सोमवारी संध्याकाळीच मठामध्ये आला. तो विचार करत होता. वेगळ्या प्रकाराने त्याचे ध्येय गाठण्याचा मार्ग मिळाला होता. महंती मॅडम अत्यंत बुद्धिमान संशोधक. जरी त्यांनी डॉ. अरणावळ सर मार्गदर्शक असतील असे सांगितले असले तरी त्यांचेच मार्गदर्शन आपणास मिळणार. बाई खूप शिस्तीच्या वाटल्या. एखाद्या सुंदर पण निर्विकार बाहुलीसारख्या वाटतात. त्या स्वतःच्या प्रकल्पावरच लक्ष केंद्रित करतील आणि माझे संशोधन वाऱ्यावरच सोडतील का? माझ्या जीवनातील सर्वच मार्ग सर्वसामान्यांपेक्षा वेगळेच का? त्यांनी आपणासमोर जे काही ठेवले आहे त्यात दुहेरी फायदासुद्धा आहे. त्या जर प्रामाणिक असतील तर त्यांच्यासोबत आपलेही नाव होणार. शिवाय पीएच.डी. फार कष्टांची असणार नाही. पण आपण त्यांचे म्हणणे नाही ऐकले, तर या विद्यापीठातून आपणास पदवी मिळणे अशक्य. विद्यापीठातील राजकारणांची ऐकीव माहिती आहे. तीच भोगण्याची पाळी येणार. शेवटी स्वतःच्या अंतःकरणातील हाकेस 'हो' म्हणण्याचे त्याने ठरवले.

रात्री भोजनसमयी त्याने स्वामीजींच्या समोर सर्व घटना आणि स्वतःचे विचार ठेवले. काही काळाच्या स्तब्धतेनंतर स्वामीजी म्हणाले, ''तुमच्या अंतःप्रेरणेस जे वाटते ते तुम्ही करा.''

मणिभद्रला योगायोगाचे खूप आश्चर्य वाटले. त्याने अंतःकरणावर प्रश्नांचे उत्तर

ठेवले होते आणि स्वामीजींनी नेमके तसेच करावयास सांगितले.

भोजन झाल्यावर मणिभद्र स्वामीजींच्या चरणी माथा ठेवून शांत झाला. स्वामीजींच्या आशीर्वादाने त्याला बळ मिळाले. त्याने प्रकल्पात सहभागी होण्याचा निर्णय त्यांना सांगितला. दोघांच्या चर्चेतून ठरले की दर शनिवार आणि रविवार दोन पूर्ण दिवस धर्माभ्यासाला द्यायचे आणि इतर वेळी त्याने कोल्हापूर किंवा वस्तीवर राहून संशोधनाचा अभ्यास करायचा.

ॐ

महंती मॅडम नेहमीपेक्षा थोड्या लवकरच विभागामध्ये आल्या. येण्याआधी ग्रंथालयात जाण्याचा त्यांचा शिरस्ता होता. आज मात्र प्रथा मोडली होती. नेहमीप्रमाणे संदर्भग्रंथातील नोंदी काढण्यास सर्व तयारी केली. त्यांचे वाचनात लक्ष लागेना. आज शुक्रवार होता.

डॉ. नारायण वर्धने लगबगीने विभागात आले. सर्व साहित्य स्वतञ्च्या टेबलवर ठेवून ते सरळ महंती मॅडमच्या समोरील खुर्चीवर बसले. ते अत्यंत हळुवारपणे म्हणाले, ''महंती बाळ, मला तुझी खूप काळजी वाटून राहिली आहे.''

मॅडम चमकल्या. वर्धने सरांनी त्यांचा उल्लेख कधीच एकेरीत केला नव्हता. त्यांच्या वात्सल्यपूर्ण बोलण्याने त्यांना भरून आले. डोळ्यांवरील चश्मा काढून त्या सरांकडे पाहू लागल्या.

''बाळ, तू तुझ्या जगात मग्न असतेस. तुझ्या अवतीभोवती काय चालले आहे याचा कानोसाही घेत नाहीस. लक्षात ठेव, पराभूताला शत्रू नसतात. गुलाब जसा काट्यांनी वेढलेला असतो, तसा विजेता. तुझ्या प्रकल्पासोबतच डॉ. फत्तेसिंह माने सरांचाही प्रकल्प पाठवला होता. अरणावळ सरांनी मानेंना 'सहा महिने थांबा, नंतर तुमचा प्रकल्प पाठवू,' असे सांगितले होते. विभागप्रमुखांचे म्हणणे मान्य करणे मानेंच्या रक्तातच नाही. दोघांचे सख्य म्हणजे विळ्याभोपळ्याचे सख्य. आणखी दोन वर्षांनी माने सरच विभागप्रमुख झाले, हे सर्वांनाच माहिती आहे. हट्टाने प्रकल्प पाठवला. पाठोपाठ चर्चासत्राच्या निमित्ताने ते दिल्लीला जाऊन आले. योग्य ठिकाणी आवश्यक ती पेरणीही केली. असे समजते की प्रकल्पाच्या अनुदानातील ४०% रक्कम देण्याची लालूच दाखवली. तुम्हाला तर माहिती झाले आहे की प्रकल्पासाठी किती अनुदान मिळते.''

या वाक्यावर महंती मॅडमचे डोळे विस्फारले गेले. वर्धने सर पुढे सांगत राहिले, ''एवढे करूनही काल त्यांच्या प्रकल्पासंदर्भात अनुदान मंडळाचे पत्र आले. आपल्या विभागाच्याच डॉ. महंती मॅडमच्या प्रकल्पासाठी खूप मोठे अनुदान मंजूर झाले आहे. त्यामुळे पुढील सत्रापर्यंत नवीन प्रकल्प पाठवू नये. माने सरांचा प्रकल्प

साभार परत आला आहे. माने सरांची अवस्था जखमी वाघासारखी झाली आहे. तुझ्यामुळे अप्रत्यक्षरीत्या त्यांच्या मानबिंदूस धक्का बसला. बाळ, हा माणूस समोर खूप गोड बोलतो, पण त्यांच्या डोक्यात सतत गनिमी कावा घोळत असतो. अत्यंत काळजीपूर्वक एखाद्याच्या कामात विघ्न कसे आणावयाचे आणि नामानिराळे कसे राहायचे, यात त्यांचा हात धरणे कोणालाच जमणार नाही. आता ते तुझा प्रकल्प कोणता ते व्यवस्थित समजावून घेणार म्हणजे खिंडीत पकडण्याचे मार्ग दिसण्यास मदत होते. तसे ते हुशारच आहेत. बघ बाळ, मी सावध केले आहे. यातून मार्ग कसा काढायचा, ते पाहा. अडथळे कोठे येऊ शकतात याचा विचार कर. काही मदत लागली तर मुलीच्या हक्काने माझ्याकडे ये.''

महंती मॅडमना भयही वाटले आणि वर्धने सरांच्या बोलण्याने विश्वासही वाटला. त्याची जिद्द आपोआप इरेला पेटली. महंती मॅडम कामाशिवाय इतरांचा विचारही करत नसत. एखाद्याचे लांगूलचालन करणे त्यांच्या स्वभावात नव्हतेच.आता वर्धने सरांच्या सांगण्यावरून त्यांना परिस्थितीची जाणीव झाली. केवढ्या मोठ्या पहाडाला टक्कर द्यायचीय! आपले मस्तक छिन्नविच्छिन्न तर होणार नाही ना? डोक्याला हात लावून त्या विचारात पडल्या होत्या. डॉ. फत्तेसिंह माने त्यांच्यासमोर केव्हा येऊन बसले, ते त्यांना समजलेही नाही.

''अहो मॅडम!'' माने सरांचा आवाज ऐकून त्यांनी चमकून समोर पाहिले. त्या गडबडीने उभ्या राहिल्या. गडबडीत उभ्या राहत असताना त्यांच्या गुडघ्यास टेबलची कड जोरात लागली. क्षणभर त्यांच्या चेहऱ्यावर वेदनेची झाक पसरली. आवाजही झाला होता.

''लागले का मॅडम?'' अत्यंत शांतपणे चेहऱ्यावर कोणताही भाव न दाखवता माने सर म्हणाले.

''नाही सर!'' मॅडम उद्‌गारल्या.

''नाही काय म्हणता मॅडम, आवाज झाला की जोराचा.'' मिळालेल्या मुद्द्याला तापवत ठेवायचा स्वभावच होता माने सरांचा. त्यांचे ज्यांच्याकडे काम असेल त्याला बोलावून घेण्याची पद्धत होती. ते स्वतः विभागप्रमुख यांच्याशिवाय इतरांकडे कधीही आपणहून जात नसत.

''मॅडम, आम्ही आपणहून कधीच इतरांकडे स्वतःहून जात नाही. तुमच्याकडे येणे मात्र भाग पडले. आम्हाला समजले की तुम्ही एक नवीन प्रकल्प करत आहात. अनुदान मंडळाने खूश होऊन मोठी रक्कम मंजूर केली. तुमच्यामुळे आमचा प्रकल्प मंजूर झाला नाही. असू द्या! तुम्ही काय आणि आम्ही काय; आपण एकाच विभागातील आहोत. तुमच्यामुळे आपल्या विभागाचे भवितव्य निश्चित उज्ज्वल होणार. आम्हाला मनापासून आनंद झाला. तुमचे कार्य सुरळीत पार पडो. तुमचे

खास अभिनंदन करण्यासाठी आलो आहोत. यावर कॉफी झाली पाहिजे. काय, वर्धने सर, आम्ही म्हणतो ते बरोबर आहे ना?'' माने सरांनी वर्धनेंनाही संवादात ओढले.

''येस सर!'' वर्धने सरांनी संमती दाखवली.

मॅडम म्हणाल्या, ''सर, लाजवता का मला.''

मानेसर खुशाल म्हणाले, ''हो, लाजवतो तुम्हाला. नाहीतरी सुभाषितांमध्ये लज्जेला स्त्रीचा दागिना म्हटलेच आहे.''

यावर कोण काय बोलणार? त्रयस्थ माणसास वरील संवाद अत्यंत सहज आणि निरुपद्रवी वाटणे स्वाभाविक आहे. परंतु माणसांची पारख असणाऱ्यास आणि पूर्वपीठिका माहिती असणाऱ्यास मात्र हे निश्चित विचित्र वाटले असते. माने सरांनी कर्मचाऱ्यास कॉफी आणण्याची आज्ञा दिली.

''येऊ का मॅडम?'' या वाक्यासरशी तिघांची नजर दरवाजाकडे वळाली.

एक आत्मविश्वासाने भरलेला रुबाबदार तरुण सर्वांना दिसला. मॅडमने अनुमती देताच तो तरुण टेबलजवळ विनयाने उभा राहिला. त्याचे माने सरांकडे लक्ष जाताच त्याने वाकून म्हटले, ''नमस्कार माने सर.''

सर्व जण चकित झाले. माने सरांनी स्मरणाच्या डोहात अनेक सूर मारले; परंतु हाती काहीच लागले नाही. ते म्हणाले, ''आम्ही ओळखले नाही तुम्हाला.''

''सर, आपली व्यक्तिगत ओळख नाही. पण माझ्या जीवनातील प्रथम पदवी दोन वर्षांपूर्वी पदवीदान समारंभात आपल्या हस्ते मिळाली होती. पुढच्या रांगेत बसून आपले भाषणही ऐकले होते. आपण अत्यंत शांतपणे प्रत्यक्ष राज्यपालांसमोर विद्यापीठ धोरणाविषयी छान चिमटे काढले होते. वक्तव्यामध्ये दोष काढणे शक्यच नव्हते; मात्र ज्यांना घायाळ करावयाचे होते त्यांना निश्चित हादरे बसत होते.'' त्या तरुणाने अशी ओळख सांगितली.

मॅडम स्तंभित झाल्या. एकूण माने सर म्हणजे काय, ते आपण सोडून सर्वांनाच माहिती दिसते.

माने सर म्हणाले, ''तुमची स्मरणशक्ती वाखाणण्याजोगी आहे. छान! छान!''

''मणिभद्र, तुम्ही थोडा वेळ बाहेर बसा. मी बोलावते तुम्हाला.'' मॅडमनी मणिभद्रला थांबण्यास सांगितले.

माने सरांना उगाचच सूत मिळाल्यासारखा भास झाला. आता स्वर्गापर्यंत जाण्याचा मार्ग मिळतो काय?

''मॅडम, हा मुलगा या वेळेस इथे कसा काय? अद्याप रिझल्ट लागलेला नाही. हा विद्यार्थी वर्गातही दिसलेला नाही.'' डॉ. माने सुताला धरून चढण्याचा प्रयत्न करत होते.

उत्तर देणे भाग होते. ''सर, माझ्या प्रोजेक्टच्या मदतीसाठी असिस्टंट पाहिजे

होता. हे मणिभद्र कौलगी. एम.ए. फायनल परीक्षा दिलेली आहे. बहिःस्थ विद्यार्थी म्हणून राजाराम महाविद्यालयातून परीक्षेस बसले आहेत. यांना असिस्टंट म्हणून घ्यावे असा विचार आहे.'' मॅडमनी उभे राहूनच उत्तर दिले.

माने सरांच्या मेंदूत अनेक हालचाली झाल्या. शंकेचे मोहोळ उठले. "मॅडम, हा बहिःस्थ विद्यार्थी, एम. ए.च्या फायनलला, याला संशोधनाचा अनुभव नाही. सापडला कसा तुम्हाला?''

"सर..." इतक्यात मॅडमचे लक्ष वर्धने सरांकडे गेले. ते डोळ्यांनी 'काही बोलू नका' असे खुणावत होते. मॅडमनाही जाणीव झाली; आपण उत्तरपत्रिकेविषयी बोलणार होतो. बापरे! केवढी भयानक चूक आपण करणार होतो. त्यांनी म्हणण्यास एकदम कलाटणी दिली. "सर, डॉ. अरणावळांनी यांची मदत घेण्यास सुचवले."

माने सर चाणाक्ष होते. त्यांच्या लक्षात आले; हे इतके सहज नाही. डॉ. अरणावळांनीच महंती मॅडमना विभागामध्ये घेण्यास कुलगुरूंना प्रवृत्त केले होते. त्या वेळी माने सरांनी त्यांच्या एका विद्यार्थ्यासाठी आग्रह धरला होता; परंतु प्रत्यक्ष मुलाखत आणि गुणवत्तेबाबत मॅडम सरस ठरल्या होत्या. मानेनांही तो फरक मान्य करावा लागला होता. अरणावळ, महंती, कौलगी; साखळी जुळत होती. पदर लागत होता. कदम, शिंदे, पवार ही नावे अरणावळांना कधी दिसतच नाहीत. हाच नेमका विद्यार्थी कसा सापडला? शोध घ्यावयास हवा.

तेवढ्यात कॉफी आली. मॅडम पर्स उघडत आहेत हे पाहून सरांनी त्यांना गप्प बसण्याचा इशारा केला. स्वतःच्या पाकिटातून पैसे काढून कर्मचाऱ्याला दिले. ते त्याला म्हणाले, "हरिराम पवार यांना सांगा, माने सरांनी बोलावले म्हणून." कक्षातून जाता जाता माने सर छोटासा स्फोट करून गेले. महंती मॅडम नाही म्हटल्या तरी हादरून गेल्या. त्या पुणे परिसरातून नोकरीनिमित्त कोल्हापूरला आल्या होत्या. आपण अभ्यासातून, गुणवत्तेमुळे इथे सहज मिसळून जाऊ शकू, असे त्यांना वाटत होते. गाठीशी अनुभव नव्हता. राजकारण म्हणजे काय याची त्यांना ओळखही नव्हती. त्यांना वाटत राहिले, आपला निभाव कसा लागणार? साध्या बाळबोध पद्धतीने या वातावरणात टिकाव लागणे अवघड आहे. एखादी गोष्ट अवघड आहे असे समजले तर त्यांना स्फुरण चढत असे. अशी परिस्थिती त्यांना आव्हान वाटे. त्यांना असे आव्हान अंगावर घेणे आवडतही असे. हेही आव्हान त्यांनी अंतःकरणापासून स्वीकारले. आता याला तोंड देण्याच्या तयारीस त्या सुरुवात करणार होत्या.

त्यांनी मणिभद्रला बोलावून समोर बसवून घेतले. "बोला कौलगी, काय निर्णय झाला तुमचा?''

"मॅडम, पूर्ण विचारांती मी तुम्हास मदत करण्याचे ठरवले आहे.''

"छान झाले. कौलगी, तुम्हाला संगणकाची, इंटरनेटची माहिती आहे?''

मॅडमनी विचारले.

"मॅडम, प्राथमिक ओळख आहे; परंतु सराव फारसा नाही."

"तुम्ही केव्हापासून येणार आहात?"

"मॅडम, मी आज कामाच्या तयारीनेच आलो आहे. मी सोमवार ते शुक्रवार सकाळी आठ ते रात्री तुम्ही सांगेपर्यंत थांबण्यासाठी तयार आहे. कागल इथे जाण्यासाठी मला सतत बस उपलब्ध असतात. तुम्ही मला आपल्या विभागाचे ओळखपत्र देण्याची सोय करा म्हणजे मला पास काढता येईल."

"तुम्ही शनिवारी नाही येणार?"

"मॅडम, शनिवार आणि रविवार मला घरची कामे पूर्ण करावी लागतील. रोज जादा वेळ काम करून मी शनिवारची भरपाई करेन. शनिवार आणि रविवारी मात्र आपण मला सूट द्यावी अशी माझी विनंती असेल."

"माझी अन् तुमची अशी दोन्ही कामे करावयाची आहेत. तेव्हा वेळेचे नियोजन व्यवस्थित करा. प्रकल्पाची सुरुवात मी केलेली आहेच. ही माहिती मी आतापर्यंत लिहिली आहे. आधी ती वाचून घ्या. ही सर्व माहिती क्लार्कच्या मदतीने संगणकावर बिनचूकपणे उतरवून घ्या. ती सर्व माहिती डिस्कवर आणि कागदावर घ्यावी लागेल. एकूण माहिती ३००० पानांपेक्षा जास्त होईल. लिखाण वाचल्यानंतर तुम्हाला विषयाची समग्र माहिती मिळेल आणि पुढे काय करावयाचे याचीही कल्पना येईल संदर्भसूची कशी पाहावयाची आणि नोंदी कशा काढावयाच्या याची माहिती मी तुम्हाला प्रत्यक्ष ग्रंथालयातच दाखवते. प्रथम काही वेळात मी तुमचे ओळखपत्र तयार करून आणते. तुमचा फोटो आहे का? दोन प्रती लागतील."

मणिभद्रने खिशातून पाकीट काढले. त्यातील स्वतःच्या फोटोच्या दोन प्रती मॅडमच्या ताब्यात दिल्या. तो रुबाबदार फोटो पाहून मॅडमना राहवले नाही.

"कौलगी, आणखी एक प्रत असेल तर देऊन ठेवा. अचानक गरज पडली तर असावी."

मणिभद्रने आणखी एक प्रत मॅडमना दिली. त्यांनी सर्व फोटो स्वतःच्या पर्समध्ये ठेवले आणि त्या निघून गेल्या.

वर्धने सरांनी मणिभद्रला त्यांच्याजवळ बोलावून घेतले. "हे पहा मिस्टर कौलगी, डॉ. महंती मॅडमना झपाटून काम करण्याची सवय आहे. तुम्हीही तरुण आहात. ज्या अर्थी मॅडमनी तुमची निवड केली तेव्हा तुमचीही क्षमता चांगलीच असणार. त्याचा पुरेपूर वापर करून घ्या. फार मोठा प्रकल्प आहे. मॅडमसोबत तुमचेही नाव मोठे होईल. या संधीचा फायदा घ्या. इथे असताना तुम्ही फक्त कामावरच लक्ष केंद्रित करा. यशस्वी व्हा." वर्धने सरांनी अप्रत्यक्षपणे मणिभद्रला सावधानतेचा इशारा दिला.

सरांना नमस्कार करून तो आपल्या जागी परतला. मॅडमनी अत्यंत सुंदर हस्ताक्षरात लिहिलेली वही तो तन्मयतेने वाचू लागला.

हरिराम पवार डॉ. फत्तेसिंह मानेंच्या पुढे उभे होते. "पवार, कोण आहेत हे कौलगी?"

माने सरांच्या प्रश्नास उत्तर देताना पवार म्हणाले, "कागलपासून ५ किलोमीटर अंतरावर आतमध्ये एक वस्ती आहे. अरणावळ सरांनी मला एम.ए.च्या विद्यार्थ्यांची यादी दिली होती. त्यात यांचा पत्ता होता. सरांनी मला त्यांना घेऊन येण्यास सांगितले होते."

"त्या वेळी मॅडम तिथे होत्या का? त्या वेळी तुम्ही नेमके काय पाहिले?"

हरिराम माने सरांच्या खास मर्जीतले माणूस होते. वेळोवेळी मदत करून सरांनी त्यांना मिंधे करून ठेवले होते. माने सरांच्या डावपेचाची हरिरामांना चांगली ओळख होती. त्यांच्या लक्षात चटकन आले. सरांचा प्रकल्प मॅडममुळे परत आला. दोन्ही प्रकल्प हरिरामांनीच पाठवले होते. माने सरांचा परत आलेला प्रकल्प पहिल्यांदा त्यांच्याच हाती पडला होता. हरिराम २० वर्षांपेक्षा जास्त काळ समाजशास्त्र आणि भाषाशास्त्र विभागांच्या सेवेत होते. दोन्ही विभागांतील सर्व प्राध्यापक आणि इतर कर्मचारी यांच्या कामाची पद्धत आणि गुणदोषांची त्यांना कल्पना होती. माने सरांना काय माहिती हवी आहे ते लक्षात घेऊन ते म्हणाले, "मॅडम तिथे होत्या. त्यांच्या हातामध्ये एम.ए. फायनलच्या काही उत्तरपत्रिका पण होत्या."

माने सरांना आता लक्षात आले; मणिभद्र कौलगी कसे सापडले. अरणावळ सरांनी अनधिकृतपणे पेपर्स मॅडमना पाहण्यासाठी दिले असतील. त्यावरून मॅडमनी कौलगींची निवड केली असेल. हेच बरोबर जुळते. हेच तर्कसुसंगत आहे. शेवटी सुतांवरून स्वर्ग मिळाला. माने सर स्वतःवर खूश झाले. हरिरामने त्यांना मोलाची मदत केली होती.

अर्ध्या तासात मॅडम मणिभद्रचे ओळखपत्र घेऊन आल्या. तो वाचनात तल्लीन झालेला पाहून मॅडमनी त्याला हाक मारली नाही. त्याही आपल्या जागेवर बसून नोंदी आणि लिखाण करू लागल्या.

दोन तासांनंतर मणिभद्रचे वाचन संपले. समाजशास्त्रातील एकदम नवीन संकल्पना ज्या आजपर्यंत कोणत्याच पुस्तकातून किंवा ग्रंथामधून दिल्या नव्हत्या त्या वाचून तो प्रभावित झाला.

"मॅडम, फारच वेगळ्या संकल्पना आहेत. मी तसे खूपच वाचन केले आहे. वेगवेगळ्या समाजशास्त्रज्ञांचे मुद्दे समजावून घेण्याचा प्रयत्न केला. उत्क्रांती आणि धर्म यांचा समाजनिर्मितीमधला सहभागही वाचण्यात आला. सर्वांची दिशा; अगदी तुमचीसुद्धा, एकच दिसते. मला वाटते आपण फक्त मानव समाजाचाच विचार

करतो. आपण लक्षात घेत नाही की लक्षावधी प्राण्यांप्रमाणेच मानवही पृथ्वीवरील एक प्राणी आहे. मानवाचा मेंदू इतर प्राण्यांच्या मेंदूपेक्षा जास्त प्रगल्भ आहे. तो संवादातून व्यक्त होत राहतो. याचा अर्थ असा नाही की इतर प्राणी संवादच करत नाहीत. तेही संवाद करत असतीलच ना. कारण कळप किंवा समूह करून राहणाऱ्या असंख्य जाती अस्तित्वात आहेत. त्यांच्यामध्येही संपर्कयंत्रणा असणारच. उदाहरणार्थ, मधमाशा किंवा मुंग्या किती प्रचंड संख्येने आणि शिस्तीत एकत्र राहतात. आता प्राण्यांचे वर्तनशास्त्रही अभ्यासकांच्या लक्षात येत आहे. समाजशास्त्रामध्ये याचाही संदर्भ येणे गरजेचे आहे. ज्ञानाच्या कक्षा जशा वाढत जातात, तसतसे मानवनिर्मित विषया-विषयातील भिंती लोप होत जातात. आपणास समाजशास्त्रासोबत इतरही विषयांचा अभ्यास करून या विषयांची व्याप्ती वाढवली पाहिजे.''

मणिभद्र बोलत होता. महंती मॅडम भान हरपून त्याचे बोलणे ऐकत होत्या. डॉ. अरणावळांना प्रकल्पांची माहिती सांगताना त्यांनी अशीच संकल्पना मांडली होती. मणिभद्र वर्तनशास्त्राचा म्हणजे त्याही पुढचा संदर्भ देत होता, ही एक नवीनच कल्पना आहे. आपले विचार एकांगी होत चालले आहेत. आपले चालणे रुळलेल्या मार्गावरच होत आहे. चर्चेतून नवीन कल्पना मिळत जातात आणि अभ्यासाची मिती बदलत जाते.

वर्धने सरही संभाषण ऐकत होते. ते एकदम म्हणाले, ''डॉ. महंती, छान जोडीदार भेटला तुम्हाला. मस्त लय सापडत जाणार तुम्हाला. पुन्हा एकदा अभिनंदन!''

मॅडम म्हणाल्या, ''पाहा सर, यांची विचारधारा खूपच वेगळी आणि प्रकल्पाला पूरक अशीच आहे. यांचे मोलाचे सहकार्य मिळणार याची खात्री पटली आहे.''

''पण तुम्ही दोघेही लक्षात ठेवा, इतक्या खुलेपणाने तुम्ही चर्चा करू नका. गुप्तता पाळणे श्रेयस्कर असत, हे वेगळे सांगणे नको. ग्रंथालयाच्या केबिनमध्ये तुमचा संवाद झाला पाहिजे. इथे फक्त तांत्रिक गोष्टी बोलत चला.'' वर्धने सरांनी सुज्ञपणाचा सल्ला दिला.

''हो सर. चला कौलगी, आपण ग्रंथालयात जाऊ. तिथे तुमचे नाव नोंदवले म्हणजे तुम्हाला हवे तितके संदर्भ अभ्यासता येतील. ग्रंथालयामध्ये माझी स्वतंत्र अभ्यासिका आहे. ती तुम्हास वापरता येईल.'' मॅडम मणिभद्रला घेऊन ग्रंथालयात गेल्या.

संध्याकाळी वस्तीवर जाताना मणिभद्र अगदी भारावून गेला होता. आजचा दिवस त्याच्या आयुष्यातील खूप वेगळा होता. आजपर्यंत तो सतत सर्वसामान्य माणसांच्या संगतीत वावरत होता. स्वामीजींसारख्या विद्वान व्यक्तीची ओळख पहिल्यांदा झाली. त्याच्या धर्माभ्यासाची गती वाढली. आज त्याची त्याच्या विषयातील

विद्वानांची ओळख झाली होती. गुरू-शिष्य परंपरेचे महत्त्व अधोरेखित झाले. बहिःस्थ विद्यार्थी असल्यामुळे पुस्तकच त्याचे गुरू झाले होते. आता त्याला गुरूंसोबत संवाद करता येत होता. शंका निरसनाचा मार्ग मिळाला होता. त्याच्या ध्येयाच्या मार्गातील सर्व अडथळे दूर झाले होते. डॉ. महंतींनी त्याला महिना २०,०००/- रु. देण्याचे सांगितले होते. स्वामीजी त्याच्या खात्यावर पैसे जमा करत राहणार होते. आर्थिक समस्या नाहीशी झाली होती. त्याला अभूतपूर्व शांतता लाभली होती. आता दोन्ही अभ्यासांवर मन एकाग्र करणे जमणार होते.

सकाळी मॅडम आपल्या कक्षात येताच त्यांना विभागप्रमुखांनी भेटण्यास बोलावल्याचा निरोप मिळाला. त्या डॉ. अरणावळांकडे येताच त्यांनी विचारले, ''मॅडम, एम.ए.चे पेपर्स तुमच्याकडे आल्याचे माने सरांना कसे समजले?''

सरांच्या करड्या आवाजातील विचारण्यामुळे मॅडम गांगरल्या.

''तुमचा स्वभाव पाहता, तुम्ही हे सरांना सांगणे शक्य नाही हे मला समजते. पण हे झाले कसे? आधीच माने सर दुखावले गेले आहेत. तुमच्या नेमणुकीपासूनच त्यांचा विरोध होता. आता त्यांचा प्रकल्पही नाकारला गेला. असे आपल्या बाबतीत झाले असते तर आपल्यालाही अपमान वाटला असता. कालच ते तणतणत माझ्याकडे आले होते. त्यांच्याजवळ ठोस पुरावा नव्हता. आपणास सर्व समजले आहे हे दाखवणे हाच त्यांचा हेतू होता. पण प्रश्न उरतोच, त्यांना समजले कसे?''

मॅडम तर हादरूनच गेल्या. केवळ कौलगींच्या माहितीवरून माने सरांनी अचूक तर्क लढवला. अचानक मॅडमना माने सरांनी त्यांच्या कक्षातून जाताना हरिराम पवारांना बोलावलेले आठवले.

''सर, काल माने सरांनी हरिराम पवारांना त्यांच्या कक्षात बोलावले होते.''

''आता आले लक्षात. मी हरिरामना कौलगींना शोधून आणण्याची जबाबदारी दिली होती. त्या वेळी पेपर्स तुमच्या हातात होते. अरे देवा! आपण सतत काळजी घेतली पाहिजे.''

मॅडम विमनस्कपणे कक्षात परतल्या. किती घाणेरडे हे वागणे! आपण उच्चपदस्थ होत जातो, तेव्हा माणुसकी विसरणे गरजेचे असते? किती क्षुल्लक बाब. केवळ एका सहायकासाठी? वैचारिक कोतेपणा तरी केवढा! फक्त सतत त्रास देणे एवढाच हेतू. अशा स्थितीत काम करणे अवघड आहे.

मणिभद्र समाजशास्त्र विभागात आला. महंती मॅडम समोरच पाहत होत्या. परंतु त्यांचा चेहरा खिन्न आणि हरवल्यासारखा होता. एखादे सोनचाफ्याचे कोमेजलेले फूल असावे, तशा त्या भासल्या. मणिभद्र समोरच उभा होता. परंतु डोळे उघडे असूनही त्यांना तो दिसत नव्हता. मणिभद्रला कळेना काय करावे. शेवटी त्याने हाक मारली, ''मॅडम.''

महंती दचकल्यासारख्या झाल्या. मान हलवून सर्व विचार झुगारून त्यांनी मणिभद्रकडे पाहिले. त्याच्या आकर्षक आणि प्रसन्न चेहऱ्याकडे पाहून खिन्नतेचे विचार निघून गेले. त्यांच्या चेहऱ्यावर मंदस्मित उमटले. चेहऱ्यावरील गंभीर भाव ठेवण्याची सवय आज थांबली होती.

"कौलगी, आता आला आहात का?"

"नाही मॅडम, मी सकाळी नऊ वाजताच आलो. राजारामपुरीच्या ११व्या गल्लीत एक संगणक शिक्षण देणारी खासगी संस्था आहे. कालच मी तिथे एक महिन्याचा वर्ग लावला आहे. आपणास सतत संगणकाची मदत घ्यावी लागणार. त्यामुळे आपणास संगणक हाताळता येणे गरजेचे आहे हे माझ्या लक्षात आले. रोज दोन तास शिक्षण घ्यावयाचे म्हणजे जलद तयारी होईल."

ही खरी तळमळ, समर्पणाची भावना. मॅडमना आपल्या सहकाऱ्याचा अभिमान वाटला.

"मॅडम, आजचा कार्यक्रम काय ते सांगा. सुरुवातीचे दोन ते तीन तास संदर्भसूचीतील आवश्यक नोंदी कराव्यात. नंतर आपल्या नोट्स संगणकावर घ्याव्यात. मी ग्रंथालयात जाण्यापूर्वी आपल्या नोट्समधली साधारण २० पाने कार्यालयात टायपिंगसाठी देऊन जातो. ग्रंथालयातून आल्यानंतर त्याची तपासणी करून चुका दुरुस्त करून फायनल करून तुमच्या समोर ठेवतो."

"मिस्टर कौलगी, काल मी तुम्हास आपल्या नोट्स ऑफिसमधील क्लर्ककडून टाइप करण्याविषयी बोलले होते. पण काही काळापूर्वी बदलत्या परिस्थितीमुळे विचार बदलला आहे. आपले काम आपण खासगी माणसांकडून करून घेऊ. अनायसे तुम्ही खासगी वर्गात जातच आहात, तेव्हा त्यांच्याकडूनच ते करवून घेऊ. आपणास या बाबतीत कमालीचा सावधपणा आणि खास दक्षता घ्यावी लागेल. आपण कोठे टायपिंग करत आहोत हे आपण दोघांशिवाय इतरांना कळता कामा नये."

मणिभद्रला काही संदर्भ लागेना. "ठीक आहे. तसे असेल तर काम लवकर होईल."

"मिस्टर कौलगी, आज आपण प्रथम तुमच्या संशोधनाची दिशा ठरवू. डॉ. अरणावळांच्या कक्षात जाऊ. त्यांच्याशी चर्चा करू आणि तुमच्या प्रबंधाचा विषय पक्का करू. त्यामुळे संदर्भ काढणे सोपे होईल."

दोघे डॉ. अरणावळांसमोर बसले होते. "सर, तुम्ही मिस्टर कौलगींना प्रबंधाचा विषय दिला तर सोईचे होईल," डॉ. महंतींच्या बोलण्यावर डॉ. अरणावळ म्हणाले, "तुमच्याकडे कौलगींना पाठवण्यापूर्वी मी त्यांची छोटीशी मुलाखत घेतली होती. त्या वेळी मला त्यांच्या वाचनाची आणि प्रगल्भतेची कल्पना आली होती. दोन

दिवस मी त्यांच्यासाठी प्रबंधाच्या विषयाचाच विचार करत होतो. आपल्या विभागातील संशोधनास एकसुरीपणा आल्यासारखे झाले आहे. निवडक परकीय किंवा भारतीय समाजशास्त्र घ्यायचे आणि त्यांच्या लिखाणातील वैशिष्ट्यांची चिकित्सा, असा विषय द्यायचा. अनेक पुस्तके वाचून एक पुस्तक तयार करायचे. पुस्तक तयार झाले की इतर विद्यापीठातील आपल्या परिचयाच्या तज्ज्ञाकडे ते पाठवायचे. त्यांनी सांगितलेले चार-दोन बदल करायचे, की झाले संशोधन. अशा संशोधनाला जगाच्या व्यासपीठावर शून्य किंमत असते. मीसुद्धा आतापर्यंत असे १५-२० संशोधक तयार केले आहेत. जवळ जवळ देशातील सर्वच विद्यापीठांतून असाच प्रकार चाललेला आहे. मी इतके संशोधक तयार केले हा फक्त संख्येचा अभिमान, पण संशोधनाची गुणवत्ता नगण्य.''

सरांच्या शब्दातील खंत प्रकर्षाने जाणवत होती. ते पुढे म्हणाले, ''डॉ. महंती, काहीतरी असे मूलभूत संशोधन करावे की जगातील सर्व समाजशास्त्र अभ्यासकांनी त्याला दाद द्यावी. त्या संशोधनाचा, समाज नवीन पद्धतीने घडवण्यासाठी उपयोग झाला पाहिजे. मॅडम, तुम्ही तुमच्या संशोधनात काही नवीन तत्त्वं सांगितली आहेत. आतापासून तुमच्या तत्त्वांचा ऊहापोह देशपातळीवर सुरू झाला आहे. त्यावर कोणी कौतुकाचा वर्षाव करतात, तर प्रचंड टीकाही केली जात आहे. समीक्षकांनी अशा प्रकारे तुमच्या नवीन मांडणीची चिरफाड सुरू केली आहे. याचा अर्थच असा होतो की मळलेली पायवाट मोडून नवीन पायवाट तयार करण्याचा प्रयत्न केला आहे. आता तुम्ही जो प्रकल्प सुरू केला आहे तो ज्या वेळी प्रसिद्ध कराल तेव्हा त्याची दखल जागतिक पातळीवर घेतली जाणार, हे भविष्य मला आताच दिसत आहे. तुमच्या सुदैवाने तुम्हाला कौलगीसारखा सहकारी मिळाला आहे. तेव्हा तुमच्या प्रकल्पाला पूरक असा विषय तुम्हीच निवडा. नाइलाजाने मला मार्गदर्शक म्हणून श्रेय घ्यावे लागणार आहे, कारण तुम्हाला तशी मान्यता मिळण्यासाठी काही कालावधी लागणार आहे. वास्तविक सर्व मार्गदर्शन तुम्हीच करणार, पण कुंकवाचा धनी मलाच व्हावे लागणार.''

''सर, असे का म्हणता? अहो, तुम्हीही काही महत्त्वाच्या नवीन कल्पना तुमच्या संशोधनातून सादर केल्या आहेत. तुमचे अनेक पेपर्स जागतिक पातळीवर जर्नल्समधून प्रसिद्ध झाले आहेत. माझ्याही संशोधनासाठी त्यांचा संदर्भ मला टाळता आलेला नाही. सर, मार्क्ससारख्या कल्पना जरी आपणास देता आल्या नाहीत तरी पुढील बदलांच्या नांदीचा पाया रचण्याचा प्रयत्न झाला आहे. आपल्या विषयांच्या जागतिक परिषदेमध्ये आजसुद्धा तुम्हाला आवर्जून आमंत्रण असते.''

मणिभद्र दिङ्मूढ झाला. बौद्धिक पातळीवरील चर्चा कशा चालतात हे तो पाहत होता. एकमेकांच्या विचारांचा सन्मान कसा राखावयाचा याचा आदर्श वस्तुपाठ

तो शिकत होता. चर्चा किती फलदायी असतात हे कळत होते. बाजारगप्पा आणि एकमेकांची त्यांच्या अनुपस्थितीत काढली जाणारी उणीदुणी वायफळ असतात. निव्वळ काल अपव्यय. त्यांचा लौकिक जीवनात काहीच उपयोग नसतो.

डॉ. महंती पुढे म्हणाल्या, "सर, 'धर्म, नीती, रीती आणि वर्तन यांचे समाजावर होणारे परिणाम,' असा एक विषय मला सुचवावा वाटतो."

"मॅडम, हा वर्तन काय मुद्दा आहे?"

"सर, डार्विनच्या उत्क्रांतिवादाचा मुद्दा जसा महत्त्वाचा आहे, त्याचप्रमाणे 'वतर्नशास्त्र' हे नवीन विज्ञान विसाव्या शतकाच्या शेवटी विकसित झाले आहे. हा मुद्दा मलाही नवीनच आहे. मिस्टर कौलगी यांनी चर्चेमध्ये सुचवला. मलाही तो महत्त्वाचा वाटतो. सर्वसामान्य माणसांच्या वर्तनावर अंकुश ठेवण्यासाठी धर्म, नीती आणि रीतीरिवाज ही परंपरा असा अर्थ यात अभिप्रेत नाही. सजीवांची उपजत वृत्ती, सहज वर्तन जे अनुकरणातून येत नाही, तर ती निसर्गदत्त देणगी आहे. भय, वंशसातत्यासाठी होणारी धडपड, त्या निमित्ताने होत जाणारा विकास, संचयी वृत्ती, त्यामुळे निर्माण झालेला स्वार्थ अशी जी वर्तने दिसतात, त्याचा समाजावर झालेला किंवा होऊ घातलेला परिणाम, अशी अत्यंत नवीन आणि आजवर कोणीही न वापरलेली संकल्पना वाटते. संदर्भ शोधण्यास सुरुवात केली आहे; परंतु कोणत्याही समाजशास्त्रज्ञांनी वर्तनशास्त्राच्या विषयांचा उल्लेख केलेला आढळून आलेला नाही. आता आम्ही दोघेही या विषयांचा समाजावर कसा परिणाम होतो ते अभ्यासणार आहोत. आणि तसा पेपर तुमच्यामार्फत जागतिक स्तरावरील जर्नलकडे पाठवणार आहोत." मॅडमच्या विवरणांचे सरांना कौतुक वाटले.

"मॅडम, खरोखर अगदी नवीनच मुद्दा आहे. माझ्याही वाचनात नाही आला. खूपच प्रभावी मुद्दा यात शंकाच नाही. याची जगभर निश्चितच दखल घेतली जाईल. तुमचा पेपर अजून जागतिक स्तरावरील जर्नलमध्ये प्रकाशित झालेला नाही. या निमित्ताने तसे होईल."

"नाही सर, हा मुद्दा मिस्टर कौलगींचा आहे. त्याचा सन्मान मिळाला तर तो त्यांनाच मिळाला पाहिजे." मॅडमच्या बोलण्यामुळे सर चकित झाले. इतकी निःस्पृहता, व्वा!

दुपारी ४ वाजण्याची वेळ होती. सरोजमावशी भाजी आणण्यासाठी बाहेर गेल्या होत्या. अजून परीक्षेचा निकाल लागण्यास २० दिवसांचा अवधी होता. गंधमती निपाणीस सुटीचा पुरेपूर आनंद घेत होती. दहा दिवसांपासून ती इथेच होती. आईच्या हाताने बनवलेले जेवण तिला फारच आवडत होते. तीन वर्षं ती बेळगावला

संगणक शिक्षणासाठी असल्यामुळे खाणावळीतील त्याच त्या एकाच चवीच्या जेवणाच्या पार्श्वभूमीवर आईने बनवलेले जेवण आणखीनच रुचकर वाटत असे. आई-वडिलांपासून दूर होस्टेलवर राहिल्यामुळे ती जरा बनेल झाली होती. सतत वेगवेगळ्या लोकांचा संपर्क येत गेल्यामुळे माणसांच्या वेगवेगळ्या प्रकारांच्या स्वभावांचा परिचय होत राहिल्यामुळे ती घरातील भोळीभाबडी साधी मुलगी राहिली नव्हती. सरोज आणि आत्माराम यांना आपल्या लाडक्या लेकीतील बदल माहिती होते. काही बाबतींत ते तिच्या मताचा आवर्जून विचार करत. तीसुद्धा अभ्यासात हुशार होती. अभ्यास कर असे ओरडण्याची वेळ त्यांच्यावर आली नव्हती. तीसुद्धा आपल्या पालकांच्या मर्जीबाहेर कधीच जात नसे. आपल्या आई-वडिलांना आपल्या वागण्यामुळे वावगे वाटू नये अशीच तिची स्वभावाची ठेवण होती. पुढे पदवीनंतरचे शिक्षण घेण्याची तयारी होती. घरातूनसुद्धा त्याला परवानगी होती. पुन्हा त्याच वातावरणात राहण्याची तयारी झाली होती. निपाणीपासून बेळगाव जवळच असल्यामुळे वाटले तर कोणत्याही सुटीला ती घरी येत असे. फक्त एक छोटी बॅग घेऊन ती घरी येत असे. कपडे धुण्याचा प्रसंग तिला होस्टेलवर येत नव्हता. निपाणीस येताना धुण्यासाठीचे कपडे घेऊन यायचे, आईच्या ताब्यात द्यायचे. जाताना धुऊन इस्त्री करून ठेवलेले कपडे बॅगमध्ये भरायचे आणि घेऊन जायचे. आपल्या समाजात मुलींच्या लग्नाची इतर समाजातील पद्धतीप्रमाणे घाई नसते, हे माहिती असल्यामुळे तसला ताणही तिला नव्हता. मुलगी शिकत असेल तर तिला अडवू नये, अशीच धारणा या समाजातील सर्वांची असे.

"महाधनी, कुरिअर."

या हाकेमुळे तिचे दूरदर्शनवरील डोळे दरवाजाकडे गेले. हातात पाकीट असलेली कुरिअर घेऊन आलेली व्यक्ती पाहताच ती त्याच्याजवळ गेली. पोचपावतीवर सही करून पाकीट घेतले. ॲक्सिस बँकेचे ते पाकीट पाहताच तिच्या लक्षात आले की पाकिटात काय असेल ते. तिला आनंद झाला. घाईघाईने पाकीट उघडले. आतील संगणकावर टाइप केलेले पत्र पाहताच तिला कॅम्पस मुलाखत आठवली. बँकेने तिला नियुक्तीचे पत्र पाठवले होते. दोन वर्षांचा प्रशिक्षणार्थी काळ झाल्यानंतर तिची नोकरी कायम होणार होती. या काळात दरमहा रु. १७,५००/- भत्ता देण्यात येणार होता.

काय करावे? ती जरा गोंधळून गेली. स्वीकारावी नियुक्ती की शिक्षण पुढे चालू ठेवावे. तसे पाहिले तर तिला नोकरी करण्याची आवश्यकता नव्हती. आत्मारामजींचा व्यवसाय उत्तम होता. घराला पैशाची काही समस्या नव्हती. शिक्षण घेण्यास मज्जाव नव्हता. परंतु विनासायास आपणहून संधीने दार ठोठावले होते. दोन वर्षांनंतर कायमस्वरूपी नोकरी मिळणारच होती आणि पगारही उत्तम मिळणार याची

खात्री होती. संभ्रमातून बाहेर पडणे कठीण झाले होते.

तिने भ्रमणध्वनी हातात घेतला आणि मणिभय्याचा क्रमांक लावला. अडचणीच्या वेळी तिला मणिभय्याचीच आठवण होत असे. त्याच्याशी संवाद केल्यानंतर तिच्या प्रश्नाला समर्पक उत्तर मिळत असे. पुढील मार्ग दिसत असे. त्याच्यावर फार विश्वास असे.

"हॅलो भय्या"

"गंधा, आज कशी काय आठवण झाली भय्याची."

"भय्या, आता इतक्यात मला ॲक्सिस बँकेचे नियुक्तीचे पत्र आले आहे. आईलासुद्धा माहीत नाही. ती भाजी आणण्यासाठी मार्केटमध्ये गेली आहे. तुलाच ही माहिती सर्वप्रथम देत आहे."

"कितीचे पॅकेज आहे?"

"महिना १७,५००/- म्हणजे वर्षाला २,१०,०००/- रु. दोन वर्षांचा करार, नंतर कायम स्वरूपाची नोकरी."

"छान आहे की गं! पण तुला एम.सी.ए. करायचे आहे ना?"

"त्यामुळेच मला काय निर्णय घ्यावा ते समजेना. म्हणून तर मुद्दाम तुला फोन लावला."

"हे पाहा गंधा, पुढील शिक्षण घेऊन तुला जॉबच करायचा आहे. या शिक्षणावर नाही, पण पुढील शिक्षणानंतर तुला आय.टी. क्षेत्रात संधी मिळू शकते. कदाचित परदेशात जाण्याचीही शक्यता असते. म्हणून पुढचे शिक्षण घेणे तसे चांगलेच. शिवाय, पैशासाठी जॉब केला पाहिजे अशीही परिस्थिती नाही. परंतु आता आलेली संधीही उत्तमच आहे. फार तर परदेशात जाण्याची संधी मिळणार नाही; पण स्थैर्य मिळेल. तुला बेळगावातच संधी मिळत आहे. मावशी आणि काकांना तुझ्याशिवाय दुसरे कोण आहे? तू त्यांच्या जवळच राहिलीस तर दोघांनाही समाधान वाटेल. आई-वडिलांची नेहमी अशीच इच्छा असते की त्यांची अपत्ये नेहमी त्यांच्या डोळ्यांसमोर राहावीत. तुला संधी देणारी बँकसुद्धा नावाजलेली आहे. त्यामुळे कायमस्वरूपी जॉब आहे. ही संधी सोडू नकोस. मावशी आणि काकांशीही चर्चा कर. चांगली संधी आहे, हे लक्षात ठेव.

"ठीक आहे मणिभय्या, निर्णय झाला की तुला कळवते."

गंधमतीला मणिभय्याशी बोलून समाधान वाटले. तिचा निर्णय झाला. आलेली संधी नाकारायची नाही.

गंधमतीला अकाउंट्समध्ये गती होती. मुलाखतीच्या वेळी तिला थोडादेखील ताण नव्हता. मुलाखत म्हणजे काय प्रकार असतो...? केवळ उत्सुकतेपोटी ती मुलाखतीस सामोरी गेली होती. तिला विचारलेले प्रश्न खूपच सोपे वाटले. ती

बिनधास्तपणे उत्तरे देत होती. मुलाखत घेणाऱ्यास हा बिनधास्तपणा आवडल्यामुळे आवर्जून निवड केली होती.

सरोजमावशी आल्या तेव्हा टीपॉयवर पत्र पडलेले होते. गंधमती तंद्रीत होती. आई आल्याचे तिला समजलेही नव्हते.

"गंधा," या हाकेसरशी तिला भान आले.

"काय गं? कसले पत्र?"

"आई, मला नोकरीचे बोलावणे आले आहे. कधी रुजू होता असे विचारत आहेत."

"अगं, तुला पुढे शिकायचे आहे ना?"

"आई, तसा थोडा गोंधळ झाला आहे. मी सहज मुलाखत दिली. त्याचाही अनुभव घ्यावा असा विचार आला. मला कल्पना नव्हती माझी निवड होईल याची. त्यामुळेच जरा गडबड उडाली आहे. नोकरी की शिक्षण? बोलावणारी बँकही चांगली आहे. पगारही उत्तम देतात. संधी मिळवण्यासाठी इतर जण धडपडत असतात. संधी आपल्या दारात आली आहे. काही सुचेना म्हणून मणिभय्याशीही चर्चा केली. तो 'संधी सोडू नको' असे म्हणत आहे."

मावशींनीही पत्र वाचले. "गंधा, दोन वर्षांचा करार करावा लागणार. म्हणजे पदवीपर्यंतच शिक्षण. एकदा तू जॉब करावयास लागलीस तर पदव्युत्तर शिक्षण होणार नाही. तसा हा जॉब उत्तम आहे. शिवाय, बेळगाव इथेच तुला तो करावयाचा आहे. घर तसे जवळच पडते. मणिभद्रही जॉब करावा असे म्हणतो. बाबांना विचार. ते काय म्हणतात ते बघ. ते नको म्हणणार नाहीत म्हणा."

घरातून नकार येणार नाही अशी तिला खात्री होतीच, तरीही तिला हुरूप आला. रात्री आत्माराम घरी आल्यानंतर त्यांना ही बातमी समजली. त्यांनी गंधमतीच्या नोकरी करण्याच्या विचाराला स्पष्ट विरोध केला. दोघीही बुचकळ्यात पडल्या. का विरोध करत आहेत? त्यांनी खुलासा केला. "आपले दुकान छान चालू आहे. पगारामध्ये किती पैसा मिळणार? २ लाख, ५ लाख, १० लाख. आपला वार्षिक नफा २५ लाखांच्या पुढे आहे. माझ्या बरोबरीने गंधमतीने व्यवसायात लक्ष घालावे. तिने अगदी माझा मुलगा व्हावे. व्यवसाय वाढतच आहे. नफाही वाढणारच. कशाला हवी ताबेदारी."

"अहो, तिचे लग्न झाल्यानंतर ती सासरी जाणार नाही का? का तिच्यासाठी घरजावई पाहणार आहात?"

सरोजमावशीच्या प्रश्नांवर आत्मारामजी उत्तरले, "लग्न अगदी थाटामाटात करावयाचे. व्यापार करणारे घराणे हुडकायचे. आणखी १५ वर्षे मी निवृत्त होत नाही. सुरुवातीस तिचा संसार सुरळीत होईपर्यंत थांबायचे. नंतर आपला व्यवसाय

त्यांच्या हवाली करावयाचा.''

''बाबा, ठीक आहे. तुमचे मत समजले. नाकारण्यासारखे काही नाही. समजा, नोकरी केली; नुकसान तर नाही? आताच तुम्हाला व्यवसायात मदत पाहिजे असेही नाही. मलाही आपले हक्काचे, फायद्यात असणारे दुकान सांभाळणे आवडेल. या नोकरीच्या अनुभवाचा फायदा व्यवसायात होणार. कारण मला अकाउंटन्सी विभागातच काम करावयाचे आहे. नोकरी मिळणे अवघड आहे. सोडणे तितके नाही.''

गंधमतीच्या तर्कसंगत बोलण्यास विरोध करणे आत्मारामजींना जमले नाही. शेवटी त्यांनी तिच्या विचारांना संमती दिली. नाहीतरी आणखी दोन वर्षे शिक्षणासाठी ती बेळगावलाच थांबणार होती. त्याऐवजी ती नोकरीसाठी थांबेल. नोकरीमध्ये तिला पैशाच्या व्यवहारांचा सरावच होईल.

''गंधा, आता तुला वसतिगृहामध्ये थांबता येणार नाही. स्वतंत्र खोली करून तुला थांबावे लागेल. तुझ्या कामाच्या ठिकाणाजवळच खोली घेऊन राहावे लागेल. वसतिगृहात तुला मैत्रिणींसोबत राहणे अवघड नव्हते. आता तुला एकटीलाच राहणे भाग आहे. बेळगावात माझ्या परिचयाचे काही लोक आहेत. त्यांच्या सल्ल्यानुसार चांगली जागा पाहू. कधी रुजू व्हायचे आहे?

''बाबा, आजपासून १० दिवसांत केव्हाही जॉईन व्हावे लागेल.''

''हे बघ, येत्या रविवारी आपण सगळेच बेळगावी जाऊ. तुझ्या बँकेचे ठिकाण पाहू. जवळपास खोली पाहू.'' आत्मारामजींच्या बोलण्यावर तो विषय निर्णयाप्रती आला.

रविवारी आत्मारामजी सरोज आणि गंधमती यांना घेऊन दुपारी १२च्या दरम्यान बेळगाव इथे आले. बेळगाव बस स्थानकाजवळ व्यवसाय करणारे श्री. रामगौडा पाटील यांना भ्रमणध्वनीवरून कल्पना दिली असल्यामुळे ते त्यांची वाट पाहत होते. त्यांच्या दुकानासमोर आत्मारामजींची कार थांबताच ते कारमध्ये बसले. नॅशनल हायवेवर नव्याने झालेल्या उपनगरांमध्ये बँकेची शाखा सुरू झाली होती. बँकेचे मुख्यालय नेहरूनगर इथे होते. रविवार असल्यामुळे बँक बंद होती. बँकेचे ठिकाण पाहून झाल्यानंतर आत्मारामजी पाटलांना म्हणाले, ''पाटीलजी, माझ्या मुलीला या बँकेत रुजू व्हावयाचे आहे. तिला इथेच जवळपास राहण्यासाठी एखादी खोली पाहिजे.''

''आत्मारामजी, बँकेच्या मागील गल्लीत मुत्नाळे नावाचे माझे परिचित राहतात. आपण गाडी इथेच पार्क करून त्यांच्याकडे चालत जाऊ. त्यांना माहिती असेल इथे कोणाकडे राहण्याची व्यवस्था होईल ते.'' पाटलांनी असे म्हटल्यानंतर सर्व जण चालत निघाले.

पाटलांनी दरवाजा वाजवताच वयस्क गृहस्थ तात्यासाहेब मुत्नाळे यांनी सर्वांना आत घेतले. तात्यांचे दुमजली छोटेसे घर होते. पाटलांनी गंधमतीच्या संबंधात माहिती सांगताच तात्यासाहेब म्हणाले, "अहो, दुसरीकडे कशाला जागा बघावयाची; आमची दुसऱ्या मजल्यावरील सर्व सोयींनी युक्त रूम आहे. मला एकच मुलगा आहे. सध्या तो जर्मनीमध्ये स्थायिक झाला आहे. त्याच्या बायको-मुलासह तो तिथेच असतो. दोन-तीन वर्षांत आठ-दहा दिवसांसाठी तो येतो. त्याच्यासाठी वरच्या बाजूस एक खोली बांधली होती. सध्या ती रिकामीच असते. मुलीला पसंत पडली तर राहू द्या तिला इथेच. आम्हा दोघांना तेवढीच तिची सोबत होईल."

"सुमती, काही हरकत नाही ना?" आपल्या पत्नीकडे पाहत त्यांनी विचारणा केली.

"अहो, मला काय विचारता; तुमचा आणि माझा निर्णय कधी वेगळा असतो का?" सुमतीबाईंनी तात्यासाहेबांच्या कल्पनेस होकार दिला.

सर्वांनी रूम पाहिली. रूममधून बँकेची इमारत दिसत होती. खालच्या मजल्यावरील माणसांना अडचण न होता वर जाता येत होते. कारण वरच्या मजल्यावर जाण्यासाठी बाहेरून पायऱ्या होत्या. रूम प्रशस्त आणि फर्निचरने युक्त होती. पलंग, टेबल, खुर्ची, भिंतीमध्ये सामान ठेवण्याची कपाटे, ड्रेसिंगची सोय, अॅटॅच बाथरूम, पाणी आणि विजेची सोय. सरोजमावशींना आणि सर्वांनाच रूम आवडली.

"तात्यासाहेब, रूम छानच आहे. भाडे किती द्यावयाचे ते सांगा." आत्मारामजीने व्यवहाराचे विचारले.

"अहो, भाड्यासाठी नाहीच बांधली रूम. आम्हाला सोबत होईल, हा हेतू आहे. पाटीलसाहेब आणि तुमचा स्नेह आहे आणि पाटील अत्यंत सज्जन. त्यांचा शब्द मोडावयाचा नाही. शिवाय, एकटी मुलगी आहे. आपणही भली माणसे आहात. मघाशी बोलण्यातून समजले, तुम्ही पूर्णानंद स्वामीजींचे बंधू आहात. आमचेही कुलदैवत कात्यायिनी देवीच आहे. आतापर्यंत रूम भाड्याने देण्याचा विचार नव्हता. मला चांगली पेन्शन येते. मुलगाही मुबलक पैसे देतो. त्यामुळे भाड्याने देण्याचा विचार कधी आलाच नाही."

तात्यासाहेबांच्या म्हणण्यावर आत्मारामजी म्हणाले, "हे पाहा तात्यासाहेब, व्यवहार कधी सुटत नाही. आम्हालाही प्रशस्त वाटले पाहिजे. तुम्ही काही बोलू नका. मी वर्षाला ५०,०००/- रु. देणार. गंधमती इथे आल्यानंतर सहा महिन्यांचे भाडे २५,०००/- रु. तुमच्या खात्यावर भरण्यास सांगतो. जवळच बँक आहे आणि तुमचे या बँकेत खाते असेलच. नाहीतर नवीन खाते उघडू. दर सहा महिन्यांचे भाडे आधीच जमा करण्याची व्यवस्था करतो. तुम्हाला जशी गंधाची सोबत होईल

तसं तिलाही तुमचे प्रेम मिळेल. तुमची नजरही राहील तिच्यावर. आम्हीही निर्धास्त राहू. हे माझे कार्ड. यावर माझे सर्व फोन क्रमांक आहेत. आपलाही फोन क्रमांक द्या, म्हणजे संपर्कात राहणे सोपे जाईल.''

आत्मारामजींचे बोलणे सर्वांना पटले. तात्यासाहेबांचा निरोप घेऊन सर्व जण परत फिरले. गंधमतीच्या राहण्याचा प्रश्न मिटला. सरोजमावशींना समाधान वाटले. आता फक्त जेवणाचा प्रश्न उरला होता. उपनगर गावाच्या मध्यापासून दूर होते. जवळपास उत्तम हॉटेल किंवा खाणावळीची सोय नव्हती. डबे पुरवणारे कोणी आहे का काहीच कल्पना नव्हती. सरोजमावशीने आत्मारामजींना तसे सांगितल्यानंतर ते म्हणाले, ''हे बघ सरोज, गंधा आता मोठी झाली आहे. ती गेल्या तीन वर्षांपासून बेळगावात राहत आहे. तिच्याकडे दुचाकी आहे. ती इथे आल्यानंतर तूही तिच्या सोबत ये. दोन-तीन दिवस इथेच राहा. तिच्या जेवणाची व्यवस्था झाली म्हणजे तू परत ये.'' आत्मारामजींनी मार्ग दाखवला.

निपाणी इथे गेल्यानंतर गंधमतीने आठ दिवसांनी म्हणजे पुढील सोमवारी बँकेमध्ये रुजू होत असल्याचा निरोप मेल केला. सरोजमावशी आणि गंधमतीचा वेळ बेळगाव इथे राहण्याची तयारी करण्यात गेला. इंडक्शन प्लेट, चहा, साखर, पोहे, रवा अशा स्वयंपाकासाठी लागणाऱ्या वस्तू, किरकोळ भांडी असे थोडे थोडे म्हणता बऱ्याच गोष्टी झाल्या. शुक्रवारी आत्मारामांनी ड्रायव्हरसोबत कारनेच जाण्याची व्यवस्था केली. बेळगाव इथे आल्यानंतर अल्पावधीत सर्व सामान मनासारखे लावून झाल्यानंतर गंधमतीने सुमतीताई आणि तात्यासाहेबांना चहासाठी बोलावले. चहा घेताना बोलताना सरोजमावशी म्हणाल्या, ''ताई, तुमच्यामुळे गंधाच्या राहण्याचा प्रश्न मार्गी लागला. तिच्या जेवण्याची व्यवस्था झाली म्हणजे मग काळजी संपली. इथे जेवणाचे डबे देण्याची काही व्यवस्था आहे का हो ताई?''

तात्यासाहेब म्हणाले, ''हे उपनगर शहराच्या मध्यवर्ती ठिकाणापासून बरेच दूर आहे. शिवाय, इथे कार्यालयेही फारशी नाहीत. या परिसरात एक इंग्रजी माध्यमाची शाळा आहे. तिथे एक उपाहारगृह आहे. त्या उपाहारगृह चालकास विचारून पाहू. कदाचित तयार होईल तो. नाहीतर गंधमतीस किमान ३ कि.मी. अंतरावर काही सोय होते, का ते पाहावे लागेल.''

''तात्यासाहेब, चहा झाल्यानंतर आम्ही चौकशी करून येतो. तुम्ही येत असाल तर चला. आपल्याजवळ कार आहेच.'' सरोजमावशीच्या बोलण्यास तात्यांनी होकार दिला.

शाळा सुटली होती. उपाहारगृह अजून उघडे दिसत होते. उपाहारगृह चालक दिवसाचा हिशोब करत बसले होते. रंगनाथ त्यांचे नाव. शाळेच्या आवारातच उपाहारगृहासाठी जागा दिली होती. उपाहारगृहाला शाळेतून येण्यासाठी आणि

बाहेरील रस्त्यावरून येण्यासाठी अशी दोन्ही बाजूने सोय होती. उपाहारगृह सकाळी ७ ते रात्री ८ पर्यंत चालू असे. संध्याकाळी आजूबाजूचे लोक उपाहारगृहात येत असत. ते ठिकाण छोटेसेच होते. पण तिथली स्वछता नजरेत भरण्यासारखी होती. तात्या आणि सुमतीताई यांचीही आठवड्यातून एक-दोन वेळा भेट होत असे. रंगनाथांची आणि तात्यांची ओळख होती. दोघांनाही गप्पा मारण्याचा शौक होता. तात्यांना पाहाताच रंगनाथ म्हणाले, ''या या तात्यासाहेब या. पाहुणे कोण आणले आहेत आज.''

''रंगनाथजी, ही मुलगी गंधमती. ही आमच्याकडे राहाण्यास आली आहे. ॲक्सिस बँकेत तिला नोकरी मिळाली आहे. आम्ही राहण्याची सोय केली. तुम्ही जेवणाची सोय करता का ते पाहू या, म्हणून आलो.''

''तात्या, तुम्ही सांगायचे आणि आम्ही ऐकायचे. रोज मी माझा डबा घेऊन येतो त्याबरोबर आणखी एक डबा आणत जाईन. फक्त एक वेळेसच. संध्याकाळी नाही होणार. ४००० रु. महिना घेईन.''

''रंगाजी, डबा सुरू करण्याआधीच पैशाचा हिशोब. पक्के व्यापारी आहात. चला, पण सोय केलीत, धन्यवाद!''

तात्या सरोजमावशींकडे पाहत म्हणाले, ''सरोजजी, गंधमतीच्या जेवणाचा प्रश्न सुटला. रंगनाथजी व्यापारी वृत्तीचे जरूर आहेत, परंतु तरीही प्रामाणिक. थोडी न पटणारी गोष्ट आहे. सकाळी ८ वाजेपर्यंत किंवा त्याचे आधीच डबा मिळेल. गंधमतीची बँक ९.३० वाजता सुरू होते. त्यामुळे अडचण होणार नाही.''

''तात्या, तुमच्यामुळे आमच्या गंधाचे नवीन जीवन सुरळीत झाले म्हणायचे. तुम्हाला घरी सोडते. नंतर आम्ही निपाणीस परत जातो. गंधा सोमवारी आठ वाजेपर्यंत येईल. डबा मंगळवारपासून सुरू करू यात.''

सोमवारी सकाळी थोड्या धडधडत्या काळजाने गंधाने बँकेत प्रवेश केला. कायार्लयात शाखाधिकारी पटवारींच्या हातामध्ये तिने आपले नियुक्ती पत्र दिले. पटवारींनी गंधाला बसण्यास सांगितले. कर्मचाऱ्याकडून त्यांनी सदानंद गौडर यांना बोलावून घेतले.

''मि. गौडर, या गंधमती महाधनी. आपल्या इथे अकाउंट सेक्शनसाठी बोलावले आहे. तुम्हाला एकट्यास तीन माणसांचे काम करावे लागत होते. कधी तक्रार केली नाही, पण मला दिसत होते. त्यामुळे मी वरिष्ठांना सतत मागणी करत होतो. मुली मन लावून काम करतात. त्यामुळे तुमचा कार्यभार खूप कमी होईल. त्या आयुष्यात प्रथमच नोकरीच्या कामास सुरुवात करणार आहेत. अनुभव नाही आणि जबाबदारीचे काम. तुम्ही त्यांना व्यवस्थित प्रशिक्षण देऊन तयार करा.''

''अभिनंदन गंधा मॅडम!'' सदानंद एक हसतमुख, उमदे व्यक्तिमत्त्व. चेहऱ्यावर

समाधान आणि आपुलकीचे भाव. सतत नीटनेटके राहण्याची सवय. प्रश्नाला भिडण्याची तयारी. सर्वांशी मैत्रीचे संबंध. त्यांची हवीहवीशी वाटणारी कंपनी. गंधमतीस प्रथमदर्शनीच हा तरुण आवडला. तिने सुहास्य वदनाने त्यांना नमस्कार केला. तिला विश्वास वाटला, स्थैर्य मिळाल्यासारखे वाटले.

"पटवारीसाहेब, आपण नेहमी बोलावतो त्या संगणक तंत्रज्ञाला बोलावून घ्यावे. एक संगणक शिल्लक आहे. तो आपणाला संलग्न करून घ्यावा लागेल. म्हणजे गंधा मॅडमना त्याच्या साहाय्याने काम करता येईल."

सदानंद यांच्या म्हणण्यावर गंधा म्हणाली, "गौडरसाहेब, मला वाटते मला हे काम सहज जमेल. आमचा प्रॅक्टिकलचा तो भागच होता."

"छान! उत्तम! मि.गौडर, मॅडमनी आपले काम सोपे केले. बघा, जर नाही जमले तर मला इंटरकॉमवर कळवा म्हणजे मी तंत्रज्ञास बोलावून घेतो."

"ठीक आहे साहेब."

दोघेही पटवारी साहेबांच्या कक्षातून बाहेर येऊन काउंटरच्या मागे स्थानापन्न झाले. बँकेमध्ये पटवारीसाहेब धरून पाच माणसे होती. गंधाच्या आगमनाने एकूण संख्या सहा झाली. आर्थिक देवघेव करणाऱ्या अर्चना जोगदास मॅडम, सदानंद गौडर, गणेश शिवगौडा आणि कर्मचारी रमेश बावधने.

आल्या आल्या सदानंदने सर्वांचे लक्ष वेधून घेतले. "सहकारी मित्रांनो, आपल्या कळपात एक कोकरू नव्याने सामील झाले आहे. या गंधमती महाधनी, आपणासोबत काम करणार आहेत." त्याच्या गमतीदार बोलण्याने परकेपणा दूर होण्यास मदत झाली. गंधाला त्यांच्या बोलण्याची खूप मजा वाटली. सर्वांनी आपापली ओळख सांगून गंधमतीचे अभिनंदन केले. वातावरण खेळीमेळीचे होते.

"रमेशजी, आज गंधा मॅडमच्या आगमनामुळे मी चहा देणार."

सदानंदच्या बोलण्यावर रमेश म्हणाला, "आता पाच मिनिटांत रंगाजींच्या कॅन्टिनमधून चहा आणतो साहेब."

"रमेश, जाण्यापूर्वी तो स्टोअरमधील संगणकाचा बॉक्स इथे गंधा मॅडमच्या काउंटरवर आणून ठेव." सदानंदाने रमेशला सूचना केली.

गंधमतीने समोर पाहिले. तिच्या काउंटरवर योग्य वीजपुरवठ्याची जोडणी दिसत होती. रमेशने संगणकाचा बॉक्स उघडून काउंटरवर त्यातील सर्व साहित्य गंधाच्या सांगण्यानुसार मांडून ठेवले होते. तिने कात्यायिनी देवीचे स्मरण करून संगणक जोडण्यास सुरुवात केली. सर्व आवश्यक केबल्स उपलब्ध होत्या. पंधरा मिनिटांत तिने सर्व केबल्स जोडल्या. तिचा आत्मविश्वास प्रबळ होता. "गौडरसाहेब, इकडे या आणि तुमच्या शुभहस्ते संगणक सुरू करा."

"अरेच्चा! मॅडम, झाली जोडणी?" आपल्या आसनावरून उठून येत सदानंद

गंधमतीच्या जवळ आले. त्यांच्या पाठोपाठ अर्चना मॅडम आणि गणेश सरही सभोवताली उत्सुकतेने गोळा झाले. सदानंदाने बटणे दाबून संगणक सुरू केला. संगणकाचा माउस वापरून तपासणी केली. संगणक फक्त सुरू झाला नाही तर तो बँकेच्या सर्व संगणकांशीही उत्तमरीत्या जोडला गेला होता. सर्वांना आनंद आणि आश्चर्य वाटले. आपणहून सर्वांनी टाळ्या वाजवून गंधाचे पुन्हा अभिनंदन केले. पटवारी साहेबांना त्यांच्या कक्षातून सर्व दिसत होते. त्यांनी त्यांच्या संगणकावरून चटकन गंधमतीला 'अभिनंदन' असा संदेश पाठवला. क्षणार्धात सर्वांच्या माना पटवारी साहेबांच्या कक्षाकडे वळल्या. ते पाहून पटवारींनी अंगठा उंचावून समाधान झाल्याचे दर्शवले. तेवढ्यात चहा आला.

चार दिवसांत गंधा सदानंदाच्या मार्गदर्शनामुळे बँकेच्या कामांत तरबेज होऊ लागली. तिच्याकडून काही गडबड झाली, तर सदानंद तिच्या जवळ येऊन दुरुस्ती करून देत होते.

दर शनिवारी संध्याकाळी गंधमती निपाणीला हजर असे. सोमवारी सकाळी आठ वाजता ती आपल्या खोलीत परतलेली असे. येताना सरोज मावशी भरपूर डबा करून देत असे. त्यामुळे गंधाला आपल्या खोलीमध्ये खाण्यासाठी काही करण्याची वेळ फारशी येत नसे. रंगनाथजींकडून येणारा जेवणाचा डबाही भरपूर येत असे. शिवाय, पदार्थांच्या चवीची प्रतही चांगली असे. संध्याकाळच्या जेवणाचाही फारसा प्रश्न नसे. एखादे वेळी भाजी केली की प्रसंग निभावला जाई. गंधमती साधारण ४ वाजता बँकेच्या कार्यातून मोकळी होत असे. घरी बँकेतील एखादे काम करावे असेही काही नसे. तिच्याकडे दुचाकी होतीच. तेव्हा मनात आले की ती गावात भटकून येत असे. तिचे शिक्षणच बेळगावात झाले असल्यामुळे मैत्रिणी होत्याच. त्यांच्याकडे जाणे होई. भ्रमणध्वनीमार्फत कार्यक्रमाची आखणी आधीच होई. नंतर ठरलेला कार्यक्रम शिस्तीत पार पाडला जाई. अत्यंत मजेत दिवस चालले होते.

सर्व जण आपापल्या बँकेच्या कामात गुंतलेले होते. पटवारीसाहेब आपल्या कक्षातून बाहेर आले. दुपारचे साडेतीन वाजून गेल्यामुळे मुख्य दरवाजा रमेशने ओढला होता. कोणी ग्राहक नव्हता.

"मित्रांनो," सर्वांच्या माना साहेबांच्या आवाजाच्या दिशेने उंचावल्या. "आज माझ्या मुलाचा, आकाशचा सातवा वाढदिवस आहे. म्हणून मी हॉटेल रघुवंशमध्ये छोटासा समारंभ आणि जेवणाचा कार्यक्रम ठेवला आहे. तुम्ही सर्वांनी संध्याकाळी सात वाजता या. कृपया काही भेटवस्तू आणून मला लाजवू नका." एवढे संभाषण करून ते बँकेतून निघून गेले.

काही मिनिटांमध्ये आपापली कामे बंद करून सर्व जण एकत्र आले. सदानंद, अर्चना जोगदास यांना म्हणाले, "मॅडम, काहीतरी भेटवस्तू आणली पाहिजे. तुम्ही

आणि गणेशसर ज्येष्ठ आहात, संसारी आहात. तेव्हा काय घ्यावे ते ठरवा."

गंधमती म्हणाली, "नंदजी, सर तर भेटवस्तू आणू नका म्हणाले ना?" तिच्या बोलण्यावर सर्व जण हसले. तिला कळेना असे का?

गंधाच्या गोंधळलेल्या चेहऱ्याकडे पाहून सदानंद म्हणाले, "गंधा मॅडम, सर जेव्हा पार्टीसाठी बोलावतात तेव्हा ती पार्टी अतिशय आलिशान आणि कायम लक्षात राहील अशीच असते. त्यांनी सांगितलेले रघुवंश हॉटेल स्टार हॉटेल आहे. ३० ते ४० हजार रुपये सहज खर्च असतो. तेव्हा रिकाम्या हाताने जाणे आपणासच बरे वाटणार नाही. तुम्ही प्रथमच कार्यक्रमास येत आहात. काय धमाल पार्टी असते सरांची! तुम्हाला आज कल्पना येईल."

"मि. गौडर, मला वाटते आपण रिमोटवर चालणारे हेलिकॉप्टर देऊ सरांच्या मुलाला. कशी वाटते कल्पना?"

"अर्चना मॅडम, तुमची आवडनिवड अत्यंत छान असते. स्त्री असूनही तुम्ही कंजुषीवृत्तीने नाही विचार करत. म्हणून तर मी तुम्हालाच विचारले." एवढे बोलून सदानंदने आपल्या भ्रमणध्वनीवरून क्षणार्धात हेलिकॉप्टर आणि त्यांच्या किमतीचे दालन इंटरनेटच्या साहाय्याने उघडले. "मॅडम, साधारण ४ ते ४॥ हजार रुपयांपर्यंत त्याची किंमत आहे. चालेल?"

रमेशसह सर्वांनी त्याला संमती दिली. सर्वांनी १०००/१००० रुपये, रमेशने ५०० रुपये एकत्र करून एकूण ३,५०० रुपये अर्चना जोगदास यांचेजवळ दिले मॅडमचे मिळून ४,५०० रुपये जमा होत होते.

सर्व जण घराकडे जाण्यास निघाले. गंधमतीने सदानंदना हात करून थांबवले.

"गंधा मॅडम, काय झाले?"

"नंदजी, मला हॉटेल कोठे आहे ते माहिती नाही."

"अरे हो! लक्षात आले नाही. असे करा, तुम्ही साडेसहा वाजता रंगनाथजींच्या उपाहारगृहापाशी थांबा. मी येतो म्हणजे आपण सोबत जाऊ. चालेल?"

"अहो, तुम्हाला किती उलटसुलट फिरावं लागेल. मला ते प्रशस्त नाही वाटत."

"गंधा मॅडम, तुम्हाला ठिकाण माहिती असते तरीसुद्धा मी सोबत असलोच पाहिजे. कारण तुम्ही तरुण, सुंदर आणि एकट्या, शिवाय वेळ संध्याकाळची. आता संध्याकाळी किंवा रात्री स्त्रीने एकटी फिरण्याचे दिवस राहिले नाहीत. आपल्या सहकाऱ्यांच्या हिताची काळजी घेणे नागरिक म्हणून माझी जबाबदारी आहे. तुम्ही संकोच सोडा. मी येतो तुम्हाला घेण्यासाठी."

गंधमतीला नंदजींचे बोलणे अत्यंत भावले. काही दिवसांच्या परिचयामुळे गंधाला नंदजींच्या व्यक्तिमत्त्वाचे पैलू लक्षात येत होते. ते सर्वांशी फारच आपुलकीने

वागत. तिने पाहिले होते की नंदजींच्या बोलण्यास खुद्द पटवारी साहेबांसहित सर्व संमती देत. तिलाही या वेळी नको म्हणणे शक्य झाले नाही.

साधारण सात वाजता सदानंद आणि गंधमती हॉटेलमध्ये आले. हॉटेल भव्य आणि सुंदर होते. तिथे फलक लावला होता, 'पटवारी यांची पार्टी डी.जे. हॉलमध्ये.' दुसऱ्या मजल्यावर डी.जे. हॉल होता. १५ ते २० सदस्य हॉलमध्ये उपस्थित होते. गंधमतीने पटवारी सरांकडे पाहिले. त्यांनी धोतर, झब्बा, जाकीट, कोल्हापुरी चपला असा वेष परिधान केला होता. बँकेमध्ये सदा गंभीर असणारे हेच का ते साहेब? गंधाला शंका आली. किती हसतमुख आणि मोकळेपणा दिसत होता. बँकेतले सर्व सहकारी, पटवारी सरांच्या मुलाचे मित्र आणि त्यांचे पालक, काही आप्त असे सारे जण जमले होते.

प्रथम मुलाच्या अभीष्टचिंतनाचा, केक कापण्याचा कार्यक्रम झाला. डी.जे. हॉलमध्ये संगीताचा दणदणाट सुरू होताच मुलांचा उत्साह वाढला आणि त्यांचा एकच जल्लोष सुरू झाला. संगीताच्या तालावर लहान पाय थिरकू लागले. बाकी सर्व बाजूच्या खुर्च्यांवर बसले होते. वेटर तबकांमध्ये पेय घेऊन बसलेल्या व्यक्तींकडे येत होते. तबकांमध्ये विविध रंगांच्या पेयांनी भरलेले ग्लास होते. सदानंदने एक कोलाने भरलेला ग्लास उचलला आणि वेटरकडे पाहिले. वेटर म्हणाला, "व्हिस्की!" सदानंदने एक हास्य केले. तबकांमध्ये खारवलेले काजू एका प्लेटमध्ये ठेवले होते. त्यातील ७/८ काजू उचलून घेतले. त्यांचे लक्ष गंधमतीकडे गेले. तिने तिथे आलेल्या वेटरच्या तबकांमधील पाण्यासारख्या दिसणाऱ्या पेयाने भरलेला ग्लास उचलला. त्या ग्लासच्या कडेला लिंबाची फोड लावली होती. अर्चना मॅडम तिच्या शेजारी बसल्या होत्या. त्यांच्या चेहऱ्यावर स्मितहास्य पसरले होते. सदानंदच्या लक्षात आले घोटाळा होत आहे. ते चटकन उठून गंधाजवळ आले.

"मॅडम, तुमच्या हातामध्ये काय आहे ते माहिती आहे?"

"सरबत आहे," गंधमती निरागसपणे म्हणाली.

अर्चना मॅडम आणि सदानंद जोराने हसू लागले. गंधमतीला कळेना का हसता आहेत?

"अर्चना मॅडम, तुम्ही गंधमती मॅडमना सांगू नये का?"

"सदानंदजी, गंधा नवीन जमान्यातील उच्चशिक्षित मुलगी आहे. मला वाटले तिला चालत असेल."

"काय आहे हो ग्लासमध्ये?"

"अहो गंधा मॅडम, त्यात जीन आहे." सदानंदने सांगितले.

"जीन म्हणजे?" पुन्हा प्रश्न आला.

"अगं, जीन म्हणजे दारू गं!" अर्चना मॅडमनी खुलासा केला.

"बापरे!"

सदानंदने तो ग्लास गंधमतीकडून घेऊन तबकात ठेवला आणि मँगोलाने भरलेला ग्लास तिच्या हाती दिला.

"गंधा, या पेयावर पण विश्वास ठेवू नकोस. त्यातही व्हिस्की असू शकते." हसत हसत अर्चना मॅडमनी सूचना केली."

पुन्हा "बापरे!" उद्गार.

"गंधा मॅडम, मॅडम तुमची फिरकी घेत आहेत. त्यात व्हिस्की असू शकते, पण या ग्लासमध्ये नाही." सदानंदाने धीर दिला.

"मॅडम, नंदजी, तुम्हाला चालते?" गंधाचे प्रश्न संपत नव्हते.

दोघांनीही खुलासा केला. कधीतरी प्रसंगानुरूप आम्ही त्याची चव घेतो.

तेवढ्यात संगीत थांबले. पटवारी सरांचा आवाज आला. "आता कोणीही बसून राहावयाचे नाही. सर्वांनी मोकळ्या मैदानात येऊन धमाल करायची."

पुन्हा संगीताचा दणदणाट सुरू झाला. आता छोट्या पावलांसोबत मोठ्यांची पावलेसुद्धा थिरकत होती. पटवारीसाहेब, त्यांच्या पत्नी आणि मुलासोबत जल्लोष करत होते. बाकी सर्व त्यांच्या सभोवताली ताल धरून होते. गंधमतीला हा सर्वस्वी एकदम नवीन प्रकार होता. ती उत्कटतेने त्यात सामील झाली. अत्यंत बेहोशीचा, धुंद होण्याचा अनुभव ती घेत होती. तारुण्याची सळसळ कशी असते याची तिला अनुभूती मिळत होती.

अर्ध्या तासानंतर ती धमाल थांबली. संगीताचा नाद संपल्यानंतर तिला जाणीव झाली आणि तिच्या चेहऱ्यावर लज्जेची लालिमा पसरली. सदानंद तिच्या चेहऱ्यावरील भाव निरखत होते.

नंतर भेटवस्तू देण्याचा कार्यक्रम झाला. जेवण आणि गप्पांच्या ओघात घड्याळ बघण्याचे भान कोणासच उरले नव्हते. रात्रीचे ११ वाजून गेले होते.

"गंधा मॅडम, पाहिलेत कसा वेळ गेला, किती रात्र झाली! तुम्ही एकट्या कशा जाणार होता खोलीवर."

"हो नंदजी, खूपच उशीर झाला. मला याची कल्पनाच नव्हती. कायम वसतिगृहात राहत असल्यामुळे संध्याकाळी ७च्या आत घरी असेच आयुष्य होते आजपर्यंत."

"ठीक आहे. सोडतो तुम्हाला. चला."

दोघांनी आपापल्या दुचाकी सुरू केल्या. एका चौकामध्ये शिटी वाजल्यामुळे त्यांना थांबण्याची वेळ आली. शिटीपाठोपाठ दोन पोलीस त्यांच्याजवळ येऊन थांबले. एका पोलिसाने बॅटरीच्या उजेडात दोघांचे चेहरे पाहिले. दोघेही तरुण. सुनसान रस्ता, रात्रीची वेळ, पोलीस दुचाकी स्टँडला उभी करून उतरले. या

दोघांनाही दुचाकीवरून पायउतार होणे भाग पडले.

एका पोलिसाने करड्या आवाजात विचारले, "हॅलो मिस्टर, इतक्या रात्री दोघे कोठे फिरत आहात?"

गंधमती घाबरल्याचे स्पष्ट दिसत होते.

सदानंद शांत होते. "साहेब, मी सदानंद गौडर आणि या मिस गंधमती महाधनी." आवाज ठाम होता. "आम्ही दोघेही ॲक्सिस बँकेत नोकरीस आहोत. आज आमच्या सरांच्या मुलाचा वाढदिवस असल्यामुळे हॉटेल रघुवंशमध्ये कार्यक्रम होता. तो कार्यक्रम संपला आणि आम्ही परतत आहोत. हे माझे ओळखपत्र."

इतक्या सविस्तर खुलाशामुळे आणि ओळखपत्र दाखवल्यामुळे त्यांचे समाधान झाले.

"ठीक आहे, हे पाहा साहेब, आम्ही गस्ती पोलीस आहोत. त्यामुळे चौकशी करणे आमची ड्यूटी आहे. आमचे समाधान झाले. तुम्ही जाऊ शकता." एवढे बोलून ते दोघे त्यांच्या दुचाकीवर स्वार झाले आणि शिटी वाजवत निघून गेले.

"गंधा मॅडम, किती घाबरला आहात आणि केवढा घाम आला आहे तुम्हाला. चला, रात्र म्हटले की असे प्रसंग येतात. थोडे धीट व्हा. चला, उशीर होतो आहे."

"नंदजी, मला कधीच असा प्रसंग आलेला नाही. तुम्ही किती शांतपणे सांगत होता. थँक्स हं!"

असे आणि यासारखे प्रसंग त्या दोघांना येत गेले. त्यांच्यामध्ये एकमेकांविषयी आपुलकी वाढत होती. ते दोघे जवळ येत होते. एक अनामिक संबंध त्यांच्यामध्ये दृढ होत होते. परंतु त्यांना त्याची कल्पना नव्हती. दोघांनाही सतत एकमेकांची आठवण होत होती.

आज नंदजी बँकेमध्ये आले नव्हते. सुरुवातीस गंधाला वाटले उशिरा येणार असतील. नंतर तिच्या लक्षात आले नंदजी दोन महिन्यांत एकही दिवस उशिरा आले नव्हते. मग आज काय झाले? रजा टाकली असेल? ती स्वतःला प्रश्न विचारत होती आणि स्वतःच उत्तर देत होती. बराच काळ ती भावनांच्या प्रपातात भरकटत होती. कामावर लक्ष एकाग्र होत नव्हते. बऱ्याच वेळाने ती भानावर आली. अरे, मी इतका त्यांचा विचार का करत आहे? तिने लक्ष केंद्रित करण्याचा प्रयत्न केला. आजचा दिवस फारच रटाळ गेला. स्वतःला आवरण्याचा आटोकाट प्रयत्न केला; पण राहवले नाही. गंधाने शेवटी रमेशला विचारले, "नंदजी का आले नाहीत? त्यांची रजा आहे का?" रमेशने त्याला माहीत नसल्याचे सांगितले. ती आणखीनच अस्वस्थ झाली. गंधमतीचा सुंदर चेहरा तिच्या भावनांचा आरसाच होता. तिची होणारी घालमेल तिचा चेहरा पाहणाऱ्यांच्या लगेच लक्षात येत असे.

अर्चना मॅडमनी तिला विचारले, "गंधा, काय होतंय तुला? बरे वाटत नाही

का?''

''काही नाही मॅडम.'' खाली चेहरा झुकवून तिने उत्तर दिले.

बँकेचे कामकाज संपल्यानंतर ती तिच्या खोलीवर आली. हात-पाय स्वच्छ करून ती कॉटवर बसली. नेहमीप्रमाणे चहा करून घेण्याचीही इच्छा झाली नाही. दोन वेळा भ्रमणध्वनी हातामध्ये घेऊन नंदजींची चौकशी करावी असा विचारही तरळून गेला. स्त्रीसुलभ लज्जेमुळे धाडस झाले नाही. बेचैनी खूपच वाढली म्हणून ती खाली तात्यांच्या घरात बैठकीत येऊन बसली.

तात्या फिरण्यासाठी बाहेर पडले होते. सुमतीताई स्वयंपाकघरात होत्या. गंधा आल्याची चाहूल त्यांना लागली. त्यांना वाटले ही टीव्ही पाहत बसेल नेहमीप्रमाणे. बराच वेळ झाला टीव्हीचा आवाज नाही. स्वयंपाकघरात आली नाही, हाकही दिली नाही. त्या बैठकीत आल्या. त्यांना दिसले, ही मुलगी स्तब्ध बसली आहे. चेहऱ्यावरून तिच्या भावनिक गोंधळाची कल्पना आली. त्या तिच्या शेजारी बसल्या. तिच्या डोक्यावरून हात फिरवत म्हणाल्या, ''बाळा, काय झाले? इतकी शांत कशी तू? नेहमी अवखळपणे वाहणारा झरा आटला कसा? घराची आठवण झाली काय?''

ताईंच्या वात्सल्यपणे बोलण्यामुळे गंधा गहिवरली. ''काही नाही हो ताई, सहजच.'' तिच्या बोलण्यात सहजता नव्हती. सुमतीताईंच्या ते लक्षात आले. त्या विचारात पडल्या. 'दोन महिने मी या मुलीला बघते आहे. इतकी अस्वस्थ ती कधी झाली नव्हती.' त्यांना काळजी वाटून राहिली.

''गंधा, काय झाले? तब्येत बरी नाही?''

''नाही ताई, मलाच कळेना काय होतंय ते. अस्वस्थ वाटते आहे. तसे कारणही काही नाही.''

''जेवण झाले का?''

''झाले जेवण. परंतु फार भूक नव्हती.''

''तुला पाळी आली का?''

''नाही.''

''तुला भूकच लागली असेल. आत ये, तुला खाण्यासाठी देते.''

गंधाला उठवून त्यांनी आत नेले. पोहे तयारच होते. गरम करून तिला खाण्यास दिले. गंधालाही सुमतीताईंच्या प्रेमामुळे बरे वाटले. चित्त थाऱ्यावर आले. तिलाही समजेना आपणास असे का व्हावे? रात्रीही तिला नेहमीसारखी झोप आली नाही. दुसरा दिवस कधी सुरू होतो याच प्रतीक्षेत रात्र दीर्घ झाली.

दुसरे दिवशी ती सर्वांत आधी बँकेत आली. तिची इच्छा होती की सदानंद आल्या आल्या त्यांच्याशी बोलावे. परंतु बँकेतील सर्व सभासद आल्यानंतर सदानंद आले. त्यामुळे तिचा विरस झाला. सदानंदने तिला ''हॅलो'' म्हटले पण तिने आपले

लक्ष नाही असे दाखवले. सदानंद बुचकळ्यात पडले. आज काय झाले? इतर वेळी किती उत्साहात असतात गंधा मॅडम. त्यांनाही चुकल्या चुकल्यासारखे वाटले.

दुपारी एक वाजता भोजनासाठी अर्धा तास बँक बंद होत असे. गंधमती सदानंदजींशी एक शब्दही बोलली नव्हती. ते अस्वस्थ झाले. त्यांनी बोलण्याचा प्रयत्न केला; पण दर वेळी फक्त हुंकारातच उत्तर मिळाले. त्यांनाही कामात एकाग्र होणे जमले नाही. सतत चुका होत होत्या.

भोजनाच्या मध्यंतराच्या वेळी गंधा सदानंद यांच्याजवळ जाऊन म्हणाली, ''चला, उपाहारगृहात जाऊ या.'' नेहमी रूमवर जाऊन जेवण करून येणारी मुलगी आज आपणास उपाहारगृहात येण्यास का सांगते समजेना. तिच्या चेहऱ्यावरील अस्वस्थता पाहून ते गुपचूप उठले.

उपाहारगृहात आल्यानंतर गंधमतीचा संयम सुटला. तिच्या डोळ्यांतून अश्रू आले. नाकाचा शेंडा लाल झाला.

''गंधा मॅडम, काय झाले? बरे नाही का तुम्हाला.''

मान हलवून तिने नाही असे दर्शवले आणि म्हणाली, ''तुमच्यामुळे माझा कालचा दिवस खूप वाईट गेला. किती वाट पाहिली. का आला नाहीत? तुमची तब्येत ठीक आहे ना? सांगा, एखादा फोन तरी करावयाचा. मी काय समजायचे?'' पुन्हा अश्रूंच्या धारा.

सदानंद कावरेबावरे झाले. अनाहूतपणे त्यांनी गंधाच्या हातावर हात ठेवला. ''मॅडम शांत व्हा. अहो, मला.. मला काही झालेले नाही. मी व्यवस्थित आहे.''

''मग का आला नाहीत?''

''अहो, माझ्या बहिणीचा, इराचा वाढदिवस होता.''

गंधमतीच्या चेहऱ्यावरील ताण कमी झाला. रुमालाने चेहरा स्वच्छ करत विचारले, ''आम्हाला बोलवायचे होते वाढदिवसाला.''

खिन्नपणे हसत सदानंद म्हणाले, ''मॅडम, वाढदिवस आम्ही फक्त तिच्या आनंदासाठी, तिला बरे वाटावे, आपली आठवण घरातील सर्वांना आहे हे कळावे म्हणून आठवणीने साजरा करतो. पण ती जशीजशी मोठी होते तशा मला आणि आईला वेदनाच होतात.''

''का हो नंदजी, आजारी असतात का त्या?''

''नाही, तिची तब्येत उत्तम आहे. नेहमी आनंदात असते ती. सर्वांवर फार प्रेम आहे. त्यामुळेच दुःख होते.''

गंधाला समजेना असे काय असावे. ''अहो नंदजी, जर माझ्यासंबंधी परकेपणा वाटत असेल तर आपण विषय इथेच थांबवू. मला तुमची काळजी वाटत होती म्हणून मला तुम्हाला बघण्यापर्यंत सुधरत नव्हते.''

गंधमतीच्या बोलण्यामुळे सदानंदांना गहिवरून आले. "गंधाजी, तुमच्याशी कसला परकेपणा. अहो, इरा माझी मोठी बहीण आहे. सत्ताविसावा वाढदिवस झाला तिचा. तिने पदवीनंतरचेही शिक्षण पूर्ण केले आहे. हुशारही आहे माझ्यापेक्षा. सध्या खासगी कार्यालयात नोकरीसुद्धा करते. पगारही बरा मिळतो तिला; पण तिची वाढ वयानुसार होत नाही. तिला 'पिच्युटरी डॉरफिझम्' असा असाध्य दोष आहे. गंधाजी, तिचे वय आजपासून अठ्ठावीस सुरू होत आहे. परंतु तिची उंची तीन फूटसुद्धा नाही. दिसण्यातही छान आहे. परंतु तिला पाहून आम्हाला भडभडून येते. इतरांना मात्र हसू येते. सांगा गंधाजी, कसे बोलवायचे वाढदिवसासाठी?"

गंधाला वाईट वाटले. "नंदजी, मी आज तुमच्या घरी येणारच. तुमच्या दीदीला वाढदिवसाच्या शुभेच्छा देणार. येऊ ना?"

अधिकारवाणी आणि विनंती, किती संमिश्र वक्तव्य. सदानंदांना हसू आले. "तुमच्यासारख्या भावनाप्रधान मुलीला नाही म्हणता येणार नाही. तुमचा रुमाल आधीच ओला झालेला आहे. नाही म्हटले तर आता माझा हातरुमाल तुम्हाला द्यावा लागेल. त्यापेक्षा चला म्हणणे सोईचे. होय ना!"

खुदकन हसत गंधा म्हणाली, "काय हो नंदजी!"

बँकेचे कामकाज संपल्यानंतर गंधा सदानंदजींसोबत निघाली. वाटेत तिने पुष्पगुच्छ आणि इमिटेशन ज्वेलरीच्या दुकानातून एक सुंदर केसात अडकवण्याचा सोनेरी आकडा घेतला.

सदानंदच्या घराचा दरवाजा इरावतीनेच उघडला. तिची छोटीशी छबी पाहून गंधाला कसेतरी वाटले. "सदा, ही गंधा का रे?" इराने विचारले.

"होय दीदी."

गंधाला आश्चर्य वाटले. तिच्या चेहऱ्याकडे पाहत इरा म्हणाली, "अगं, दिवसातून हज्जार वेळा सदा तुझ्याबद्दल बोलत असतो. म्हणून मी अंदाजाने म्हटले."

इरावतीने त्यांना आत घेतले. घरामध्ये एक प्रौढ विधवा 'अवंती' कोचावर बसली होती. सदानंदने गंधाची ओळख करून दिली. "ही आमची आई." गंधमतीने त्यांना वाकून नमस्कार केला.

"औक्षवंत व्हा!" अवंतीबाईंनी गंधाला आपल्या शेजारी बसवून घेतले.

"दीदी, काल तुमचा वाढदिवस झाल्याचे नंदजींनी सांगितले. ही तुमच्यासाठी भेट."

तो सुंदर आकडा पाहून इरा म्हणाली, "गंधा, तुझी आवड छान आहे. सुंदर आहे. आकडा मला आवडला."

"आई, आम्ही माझ्या खोलीत जाऊन बसतो गप्पा मारत." असे म्हणून

इरावती गंधाला घेऊन तिच्या खोलीत गेली.

इरावती जेमतेम तीन फूट उंचीची मुलगी. हात आणि पाय आखूड, त्यांची बोटेही आखूड होती. शरीर प्रमाणबद्ध होते. चेहरा जरा सुरकुतलेला होता. स्त्रीत्वाची शारीरिक निशाणी मात्र दिसत नव्हती. केस आणि अंगावरचे कपडेच स्त्री असल्याची खूण. आवाजही चिरका होता. स्वरयंत्राची वाढ पूर्ण झालेली नव्हती. तिला प्रजननाचीही क्षमता नव्हती. तिच्या बोलण्यातून बुद्धिमत्तेची जाणीव मात्र दिसत होती स्वतःच्या वैगुण्यांची माहिती असूनही तिची वृत्ती आनंदी होती. समाजामध्ये मिसळताना संकोच वाटत नसल्यामुळे शाळा, कॉलेजमध्ये उपस्थित राहून शिक्षण घेतले होते. नोकरीच्या ठिकाणीही ती विनासंकोच जात होती. तिला माहीत होते, आपणास पहिल्यांदा पाहणारी व्यक्ती सुरुवातीस हसणार. पण सवय झाल्यानंतर त्यातील नावीन्य संपणार. सर्व परिचितांमध्ये ती छोटू म्हणून ओळखली जात होती. आनंदी वृत्तीमुळे तिने स्वतःचे जीवन सुखी करून घेतले होते.

गप्पांच्या ओघात रात्र झाली. गंधमतीने जाण्याचा विषय काढल्यानंतर अवंतीबाईंनी जेवून जाण्याचा आग्रह केला. इरावती आणि गंधमतीचा पहिल्या भेटीतच छान स्नेह जुळला. गंधमतीच्या सौंदर्याने आणि लाघवी वागण्यामुळे अवंतीबाईंवरही प्रभाव पडला. ''येत जा गंधमती'' असे सांगून तिला निरोप दिला. गंधा एका वेगळ्याच धुंदीत आपल्या रूमवर परतली.

काळ जात होता. दोघांची एकमेकांविषयी ओढ वाढतच होती. त्या दोघांशिवाय बँकेमधील इतरांच्याही लक्षात ती जवळीक आली होती.

ॡ

''मॅडम, आज मी वाचनालयामध्ये संदर्भ शोधण्यासाठी गेलो होतो. तिथे नेमकी आपणास हवी असणारी पुस्तके नव्हती. मी चौकशी केली तेव्हा समजले की डॉ. माने आणि त्यांच्या विद्यार्थ्यांनीही तीच पुस्तके घेतली आहेत. यापूर्वीही असे झाले होते. सुरुवातीस योगायोग असेल असा माझा समज झाला होता. आज असे तिसऱ्या वेळी घडते आहे. मध्यंतरी माने सरांनी मला बोलावून घेतले होते. इकडची तिकडची चौकशी करत त्यांनी माझ्या-तुमच्या संशोधनाची अत्यंत चातुर्याने चौकशी केली. माने सरांविषयी माझी विशेष आस्था असल्यामुळे मी बरीच माहिती सांगितली. मॅडम, तुमचे आणि माने सरांचे काही बिनसले आहे काय?'' मणिभद्र अत्यंत सरळपणे बोलत होता.

महंती मॅडमनी कपाळाला हात लावला. ''मणिभद्र, काय करून बसलात? अहो, वर्धने सरांनी आपणास गुप्तता राखण्यास सांगितले होते. विसरलात काय? माझ्या प्रकल्पाला मान्यता मिळाली आणि त्यांचा प्रकल्प सध्या स्थगित ठेवला

आहे. माझ्या कामाचे, संशोधनाचे सर्वत्र स्वागत होत आहे. हे यश इतरांना पचवणे अवघड जाते. शिवाय, इथे जातीचा दुरभिमान पराकोटीला पोहोचलेला असतो. आपल्या कामात अडथळे आणण्याचा चंग बांधला आहे. आपले भावी विभागप्रमुख तेच असणार. माने सर आपणास सहज काम करू देणार नाहीत. फार घोटाळा करून ठेवला तुम्ही मणिभद्र.'' मॅडमचा चेहरा लालबुंद झाला होता. त्यांना मणिभद्रचा आणि स्वतःचा खूप राग आला होता.

''मॅडम, मला असल्या गोष्टींची माहिती नाही. माझ्या नजरेतून सर्व गुरुजन समान. विद्यापीठातील राजकारण म्हणजे असे? आपण तक्रार केली तर त्याचा उपयोग होणार नाही. श्रेष्ठी म्हणतील 'पाहतो... करतो'; पण फक्त वेळकाढूपणा होणार. पण मॅडम झाले ते चांगल्यासाठीच.''

महंती मॅडमनी प्रश्नार्थक मुद्रेने त्यांच्याकडे पाहिले.

''मॅडम, समाजशास्त्र विषयातील संदर्भ मिळाले नाहीत म्हणून मी जीवशास्त्र विषयातील उत्क्रांतीचे आणि वर्तनशास्त्रातील संदर्भ पाहिले. त्यामधून मला समाजनिर्मिती कशी झाली असेल याचा नवीन दृष्टिकोन मिळाला. हे पाहा, मी काही माहिती उतरून घेतलेली आहे. सोबत माझी मतेही मांडलेली आहेत. ती जरा वाचून पाहा.''

मॅडमचा चेहरा निवळला. त्यांना मणिभद्रच्या सहवासामुळे लक्षात आले होते की अडचण आली तरी त्यातून मार्ग काढण्याची त्याची क्षमता छान आहे. कार्यसिद्धीसाठी सर्वस्व ओतणे आणि कार्य बिनचूकपणे करण्याचा स्वभाव आहे.

''पाहते थोड्या वेळाने. आपण आतापर्यंत तुमचे दोन आणि आणि माझे दोन असे चार पेपर्स राष्ट्रीय आणि आंतरराष्ट्रीय स्तरावर पाठवले आहेत. आपला कामाचा वेग तसा समाधानकारक आहेच. आपण अत्यंत नावीन्यपूर्ण संकल्पना सादर केल्या आहेत. आणखी वेगाने काम पूर्ण करून माझ्या प्रकल्पासोबत तुमचाही प्रबंध पूर्ण करावयाचा आहे. अरणावळ सरांच्या कार्यकाळातच हे काम झाले तर उत्तम होईल. माने सर अडथळा निर्माण करून आपले लक्ष विचलित करणार. सुदैवाने तुम्ही ध्येयाच्या प्रती ठाम आहात ही तशी जमेची गोष्ट आहे. पण सतत अडथळे येणार, भावनिक अस्वस्थता येणार. त्यातूनच मार्ग काढावा लागणार. यापुढे तुम्ही विभागात अत्यंत काळजीपूर्वक राहा. आपल्या प्रकल्पाविषयी कोठेही बोलू नका. आता आपणास वेगाने काम करावयाचे असेल तर संदर्भग्रंथ पाहावे लागणारच. माझी पुणे विद्यापीठाच्या वाचनालयाची संलग्नता आहे. शिवाय, मुंबईच्या ब्रिटिश कौन्सिल वाचनालयाचेही सभासदत्व आहे. त्यामुळे संदर्भग्रंथ अभ्यासणे अवघड नाही. आपण पुढील आठवड्यात पुणे इथे जाऊ. चार दिवस राहून येऊ. माझे मार्गदर्शक डॉ. गुप्ते आहेत. त्यांच्याशी चर्चा करू.''

सोमवारी दुपारी दोन वाजेपर्यंत डॉ. महंती आणि मणिभद्र पुणे इथे पोहोचले.

विद्यापीठ रस्त्यावरील एका स्टार हॉटेलमध्ये मॅडमनी एक डबलरूम तीन रात्रीसाठी ठरवून ठेवली होती. रूम ताब्यात घेऊन बॅग्ज रूममध्ये ठेवल्या. मणिभद्र परगावी फारसा गेलेला नव्हता. स्टार हॉटेलमध्ये तो प्रथमच येत होता. अशा हॉटेलमध्ये कोणते रीतीरिवाज पाळले जातात याबद्दल तो अनभिज्ञ होता. शांतपणे, थोड्या संथपणे, इतरत्र निरीक्षण करून तो कसे वागावे हे ठरवत होता. त्याच्या गौरवर्णामुळे आणि भारदस्त दिसण्यामुळे तो तेथील माणसांमध्ये मिसळून गेला. अंगावरील पांढऱ्या शुभ्र कपड्यांमुळे मात्र तो जरा वेगळ; परंतु रुबाबदार दिसत होता. मॅडम तर अशा वातावरणास सरावलेल्या होत्या. त्यांच्या देखणेपणामुळे इतरांची नजर त्यांच्याकडे खेचली जात होती. त्या मात्र इतरांकडे न पाहताच आपल्याच विचारात होत्या.

"मणिभद्र, तुम्ही वॉश घ्या, कपडे चेंज करा. तोपर्यंत मी काउंटरवरील तपशील आणि ॲडव्हान्स भरून येते."

दहा मिनिटांत मॅडम परत आल्या. तोपर्यंत मणिभद्र तयार होऊन रूमच्या बाहेर येऊन थांबला होता.

"मॅडम, मी जरा आसपासचा परिसर पाहून येतो. सोबत फाइल घेतली आहे. त्यामध्ये आपण तयार केलेल्या चारही पेपर्सच्या झेरॉक्स प्रती घेतल्या आहेत. मी वेटिंग रूममध्ये थांबतो."

मॅडमना मणिभद्रच्या चाणाक्षपणाचे कौतुक वाटले. त्यांना तयार होण्यासाठी मोठ्या खुबीने रूम मोकळी केली होती.

बरोबर चार वाजता दोघे पुणे विद्यापीठामध्ये डॉ. गुप्तेंच्या समोर बसले होते.

"डॉ. नभा, कोल्हापूर मानवते का? तुझे आयुष्य पुण्यात गेले म्हणून विचारत आहे." डॉ. गुप्तेंनी खुशाली विचारली.

"सर, माझे विचार सतत अभ्यासाभोवती फिरत असतात. भौतिक सुविधांबद्दल मी फार चोखंदळ नाही. तसे कोल्हापूर विद्यापीठाचा परिसर फार छान आहे. डॉ. अप्पासाहेब पवारांनी सर्व रचना फार दूरदृष्टीने केली आहे. परिसर रम्य आहे. राहण्याची सोय उत्तम आहे. शहरातही सोयी फार व्यवस्थित आहेत. सर्वांत महत्त्वाचे म्हणजे आमचे विभागप्रमुख विधायक दृष्टिकोनाचे असल्यामुळे काम करण्यास उत्साह वाटतो. चांगल्या कामाला ते दाद आणि प्रोत्साहन देतात."

"अगं, केशवला मी चांगले ओळखतो. चर्चासत्रांमध्ये आमची नेहमी गाठ पडते. आमची छान मैत्री आहे. त्यांचे संशोधनही उच्च प्रतीचे आहे." गुप्ते सर म्हणाले.

"सर, हे मणिभद्र. माझे सहायक आणि संशोधक. यांनीच मला वर्तनशास्त्राचा मुद्दा समाजशास्त्र विषयाशी कसा निगडित आहे, हे सुचवलं. मी आपणास माझ्या

प्रकल्पाविषयी फोनवरून सांगितलं आहेच.''

मणिभद्रने गुप्ते सरांना अभिवादन केलं. फाइल सरांच्या समोर ठेवत म्हणाला, ''सर, हे मॅडमचं काम.''

''माझ्या एकटीचं नाही. आम्हा दोघांचं काम आहे. हे फार मेहनती आहेत. त्यांना नवनवीन कल्पना सतत सुचत असतात. माझ्या अलीकडे लक्षात आलं आहे की धर्मशास्त्राविषयी हे फार अधिकारवाणीनं बोलतात. धर्म आणि त्याचा भारतीय समाजबांधणीमध्ये किती महत्त्वाचा वाटा आहे ते पुराव्यानिशी सांगतात. चारही वेदांमध्ये असणाऱ्या संस्कृत ऋचा ते इतक्या सहजपणे सांगतात, की थक्क होतो ऐकणारा. तुम्ही हे पेपर्स वाचा म्हणजे तुमच्या लक्षात येईल की समाजशास्त्राचा अत्यंत वेगळा प्रवाह यात विशद केला आहे. संदर्भ आणि पुरावे इतके प्रभावी आहेत की त्यांना खोडून काढणं कोणासही सहजी शक्य नाही.''

''डॉ. नभा, मी पेपर्स वाचून घेतो. लिखित स्वरूपात अभिप्रायही देतो. जे माझ्या ज्ञानाला पटणार नाही त्यावरही सविस्तर लिहितो.''

डॉ. गुप्ते हे जागतिक स्तरावर मान्यताप्राप्त समाजशास्त्रज्ञ होते. त्यांनी मार्क्सच्या विचारांचे सखोल अध्ययन केले होते. मार्क्सची फुटपट्टी सरसकट सर्व समाजासाठी वापरता येणार नाही. भौगोलिक, राजकीय आणि धार्मिक विविधतेमुळे त्यात कोणते बदल आवश्यक आहेत हे त्यांनी अत्यंत मार्मिकपणे दाखवून दिले होते. त्यांच्या लिखाणास जगभरातील मान्यताप्राप्त समाजधुरीणांनी अभिवादन केले होते. डॉ. महंती त्यांच्याच तालमीत तयार झाल्या होत्या. सरांच्या अभिप्रायाचे मोल त्या जाणून होत्या.

महंती मॅडम आणि मणिभद्र विद्यापीठाच्या प्रवेशद्वाराजवळ आले. ''मणिभद्र, आता ५॥ वाजले आहेत. गुप्ते सरांची भेट ही एक महत्त्वाची गोष्ट पूर्ण झाली. उद्या सकाळपासून संध्याकाळी ४ वाजेपर्यंत असे रोज याप्रमाणे तीन दिवस संदर्भ शोधू. गुरुवारी रात्री स्लीपर कोचने किंवा इतर खासगी वाहनाने कोल्हापूर इथे परत जाऊ.'' इतक्यात त्यांच्या भ्रमणध्वनीवर संदेश आल्याचा ध्वनी उमटला. त्यांनी भ्रमणध्वनी पाहिल्यानंतर लक्षात आले की डल्लस इथल्या वॉशिंग्टन विद्यापीठातून मेल आला होता. मेल वाचता वाचता त्यांनी पट्कन मणिभद्रचा हात घट्ट धरला. त्यांच्या डोळ्यांतून अश्रू ओघळत होते.

मणिभद्र गडबडून गेला. त्याला समजेना कसला संदेश आला. त्याने विचारले, ''मॅडम, काय झाले?''

महंती मॅडमच्या मुखातून शब्दच बाहेर पडेनात. त्यांनी मणिभद्रला जवळ ओढले आणि भ्रमणध्वनी त्याच्यासमोर धरला. पडद्यावर सूर्यप्रकाश असल्यामुळे त्याला काहीच दिसेना. त्याने मॅडमना धरून शेजारी असणाऱ्या दगडी कट्ट्यावर

बसवले. "मॅडम, शांत व्हा."

"मणी, खूप आनंदाची बातमी आहे. अरे, आपल्या दोघांचेही रिसर्च पेपर्स आंतरराष्ट्रीय स्तरावरील पुस्तकांसाठी निवडले गेले आहेत. आपल्या संशोधनामुळे विषयाला नवीन वळण मिळेल असे उद्‌गारही त्यांनी काढले आहेत. माझे पेपर्स आता आंतरराष्ट्रीय स्तरावर प्रथमच स्वीकारले गेले. परंतु तू संशोधनाला आता कोठे सुरुवात केली आणि तुझे दोन्ही पेपर्स तेही आंतरराष्ट्रीय स्तरावर. अभिनंदन!"

महंती मॅडम एवढे बोलून भानावर आल्या. त्यांच्या लक्षात आले आपण मणिभद्रचा हात धरून ठेवला आहे. त्यांना आपण एकेरी नावाने बोलत आहोत.

त्यांनी मणिभद्रचा हात सोडला. त्या जरा दूर सरकल्या. "मणिभद्र, माफ करा! भावनेच्या भरात मी तुम्हाला एकेरी वचनात बोलले."

"अहो मॅडम, तुम्ही माझ्यापेक्षा वयाने आणि ज्ञानाने मोठ्या आहात. माझ्याविषयी तुम्हाला आपलेपणा वाटतो, हेच यातून दिसते. आणि बातमीसुद्धा अशी आहे की कोणत्याही व्यक्तीने वयाची तमा न बाळगता आनंदाने डोलावे. तुम्ही माझे अभिनंदन करता, पण तो तर तुमचा मान आहे. विषयाचा विचार सोडून तुम्ही दुसरा विचारच करत नसता. अशी विषयाशी एकरूप झालेली माणसे फार क्वचित आढळतात." दोघांनाही खूप आनंद झाला होता. तेही स्वभाविकच होते.

तेवढ्यात पुन्हा एकदा संदेश आला. हा मेल दिल्लीतून यू.जी.सी.च्या ऑफिसमधून आला होता. त्यांनी दोघांचेही अभिनंदन केले होते. आनंदाची परिसीमा झाली. दोघांच्या भावना अनावर झाल्या होत्या. शरीराला कंप सुटला होता.

प्रवेशद्वारावरील वॉचमनला ते दोघे दिसत होते. "साला! एवढी मोठी झाली तरी लफडी करतात. त्यासाठी यांना विद्यापीठाचाच परिसर सापडतो." बिचारा त्याच्या अनुभवानुसार बोलत होता.

दोघेही काही काळ अबोलपणे एकमेकांच्या चेहऱ्याकडे पाहात बसले. काही वेळात भानावर आल्यानंतर मॅडम हसत म्हणाल्या, "मणिभद्र, आज खूप चांगला दिवस आहे. आपली ओळख आता आंतरराष्ट्रीय स्तरावर झाली आहे. तुम्ही तो वर्तनशास्त्राचा मुद्दा नव्याने आपल्या विषयाशी जोडल्यामुळे हा सन्मान आपणास मिळाला आहे. चला, आता आपण चतुःशृंगी देवीला जाऊ. इथून जवळच आहे. माझ्या माई आणि बाबांचे ते श्रद्धास्थान आहे. योगायोग पाहा, बातमी आपणास देवीच्या परिसरातच मिळाली. तशी आमची देवदेवतांविषयी फार आस्था नाही. पण दैव किंवा योगायोग असतो असे वाटते."

देवालयात संध्याकाळची वेळ असल्यामुळे थोडी माणसे होती. दर्शन छान झाले. देवीच्या दर्शनाच्या वेळी मणिभद्रने मुक्त कंठाने स्तोत्र म्हटले. त्याच्या घनगंभीर आवाजामुळे उपस्थितांचे आपोआप लक्ष वेधले गेले होते. सर्वांचे हात

जोडले गेले. तेथील स्थानिक पुजारीही भारावून गेले होते. मॅडमनाही त्याचे हे स्वरूप माहिती नव्हते. आवाजामुळे त्या मंत्रमुग्ध झाल्या होत्या. पुजाऱ्याने दोघांना बोलावून कौतुक केले आणि "उभयता सुखी भव!" असा आशीर्वाद देऊन प्रसाद दिला. त्या आशीर्वादाने मॅडम कावऱ्याबावऱ्या झाल्या. मणिभद्रच्या नजरेतून मॅडमचे विचलित होणे सुटले नाही. एक गूढ स्मित त्याच्या चेहऱ्यावर पसरले.

संध्याकाळची वेळ रमतगमत फिरण्यात घालवून ते रूमवर परतले. जेवण घेतल्यानंतर झोपण्याची वेळ झाल्यानंतर मणिभद्रला खूप अवघडल्यासारखे झाले. एकाच रूममध्ये मॅडमच्या सोबत रात्र घालवणे दिव्यच होते. शेवटी मनाचा निर्धार करून तो म्हणाला. "मॅडम, मी इथे कोचवरच झोपतो."

दुसरा पर्यायच नव्हता. मॅडम म्हणाल्या, "तुम्हाला अवघडल्यासारखे वाटेल. मी एक जादा बेड मागवते म्हणजे तुम्हाला व्यवस्थित झोपता येईल."

"नको मॅडम, कोच तसा प्रशस्त आहे. राहू द्या." असे म्हणून त्याने कोचवर अंग टाकले. काही क्षणांत त्याला झोप लागली. डॉ. नभा शांतपणे त्याच्या चेहऱ्याकडे पाहत होत्या. त्यांच्या डोक्यात मणिभद्रविषयी विचारमालिका सुरू होती. किती देखणी व्यक्ती आहे. संस्कारही उत्तम आहेत. बुद्धिमत्ताही प्रसन्न आहे. अशी व्यक्ती जीवनात असेल तर! त्या एकदम चपापल्या. काय विचार करत आहोत आपण? मणिभद्रचा विचार करतच त्या निद्रेच्या अधीन झाल्या.

संदर्भग्रंथातील भरपूर टिपणे घेण्यात दिवस जात राहिले. आज रात्री परतायचे होते. दोघेही गुप्ते सरांच्या कक्षात आले. त्यांना पाहताच गुप्ते सर उभे राहिले. "डॉ. नभा आणि मणिभद्र, तुमचे मनःपूर्वक स्वागत आणि तुमच्या संशोधनास हार्दिक अभिवादन! अरे, तुमच्या संकल्पना समजावून घेण्यासाठी दोन दिवस अभ्यासाला बसावे लागले. तुम्ही समाजशास्त्रात नवीन दिशा देण्यात यशस्वी झाला आहात. अशी धारणा आपल्या विषयात यापूर्वी कोणीही आणली नाही. तुम्हाला जागतिक स्तरावर मान्यता मिळणार. मला तुमचा हेवा वाटत आहे. आता आपल्या विषयात यापुढे या नवीन वाटेनेच संशोधन होत राहणार. अगदी आंतराष्ट्रीय स्तरावर यापुढे संशोधक तुमचा सल्ला घेतल्याशिवाय पुढे जाणार नाहीत. मीसुद्धा यापुढे याच दिशेने संशोधन करणार आहे." सर अगदी भारावून बोलत होते.

"सर, आपली भेट घेऊन परत जात असतानाच समजले, वॉशिंग्टन विद्यापीठाकडून आमच्या पेपर्सना मान्यता मिळाली आहे. डिसेंबरमध्ये डल्लास इथे अमेरिकेत आंतराष्ट्रीय परिषद आहे. त्याचे आमंत्रण आम्हाला मिळाले आहे. त्यापूर्वी राजधानी दिल्लीमध्ये यू.जी.सी.ने आमच्या सन्मानासाठी राष्ट्रीय परिषद आयोजित केली आहे. सर, मला आता लक्षात आले आहे की याचे सर्व श्रेय मणिभद्र कौलगी यांना आहे. या तीन दिवसांमध्ये यांनी झपाटल्यासारखे काम करून इतके संदर्भ गोळा केले

आहेत की अगदी थोड्या कालावधीत आमचा प्रकल्प पूर्ण होईल. विक्रमी कमी वेळात मणिभद्रना डॉक्टरेट मिळणार यात शंका नाही.'' डॉ. नभाच्या बोलण्यास गुप्ते सरांनी होकार दर्शवला.

कोल्हापूरला परतताना आरामगाडीत मॅडम मणिभद्रच्या खांद्यावर डोके ठेवून बिनधास्त झोपल्या होत्या. त्यांच्या स्पर्शाने मणिभद्रही तारुण्यसुलभ भावनेने अस्वस्थ झाला होता. तो संपूर्ण प्रवासात डॉ. नभाच्या चेहऱ्याकडे पाहत होता. प्रवास संपला होता की न संपणारा प्रवास सुरू झाला होता. निर्णय होत नव्हता.

नेहमीप्रमाणे सकाळी ११ वाजता मणिभद्र कोल्हापूरला आपल्या विभागात आला. महंती मॅडम त्याच्या आधीच आल्या होत्या.

"मणिभद्र, तुम्ही इतक्या लवकर आलातही वस्तीवर जाऊन? कमाल आहे! चला, आपण अरणावळ सरांची भेट घेऊ.''

"या मॅडम, या मि. कौलगी.'' दोघांना पाहताच डॉ. अरणावळांनी दोघांचे मनःपूर्वक स्वागत केले. "आपल्या विद्यापीठाचे नाव तुम्ही जागतिक स्तरावर नेऊन ठेवले. खूप खूप अभिनंदन! महंती मॅडम, कष्ट तुम्ही करत आहात आणि श्रेय मात्र मला देत आहात. मला त्रास होतो. तुमच्या संशोधनाची दखल जागतिक स्तरावर घेतली जात आहे. आता मी आपल्या कुलगुरूंना सांगून विशेष परवानगीने तुम्हाला मार्गदर्शक म्हणून मान्यता मिळवून देण्याची सोय करणार आहे. पुढील वर्षाच्या सुरुवातीपर्यंत तशी मान्यता मिळूनही जाईल. तुम्ही अमेरिकेतील परिषद संपवून परत याल, तेव्हा तुम्हाला मान्यता मिळालेली असेल.'' अरणावळ सर अत्यंत सद्गतीत भावनेने बोलत होते.

"मॅडम आणि कौलगी, सोमवारी सर्वांत प्रथम आपल्या विभागातर्फे तुमचा छोटासा सत्कार समारंभ होणार आहे. मा. कुलगुरू या समारंभाचे अध्यक्ष असतील,'' सर पुढे म्हणाले.

दोघेही सुखावले. कक्षात परतल्यानंतर मॅडम मणिभद्रला म्हणाल्या, "मणिभद्र, आज तुम्ही रात्रीच्या भोजनासाठी माझ्याकडे येणार आहात.''

"मॅडम!''

"अहो, माझ्या माईची तुमची भेट घेण्याची इच्छा आहे. शिवाय, प्रसंगही आहे. मी स्वतः स्वयंपाक करणार खास तुमच्यासाठी,'' हसत मॅडम म्हणाल्या.

"गुरूची आज्ञा प्रमाण!'' मणिभद्र इतकेच बोलू शकला.

रात्री ७ वाजता मणिभद्र डॉ. नभा मॅडमच्या घरी आला.

मॅडमपेक्षा जास्त आतुरतेने सुधाताई मणिभद्रची वाट पाहत होत्या. त्यांची मुलगी ज्याच्या नावाचा सतत उल्लेख करते, त्या व्यक्तीला बघण्याची उत्सुकता त्यांना लागून राहिली होती. मणिभद्रच्या व्यक्तिमत्त्वाकडे पाहताच त्यांच्या लक्षात

आले, नभा का सतत मणिभद्रचे नाव घेते. मणिभद्रचा उल्लेख केल्याशिवाय तिचा एक दिवस जात नाही. दोन महिने झाले होते. इतके वेड लावण्यासारखे काय आहे?

मणिभद्रशी संवाद करताना सुधाताईंना समजले फक्त देखणेपणाच नाही, तर बोलण्यातील मार्दव, सहजपणे जाणवणारा आपलेपणा. बोलता बोलता समोरच्यास आपलेसे करून घेण्याची वृत्ती. आताही सुधाताईंशी बोलताना तो म्हणाला, ''माई, तुम्हाला पाहिल्यानंतर मला समजले की 'खाण तशी माती' अशी म्हण का पडली.''

मॅडमच्या सुंदरतेचा त्याचसोबत माईंच्याही सुंदरतेचा उल्लेख त्याने मोठ्या खुबीने केला होता. माई सुखावल्या होत्या. किती शालीनतेने त्याने दोघींचा सन्मान केला होता. मणिभद्र त्यांना अंतःकरणापासून आवडला. नभाला सुखाचा सागर सापडल्यासारखे त्यांना वाटत राहिले.

''मणिभद्र, माझी नभा स्वयंपाकघरात फार क्वचित येते. माझी तब्येत ठीक नसेल तरच. अशा वेळीही घरी काही करण्यापेक्षा बाहेरूनच आणण्याकडे तिचा कल असतो. आज मात्र बाईसाहेब विभागाकडून आल्यापासून वेगवेगळे प्रकार करण्यात गुंग झाल्या आहेत. मला तर आश्चर्य वाटून राहिले.''

''अगं माई,'' स्वयंपाक पूर्ण करून बाहेर येत मॅडम म्हणाल्या. ''आज आपल्याकडे विशेष अतिथी आले आहेत. यांच्यामुळे मला जागतिक स्तरावर मान्यता मिळाली.''

''काय हे मॅडम! अहो, मी स्नातक; तुम्ही माझ्या मार्गदर्शक. तुमच्यामुळे मी का माझ्यामुळे तुम्ही? बाहेर कोणी ऐकले तर काय म्हणतील?''

''म्हणतील या मुलीला वेड लागले आहे. होय, मला एक प्रकारचे वेडच लागले आहे. नाहीतरी वेडं झाल्याशिवाय यश मिळत नाही.'' बोलता बोलता मॅडमनी विषय अत्यंत सहजतेने बदलला. जे बोलायचे होते ते तर बोलून घेतले होतेच.

माई आपल्या मुलीच्या चेहऱ्यावरील आनंद पाहत होत्या. निषाद गेल्यापासून पहिल्यांदाच नभाला इतके आनंदी झाल्याचे त्या पाहत होत्या.

मणिभद्रला परतण्यास ९ वाजले होते. जाताना मॅडमने काळजीने विचारले, ''आता चालतच निघणार. वस्तीवर पोहोचण्यास तुम्हाला उशीर होणार.''

''थोडा उशीर होईल; परंतु सराव आहे त्याचा. फक्त विद्यापीठाच्या प्रवेशद्वारापर्यंतच चालावे लागणार. पुढे बस एका पाठोपाठ एक सतत येत असतात. राष्ट्रीय महामार्ग असल्यामुळे तशी अडचण नाही.''

''मणिभद्र, पुढच्या आठवड्यात आपण तुमच्यासाठी एक मोटरसायकल घेऊ. तुम्ही अद्याप एकही पैसा माझ्याकडून घेतला नाही. तुमचे तीन महिन्यांचे पैसे बाकी

आहेत. मीसुद्धा मुद्दाम ते तुम्हाला दिले नाहीत. माझा पहिल्यापासून असा विचार होता की तुम्हाला एक बाइक घेऊन द्यावी. मी तुम्हाला जादा पैसे देणार होते. तुम्ही ते मान्य केले नसते. आता तुमचे हक्काचे पैसे आहेत. तुम्हाला ते नाकारता येणारच नाहीत. माझ्या इच्छेसाठी तुम्ही हे मान्य केले पाहिजे. तुमची गुरू म्हणून ही आज्ञा मान्य केलीच पाहिजे.''

''मॅडम, खरेतर याची आवश्यकता नाही. परंतु तुमची म्हणजे गुरुजनांची आज्ञा नाकारून चालणार नाही.''

''मणिभद्र, फक्त गुरू म्हणून?'' मॅडमने लडिवाळपणे प्रश्न टाकला.

काहीही उत्तर न देता मणिभद्रने निरोप घेतला. वस्तीवर परतताना त्याच्या डोक्यात फक्त नभा मॅडमने घर केले होते. अत्यंत निग्रहाने त्याने मॅडमचा विचार दूर करण्याचा प्रयत्न केला; पण त्याला यश आले नाही.

सोमवारी कुलगुरूंच्या हस्ते मणिभद्र आणि महंती मॅडमचा सत्कार झाला. कुलगुरूंनी अभिनंदन केले आणि पुढील वाटचालीसाठी शुभेच्छा दिल्या. डॉ. मानेंनी आपणहून छोटेसे भाषण केले. त्यांनी स्वतःच्या कृतीबद्दल खेद व्यक्त केला. इतरांना त्यांचे म्हणणे समजले नाही; परंतु मॅडम आणि विभागप्रमुखांना ते चटकन लक्षात आले. माने सरांच्या प्रांजळ बोलण्यामुळे आनंद झाला; पण संशय संपला नाही.

कार्यक्रम झाल्यानंतर महंती मॅडम मणिभद्रला घेऊन गावात गेल्या. दोघांच्या संमतीने एक बाइक त्यांनी खरेदी केली. परतताना दोघे बाइकवरून परतले. पाठीमागे एखाद्या सुंदर तरुणीस घेऊन बाइक मारण्याचा अनुभव... मणिभद्र मोहरून गेला होता. स्वर्गसुख असे असते का? विचाराच्या तंद्रीतच तो विभागापर्यंत आला. मॅडमच्या परवानगीने त्याने वस्तीकडे मोर्चा वळवला. वस्तीत शिरताना त्याला रत्नमाला बनहळ्ळी दिसली. ''मणिभैय्या, नवीन बाइक! तू घेतली?''

''होय रत्नाम्मा. बैस पाठीमागे.''

दोघे गावात आले. वस्तीवरील सर्व जण मणिभद्रला पाहत होते. त्यांना मणिभद्रच्या प्रगतीचे कौतुक होते.

जाता जाता मणिभद्र आपल्या दुकानासमोर थांबला. सातव अण्णा लंगडत बाहेर आले. त्यांनी मणिभद्रला नमस्कार केला.

''अण्णा, अहो तुम्ही वयाने ज्येष्ठ आहात. तुम्ही नमस्कार नाही तर मला आशीर्वाद द्यायचा. तुम्ही दुकान अगदी छान सुरू ठेवले आहे. तुमच्या संसाराच्या गरजा भागतात ना?''

''मणिभय्या, तुमचे उपकार इतके आहेत की माझ्या कातड्यांचे जोडे करून दिले तरी कमीच आहे. तुम्ही नसता तर मला भीक मागण्याशिवाय दुसरे काय करता

येणार होते? बायको अन् तीन लेकरांचे पोट भरते. दानव्वा शेतावर मजुरीला जाते. शिवाय, वस्तीवरच्या घरांतही कामाला जाते. त्यामुळे चार पैसेही शिल्लक पडतात. या पैशांचा उपयोग मुलांच्या शिक्षणासाठी होईल. पहिल्यापेक्षा परिस्थिती बरी झाली म्हणायची.''

सातव अण्णाच्या जोडलेल्या हातांवर हात ठेवून मणि म्हणाला, ''अण्णा, आजच मी ही बाइक घेतली आहे. आपल्या दुकानासाठी लागणारे साहित्य आता लवकर आणता येईल.''

''मणिभय्या, तुमची अशीच वाटचाल सुरू राहू दे.'' सातव अण्णांनी आपल्या सदिच्छा व्यक्त केल्या.

पुण्याहून परतल्यानंतर महंती मॅडम आणि मणिभद्रने अखंड लिखाणाचा ध्यास घेतला. माने सरांनी त्यांच्या कामात थोडाही अडथळा आणला नाही. चार महिन्यांत त्यांचे एकूण लिखाण दोन हजार पानांपेक्षा जास्त झाले होते. १० ते १५ संशोधन पेपर्स प्रसिद्ध झाले होते. बऱ्यापैकी बौद्धिक थकवा आला होता. दोघांनाही काही दिवस विश्रांतीची गरज होती.

''मणिभद्र, खूप कंटाळा आला आहे.''

''हो मॅडम, इतके मान मोडून काम केल्यामुळे बराच थकवा आला आहे. नवीन कल्पनाही फारशा सुचत नाहीत. थोड्या विश्रांतीची गरजही आहे. आणखी पंधरा दिवसांत नवरात्र महोत्सव सुरू होणार. तेव्हा १५ दिवस एक क्षणही मला वेळ मिळणार नाही. आमच्या कुलदेवतेचा; कात्यायिनी देवीचा उत्सव आहे. मला आमच्या मठाच्या कामात लक्ष घालावे लागेल.''

देवता, उत्सव असे शब्द ऐकून मॅडमच्या चेहऱ्यावर नापसंतीचे भाव उमटले. ते पाहून मणिभद्र म्हणाला, ''मॅडम, तुमच्या भावना मी समजू शकतो. जितकी माणसे तितक्या प्रकृती. अगदी आईच्या आणि मुलाच्या भावनाही वेगवेगळ्या असतात. दोन व्यक्ती अगदी सारख्या नसतात. म्हणून तुमचे श्रद्धास्थान आणि माझे वेगवेगळे असणारच.''

''मणिभद्र, तुम्ही ज्या वातावरणात वाढला ते वातावरण आणि माझे वातावरण यात खूपच तफावत आहे. माझे आतापर्यंतचे सर्व जीवन शहरी वातावरणात व्यतीत झाले असल्यामुळे खेड्यातील संस्कारांची साधी ओळखही नाही. मला अशा वातावरणाची ओळख करून घ्यायची आहे. मी ठरवले आहे, दोन दिवस तुमच्या घरी मुक्काम ठेवायचा. पाहा, तुम्हाला अडचणीत टाकत नाही ना?''

मणिभद्र मॅडमच्या बोलण्यामुळे गोंधळून गेला. ही शहरी, बार्बी बाहुलीसारखी नाजूक मुलगी. आमच्या धूळभरल्या ओबडधोबड वस्तीवर. कल्पनाही नको. आता स्वतः त्यांनीच येतो म्हटल्यावर नाही कसे म्हणायचे?

"गुरुवर्य येती घरा, तोचि दिवाळी दसरा." मणिभद्रच्या वक्तव्यावर त्यांना हसू आले.

"मॅडम, आमची वस्ती खेडेसुद्धा नाही. साधारण ७०/८० घरे; तीसुद्धा विखुरलेली, कोकणात आढळतात तशी. बहुतेक गावकरी जुजबी शिकलेले. उच्चभ्रू समाजात आढळणाऱ्या रीतीरिवाजांपासून फार दूर. काय मनात येईल ते तोंडावर बोलून रिकामी होणारी. वृत्तीने मात्र मोकळी. आता पावसाळा आहे. रस्ते नीट नाहीत, चिखल. तुम्हाला चालणार नाही. पाहा!"

"म्हणजे मी तुमच्या वस्तीवर येऊ नये असेच ना?" नाराज होत मॅडमने विचारले.

"तसे नाही मॅडम, तुम्हीच म्हणता, मी शहरी वस्तीमध्ये वाढलेली. सतत स्टार वातावरणात वाढलेल्या तुम्हाला पश्चात्ताप होऊ नये म्हणून कल्पना दिली."

"मणिभद्र, तिथेही माणसेच राहतात. माझ्या दृष्टीने महत्त्वाचे म्हणजे तुम्ही पण तिथेच राहता आहात ना. म्हणून मला ती वस्ती बघायचीच आहे."

मॅडम जिद्दीला पडल्या आहेत. त्यांना घरी घेऊन गेल्याशिवाय तरणोपाय नाही. "मॅडम, दोन दिवसांचा अवधी द्या. नंतर जाऊ आपण."

त्या दिवशी घरी गेल्यानंतर मणिभद्र झपाटल्याप्रमाणे स्वच्छतेच्या मागे लागला.

"अरे मणी, दसरा आणखी लांब आहे."

अव्वाच्या बोलण्यावर मणिभद्र म्हणाला, "अव्वा, आमच्या मॅडमना आपली वस्ती बघायचे मनात आले. त्या दोन दिवस आपल्या घरी राहण्यासाठी येणार आहेत."

"असं आहे होय!" असे म्हणून वरदाईच नव्हे तर रुद्राण्णाही मनापासून मणिभद्रला मदत करू लागले.

दोन दिवसांनी मणिभद्र सकाळी मॅडमच्या घरी आला. सुधाताईंना नमस्कार करून तो म्हणाला, "माई, मॅडमना माझी वस्ती पाहायची आहे."

हसत हसत माई म्हणाल्या, "काय खूळ घेऊन बसेल ते सांगता येणे अवघड आहे. सांभाळ बाबा तिच्या लहरी."

"मणिभद्र, तुमची बाइक इथेच राहू द्या. मी माझी अल्टो ८०० घेते. पावसापाण्याचे दिवस आहेत." नेहमी साडी परिधान करणाऱ्या महंती मॅडम पंजाबी ड्रेसमध्ये आल्यानंतर मणिभद्र त्यांच्या रूपाकडे बघतच राहिला. त्या नेहमीपेक्षा ५-६ वर्षे लहान वाटत होत्या. दोघींच्या चांगलेच लक्षात आले, तो चांगलाच गोंधळून गेला आहे.

"मॅडम, सर्वांना माहीत झाले आहे, मणिभद्रच्या शिक्षिका दोन दिवसांसाठी वस्तीवर येणार आहेत. तुम्हाला पाहिल्यानंतर त्यांचा कसा विश्वास बसणार की

तुम्ही माझ्या शिक्षिका आहात?''

या बोलण्यावर तिघेही मनसोक्त हसले. मॅडमच्या चेहऱ्यावर लालिमा पसरली.

जेव्हा मॅडमची निळी अल्टो मणिभद्रच्या घरासमोर उभी राहिली, तेव्हा गाडीभोवती लहानमोठ्या १०-१५ जणांनी गराडा घातला होता. महंती मॅडमना खूपच अवघडल्यासारखे झाले. मणिभद्र लहानमोठ्या व्यक्तींबरोबर आपुलकीने आणि आस्थेने बोलत होता.

तेवढ्यात वरदाई पाण्याचा तांब्या व भाकरीचा तुकडा घेऊन आल्या. तुकडा ओवाळून टाकल्यावर त्यांनी मॅडमच्या डोळ्यांना पाणी लावले आणि आत घेतले. मणिभद्रने गाडीतील सामान आणले.

"आई, मणिभद्रच्या मागे लागून तुमची वस्ती पाहण्यासाठी आले आहे. दोन दिवस तुमचा पाहुणचार घेणार आहे. मी छोट्या गावात कधीच राहिले नाही. म्हणून मुद्दाम आले आहे.''

"छान झाले! मलाही तुम्हाला भेटायचे होते. तुमच्याबद्दल मणी नेहमी सांगत असतो. तुमच्या हुशारीचे फार कौतुक करत असतो. मला असे वाटत होते, तुम्ही वयाने फार जास्त असणार; पण आता पाहिल्यावर वाटते मणीपेक्षा तुम्ही लहान आहात.''

"आई, मी मणिभद्र यांच्यापेक्षा ३ ते ३।। वर्षांनी मोठी आहे. शरीराची ठेवणच तशी असल्यामुळे लहान वाटते. वस्ती छान आहे. चारही बाजूंनी हिरवेगार डोंगर. खाली खोल भागातील वस्ती. सर्व बाजूंनी दाट झाडी. अगदी सहलीसाठी असावे तसे. मला हे ठिकाण फार आवडले. आयुष्यभर कोणी राहा इथे असे सांगितले तर राहाण्यास तयार आहे मी.''

या मुलीच्या नेमक्या भावना काय असाव्यात? वरदाईसमोर मोठे प्रश्नचिन्ह पडले. तेवढ्यात मागच्या पडवीतून रुद्राण्णा घरात आले. पांढरे स्वच्छ कपडे, साधीभोळी मुद्रा. मॅडमना मणिभद्रच्या आणि त्यांच्या चेहऱ्यातील साम्य लक्षात आले. त्यांना नमस्कार करताच त्यांनी उच्चारलेले शब्द ऐकू आले, "औक्षवंत व्हा! तुम्ही मणीच्या मार्गदर्शक गुरुजन?''

"होय बाबा, माझे भाग्य मला मणिभद्रसारखा शिष्य मिळाला. खरे पाहता, त्यांच्या मुद्द्यामुळे माझ्या अभ्यासास वेगळीच चालना मिळाली. कागदोपत्री मार्गदर्शक म्हणून कदाचित मी असेन, पण गुरू कोण आणि शिष्य कोण असा प्रश्नच आहे. त्यापेक्षा आमचे नाते मित्रत्वाचेच झाल्यासारखे आहे.''

मुक्त वातावरणामध्ये लौकिक बंधने गळून पडली होती. मॅडमना मुक्तपणे भावना व्यक्त करण्यास मोकळीक मिळाल्यासारखे वाटत होते.

"मॅडम, मागच्या पडवीत चला. तिथे बाथरूम आहे. पाहिजे असल्यास

मोकळ्यावर विहिरीशेजारी हात-पाय स्वच्छ करण्यासाठी जागा आहे. मागे आमची छोटीशी शेती आहे. ती पाहून घेऊ.'' मणिभद्रच्या सांगण्यानुसार त्या त्याच्यासोबत शेतामध्ये चक्कर मारण्यासाठी गेल्या. ''मॅडम, इथे बहुतेक सर्वांनी रानामध्येच घरे बांधली आहेत. म्हणून वस्ती विरळ आहे. इथल्या लोकांच्या गरजाही मोठ्या नाहीत. सर्वात महत्त्वाचे म्हणजे आमच्या वस्तीवर वीजपुरवठा नियमित असल्यामुळे फारशी अडचण नाही.'' गप्पा मारत त्यांनी शेतीत चक्कर टाकली.

''मणिभद्र, त्या समोरच्या डोंगरावर देऊळ दिसते.''

''होय ते 'विरूपाक्ष' म्हणजे छोटेसे महादेवाचे मंदिर आहे.''

''मला तिथे जाण्यास आवडेल.''

''मॅडम, रस्ता नाही. खडतर पाऊलवाट आहे. ठिकाण मात्र शांत आणि रम्य आहे. तुम्हाला जमेल का?''

''तुम्ही सोबत असाल तर अवघड नाही वाटणार.''

वरदाईने मोठ्या कसोशीने जेवण बनवले होते. कितीही प्रयत्न केला तरी तिखटाचे प्रमाण म्हणावे तितके कमी झालेले नव्हते. महंती मॅडम निमूटपणे जेवण घेत होत्या. कोल्हापुरी झणझणीत जेवण. विशेषतः खेड्यातून कसे असेल याची झलक त्यांना समजत होती. त्यांचे डोळे, नाक, जीभ लाल झाली होती. त्यांनी आवाज काढला नाही तरी त्यांच्या चेहऱ्यावरून मणिभद्रला अंदाज आला. त्याने घरच्या दुधाचे घट्ट दही त्यांना भरपूर वाढले. चुलीवर केलेल्या खरपूस भाजलेल्या शाळूच्या भाकरी, गाडग्यात शिजवलेला घरच्या तांदळाचा भात, वांग्याची भाजी आणि गोडासाठी म्हणून केलेला, जात्यावर दळलेला गव्हाच्या रव्याचा शिरा असा आटोपशीर बेत होता. वेगळेपणा म्हणून जेवण बरे वाटले; परंतु फार समाधान झाले नाही. वरदाईच्याही लक्षात ती गोष्ट आली. त्यांच्या सुगरणपणाला मर्यादा होत्या.

दुपारी तीन वाजता मणिभद्रने विचारले, ''मॅडम, विरूपाक्ष महादेवाला जाण्याचे नक्की ना?''

त्या उत्साहात हो म्हणाल्या. मणिभद्रने एक काठी, एक घोंगतं त्यांच्या हातामध्ये दिले. ''मणिभद्र हे काय?''

''मॅडम, याला घोंगतं म्हणतात. पाऊस आल्यावर तेवढीच सुटका.''

''मी छत्री आणली आहे.''

हसून तो म्हणाला, ''आपण रस्त्यावरून जात नाही. डोंगर चढायचा आहे. एका बाजूने काठी धरावयाची आधारासाठी. दुसरा हात तोल सांभाळण्यासाठी. वारे इतक्या जोराचे असते की छत्रीचा उपयोग नाही होणार. अजूनही विचार करा जायचे की नाही.''

त्या हट्टाने म्हणाल्या, ''जायचेच!''

मणिभद्रचा नाइलाज झाला. रानातून नेहमी जाणाऱ्या माणसास सहज चालता येत नाही. नवख्या व्यक्तीची परीक्षाच असते. डोंगरपायथ्याशी आल्यानंतर झाडांच्या, झुडपांच्या गर्दीत हरवलेली पाऊलवाट वेडीवाकडी आणि फारच ओबडधोबड होती. सराव असल्यामुळे मणिभद्र सहज जात होता. मॅडम त्यांच्या पाठोपाठ जात होत्या. निम्मी चढण झाल्यावर त्यांना धाप लागली. थोड्या विश्रांतीसाठी दगडावर बसल्या. संपूर्ण आसमंत हिरव्या वनराईने नटला होता. आयुष्यात इतक्या सौंदर्याचा ठेवा त्यांनी पाहिला नव्हता. त्या आनंदित झाल्या. त्या उत्साहात त्या पुढे झाल्या. थोडाफार सराव झाल्यामुळे त्या वेगाने निघाल्या. मणिभद्र त्यांच्या आनंदासाठी मागे राहिला. एकाएकी मणिभद्रने त्यांचा हात धरून त्यांना मागे ओढले. बेसावध असल्यामुळे मॅडम मणिभद्रच्या छातीवर आदळल्या. आणखी तोल जाऊ नये म्हणून त्याने त्यांच्या कमरेभोवती घट्ट विळखा घातला. या अकल्पित प्रकारामुळे त्या भांबावल्या आणि रागावल्या. थोडे स्थिरावल्यानंतर त्याने मॅडमना बाजूला केले आणि जमिनीकडे बोट दाखवले. एक भलामोठा काळाकुट्ट विंचू त्यांच्या दिशेने येत होता. ते दृश्य पाहताच मॅडमना दरदरून घाम फुटला. मणिभद्रने हातातील काठी विंचवासमोर टेकवली. विंचू त्या काठीवर चढला आणि वेगाने त्याच्या दिशेने येऊ लागला. त्याची अंगठ्याच्या जाडीची नांगी वेगाने इकडेतिकडे वळवळत होती. मणिभद्रने मॅडमच्या हातातील काठी घेऊन विंचवाला दूर ढकलले. महंती मॅडमच्या छातीची धडधड स्पष्ट ऐकू येत होती. त्यांनी मणिभद्रच्या हातामध्ये आपला चेहरा लपवला. मणिभद्रचे हात त्यांच्या अश्रूंनी ओले झाले. त्यांच्या खांद्यावर हलके थापटले. त्यांना धीर दिला. "असल्या गोष्टी माळरानात घडत असतात. थोडे लक्ष देऊन असावे लागते. तुम्ही उत्साहात पुढे जाऊ नका. पुढचे चढण फारच खडे आहे. सावकाश या माझ्या पाठीमागून."

पुढचे चढण खूपच कठीण होते. काठीचा त्यांना उपयोग करता येत नाही हे पाहून मणिभद्र त्यांचे मनगट घट्ट धरून त्यांना पुढे जाण्यास मदत करत होता. धाप लागलेली असूनही नभा मॅडमना गोड शिरशिरी अनुभवास आली. शेवटी मंदिराचा परिसर आला. परिसर फारच विलोभनीय होता. मंदिराभोवती बेलफळाची मोठमोठी झाडी होती. तिथे एक पायऱ्या असणारी दगडी बांधणीची विहीर होती. त्यात स्वच्छ पाणी होते. "मॅडम, तुम्हाला पोहता येते?" त्यांनी नकारार्थी मान हलवल्यानंतर पुढे तो म्हणाला, "माझा हात सोडू नका. सावकाश विहिरीत उतरा. हात-पाय-तोंड स्वच्छ करून दर्शन घेऊ." 'कायम हात धरण्याची इच्छा आहे.' तोंडाने बोलता येण्यासारखे नाही म्हणून मुकाट्याने त्यांनी त्याच्या सूचनांचे पालन केले. छोटेसेच, हेमाडपंती शैलीतील मंदिर होते. महादेवाची पिंड अत्यंत सुबक होती. इतक्या उंचावर आणि कठीण ठिकाणी मंदिर कसे बांधले असेल? हे पाषाण इथपर्यंत कसे

आणले असतील? कल्पनेच्या बाहेरील सत्य होते. दर्शन घेऊन दोघे बाहेर आले. प्रदक्षिणा घालताना सर्व परिसर खूप रम्य दिसत होता. वस्तीवरील घरे काडेपेटीच्या आकाराची दिसत होती. राष्ट्रीय महामार्गाचा काळसर पट्टा दिसत होता. त्यावरून जाणारी वाहने मुंग्यांच्या ओळीप्रमाणे भासत होती. निसर्गापुढे मानव किती क्षुद्र आहे हे पदोपदी जाणवत होते.

ते दोघे मंदिराच्या रुंद कट्ट्यावर बसले होते. मॅडमना खूपच धाप लागली होती. एक तास चढण चढत आले होते.

"मणिभद्र, मी थोडी विश्रांती घेते." एवढे बोलून त्यांनी अंग टाकले. सहजपणे त्याच्या मांडीवर डोके टेकवले आणि डोळे मिटून घेतले. त्या वर्तमान, भूतकाळ आणि भविष्यकाळ यांच्याही पलीकडे गेल्या होत्या. त्यांची छाती वेगाने खालीवर होत होती. श्वासोच्छ्वास वेगाने सुरू होता. स्पर्शाचा परिणाम होता की दमवणूक झाली होती? त्यांच्या स्पर्शाने मणिभद्रलाही तारुण्यसुलभ भावनेने घेरले. त्याचा हात केव्हा त्यांच्या केसावर फिरू लागला ते समजले नाही. त्याच्या लक्षात आले, आपण दोघे सहवासामुळे बांधले गेलो आणि एकमेकांत गुंतत आहोत. देवाच्या सान्निध्यात त्या आपले अव्यक्त प्रेम स्पर्शातून व्यक्त करत आहेत. आपण आता मठाशी बांधले गेले आहोत. आपणास संसार नाही. तरीही हे बंध का निर्माण होत आहेत? स्त्री म्हणजे देवीचे दृश्य रूप. म्हणजे आपण देवीवरच प्रेम करतो आहोत. देवतांवर श्रद्धा आणि प्रेम करावे असे धर्म सांगतो. सर्व माणसांवर प्रेम करण्याचा संदेश धर्मातून सांगितला जातो. मॅडमही माणूसच आहेत. त्यांच्यावर प्रेम हे धर्ममान्य असेल काय? विचारांची आवर्तने उठत होती. विचारांचा चक्रव्यूह तयार झाला होता आणि त्याचा अभिमन्यू. बऱ्याच वेळाने तो भानावर आला. त्याची नजर आकाशाकडे गेली. कृष्णमेघांनी आकाश भरले होते.

त्याने हलकेच हाक मारली, "मॅडम."

त्या क्षणार्धात जाग्या झाल्या. उठून बसल्या.

मणिभद्रने नजरेनेच आकाशाकडे पाहण्यास सांगितले.

"बापरे! आता हो?" त्यांच्या मुखातून सहजोद्‌गार उमटले.

"आलिया भोगासी दुसरे काय. आपण भिजणार हे शंभर टक्के. चला, परतू या."

२००/३०० पावले जेमतेम ते चालले असतील तेवढ्यात मुसळधार पावसाच्या सरी सोसाट्याच्या वाऱ्यासोबत आल्या. आतापर्यंत असणाऱ्या सुखद आणि शांत निसर्गाने रूप बदलले होते. मोकळ्या वातावरणातील निसर्गाचे असे रौद्र रूप शहरात सिमेंटच्या खोल्यांत राहणाऱ्या व्यक्तीला एकदम भयावह वाटणे स्वाभाविक. मॅडमना आता घोंगत्याचा उपयोग लक्षात आला. थंडी, पाऊस, वारा आणि अंगावर

येणारा काळोख. त्यांची भीतीने बोबडी वळाली. पाण्याने वाट निसरडी झाली होती. मणिभद्रच्या आधाराशिवाय उतरणे शक्य नव्हते. त्या मणिभद्रला बिलगून चालत होत्या. मॅडमच्या शरीराचा मुलायम स्पर्श मणिभद्रला संयमाच्या काठावर घेऊन आला. त्याचे चित्त विचलित झाले. क्षणभर थांबून त्याने मॅडमना घट्ट धरले. ''नभा, किती सुंदर आहेस तू. विश्वामित्राला तपश्चर्या भंग पावण्यास भाग पाडणाऱ्या मेनकेसारखी.''

नभाची थंडी दूर पळाली. सबंध शरीरातून उष्णतेची लाट पसरली. तिने अर्धोन्मीलित नजरेने मणीकडे पाहिले. उत्कटतेने तिचे नाजूक ओठ विलग झाले. मणिभद्र भानावर आला. त्याने तिच्या ओठांवर बोट ठेवले. मिठी सैल केली. ''चला, ही काठी घ्या. पाऊस थांबला आहे. वस्ती जवळ आली आहे.''

थोड्या नाराजीनेच मॅडम दूर झाल्या. वाट पाहण्यापेक्षा टाचा उंचावल्या असत्या तर... हळहळ वाटत राहिली. आनंदाची धुंदी मात्र सर्वत्र पसरली होती. मणिभद्रला मात्र त्यांच्या चेहऱ्याकडे बघण्याचा धीर झाला नाही. तो एकदम शांतपणे मार्गक्रमण करत राहिला.

घराच्या अंगणात पाऊल ठेवताच आवाज आला. ''भिजलात का रे मुलांनो!'' पडवीत अण्णा उभे होते. ''मुली, आधी कपडे बदलून घे. न्हाणीमध्ये गरम पाणी आहे.'' मॅडमना त्यांच्या वडिलांची आठवण आली.

वरदाईने रात्रीच्या जेवणासाठी भाकरी, पिठले, भात, ताक, भाजलेले पापड आणि शेंगदाणे, घरचे तूप असा बेत केला होता. या वेळी तिखटाचे प्रमाण एकदम कमी ठेवले होते. डोंगर चढण्याचे श्रम आणि थंडीच्या वातावरणामुळे मॅडमचे जेवण छान झाले.

''मणिभद्र, मला बैलगाडीतून फिरावयाचे आहे.''

''मॅडम, अंग चांगलेच खिळखिळे होईल. वस्तीवरील महामार्ग कच्चे आहेत याची कल्पना आली असेलच.''

''या रस्त्यामुळेच मला एक सुंदर अनुभूती मिळाली आहे. उत्साह आणखी वाढला आहे.''

''मणिभद्र, उद्या मॅडमना खालच्या घळीतील काळजाईच्या मंदिरात घेऊन जा. ठिकाण छान आहे.''

वरदाईच्या सूचनेवर मणिभद्र म्हणाला, ''अव्वा, सबंध दिवस लागेल.''

मॅडमच्या डोळ्यांत चमक निर्माण झाली. त्या म्हणाल्या, ''अहो मणिभद्र, आई इतकं सांगता आहेत तर जाऊ या. नाहीतर दिवसभर काय करणार आपण?''

''मॅडम, अंतर बरेच आहे. रस्ता खडतर आहे. शिवाय, देवीचे मंदिर दरीत आहे. काही ठिकाणी रस्ता आहे तर काही ठिकाणी रस्ता नाही. जिथे रस्ता नाही तिथे

लोखंडी शिड्या लावलेल्या आहेत. तुमच्या क्षमतेची अगदी परीक्षाच आहे. निसर्ग मात्र अप्रतिम आहे. वर उभे राहून काहीच कल्पना येत नाही.''

''मग तर पाहूच या. मी इतकीही नाजूक नाही. निग्रह केला तर मी कितीही कठीण प्रसंगाला टक्कर देऊ शकते.''

''ठीक आहे.'' मणिभद्रलाही त्यांच्या सहवासात बरे वाटत होते. तो अलिप्त राहण्याचा प्रयत्न करत होता. परंतु तारुण्य आपला प्रभाव दाखवतच होतं.

जेवणानंतर मॅडम आणि वरदाई समोरच्या पडवीत गप्पा मारत बसल्या होत्या. मॅडमने मोबाइलमध्ये विरूपाक्ष महादेवाकडे जाताना पाहिलेला निसर्ग चित्रित केला होता. सर्व फोटो आणि चित्रीकरण सुंदररीत्या कैद झाले होते. त्या वरदाई आणि रुद्राण्णांना दाखवत होत्या. रुद्राण्णा प्लास्टिकच्या खुर्चीत त्यांच्या पाठीमागेच बसले होते. विंचवाचे तीन-चार फोटो पाहताना पुन्हा एकदा त्यांचे शरीर शहारले. मणिभद्र अंगणामध्ये बैलगाडीला छत बांधत होता. ''मॅडम, उद्या एक ड्रेस जादा सोबत घ्या. मंदिराशेजारी धबधबा आणि छोटा तलाव आहे. तिथे स्नान करून देवीचे दर्शन घेऊ या. पाणी मात्र खूप थंड आहे. एकदा धबधब्याखाली बसल्यानंतर उठावे वाटतच नाही. अगदी निर्जन ठिकाण आहे. काही वन्य प्राणीसुद्धा आपले स्वागत करतील. वानर भरपूर दिसतील. अंगावरसुद्धा येतात.''

''मणिभद्र, मला भीती दाखवता का? तुम्ही सोबत आहात मग काळजीचे कारण नाही.'' सर्व जण हसले.

दुसऱ्या दिवशी सकाळी सात वाजता निघण्याची तयारी झाली. वरदाईने पहाटेच स्वयंपाक करून डबा भरून ठेवला होता. बैलगाडी छान सजली होती. छत, छतावर प्लॅस्टिकचा कागद, गाडीमध्ये प्लॅस्टिकमध्ये गुंडाळलेली जाडसर गादी. एक एफ.एम. रेडिओ. तो बॅटरीवर चालत होता. त्याला पेन ड्राइव्ह जोडण्याची सोय होती. तक्क्या आणि लोडही सोबत घेतला होता.

ऊन चांगले पडले होते. वस्ती दूर होताच मॅडम मणिभद्रशेजारी येऊन बसल्या. विविधभारतीचे कार्यक्रम स्वच्छ ऐकू येत होते. बैल मजबूत होते. गाडीची लोखंडी धाव खड्ड्यातून जाताना वाजत होती. बैलाच्या गळ्यातील घुंगरू किणकिणत होते. प्रत्येक खड्ड्यागणीक मॅडमचे शरीर उसळत होते आणि मणिभद्रच्या अंगाला भिडत होते. वेदनाही होत होत्या आणि स्वर्गसुखाचा आनंदही गवसत होता. लक्षात आल्यानंतर मॅडम ढिलेपणाने बसल्या. मणिभद्र मात्र घट्टपणे बसला असल्यामुळे स्थिर होता. त्याला जाणवत होते, त्या मुद्दाम स्पर्श करत आहेत. अचानक त्याने बैलांचा कासरा ओढला आणि बैलगाडी थांबवली. ''मॅडम, समोर पाहा.'' एक भला मोठा अजगर रस्त्यावरून संथपणे जात होता. पिवळेधमक जनावर. अंगावर काळे नक्षीदार ठिपके होते. दहा फुटांपेक्षा जास्त लांबी. मॅडमनी दूरदर्शनवर अशी जनावरं

पाहिली होती. प्रत्यक्षात ते दृश्य पाहताना त्यांच्या अंगावर काटा आला. त्यांनी मोबाइलमध्ये तो प्रसंग कैद केला. रस्त्याच्या दुतर्फा झाडी होती. कडेला ओढा खळखळून वाहत होता. वेगवेगळ्या पक्ष्यांचे आवाज येत होते. बघताबघता काळोख झाला. सोसाट्याचा पाऊस सुरू झाला. समोरचे काही दिसेना. मणिभद्रने बैलगाडी एका विशाल वटवृक्षाखाली उभी केली. दोघे आत सरकले. पावसाबरोबर वाराही होता. बैलगाडीच्या पुढच्या आणि मागच्या बाजू उघड्या होत्या. त्यामुळे दोघेही थोडेफार ओले झालेच. मॅडमचे कपडे भिजून शरीरास चिकटून बसले. शरीराचे उंचवटे ठळक झाले. मणिभद्र गाडीतून उतरला आणि झाडाखाली भिजत उभा राहिला. त्याचे शरीर थंड झाले. समाधान वाटले. मॅडमने त्याच्या पिळदार शरीराकडे पाहत केस मोकळे करून झटकले. मणिभद्र त्यांच्याकडे बघणे टाळत होता. पावसाचा जोर वाढला. रस्त्यावरून पाण्याचे पाट वाहू लागले. निसर्गापुढे निरुपाय झाला. १५-२० मिनिटांनी पावसाचा जोर कमी झाल्यानंतर मणिभद्रने बैलगाडी पुढे सुरू केली. आकाश निरभ्र झाले आणि सोनेरी ऊन पडले. सर्व परिसर, झाडी तजेलदार झाली होती. योग्य जागा पाहून त्याने बैलगाडी उभी केली. ''मॅडम, उतरा. थोडा अल्पोपाहार करू.''

मॅडम टिफिन आणि प्लास्टिकची चटई घेऊन खाली आल्या. मणिभद्रने गाडीला अडकवलेला कोयता काढला. त्याने बाजूचे गवत कापून बैलांसमोर टाकले आणि न्याहरीसाठी बसला. वरदाईने नाश्त्यासाठी उप्पीटची सोय केली होती.

''आपणास आणखी दोन तास वाटचाल करावी लागणार आहे.''

''मणी, वातावरण खूपच सुंदर आहे. माणसांच्या गर्दीतून इतका निवांतपणा आयुष्यात पुन्हा मिळणार नाही. निसर्गाच्या व्याख्या केल्या, पण त्याचा अनुभव इथे मनसोक्त मिळाला. केवळ तुमच्यामुळे हे आयुष्यभर लक्षात राहणारे प्रसंग पाहण्यासाठी मिळाले. निसर्गाचे हे बदलते रूप वर्णनातीत आहे.''

त्या सुंदर वाटेवरून बरेच अंतर कापल्यानंतर मणिभद्रने गाडी थांबवली. बैलांना मोकळे करून एका झाडाच्या बुंध्याला बांधून टाकले. त्यांच्यासमोर हिरवा चारा टाकून गाडीतील सामान घेतले. मॅडम त्याच्या हालचाली बघत उभ्या होत्या. त्यांना कळेना काय झाले? सर्वत्र सपाट मैदान होते. दरी काही दिसत नव्हती. त्यांचा गोंधळलेला चेहरा पाहून तो म्हणाला, ''आपले ठिकाण आले. या माझ्या पाठोपाठ.''

१५/२० पाऊले पुढे गेल्यानंतर त्यांना खोलवर गेलेली दरी दिसली. खाली पाहतानाच मॅडमना गरगरल्यासारखे वाटले. २०० ते २५० फूट खोल भलीमोठी घळ होती. खाली उतरणे फारच जोखमीचे काम होते. खाली उतरण्यासाठी मोठमोठ्या खडकांमधून गेलेली वाट दिसत होती. वाटेवरून उतरताना किंवा चढताना त्या खडकांचा आधार मिळत होता. ज्या ठिकाणी वाट नव्हती तिथे कठडे

असणारी शिडी लावलेली दिसत होती. तळाला उतरल्यानंतर तिथे एक सुंदर धबधबा होता. त्याच्या खाली पाण्याने भरलेला उथळ तलाव होता. सुरुवातीला थंडगार पाण्यामध्ये उतरण्यास नको वाटत होते, पण एकदा अंगावर पाणी पडल्यानंतर त्यातून बाहेर पडण्यास नको वाटत होते. मनसोक्त भिजून झाल्यानंतर दोघांनी झाडाच्या आडोशाला कपडे बदलले. तलावाच्या वरच्या बाजूला जेमतेम एका वेळी एक माणूस जाईल इतकीच बंदिस्त वाट होती. प्रकाश अपुरा होता. पुढे थोडी ऐसपैस मोकळी जागा होती. तिथे दगडांत ओबडधोबडपणे घडवलेली काळजाईची प्रतिमा होती. दुपारचा एक वाजत होता. दर्शन घेऊन आल्यानंतर धबधब्याशेजारी झुडपांनी घेरलेली पसरट शिळा होती. दोघांना बसण्याइतपत त्यावर जागा होती. चार महिन्यांपूर्वी ज्याची ओळख नव्हती, साधे पाहिलेही नव्हते त्या व्यक्तीसोबत आपण आहोत. त्याच्याच डब्यात एकत्र जेवण- फारच गंमत. हे हवेहवे असे वाटते. काय असेल हे? नियतीने गाठी बांधलेल्या असतात असेच म्हणावयाचे काय?

परत येताना पावसाने कृपा केली म्हणून भिजणे झाले नाही. परतीची वाट सरसर संपते म्हणतात. तरीही वस्तीवर येईपर्यंत अंधार पडण्यास सुरुवात झाली होती. इतका वेळ काही वाटले नाही, पण घरात येऊन बसल्यानंतर कळत नव्हते शरीराचा नेमका कोणता भाग दुखत आहे. अंग मोडून आले होते. रस्त्यावर बसलेल्या हादऱ्यांच्या जाणिवा आता होत होत्या.

॰॰॰

छोट्या सहलीनंतर पुन्हा दोघांचे काम जोमाने सुरू झाले. लिखाणाचा वेग वाढला होता. नवीन संदर्भांच्या अभ्यासातून भराभर संशोधन पेपर्स तयार होत होते आणि मानाच्या जर्नल्समधून प्रकाशित होत होते. जगभरातून अभिनंदनाचे ई-मेल्स सतत येत होते. भारावून जाण्याचे दिवस होते.

एके दिवशी मणिभद्रला गंधमतीचा फोन आला.

"मणिभय्या, मी कोल्हापूरला आले आहे. मला तुझी गाठ घ्यायची आहे. आम्ही महालक्ष्मीच्या मंदिरात आहोत. तुला विद्यापीठातून इथे येईपर्यंत अर्धा तास लागेल. आम्ही अजब पुस्तकालयासमोरील कावरे आइसक्रीम पार्लरमध्ये वाट पाहत थांबतो."

"होय, निघतोच." मणिभद्रने उत्तर दिले. ही आज अचानक इथे कशी? आम्ही म्हणजे कोण? या गंधमतीला फक्त आज्ञा देणे इतकेच जमते. माहिती कधीही सविस्तर सांगणार नाही. वागणेही इतके बेधडक की मनात जे आहे तेच करणार. ऐकणे तिच्या स्वभावातच बसत नाही.

विचारांच्या विळख्यातच मणिभद्र मंदिराजवळ आला. गाडी उभी करून आइसक्रीम पार्लरमध्ये प्रवेश करताच त्याला गंधमती दिसली. तिच्या शेजारी आकर्षक आणि उमदा तरुण बसला होता. "गंधा, आज सुट्टी आहे बँकेला?"

"होय, आज ईदनिमित्त सुटी आहे. फार आश्चर्यात पडण्यापूर्वी सांगते, हे सदानंद गौडर. माझ्या बँकेतच आहेत. यांच्या हाताखाली मला ट्रेनिंग मिळाले. आता माझी उमेदवारी संपली आणि नियमित झाले आहे. माझा पगारही आता ३१,०००/- रु. झाला आहे. मीच यांना महालक्ष्मीच्या दर्शनासाठी आणले आहे. देवीच्या साक्षीने आम्ही लग्न करावयाचे ठरवले आहे," गंभीर होत ती म्हणाली.

मणिभद्र आता वेगळ्या नजरेने सदानंदाकडे पाहत होता. नावावरून त्याच्या लक्षात आले की हे सद्गृहस्थ आपल्या समाजातील नाहीत. काका आणि मावशी तर अत्यंत प्रतिगामी विचारांचे. त्यांना पटणारच नाही. आत्मारामकाका उच्चनीच असा भेदभाव ठेवणारे. गरीब आणि श्रीमंत असे थर मानणारे. सधन असल्यामुळे इतरांना हीन समजणारे. यांना हा संबंध मान्य होणे कदापि शक्य नाही. गंधाची जोडीदाराविषयीची निवड मात्र योग्यच होती. त्यालाही पहिल्या क्षणी सदानंद आवडले होते. बँकेतील नोकरी होती म्हणजे आर्थिक स्थिती चांगली होती. फार श्रीमंत नाहीत, उच्च मध्यमवर्गीय स्तरातील. बिलकूल पसंत पडणार नाही काका आणि मावशीस.

"भय्या, देवीचे दर्शन घेतले आणि स्वामीजींच्या सल्ल्याची वाट पाहत आहे." ताण कमी करण्यासाठी तिने मणिभद्रची फिरकी घेतली.

"बहिणाबाई, अशा प्रसंगात बरा विनोद सुचतो तुला. काका आणि मावशी याला मान्यता देणार नाहीत."

"त्याची कल्पना आहे मला. पण माझा निर्णय ठरला आहे. नंदजी म्हणतात, आपण त्यांच्या संमतीनेच विवाह करू. ते शक्य नाही हे मला पक्के माहिती आहे. माझे त्यांच्यावर प्रेम आहेच. मी नंदजींमध्ये ठरवून गुंतले नाही. सर्व आपोआपच घडत गेले. आता मी यांचा विचार सोडून दुसऱ्या व्यक्तीसोबत विवाह करणे म्हणजे त्यांची प्रतारणाच ठरणार ना? आयुष्यभर सल घेऊन दुसऱ्यासोबत संसार करणे मला जमणार नाही."

"गंधमती, तू फक्त स्वतःचा विचार करतेस. ज्यांनी तुला इतके लाडाकोडात वाढवले, त्यांचा विचार करावयास नको का?" सदानंद तळमळीने म्हणाले.

"नंदजी, दगड फुटावा म्हणून त्याच्यावर डोके आपटण्यात अर्थ नाही. तुम्ही सांगा, माझ्याऐवजी जर तुम्ही दुसऱ्या मुलीसोबत लग्न केले तर दोघे नाही, आपण तिघे दुःखी होणार."

"गंधा, काळ हे सर्व दुःखावरचे औषध आहे."

“मणिभय्या, म्हणण्यासाठी किंवा लिहिण्यासाठी ते ठीक आहे. शारीरिक दुःखासाठी ठीक आहे. भावनिक दुःखासाठी ते मान्य होण्यासारखे नाही.”

“गंधा, लहानपणापासून तू हट्टी आहेस. सर्व तुला तुझ्या मनासारखेच पाहिजे असते. सदानंदजी, गंधाचा स्वभाव हा असा आहे. राग तर तिच्या नाकावर बसलेला असतो. पाहा, तुम्हाला तिच्यासोबत आयुष्य काढावयाचे आहे.” मणिभद्रच्या म्हणण्यावर गंधा एकदम ओरडलीच, “म्हणजे स्वामीजींचा आशीर्वाद आहे असे ना?”

“गंधा, खोटे कशाला बोलू, पण सदानंदांना पाहूनच मला आनंद झाला. तुझ्यासाठी अगदी योग्य असे ते वाटले. आता पुढे काय? कृपा करून मला हे सर्व माहीत आहे असे कोणासही सांगू नकोस. नाहीतर काका म्हणतील, मणिभद्रला सर्व माहिती होते; पण त्याने सांगितले नाही. ते मला कधीच माफ करणार नाहीत.”

“भय्या, मी नाही सांगणार. आता इथून बेळगावी परतताना मी यांना घरी नेणार आहे. तसा फोन मी आईला केला आहे. आपल्या घरी नेऊन अप्रत्यक्ष मी नंदजींना दाखवणार आहे. जेवण घालणार आहे.”

मणिभद्रला हसणे रोखून धरणे जमले नाही. “पाहा सदानंद, सामान्यतः मुलीला लग्नासाठी दाखवण्यास घेऊन जाण्याची पद्धत आमच्या समाजात आहे. हिची कार्यपद्धती मात्र जगावेगळी. ही स्वतः मुलाला दाखवण्यास घेऊन चालली आहे. केवळ कमाल!”

“काय रे भय्या!” गंधा लाडिकपणे उद्गारली. तिलाही हसू आले.

मणिभद्र आता बहरात आला होता. “सदानंदजी, ही मुलगी आपले म्हणणे खरे करणार आणि तुम्ही माझे भाऊजी होणार. आपल्या पहिल्या भेटीच्या वेळी मी तुम्हाला काहीतरी उपहार देणे संयुक्तिक ठरेल. इथून पुढे थोड्या अंतरावर कोल्हापुरी चप्पलची दुकाने आहेत. एक मस्त चप्पल जोड तुम्हाला देतो. ती पायात कधीच घालावयाची नाही. अधूनमधून गंधाला आठवण करून द्यायची. बघ, तुझ्या बंधूने किती योजनापूर्वक मला पहिली भेट दिली आहे.”

सदानंद खळखळून हसले. गंधाने डोळे मोठे करत मणिभद्रवर हात उगारला. पार्लरच्या मालकानेही संवाद ऐकले होते. तोही गालातल्या गालात हसत होता.

गंधमती आणि सदानंद साधारण दुपारी एक वाजेपर्यंत निपाणीमध्ये आले.

आत्माराम अद्याप जेवणासाठी घरी आले नव्हते. सरोजमावशी स्वयंपाक तयार करून वाट पाहत थांबल्या होत्या. गंधमतीने आपण सहकाऱ्यासोबत येणार असल्याची कल्पना दिली होती. त्यांना वाटले होते एखादी प्रौढ व्यक्ती असेल. त्यांनी सदानंदना पाहिले तेव्हा त्यांना उगाचच भीती वाटली. आतापर्यंत इतके दिवस गंधमती बेळगावी शिकण्याच्या निमित्ताने राहत होती. कधीही एखाद्या मुलाचा साधा

संपर्कही आला असे झाले नव्हते. आज ही एका तरुण माणसासोबत इथे आली आहे. काय आहे हिच्या मनात? आई चिंतिते ते वैरीसुद्धा नाही. त्यांची कठीण अवस्था झाली होती. चेहऱ्यावर हास्याचे भाव ठेवून त्यांनी दोघांचे स्वागत केले. गप्पांच्या ओघात त्यांच्या लक्षात आले ही व्यक्ती आपल्या कुळापेक्षा फारच खालच्या कुळातील आहे आणि अविवाहित. त्यांना चांगलेच दडपण आले. आईची अवस्था गंधाच्या लक्षात आली. आईला थोडाही संशय आला तर ही घराच्या बाहेरसुद्धा पडू देणार नाही. नोकरीचे फार मोठे कौतुक दोघांनाही नाही. परिस्थिती अत्यंत कुशलतेने हाताळली पाहिजे. नाहीतर आपली प्रेमकहाणी इथेच संपणार.

"आई, मला बँकेच्या कामात ट्रेनिंग यांनीच दिले. कधीही न रागवता माझ्या चुका अत्यंत संयमाने हाताळल्या. यांच्याबद्दल मी तुला सुरुवातीस सांगितले होते. यांच्यामुळे मी लवकरच बँकेच्या कामात पारंगत झाले. मला कायम करण्यात आले. आता काही दिवसांत त्यांची बदली होणार आहे. पुन्हा यांची गाठ पडते ना पडते म्हणून मी पाहुणचार करावा, तुमची ओळख करून द्यावी या हेतूने यांना घेऊन आले."

शेवटचा खुलासा ऐकल्यानंतर सरोजमावशींचा जीव भांड्यात पडला. एकदम त्यांच्या भावना बदलून गेल्या. आपली शिकवण वाया गेली नाही याचे त्यांना समाधान वाटले. त्या खूप मोकळ्या झाल्या.

सदानंद मात्र अवाक झाले. आपली बदली झाली? ते गंधाला विचारणार... तिने डोळ्यांनीच गप्प राहण्याविषयी खुणावले.

आत्मारामजी आल्यानंतर जेवण झाले. गप्पांच्या ओघात त्यांनाही समजले, सदानंद खालच्या कुळातील आणि जेमतेम परिस्थितीचे आहेत. त्यांना आपल्या मुलीचा राग आला. पण नंतर त्यांनी समजुतीने घेतले. आजनंतर पुन्हा यांचा संबंधच येणार नाही. ते गप्प बसले. बोलताना माणसाची कुवत आणि विचारधारा समजून येते. सदानंद फार जरी श्रीमंत नसले तरी त्यांची विचारसरणी चांगली आहे. समोरच्या माणसाला हे कधीच दुखावणार नाहीत. दुसऱ्यास आपलेसे करून घेण्याची हातोटी मात्र विलक्षण आहे, हे आत्मारामजी आणि सरोज यांच्या लक्षात आले. ते तसे सदानंदावर खूश झाले.

गंधा आणि सदानंद बेळगावात परत आले. आजकाल गंधाचे सदानंदाच्या घरी येणे-जाणे वाढले होते.

आज गंधमती नेहमीप्रमाणे सुमतीताईंच्या हॉलमध्ये दूरदर्शनवरील कार्यक्रम पाहत बसली होती. किरकोळ कामे पूर्ण करून ताई तिच्याशेजारी येऊन बसल्या.

"गंधा, आजकाल तू नेहमीप्रमाणे बँकेतून लवकर येत नाहीस. रात्रीसुद्धा बरीच उशिरा येतेस. कोठे फिरत असतेस?"

"ताई, माझे शिक्षण इथेच झाल्यामुळे माझ्या काही इथल्या स्थानिक मैत्रिणी आहेत. त्यांच्याशी फोनवरून बोलून काही कार्यक्रम ठरवून त्याप्रमाणे वेळ घालवत असते. माझे एक सहकारी आहेत, सदानंद नावाचे. त्यांच्या बहिणीशी माझी ओळख झाली आहे. इरावती नाव आहे. बिचारी अत्यंत दुर्दैवी आहे. हे पाहा, तुम्हाला तिचा फोटो दाखवते."

गंधमतीने आपल्या भ्रमणध्वनीमधील इरावतीची प्रतिमा दाखवली.

"अरे देवा! खरंच दुर्दैवी आहे ही मुलगी." ताई हळहळल्या.

"मी त्यांना दिदी म्हणते. त्यांना सोबत म्हणूनही काही वेळा त्यांच्याकडे चक्कर टाकते."

"गंधा, तू तरुण आहेस. अलीकडे तुझे चित्त थाऱ्यावर नसते. टीव्ही लावतेस, पण कार्यक्रमाकडे लक्ष नसते. कसल्या तरी विचारात हरवलेली असतेस. मध्येच स्वतःशीच हसतेस. काय प्रेमात पडली आहेस की काय?"

"नाही हो ताई." त्यांच्या नजरेस नजर देणे तिला जमत नव्हते.

"तू नाही म्हणतेस पण तुझा चेहरा वेगळेच सांगत आहे. मुली, माझे केस पांढरे झाले आहेत. खूप अनुभवांतून गेले आहे. मला निश्चितपणे वाटते आहे, तू गुंतली आहेस. काय, खरे ना मी म्हणते ते? वास्तविक तू सज्ञान आहेस. तुला तुझे भलेबुरे समजते. तुला विचारणेही गैर आहे. अगं, पण तू इथे राहतेस. तुझ्या आई-वडिलांनी आमच्या विश्वासावर इथे ठेवले आहे म्हणून विचारते."

गंधा चांगलीच संभ्रमात पडली. खरे सांगावे की एखादी थाप ठोकून द्यावी. शेवटी तिला वाटले ताईंजवळ खरे सांगावे. आई तर समजून घेणारच नाही. कदाचित ताईंना माझ्या भावना समजतील.

"ताई, तुम्हापासून लपवणे कठीण आहे. माझ्यासोबत काम करणारे सदानंद हे मला आवडत आहेत. नकळत मी त्यांच्यात गुंतत गेले. ते पण खूप चांगले आहेत स्वभावाने. केवळ तारुण्याचा आवेग असे नाही. ताई, मुलीच्या जोडीदाराविषयी काही कल्पना तयार झालेल्या असतात. त्या कल्पनेच्या साच्यात बसणारी एखादी व्यक्ती संपर्कात आली म्हणजे आपोआप आकर्षण निर्माण होते. सदानंदजी त्याप्रमाणे वाटतात. वास्तविक त्यांनी मला स्वतःहून कधीच उत्तेजन दिले नाही. मलाच त्यांची सोबत आवडत गेली." नजर झुकवून ती बोलत होती.

"गंधा, निसर्गामध्ये सहवासामुळे प्रेम निर्माण होणे ही अत्यंत सहज गोष्ट आहे. काही महिन्यांपूर्वी तुझी आमची साधी ओळखही नव्हती. पण आज आम्हालाही तुझ्याविषयी प्रेम वाटते, काळजी वाटते. आमचे हेसुद्धा मला सतत तुझ्याविषयी विचारत असतात. आम्हाला मुलगी नाही. मुलगा परदेशी. म्हणून आम्हा दोघांच्या वात्सल्याचा झरा तुझ्या दिशेने वळला आहे. प्रेम ही भावना ठरवून होत नसते.

संपर्कात आल्यामुळे, संभाषणातून व्यक्तीचे स्वभाव समजत जातात, भावनांचे बंध तयार होतात. काही वेळेस शरीर सहवासाच्या आकर्षणामुळे, तारुण्याच्या बेहोशीमुळे विजातीय लिंगामध्येही असे घडते. ते मात्र फार वाईट. नंतर लक्षात येते, इथे भावनेला, जपवणुकीला किंमत नाही. फक्त शारीरिक आकर्षणामुळे माणसे जोडली जातात. त्यालाच ते प्रेम समजतात. ही भावना थोड्या कालावधीपुरती असते. म्हणून अशी लग्नबंधने आयुष्यभराची ओझी बनून राहतात. एकमेकांच्या विचारांना, भावनांना समजून एकत्र आलेली माणसे कायम सुखी होतात. आता यांपैकी कोणत्या प्रकारात तुमचे संबंध येतात, हे अलिप्तपणे बघ. अवघड आहे; पण गरजेचेही आहे. आपल्या आई-वडिलांनी दिलेले संस्काराचे देणे अशा वेळी कामास येते.''

''ताई, तुम्ही अत्यंत छान पद्धतीने विश्लेषण केले आहे. तुमच्या गाठीला अनुभवाची मोठी शिदोरी आहे. तुम्ही सांगत आहात ते अगदी योग्य आहे. पण ताई, मीसुद्धा असमंजस आणि वयाने लहान मुलगी नाही. तुम्ही म्हणता तसे आकर्षण ही अत्यंत नैसर्गिक बाब आहे. विचारवंत आणि शहाणी माणसेसुद्धा अशा मोहातून निसटू शकत नाहीत. मीसुद्धा त्याला अपवाद ठरू शकत नाही. पण तुमच्याइतका नाही पण थोडासा का होईना अनुभव आहे. आई-वडिलांपासून गेली चार वर्षे मी दूर राहत आहे. अशा मुली किंवा सामान्य मुलीसुद्धा पुरुषांच्या नजरेतील भाव सहज ओळखू शकतात. जेव्हा मी नंदजींना या प्रकारात तपासून पाहते, तेव्हा त्यांचा मोठेपणा माझ्या लक्षात येतो. आम्ही संगणकावर काम करत असतो. अनाहूतपणे एकमेकांना स्पर्श होतो. काही जण मुद्दाम स्पर्श करतात. चुकून स्पर्श झाल्याचे दाखवतात. ताई, माणसांच्या नजरा जशा बोलतात, स्पर्श संवेदना त्याहीपेक्षा जास्त आणि उघड बोलतात. काही प्रसंगी हस्तांदोलन करावे लागते. त्या क्षणिक स्पर्शातूनही समोरच्या व्यक्तीविषयी मत तयार होते. मला वाटते स्त्रियांना हे ज्ञान निसर्गाने उपजतच दिलेले आहे. अहो, नंदजी माझे काम तपासण्यासाठी जेव्हा जवळ येतात, तेव्हा प्रथम ते मला आधी दूर सरकण्यास सांगतात. गेल्या काही महिन्यांत अनेक प्रसंगातून माझ्या लक्षात आले की नंदजी प्रत्येक कृतीच्या आधी विचार करतात. मी माझ्या भावना त्यांच्याजवळ व्यक्त केल्या तेव्हा त्यांची अवस्था बघण्यासारखी होती. एक सुंदर आणि श्रीमंत मुलगी आपणहून गळ्यात पडते आहे असे दिसले तर आजच्या तरुणाला केवढा आनंद होईल. हे महाशय मात्र भांबावून गेले. त्यांनीच मला समजावण्याचा प्रयत्न केला. आमच्या दोघांच्या जातीमधील आणि आर्थिक परिस्थितीमधील फरक समजावून सांगितला. माझ्या घरातून कडवा विरोध होणार, याची कल्पना दिली. पण मलाच त्यांच्याशिवाय जमत नाही. मला निश्चितपणे वाटते, माझा संसार यांच्यासोबतच सुखाने होणार. सांगा ताई, माझे काही चुकते का? तुम्ही मोठ्या आहात, अनुभवी आहात, हक्काने सांगण्याच्या

अधिकारी आहात. तुमच्या शब्दांचा मान ठेवण्याचा शब्द देते. सांगा.''

सुमतीताई गंधाच्या बोलण्याने चकित झाल्या. इतक्या लहान वयात एवढी समज आणि सडेतोडपणे प्रत्येक गोष्टीचा विचार स्पष्टपणे सांगण्याचे धैर्य. त्यांच्या लक्षात आले, गंधाने प्रत्येक विचार इतका मुद्देसूदपणे मांडला आहे. तो खोडून काढणे अशक्य आहे. आजची तरुण पिढी विचार करते, याचा त्यांना आनंद वाटला.

''गंधा, तुझ्या प्रकटीकरणातून माझ्या लक्षात आले की तू आंधळेपणाने जात नाहीस. तू तुझ्या पालकांशी संवाद का करत नाहीस?''

''ताई, आजच मी नंदजींना निपाणीस घेऊन गेले होते. एक तरुण सहकारी, आमच्या जातीपेक्षा खालच्या जातीचा. शिवाय, आर्थिक स्तरसुद्धा कमी. एकतरी गोष्ट आमच्यासाठी अनुकूल आहे का ज्याच्यावर आई-बाबांनी विचार करावा. मी दोघांच्या चेहऱ्यावरील भाव पाहत होते. ते कदापि मान्यता देणार नाहीत. आता तुमच्यासमोर मी इतक्या मोकळेपणाने बोलले तसे त्यांच्यासमोर बोलू शकणार नाही. त्यांच्या प्रेमाचे आणि अश्रूंचे दडपण येणारच. माझे बोलणे समजा त्यांनी ऐकले तर मला खात्री आह, ते खोडून टाकू शकणार नाहीत. मला भीती वाटते, मला ते भावनेच्या भोवऱ्यात अडकवणार आणि दबाव आणून मला हतबल करणार. आपल्या समाजात ज्या व्यक्तीला लग्न करावयाचे आहे; तो पुरुष असो किंवा स्त्री, आपला जोडीदार स्वतः निवडण्याचा त्याला अधिकार नाही.''

''गंधा, मला तुझ्या विचारांचे कौतुक वाटते. हे झाले माझ्यापुरते. यातून निर्णय काय घेणार? मार्ग कसा काढणार?''

''ताई, खूप मोह होतो तुमचा सल्ला घेण्याचा. पण तुम्हाला यात ओढणे मला प्रशस्त वाटत नाही. माझ्यासाठी जर तुम्हाला बोलून घेण्याची वेळ आली, तुम्हाला त्रास झाला तर सतत जाणवत राहील. माझ्या आयुष्याचा निर्णय मी घेतला आहे. त्याची संपूर्ण जबाबदारी मलाच घ्यावी लागणार. वास्तविकपणे नंदजींचा यात काही सहभाग ठेवणार नाही. मात्र त्यांना बोलणी खावी लागणार. करणार आहे ते मी करणार. त्यात माझ्यासोबत त्यांना बोलणी बसणारच. आयुष्याची सोबत करावयाची म्हणजे तेवढा त्रास त्यांना सोसावा लागणार.''

''काय बाई गंधा तू! सगळ्या गोष्टी तू ठरवल्याच आहेत. तू तुझ्या पालकांना थोडीसुद्धा संधी देणार नाहीस. तुझ्या बोलण्यावरून तरी तसेच दिसते.''

''ताई, लग्नाविषयी सल्ला विचारून तुमची अडचण नाही करणार. पण माझ्या निवडीविषयी मात्र तुमचे मत पाहिजे हं! मी नंदजींना घेऊन येते. त्यांची ओळख करून घ्या. नंतर तुमचे मत सांगा. ताई, तात्यांना सध्या यातील काही सांगू नका. लोक म्हणतात, महाभारतामध्ये धर्मराजाने समस्त स्त्री जातीला शाप दिला की

तुमच्या पोटात कोणतीच गोष्ट राहणार नाही. माझे मत मात्र उलटे आहे. स्त्री कितीतरी गोष्टी आयुष्यभर वाच्यता न करता जपून ठेवते. पुरुषांच्या तोंडात मात्र तीळसुद्धा भिजत नाही.''

गंधाच्या बोलण्यावर सुमतीताई खळखळून हसल्या. तेवढ्यात संध्याकाळचे फिरणे संपवून तात्या घरात आले.

''काय? मोठा विनोद झालेला दिसत आहे. मलाही सांगा.''

''अहो, विनोद नाही. गंधा तिच्या बँकेमधल्या गमती सांगत होती. चहा करू तुमच्यासाठी?''

''हो करा.''

''ताई, तुम्ही बसा. मीच आपणा सर्वांसाठी चहा आणते.'' इतके बोलून गंधमती स्वयंपाकघरात गेली.

ॡ

''आई,'' या उच्चाराने अवंतीबाईंनी तांदळाने भरलेल्या ताटातील हात दूर करून सदानंदाकडे प्रश्नार्थक मुद्रेने पाहिले.

संध्याकाळची ५ वाजण्याची वेळ झाली होती. सदानंद आणि गंधमती नुकतेच आले होते. गेल्या काही महिन्यांपासून इरावतीला भेटण्यासाठी गंधा आठवड्यातून एकदा तरी येत असे. इरावतीची आणि गंधाची मैत्री लवकरच छानपणे जमली होती. अधूनमधून गंधा इराला घेऊन फिरण्यासाठी जात असे. अवंतीबाईंना समाधान वाटे. त्यांच्या मनात संशय होता. सदाचे आणि गंधाचे सूत जुळले असावे. दोघे तसे दाखवत नव्हते.

''इकडे कोचवर बैस. मला तुझ्याशी थोडे बोलायचे आहे.''

''आता काय काढलेस बाळा!''

''आई, गंधमतीची आणि तुझी ओळख झाली आहे. तिच्या घराविषयी आणि स्वभावाविषयी तुला कल्पना आली असेलच. काही दिवसांपूर्वी मी तिच्या घरीही जाऊन आलो. आम्हा दोघांची मने जुळली आहेत म्हणून दोघांनी विवाह करावा असे वाटते. अर्थात, तुझी आणि दिदीची संमती घेतल्याशिवाय काही होणार नाही.'' इतके बोलून सदानंद शांत बसले. गंधा खाली पाहत उभी होती. पायाच्या अंगठ्याने फरशीवर नक्षी काढण्याचा चाळा करत होती.

अवंतीबाईंना मुलाच्या बोलण्याचे फार आश्चर्य वाटले नाही. स्वतःचा संशय खरा असल्याचे समाधान झाले. गंधा दिसण्यास सुरेख होती. शिक्षण झाले होते. नोकरी करत होती, उच्च जातीची आणि श्रीमंत घरातील एकुलती एक. नाही म्हणण्यासारखे काय होते?

"सदा, तुम्ही दोघांनी ठरवले असेल, तुम्हाला वाटत असेल आपण आयुष्यभर एकमेकांना साथ देऊ, तर काही अडचण नाही. मला आणि इराला पहिल्या भेटीतच गंधा आवडली होती. तुम्ही समाधानी असावे यापेक्षा आई म्हणून माझी वेगळी इच्छा काय असणार? गंधमतीच्या घरच्या लोकांचा म्हणजे तिच्या आई-वडिलांचा विचार घेतला पाहिजे. त्यांनी होकार दिला तर ठीक. कारण आपण तसे त्यांच्या दृष्टीने गरीब आहोत. शिवाय, आपली जात त्यांच्या जातीपेक्षा खालच्या दर्जाची. त्यांनाही त्यांच्या समाजाला तोंड द्यावे लागणार. मला वाटते, त्याची संमती मिळणार नाही. तुम्ही आशेने पाहणार आणि अपेक्षाभंग झाला तर आयुष्यभर दुःखी होणार."

"आई, माझ्या घरातील माणसांकडून संमती मिळणार नाही हे पक्के आहे. तुम्ही म्हणता, त्यांची संमती; पण ते शक्य नाही. तसे असेल तर या लग्नाचा विषयच सोडून द्यावा लागेल आणि ते शक्य नाही. नंदजींनी माझ्या जीवनात जे स्थान निर्माण केले आहे, ते पुसून टाकणे जमणार नाही. तुम्ही नाही म्हणत असाल तर मात्र माझ्या दृष्टीने ते अवघड होईल. एक वेळ माझ्या आई-वडिलांच्या इच्छेविरुद्ध लग्न झाले तर मोठा प्रश्न नाही. जर तुमची इच्छा नसेल तर मात्र माझी अवस्था फार वाईट होईल."

"आई, गंधा म्हणते तशीच अवस्था माझी होईल. माझ्यामुळे गंधालाच नाही इतर कोणीही दुःखी झालेले मला बघवणार नाही. अशी शिकवण तूच मला दिली आहेस. मला मात्र त्रास झाला तरी चालेल; पण इतरांना तो नको."

"सदा, याचा अर्थ म्हणजे गंधाच्या घरच्या परवानगीशिवाय; नाही पटत. ते म्हणतील, आमच्या मुलीला यांनी जाळ्यात ओढले. आयुष्यभर ते शब्द टोचत राहतील रे बाबा! गंधा, तुझ्यासारख्या सालस मुलीला नाही म्हणणे मलाच काय इतर कोणासही जमणार नाही. सून म्हणून या घरात तुझे स्वागतच आहे. सर्वांच्या संमतीने जर हे घडले तर काही रुखरुख वाटणार नाही. तुझ्या आई-वडिलांच्या तुझ्याबद्दल काही अपेक्षा असणारच. तुझ्या पुढील आयुष्याच्या काही कल्पना असतीलच ना."

"आई, तुम्हाला त्यांच्याविषयी इतके वाटते, मी तर त्यांची मुलगीच ना! मलाही असा निर्णय घेणे अवघडच वाटते. आता परिस्थितीच अशी आहे की त्यांना दुखावणे टाळता येणार नाही. माझ्या जीवनाचा प्रश्न आहे. निर्णय कटू असला तरी तो घ्यावाच लागणार," गंधा स्पष्टपणे म्हणाली.

तेवढ्यात इरावती घरात आली. तिघांना एकदम गप्प झालेले पाहून ती म्हणाली, "माझ्या येण्यामुळे तुमच्या बोलण्यात खंड तर पडला नाही ना?"

"दिदी, तसे नाही. मी तुझ्या येण्याचीच वाट पाहत होतो. आता आम्ही दोघे आईकडे लग्न करण्याची परवानगी घेत आहोत.

नभांतमणी । १०५

"अरे व्वा! छान! हे घडणारच होते. गंधा पहिल्यांदा आपल्या घरी आली तेव्हाच मला याची कल्पना आली होती. माझ्या बंधूसाठी हिच्यापेक्षा चांगली बायको नाही मिळणार."

"म्हणजे तुझी संमती आहे. गंधा, आता पुढे काय?"

"नंदजी, आणखी काही दिवस जाऊ देत. विचार करून काही मार्ग निघतो का ते पाहू." गंधाने उत्तर दिले.

दुसरे दिवशी गंधाने सदानंदाची सुमतीताईंशी भेट घडवून आणली. सदानंदशी बराच वेळ गप्पा झाल्यानंतर ताईंना गंधमतीच्या निवडीबद्दल दाद द्यावी असे वाटले. माणूस म्हणून सदानंद फारच उत्तम आहेत हे लक्षात आले. त्यांनी गंधाला तसे बोलूनही दाखवले. त्यानंतर बँकेचे कामकाज झाल्यानंतर सदानंदाचे गंधाकडे येणे वाढले. कधी ते सर्व जण दिवाणखान्यात गप्पा मारत बसत. कधी दोघे गंधाच्या रूममध्ये भावी आयुष्याची स्वप्ने रंगवत असत. अशाच वेळी कधीतरी तारुण्याने उसळी घेतली. सर्व बंधने कधी दूर झाली, ते दोघांनाही समजले नाही. सदानंदांना झाला प्रकार योग्य नाही असे वाटले. परंतु गंधमतीनेच त्यांना पटवून दिले. यात अनैसर्गिक काही नाही. आपण लग्न करणारच आहोत. पुढे असा प्रसंग घडणार नाही याची दक्षता घेऊ. प्रेमाच्या उन्मादात जे झाले त्यात आपला दोष नाही. दोघे स्वतःची समजूत काढत होते. झाले ते योग्य नव्हते, ही टोचणी मात्र गेली नाही.

गंधमती अबोल झाली. तिचा अवखळपणा एकाएकी लुप्त झाला. एखादे सुरवंट कोशामध्ये जावे त्याप्रमाणे ती विचारांच्या कोशात गुरफटून गेली. तिला एका अनोख्या भीतीने घेरले होते. सदानंदांना तिची अवस्था लक्षात आली होती. कितीही धाडसीपणाचा जोर दाखवला तरी स्त्री म्हणून समाजात वावरताना तिला काही प्रसंगी माघार घ्यावी लागतेच. चूक झाली हे लक्षात आल्यानंतर वागण्या-बोलण्यातला मुक्तपणा कमी होणे क्रमप्राप्त होते. तिच्या संबंधातील सर्वांच्या लक्षात तो बदल आला होता. कारण मात्र समजत नव्हते. सदानंद तिला घेऊन जात होते. तिला समजावत होते. तेवढ्यापुरते तिच्या चेहऱ्यावर हसू येत असे. पण त्याला निराशेची किनार दिसे. दोन आठवडे झाल्यानंतर निराशेसोबत त्याला दुःखाची सोबत मिळाली. तिचे नैसर्गिक ऋतुचक्र आतापर्यंत अत्यंत नियमित होते. तिने आपल्या शरीराविषयी नेहमी दक्षता घेतली होती. त्यामुळे तिला शारीरिक तक्रारी नव्हत्या. सर्व गोष्टी अत्यंत वेळेत होत असत. आता मात्र वेळ चुकली होती. नेहमीपेक्षा चार दिवस जास्त तिने उत्सुकतेने वाट पाहिली; मात्र अपेक्षाभंग झाला तेव्हा ती नखशिखान्त हादरली.

एके दिवशी सदानंदसोबत गेल्यानंतर निवांत ठिकाणी तिने सदानंदाच्या गळ्यात हात टाकले. त्यांच्या खांद्यावर डोके टेकवून ती मुक्तपणे अश्रू ढाळू लागली.

सदानंदांना वाटले, आता सारे मळभ निघून जाईल आणि आपली प्रिया पुन्हा पहिल्यासारखी होईल. ते तिच्या केसांवर ममतेने हात फिरवत राहिले.

"नंदजी, खूप मोठी गडबड झाली आहे. देवाने आपल्या चुकीची शिक्षा माझ्या ओटीपोटात ठेवली आहे. चार दिवसांपेक्षा जास्त दिवस झाले आहेत. माझी नियमित येणारी मासिक पाळी आलेली नाही. माझ्या डोळ्यांसमोर आई आणि बाबांचे चेहरे सतत दिसतात. प्रेमाच्या धुंदीत मी त्यांची किंमत केली नाही. आता मला भविष्यातील अंधाराची चाहूल लागली आहे. मणिभय्यावर माझी फार मोठी भिस्त होती. तोसुद्धा या बाबतीत मला दोष देणार. माझ्या हाताने मी मला मदत करणारे हात बांधून टाकले आहेत."

गंधमतीच्या बोलण्याने सदानंदही घाबरले. त्यांची वाचाच बंद झाली. त्यांना स्वतःची हतबलता दिसून आली. दोघांच्या प्रमादाची शिक्षा मात्र एकटीलाच. त्यांच्याही नजरेसमोर आई आणि बहिणीचे चेहरे दिसू लागले. सर्व जण आपणावर केवढा विश्वास ठेवतात आणि आपण भावनेच्या भरात हे काय केले? त्यांनी स्वतःच्या हाताने चेहरा झाकून घेतला. आपल्या प्रेयसीला आनंद देण्याऐवजी खोल दरीच्या काठावर उभे केले. जर तोल गेला तर अडवण्यासाठी हात उचलण्याचीही शक्ती नाही आपल्याजवळ.

सर्व मार्ग बंद झाले होते. बराच वेळ दोघेही स्तब्ध बसून राहिले. पुढे काय? भलेमोठे प्रश्न चिन्ह उभे होते.

॥

नभा मॅडम आणि मणिभद्र विभागात संदर्भांच्या आधाराने लिखाणात गुंतले होते. अत्यंत नवी दिशा मिळाल्यामुळे त्यांचा उत्साह वाढला होता. भारतातून आणि परदेशातून सतत शंका विचारणारे, कामातील नवीन माहितीविषयी प्रश्न विचारणारे, टीका करणारे ई-मेल्स येत असत. अशा टीकेमुळे किंवा प्रश्नांमुळे क्षणभर उमेद खचत होती. अशा वेळी दोघांना आणखी काम करावे लागे. संदर्भ शोधताना दमछाक होई. त्यातून त्यांच्या विचारांना नवीन कोंब येत आणि पाहता पाहता त्यांची स्वतंत्र शाखा तयार होई.

दुपारची वेळ होती. दोघे आपापल्या लिखाणात मग्न होते. अचानक मॅडमचा फोन वाजला. सहसा त्यांना फोन येत नसे. त्यांनी फोन उचलला. त्यांना राधा दिवाण यांचे नाव दिसले. मॅडमनी कशासाठी फोन केला असेल? त्यांना दिवाण मॅडमचा घाबरलेला आवाज ऐकू आला. "नभा, तू ताबडतोब घरी ये. माई जिन्यातून घसरून पडल्या आहेत. फार लागले आहे."

सर्व सामान तसेच टाकून नभा मॅडम उठल्या व निघून गेल्या. त्यांनी पर्स आणि

इतर सामानही तसेच सोडले होते. मणिभद्रला काही समजले नाही. त्याला प्रसंगाचे गांभीर्य लक्षात आले. त्याने सर्व पुस्तके, नोट्स व्यवस्थित गोळा केले. मॅडमचे वैयक्तिक साहित्य सोबत घेतले. जेव्हा तो मॅडमच्या घराजवळ गेला तेव्हा त्याला दिसले नभा मॅडम माईंचे डोके मांडीवर घेऊन रडत बसल्या होत्या. शेजारी दिवाण मॅडम त्यांना धीर देत होत्या. माईंचा चेहरा रक्तबंबाळ झाला होता. त्या शुद्धीत नव्हत्या. मणिभद्र दिवाणांना म्हणाला, ''मॅडम, चटकन आपण तुमच्या घरी जाऊ. तुमच्याकडे डेटॉल असेल ते आणि स्वच्छ फडके द्या.'' दोघे धावत जिना चढून वर आले.

मणिभद्रने येताना पाण्याची बाटली आणली होती. त्याने माईंचे तोंड ओल्या फडक्याने पुसले. माईंच्या डाव्या डोळ्याखाली गालाची त्वचा फाटली होती. त्यातून रक्त येत होते. पट्टी बांधण्याची सोय नव्हती. त्याने डेटॉलमध्ये भिजवलेली कापडाची पट्टी जखमेवर ठेवली. नभा मॅडमना ती पट्टी दाबून धरण्याची सूचना केली. जखम शिवावी लागणार, याची त्याला कल्पना आली. त्याने माईंच्या शरीराची तपासणी केली. इतर ठिकाणी प्रथमदर्शनी रक्त किंवा इजा दिसत नव्हती तेवढ्यात दिवाण मॅडमनी त्यांची कार समोर उभी केली. त्या म्हणाल्या, ''नभा, चल माईंना दवाखान्यात घेऊन जाऊ.''

मणिभद्रने बेशुद्ध माईंना उचलले आणि मॅडमना म्हणाला, ''तुम्ही दिवाण मॅडम शेजारी बसा. मी माईंना घेऊन मागे बसतो.''

दिवाण मॅडमनी कार वेगाने राजारामपुरीतील पाटील मल्टिस्पेशालिटी हॉस्पिटलच्या दिशेने घेतली. दवाखान्यात नेल्यानंतर त्यानेच भरभर रूम घेणे, पैसे भरणे, डॉक्टरांना बोलावणे अशा गोष्टी केल्या. माईंना तपासण्याआधी त्यांच्या गालाला टाके घालणे गरजेचे होते. दोघींना रूममध्येच बसण्यास सांगून तो माईंसोबत गेला. चांगलीच मोठी जखम झाली होती. पाच-सहा टाके घेऊन नंतर मलमपट्टी करण्यात आली. तरीही थोड्या प्रमाणात रक्त येतच होते. इतक्या वेळात त्यांना शुद्ध आली पाहिजे होती. अजून शुद्ध आली नाही म्हणून डॉक्टरांनी स्कॅनिंग करण्याचा निर्णय घेतला. डॉ. नभाच्या डोळ्यांतील पाणी अखंड वाहत होते. स्कॅनिंग केल्यानंतर माईंना रूममध्ये आणून सलाइन सुरू केले. सलाइनमधून अँटिबायोटिक्स देण्यात आली. जवळ जवळ एक तासानंतर माईंच्या कण्हण्याचा आवाज आला, तेव्हा नभा मॅडमना धीर आला.

शुद्धीवर आल्यानंतर त्यांना थोडीफार जाणीव झाली. त्यांच्या मेंदूमध्ये वेदनेचा आगडोंब उसळला होता. वेदनांनी त्यांचा चेहरा पिळवटून गेला होता. त्यांना बोलणे अशक्य होते. त्या खुणेने पायाकडे बघण्यास सुचवत होत्या. मणिभद्रने त्यांचे दोन्ही पाय, बोटे हाताने तपासून पाहिले. त्याला काही आढळले नाही. नभा मॅडमनी त्याला

रूमच्या बाहेर थांबण्यास सांगितले. त्यांनी माईंची साडी वर करून पाय बघण्यास सुरुवात केली. जेव्हा त्यांचा हात गुडघ्यावर गेला तेव्हा माईंनी जोराने विव्हळण्याचा आवाज केला. गुडघे सुजले होते. जखम नव्हती. मॅडमना वाटले जोराचा मार बसला असेल. तेवढ्यात नर्स स्कॅनिंगची फिल्म आणि रिपोर्ट घेऊन आली. पाठोपाठ डॉक्टरही आले.

"हे पाहा, मी स्कॅनिंगचे रिपोर्ट्स तपासले आहेत. त्यांच्या मेंदूस काहीही इजा झालेली नाही. काळजीचे कारण नाही."

"डॉक्टर, तिला असह्य वेदना होत आहेत. वेदनेमुळे बेडही ओला झाला आहे. तिचे गुडघे सुजले आहेत."

डॉक्टरांनी गुडघे तपासले. "मॅडम, एक्स-रे काढून पाहावे लागेल. नर्स, त्यांना सॅनिटरी नॅपकिन लावा. आपल्या हॉस्पिटलचा गाउन घाला आणि एक्स-रे रूममध्ये घ्या. नंतर बेडवरची चादर बदला." त्यांनी एक्स-रे साठी चिठ्ठी लिहून दिली. माईंना त्यांनी वेदनाशामक इंजेक्शन दिले. काही वेळाने माईंना तात्पुरता विसावा मिळाला.

दिवाण मॅडमनी नभाला विचारले, "थांबू का?" परंतु त्यांनी जाण्यास सांगितले.

"मॅडम, मी दिवाण मॅडमसोबत जातो आणि गाडी घेऊन येतो." मणिभद्र निघून गेला. नभा मॅडमना फार एकटे वाटले.

मणिभद्र परत येईपर्यंत माईंच्या पायांचा एक्स-रे काढून झाला होता. थोड्या वेळात डॉक्टरांनी बोलावल्याचा निरोप आला. नभामॅडम गेल्या.

डॉक्टरांनी मॅडमना एक्स-रे दाखवले. "मॅडम, यांच्या डाव्या पायाची गुडघ्याची वाटी चुरडली गेली आहे आणि उजव्या वाटीला भेग पडली आहे. तिथे महिनाभर प्लॅस्टर केले तर भागेल; पण डावी वाटी बदलावी लागेल. त्याला पर्याय नाही. आपल्या हॉस्पिटलशी संलग्न प्रसिद्ध ऑर्थोपिडिक सर्जन डॉ. देशपांडे आहेत. त्यांना अशा सर्जरीचा खूप अनुभव आहे."

"डॉक्टर, माईला पुन्हा पहिल्याप्रमाणे चालता येईल का?"

डॉक्टर विचारात पडले. "मॅडम, तुम्हाला अंधारात ठेवणे योग्य नाही. नैसर्गिक आणि कृत्रिम यात फरक असतो.

"जगात कोठेही गेलात तरी तिथे ज्या पद्धतीने सर्जरी करण्यात येते त्याच प्रकारे इथेही ती होते. मी फक्त एवढे सांगतो, त्यांना चालण्यास अडचण येणार नाही; पण पूर्वीसारखे असणार नाही. पेशंटची भावनिक घडण कशी आहे ती बाबसुद्धा महत्त्वाची आहे. सकारात्मक दृष्टिकोन असेल तर ९० टक्के त्या पूर्ववत होतील."

"ठीक आहे डॉक्टर. ऑपरेशन केव्हा करावे लागेल?"

''मॅडम, मी देशपांडे डॉक्टरांना बोलावून घेतो. तुम्ही त्यांच्याशी चर्चा करा.''

नभामॅडम रूममध्ये आल्या. माई झोपेच्या गुंगीत होती. त्यांच्याशेजारी बसून मॅडम पुन्हा रडू लागल्या. मणिभद्रला समजेना काय झाले. तो मॅडमच्या जवळ आला. त्यांच्या खांद्यावर हात ठेवून धीर देत तो म्हणाला, ''मॅडम, रडण्यामुळे परिस्थिती बदलत नाही. तुम्ही खंबीर राहणे महत्त्वाचे आहे. तुम्हीच हात-पाय गाळून बसलात तर कसे. माईंच्या जिवाला धोका नाही, हे स्पष्ट झाले.''

त्याचा हात हातात घेऊन मॅडम पुन्हा आवेगाने रडू लागल्या. ''मणि, माईच्या दोन्ही पायांच्या वाट्या फुटल्या आहेत. एक बदलावी लागणार आहे. मला माईशिवाय कोणीच नाही. माझा आधारच ती आहे. तो आधारच उखडून जातो की काय!'' त्यांना रडणे आवरेना.

''मॅडम,'' त्यांच्या हातावर थापटत तो म्हणाला. ''मॅडम, घाबरू नका. माईंना आपण पुन्हा पहिल्यासारखे उभे करू.''

त्याच्या शब्दांनी त्यांना धीर आला.

संध्याकाळी सहाच्या सुमारास डॉ. देशपांडे आले. त्यांनी दुसऱ्या दिवशी दुपारी ऑपरेशन करण्याचे निश्चित केले. रात्रीचे आठ वाजले होते. माई सावध झाल्या होत्या. वेदनांची तीव्रता औषधामुळे कमी झाली होती. उजव्या पायाचे प्लॅस्टर करण्यात आले होते. मणिभद्रने त्यांच्यासाठी वारणाचे सुगंधी दूध आणले होते.

''मॅडम, तुम्ही खाली उपाहारगृहात जाऊन काहीतरी खाऊन घ्या. मी माईंजवळ थांबतो.''

त्याच्या म्हणण्यानुसार त्या थोडेसे खाऊन आल्या. त्यांना वाटले, आपण आल्यानंतर मणिभद्र वस्तीवर निघून जाईल. तो निघण्याचे नाव घेईना. शेवटी त्याच म्हणाल्या, ''मणिभद्र, तुम्हाला वस्तीवर जाण्यास उशीर झाला.''

''मॅडम, मी ऑपरेशन होईपर्यंत जाणारच नाही तुम्हाला सोडून. तुम्ही अगदी एकट्या आहात. इथे केव्हा कोणत्या औषधांची गरज लागेल ते सांगता येत नाही. तुम्हालाच पळापळ करावी लागेल. माईंना वेदना होत आहेत. रात्रभर त्यांच्या शेजारी जागत बसावे लागेल. आपण दोघे थोडा थोडा वेळ त्यांच्या सोबत राहू. तुम्ही एकट्या असाल तर किती ताण पडेल.''

मणिभद्रना आपली, माईची किती काळजी वाटते ते ऐकून मॅडमना भरून आले. त्यांच्या डोळ्यांतून पाण्याच्या धारा निघाल्या. वेदना सहन करत सुधाताई तो संवाद ऐकत होत्या. नभाची काळजी घेणारे कोणीतरी आहे याचे त्यांना समाधान वाटले.

''नभा, राहू दे त्यांना तुझ्या मदतीसाठी.'' त्या पुटपुटल्या. दोघांनी रात्रभर जागे राहून माईंना आधार देण्याचे काम केले.

सकाळी १० वाजेपर्यंत डॉक्टरांची राउंड झाली. सर्व ठीक असल्याचा रिपोर्ट त्यांनी दिला. ऑपरेशन दुपारी १ वाजता ठरले.

"मॅडम, तुम्ही घरी जा. मी इथे थांबतो."

मणिभद्रच्या बोलण्यामुळे कोंडी फुटली.

त्यांच्या जबाबदारीवर आईला दवाखान्यात सोडून नभा मॅडम रिक्षा करून घराकडे गेल्या.

"मणिभद्र, तुम्ही नभाची काळजी घ्या."

"माई, अशी निरवानिरवीची भाषा का बोलत आहात? तुम्हाला काही झाले नाही. तुम्ही ठणठणीत बऱ्या होणार आहात. मॅडम तशा फार खंबीर आहेत. तुम्ही सकारात्मक विचार ठेवा. विज्ञान आता खूप पुढे गेलेले आहे. तुम्हाला अगदी पहिल्यासारखे करणार आहोत." मणिभद्र त्यांचा हात हातात घेऊन बोलत होता.

सुधाताईंनाही त्यांच्या बोलण्याने बरे वाटले. आपणास काही होणार नाही अशी भावना त्यांची पक्की झाली.

मॅडम परत आल्या तेव्हा ११॥ वाजले होते. त्यांच्या पाठोपाठ विभागातील सर्व प्राध्यापक आणि कर्मचारीही आले. सर्वांनी त्यांना धीर दिला. आपल्या संकटाच्या वेळी सर्व जण आपल्यासोबत आहेत हे पाहून त्या सद्‌गदित झाल्या. माणसांची ओळख संकटाच्या वेळी होते म्हणतात ते पटत होते. विशेष म्हणजे डॉ. माने सरांनी डॉक्टर देशपांडेंना फोन लावला आणि सांगितले, खर्च गरजेपुरताच लावायचा. कारण ते दोघे वर्गमित्र होते. मॅडमचा खर्च त्यांनी एक लाख रुपये कमी करून दिला. हेच माने सर का? मॅडमना प्रश्न पडला. सर्व जण गेल्यानंतर दिवाण मॅडम दोघांचा जेवणाचा डबा घेऊन आल्या. सोबत त्यांची मुलगी रमासुद्धा हट्टाने सुधाताईंना भेटण्यास आली होती.

आपली छोटी मैत्रीण रमा आलेली पाहून सुधाताईंना आनंद झाला. तिच्याबरोबर त्यांचा वेळ आनंदात गेला. त्यांना वेदनांचा बऱ्यापैकी विसर पडला.

डॉक्टर देशपांडे यांनी नभा मॅडमना सांगितले, ऑपरेशन दोन तासांपेक्षा जास्त वेळ चालेल.

सुधाताईंना ऑपरेशनसाठी घेऊन गेल्यानंतर मॅडम मणिभद्रला म्हणाल्या, "मणिभद्र, कालपासून तुम्ही वस्तीवर गेलेले नाही आहात. आता कमीत कमी दोन तास वेळ आहे. इतक्या वेळात तुम्ही जाऊन या. अद्याप तुम्ही अंघोळ केलेली नाही."

"राहू द्या मॅडम, अंघोळीपेक्षा माईंची तब्येत महत्त्वाची." परंतु मॅडमनी त्याला जाऊन येण्यास भाग पाडले. जाताना सूचना केली- 'वाहन सावकाश चालवा. घाईघाईत काहीतरी करून घ्याल.'

तो गेल्यानंतर मॅडमना फार एकटेपणा वाटू लागला. आपणास मणिभद्रची खंबीर साथ सतत पाहिजे. प्रसंग सांगून येत नाही. काल आपण एकटीने कसे निभावले असते? मणिभद्र सोबत होते म्हणून सर्व निभावले गेले. आपले त्यांच्यावरचे अवलंबत्व वाढत चालले आहे. आपणास यांची आयुष्यभर सोबत लाभेल का? त्यांच्या मनात फक्त त्याचेच विचार सतत घोळत होते. काही काळ त्या माईंचे ऑपरेशन चालू आहे, हेसुद्धा विसरल्या.

दोन तासांपेक्षा कमी वेळात मणिभद्र परतला. त्याला पाहून मॅडमना बरे वाटले. येताना मणिभद्रने जेवणाचा डबा आणला होता. त्याने नभा मॅडमना, दिवाण मॅडमना संध्याकाळचे जेवण आणू नये असा फोन करण्यास सांगितले.

''तुम्ही वाहन वेगाने चालवले ना?''

मणिभद्र शांतच.

''अहो, राष्ट्रीय महामार्ग आहे. खासगी वाहने किती वेगाने जात असतात. तुम्ही वेगाने जाऊन येणे मला आवडले नाही.'' दुःखी स्वरात त्या बोलल्या.

''मॅडम, नेहमीपेक्षा जास्त वेगात गेलो. तुम्ही एकट्या आहात म्हणून अस्वस्थ होतो. पुन्हा तुम्ही रडत असाल आणि तुम्हाला सावरण्यासही कोणी नाही. चुकले माझे. पुन्हा नाही करणार असे.''

त्याच्या हातावर हात ठेवत त्या म्हणाल्या, ''काळजी वाटते हो.'' त्यांच्या स्पर्शामुळे मणीच्या अंगात वीज संचारली. त्यानेही त्यांच्या हातावर हात ठेवला.

साधारण १५ दिवस दवाखान्यात थांबल्यानंतर सुधाताईंना परत जाण्याची परवानगी मिळाली. या दिवसात सतत एकत्र असण्यामुळे नभा मॅडम, मणिभद्र आणि सुधाताई यांच्यामध्ये एक अतूट भावनिक संबंध प्रस्थापित झाले होते. सुधाताईंना घरी आणल्यानंतर पुन्हा दोघे प्रबंधाच्या कार्यात लक्ष घालू लागले. आता नवरात्रीचा उत्सव दोन दिवसांवर आला होता. मणिभद्रला १०-१२ दिवसांसाठी राणीहळ्ळी मुक्कामी जाणे क्रमप्राप्त होते. पूर्णानंदस्वामींनी त्याला घटस्थापनेच्या पूर्वी दोन दिवस आधी येण्यास सांगितले होते. मॅडम देवदेवता, स्वामी, साधू, महाराज, मठ अशा गोष्टींविषयी ज्या पद्धतीने बोलत असत त्यामुळे मणिभद्रने हा विषय कधी चर्चेस आणला नव्हता. आज मात्र त्याविषयी न बोलून चालणार नव्हते.

''मॅडम, देवाविषयी तुमच्या कल्पना मला समजल्या आहेत. आम्ही पूर्वापार पद्धतीने देवाविषयी आस्था असणारी माणसे. अवडंबर करणे मान्य नाही, पण त्याचे अस्तित्व नाकारत नाही. कात्यायिनी देवी आमचे कुलदैवत. दोन दिवसांनी नवरात्रीस सुरुवात आहे. आमच्या स्वामींनी मला उद्यापासून हजर राहण्यास सांगितले आहे.''

''मणिभद्र, मी किंवा माझ्या घरचे नास्तिक नाही आहोत. पण देवाचा जो बाजार आजकाल सर्वांनी मांडला आहे, ते पाहून वाईट वाटते. व्यक्ती तितक्या प्रकृती

असतातच. कोणाच्या व्यक्तिस्वातंत्र्यावर बंधन आणणेसुद्धा मान्य नाही. श्रद्धा असावी, ढोंग नको. माझ्या दृष्टीने माझे कार्यच माझा देव आहे. त्याच्याशी मी प्रामाणिक आहे. असू द्या. तुम्ही शांतपणे जा. तोपर्यंत मी लिखाण सुरू ठेवते. तुमची उणीव भासणार कारण कित्येक महिने आपण एकमेकांच्या खूप निकट सहवासात आलो आहोत. माईच्या दुखापतीमुळे तुमच्या नितळ वागण्यामुळे नवीन बंध तयार झाले आहेत. तुम्ही नसल्यामुळे करमणार नाही. अभ्यासात आणि माईच्या सेवेत मग्न राहाण्याचा प्रयत्न करेन.''

ॐ

कात्यायिनी मठामध्ये या वर्षी विशेष तयारी सुरू होती. नव्या धर्मगुरूचे शानदार स्वागत करण्याचे स्वामीजींनी ठरवले होते. मणिभद्रचा अभ्यास आणि धर्मतत्त्वांविषयी असणारी नवीन दृष्टी पाहून ते खूश झाले होते. त्याने मठाला आधुनिक तंत्रज्ञानाची जोड दिली होती. मठामध्ये संगणक, इंटरनेट अशा गोष्टी आणून स्वतःची इंटरनेटच्या जगामध्ये स्वतंत्र जागा निर्माण केली होती. त्याने मठाच्या शिष्यांची सर्व माहिती एकत्र करून ती सर्वांसाठी खुली केली होती. मठाच्या कार्यक्रमाची माहिती इंटरनेटवर प्रसारित केली होती. परदेशी किंवा परप्रांतातील शिष्यगणांना त्याचा विशेष फायदा झाला. मणिभद्रने महिन्यातून एकदा स्वामीजींची प्रवचने, कीर्तने नेटवर प्रसारित करण्याचे धोरण मागील महिन्यापासून सुरू केले होते. परदेशी असणाऱ्या शिक्षित शिष्यांना त्याचे कौतुक आणि अभिमान वाटला. राणीहळ्ळीसारख्या कर्नाटकातील छोट्या ग्रामीण भागातून इतकी अद्ययावत संकल्पना त्यांना शक्य वाटत नव्हती. वस्तुस्थिती मात्र तशीच होती. वेगवेगळ्या देशांतून मठाच्या शिष्यांकडून स्वामीजींना पत्र येत. दोन-तीन वेळा मणिभद्रने स्वामीजी आणि शिष्य यांच्यामध्ये प्रत्यक्ष संवादही घडवून आणला होता. आपल्या मठाच्या या आधुनिक प्रगतीमुळे सर्वांना समाधान वाटत होते.

राणीहळ्ळी आणि आसपासच्या भागात मणिभद्रचा परिचय झाला होता. तो अधूनमधून स्वामींच्या सोबत सहभागी होत असे. त्याचा घनगंभीर आवाज आणि अध्यात्म समजावून सांगण्याची विलक्षण प्रतिभा ऐकणाऱ्या माणसांना मंत्रमुग्ध करत असे. त्याचे नेहमी सांगणे असे, की देवीने जगावर अत्याचार करणाऱ्या राक्षसांचा वध केला. या ठिकाणी राक्षस म्हणजे समाजावर, स्त्रियांवर अत्याचार करणाऱ्या रूढी आणि बंधने. तो आपले विवेचन नुकत्याच घडलेल्या अन्यायी घटनांच्या उदाहरणांनी तळमळीने सांगे. घडलेल्या घटना लोकांच्या लक्षात असत. अशा घटनांमुळे त्यांना हळहळ वाटे. त्यामुळे त्याने दिलेली उदाहरणे चपखल त्याच्या विवेचनात बसत. ज्यांनी मणिभद्रचे बोलणे ऐकलेले असे त्यांना त्याच्या

विद्वत्तेमुळे आदर निर्माण होई.

स्वामीजींनी साखर कारखान्याचे अध्यक्ष रावसाहेब भिमदे; जे त्यांचे शिष्य होते, त्यांना बोलावून घेऊन एक मीटिंग आयोजित करण्याविषयी सांगितले होते. मठाचे जे शिष्य समाजातील उच्च स्थानावर होते, त्यांना बोलावण्यास सांगितले. स्वामीजींनी अद्याप कोणासही, आपण पदत्याग करणार आणि मणिभद्रच्या स्वाधीन मठाची सूत्रे देणार, ही कल्पना सांगितलेली नव्हती. त्यांनी अत्यंत योजनाबद्ध पद्धतीने मणिभद्रला सतत जनसामान्यांपुढे आणले होते. नवीन धर्मगुरूविषयी अनादर होऊ नये; सर्वांनी त्याला आदराने मान्यता द्यावी. त्याच्या वयास विसरून त्याच्या ज्ञानाला लोकांनी स्वीकारावे. मणिभद्रच्या तयारीमध्ये त्यांनी कोणतीही उणीव ठेवली नव्हती. त्यांनी मणिभद्रला लोकांच्या समोर आणून त्याच्या तयारीची अप्रत्यक्ष परीक्षा घेतली होती. आपल्यानंतर मठाचा शिष्यगण मणिभद्रला सहज स्वीकारणार, असा विश्वास निर्माण झाल्यामुळे त्यांना संतोष वाटत होता.

ठरल्याप्रमाणे सभेस सुरुवात झाली. जास्त प्रस्तावना न करता स्वामीजींनी प्रत्यक्ष विषयास सुरुवात केली. ''जगदंब! माझ्या सर्व मान्यवर शिष्यगणांनो, आज मी जे भाष्य करणार आहे, ते कदाचित आपणास अप्रिय वाटेल. काही गोष्टी नियमित वेळेत करणे गरजेचे असते. नाहीतर अराजक माजण्याची शक्यता असते. गेली ५० पेक्षा जास्त वर्षे मी मनोभावे जगदंबेची विश्वस्त म्हणून सेवा केली. माझे वय आता ७५ वर्षांपेक्षा जास्त आहे. तुमच्याप्रमाणे मीसुद्धा माणूस आहे. सर्वांना असतात तशा माझ्याही क्रयशक्तीला मर्यादा आहेत. मठाच्या गादीची मी आतापर्यंत माझ्या मगदुराप्रमाणे सेवा केली. मी म्हणजे परमेश्वर नाही. त्याचा एक प्रतिनिधी कदाचित असेन. माझे सर्व बरोबरच होते, असा माझा दावा नाही. समाजाचे प्रबोधन करून त्याला जागृत ठेवायचे. आतापर्यंत आपला समाजधुरीणांनी ज्या रूढी, परंपरा घालून दिल्या, त्यांचा अन्वयार्थ समजावून घेऊन, नवीन परिस्थितीमध्ये त्यांच्यात बदल घडवून त्यांचे समाजाकडून जतन करण्याचे काम यथाशक्ती करत आलो. तुम्हीसुद्धा मोठ्या भक्तिभावाने माझे धार्मिक नेतृत्व मान्य केले आणि तक्रार न करता साथ दिली. आता मी वानप्रस्थ स्वीकारण्याची वेळ आली आहे.

माझ्याऐवजी कात्यायिनी मठाच्या गादीवर एक अत्यंत सक्षम आणि तरुण स्वामी येणे काळाची गरज आहे.''

सभेसाठी मठाचे अत्यंत प्रतिष्ठित मान्यवर मोठ्या संख्येने उपस्थित होते. स्वामीजींच्या बोलण्याचा रोख त्यांच्या लक्षात आला. सर्व जणांची चलबिचल झाली. ते अस्वस्थ झाले. तेवढ्यात रावसाहेब उभे राहिले. त्यांचे आणि स्वामीजींचे संबंध अत्यंत सौख्याचे होते. हात जोडून ते म्हणाले, ''स्वामीजी, आपण अशी परित्यागाची भाषा करत आहात. त्यामुळे आम्हा सर्वांना क्लेश होत आहे. कात्यायिनी

देवीच्या कृपेने अजून तुमची तब्येत उत्तम आहे. आपण १०० वर्षांपेक्षा जास्त वर्षे ठणठणीत राहणार आहात. तुम्ही अशी निरवानिरवीची भाषा करण्याचे काहीच प्रयोजन नाही. सभेच्या वतीने मी हात जोडून नम्रपणे सांगू इच्छिता, की आपला हा विषय सभेस मान्य होण्यासारखा नाही.''

किंचित स्मितवदनाने स्वामीजींनी त्यांना खाली बसण्याचा इशारा केला. ''रावसाहेब आणि इतर मान्यवरांनो, तुमच्या भावना माझ्या ध्यानात आल्या आहेत. तुम्ही या विषयास सहजी मान्यता देणार नाही. भावनेने सर्व प्रश्न सुटत असते तर बरे झाले असते. व्यवहारात भावना असावी; पण भावना व्यवहारांची जागा नाही घेऊ शकत. बदल हा जीवनाचा स्थायी भाव आहे. बदलामुळे जीवनास गतिमानता येते. आपणास बदल टाळता येणे शक्य नाही. बदल ही निसर्गदत्त देणगी आहे. सर्वांची प्रगती बदलावरच अवलंबून असते. म्हणून बदल नाकारणे योग्य होणार नाही.''

मणिभद्र स्वामीजींच्या आसनाशेजारी बसला होता. इतक्या मोठ्या संख्येने उपस्थित असणाऱ्या नामवंत बुजुर्ग माणसांसोबत सभेस बसल्याने त्याला दडपण आले होते. मठाच्या गादीचे महत्त्व किती आहे, हे त्याला दिसत होते. उद्या ही गादी आपल्याला सांभाळायची आहे. मोठी नैतिक आणि जोखमीची जबाबदारी आहे.

स्वामीजींनी मणिभद्रचा निर्देश केला. ''इथे माझ्याशेजारी बसलेले हे नवीन रक्ताचे तारुण्य म्हणजे मणिभद्र. यांनी समाजशास्त्र विषयामध्ये एम.ए. केले आहे आणि सध्या ते त्याच विषयामध्ये पीएच.डी. करत आहेत. त्यांचे काही शोधनिबंध आंतरराष्ट्रीय पातळीवर प्रसिद्ध झाले आहेत. त्यांना अमेरिकेसारख्या अत्यंत प्रगत राष्ट्रातर्फे चर्चासत्रासाठी आमंत्रण आले आहे. इतक्या अल्पवयामध्ये त्यांनी घेतलेली झेप महान आहे. गेल्या काही महिन्यांपासून ते माझ्याकडून धर्मशास्त्राचे शिक्षण घेत आहेत. त्यांच्या बुद्धीची झेपच इतकी मोठी आहे, की अल्पावधीत त्यांनी बरेचसे धर्मशास्त्र आत्मसात केले आहे. त्यांना संगणक शास्त्रातही गती आहे. सध्या आपल्या मठाची जागा त्यांनी इंटरनेटवरही स्थापन केली आहे. त्यांनी कात्यायिनी देवीच्या मंदिरात जागोजागी कॅमेरे लावून घेतले आहेत. दररोजची पूजा तुम्हालाच नव्हे तर जगातील कोणत्याही ठिकाणी पाहण्यास उपलब्ध करून दिली आहे. माझी प्रवचनेही त्यांनी प्रक्षेपित करण्याची सुविधा दिली आहे. केवळ त्यांच्या येण्यामुळे आपल्या मठाची कीर्ती अनेक ठिकाणी वृद्धिंगत झाली आहे. म्हणून माझी इच्छा आहे, की या मठाच्या गादीवर बसण्यासाठी ही अत्यंत योग्य व्यक्ती आहे. त्यांनीही काही प्रवचने सादर केली आहेत. आपणापैकी काही जणांनी त्याचे श्रवण केलेही असेल. आपल्या नावीन्यपूर्ण विचारांनी समोरील व्यक्तींना मंत्रमुग्ध करण्याची त्यांची क्षमता अवर्णनीय आहे. आपल्या धर्माची पताका ते सतत उंचावत ठेवणार.

सर्वांत महत्त्वाचे म्हणजे मणिभद्र आता लगेच धर्मगुरू म्हणून काम करणार

नाहीत. आणखी तीन वर्षे त्यांना त्यांचे संशोधन करण्यासाठी लागणार आहेत. मी तोपर्यंत कार्यरत राहणार आहे. ते धर्मपीठावर आरूढ झाले तरी माझी सोबत त्यांना होणारच आहे. नवरात्रीच्या षष्ठीच्या दिवशी त्यांचा धर्मगुरू म्हणून स्वीकार करण्याचा कार्यक्रम मोठ्या दिमाखात आणि आपल्या मठाच्या प्रतिष्ठेला शोभणारा करावयाचा आहे. या सभेचे प्रयोजन हेच आहे.''

मणिभद्र भावी धर्मगुरू असणार हे स्वामीजींच्या वाणीतून ऐकल्यानंतर सर्वांनाच आनंद झाला. काही व्यक्तींनी त्याची प्रवचने ऐकली होती. काही लोकांच्या कानावर त्याच्या विचारांची माहिती आली होती. जवळपासच्या सर्वसामान्य माणसांचा त्याच्याशी प्रत्यक्ष संबंधही आला होता. त्यांच्या मृदू स्वभावाची, आपलेपणाने बोलण्याची ओळख त्यांना झाली होती. तो त्या भागात चांगलाच प्रसिद्ध झाला होता. सभेतील सर्वांनी उत्स्फूर्तपणे जयघोष केला. ''मणिभद्र स्वामींचा विजय असो!'' त्या जयजयकाराने मणिभद्र चांगलाच सटपटला. सर्वसामान्य माणसांनी 'जय जय' करणे समजण्यासारखे होते. इतक्या प्रतिष्ठित लोकांनी केलेल्या जयजयकाराने त्याला गुदमरल्यासारखे झाले. कात्यायिनी साखर कारखान्याचे अध्यक्ष रावसाहेब भिमदे उभे राहिले. जमिनीवर बसलेल्या मणिभद्रला त्यांनी हाताला धरून उठवले आणि स्वामींच्या आसनाजवळील पलंगावर बसवले. त्यांनी स्वतःच्या डोक्यावरील टोपी काढून हातामध्ये घेतली. खिशातील पाकिटातून १०००/- रुपयाची नोट काढून मणिभद्रशेजारी पलंगावर ठेवली. ''मणिभद्रस्वामींचा विजय असो!'' असे म्हणत मणिभद्रच्या पायावर डोके टेकवले. मणिभद्र चांगलाच भांबावून गेला. तो अंग चोरून बसला. पूर्णानंदस्वामी समाधानाने हसत होते. रावसाहेबांच्या कृतीचे अनुकरण इतर मान्यवरांनीही केले. मणिभद्रच्या शेजारी हजार आणि पाचशे रुपयांच्या चलनाचा ढीग जमा झाला. सर्वांनी नवीन स्वामींचा पट्टाभिषेक अत्यंत शानदार तऱ्हेने करण्याची जबाबदारी स्वेच्छेने स्वीकारली.

नवरात्रीची धामधूम मोठ्या शानदार पद्धतीने झाली. मठामध्ये अभूतपूर्व रोषणाई करण्यात आली होती. गावातील तरुणी पहाटे लवकर येऊन देवीच्या मंदिरापुढे अत्यंत विलोभनीय रंगीत रांगोळ्या काढत होत्या. मंदिराच्या विस्तीर्ण परिसरामध्ये बंगळूरहून आणलेला सुंदर मांडव घातला होता. नवीन स्वामींचा पट्टाभिषेक होणार, ही बातमी स्थानिक वृत्तपत्रामध्ये प्रसिद्ध झाली. समारंभाच्या प्रत्येक कृतीचे सर्वांना दर्शन व्हावे म्हणून जागोजागी टीव्ही पडद्याची सोय केली होती. पट्टाभिषेक झाल्यानंतर संध्याकाळी राणीहळ्ळी गावात मिरवणूक काढण्यासाठी चार घोड्यांची बग्गी सांगण्यात आली होती. रावसाहेब भिमदेंनी जातीने सर्व व्यवस्था केली होती. कारखान्याचे मनुष्यबळ त्यांच्या दिमतीला होते. या वर्षी भक्तगणांच्या संख्येत बरीच वाढ झाली होती. परदेशात राहणारे अनेक शिष्यगण समारंभासाठी आवर्जून आले

होते. आपल्या नवीन धर्मगुरूंना बघण्याची त्यांना उत्सुकता होती.

यंदा मणिभद्रच्या हस्ते घटस्थापना करण्यात आली. दररोज स्वामींच्या प्रवचनानंतर त्याचे प्रवचन, अशी योजना करण्यात आली. जसेजसे दिवस जात होते तसतसा मणिभद्र चांगलाच सरावला होता. हजारोंचा जमाव पाहून त्याच्या बोलण्यात ओजस्वीपणा आला होता. पारंपरिक रूढींचा विज्ञानाच्या आजच्या जीवनात बदललेला नवीन अर्थ तो विस्ताराने सांगत होता. मूळच्या रूढींमध्ये स्वार्थी माणसांनी कसे अपभ्रंश करून अज्ञानी समाजाकडून फायदा करून घेतला, हे तो उदाहरणासह दाखवून देत होता. धर्म, श्रद्धेविषयी बोलतो. त्याला अंधश्रद्धा मान्य नाहीत हे तळमळीने सांगत होता. या नवीन विचारामुळे शिकलेला तरुण प्रभावित झाला होता. धर्माविषयी नवीन जागृती होत होती. दररोज मणिभद्रस्वामींच्या जयघोषाने आसमंत दुमदुमत होता.

षष्ठीचा दिवस म्हणजे कात्यायिनी देवीचा दिवस. मणिभद्रचा पट्टाभिषेक आजच होणार होता. भल्या पहाटेपासून मठामध्ये अभूतपूर्व गर्दी झाली होती. नवीन गुरूंच्या स्नानासाठी तुंगभद्रा, कावेरी, मलप्रभा, घटप्रभा आणि कृष्णा या पाच नद्यांचे पाणी आणण्यात आले. मंत्रघोषाचा आवाज सुरू होता. झांज, ढोल, घंटा अशा मंगलवाद्यांचा मधुर ध्वनी सतत होता. ओल्या वस्त्राने मणिभद्रने कात्यायिनी देवीस अभिषेक केला. सर्व वाद्यांच्या आवाजामध्ये त्याचा स्पष्ट आणि घनगंभीर आवाज रोमांच निर्माण करत होता.

वरदाई, रुद्राण्णा, सरोजमावशी, आत्मारामजी, गंधमती हे मणिभद्रच्या घरातील सर्व जण कार्यक्रमास आवर्जून आले होते. त्यांच्याभोवती दूरदर्शन आणि आकाशवाणी वार्ताहरांचा सतत गराडा पडलेला असे. मणिभद्रची मिळेल ती माहिती त्यांच्याकडून काढून घेण्याचा त्यांचा प्रयत्न होता. त्यांच्या मुलाखती घेतल्या जात होत्या. "आई, आता तुमचा मुलगा तुमचा राहिला नाही. तो आता सर्व समाजाचा आहे. आता तुमच्या भावना काय आहेत?" वार्ताहराने असे विचारल्यानंतर वरदाईच्या डोळ्यांतून अश्रूंचा जणू महापूरच सुरू झाला. त्यांना एकही शब्द व्यक्त करता आला नाही. कर्नाटक राज्यातील दूरदर्शन आणि आकाशवाणीतून कार्यक्रमाचे अंश सातत्याने दाखवण्यात येत होते. मणिभद्रची प्रवचने, त्याचे विचार, त्याची देखणी प्रतिमा सातत्याने दूरदर्शनवर झळकत होती. त्याच्या व्यक्तिमत्त्वाने सर्वांच्या भावना आदरयुक्त झाल्या. सर्वसामान्यांच्या चित्तामध्ये त्याच्याविषयी आदरभाव निर्माण झाला. पूर्णानंदस्वामींच्या प्रभावामुळे सर्व जण मणिभद्रची तुलना त्यांच्याबरोबर करत होते. त्यांना तो पूर्णानंदस्वामींच्या तुलनेत कमी वाटत नव्हता. आपले नवीन स्वामी चांगले आहेत, असे सर्व जण आपापसात बोलून दाखवत होते. मणिभद्रच्या घरातील सर्वांना जनसामान्यांचे विचार समजत होते. त्यांना संतोष वाटत होता. या

सर्वांमध्ये नेहमीची खेळकर आणि अवखळ गंधमती मात्र अलिप्त वाटे. ती फारच अबोल झाली होती. निरीक्षण करून पाहणाऱ्या तिच्या ओळखीच्या माणसांना चेहऱ्यावरील भविष्याची चिंता स्पष्ट दिसली असती. ती यांत्रिकपणे समारंभात सामील झाली आहे, हे समजत होते. तिच्या नशिबाने सरोजमावशी आणि आत्मारामजींना तिच्याकडे लक्ष देण्यास वेळ नव्हता.

सकाळच्या शुभ मुहूर्तावर पूर्णानंदस्वामींनी मणिभद्रला आपल्या आसनावर बसवले. 'मणिभद्रस्वामींचा विजय असो!' असा जयघोष झाला. नंतर त्याच्या दर्शनासाठी लोकांची झुंबड उडाली. त्याच्या गळ्यात फुलांच्या माळा पडत होत्या. पायाशी फळे, पैसे यांचा ढीग जमा होत होता. मल्लया आणि दासप्पा त्याची व्यवस्था पाहत होते. दोन्ही स्वामी जवळजवळ बसले होते. दोघांच्या डोक्यावर अस्सल सुवर्णाचे मुकुट होते. गळ्यात सोन्याच्या कोंदणात सुबकतेने मढवलेली कवड्यांची पाचपदरी माळ होती. शेजारी चांदीच्या गुंडाळीनळीत बसवलेला पेटलेला पोत होता. आबालवृद्ध, तरुण, स्त्री, पुरुष, गरीब, धनवान, शिक्षित, अज्ञानी शिष्य त्याच्या पायांवर डोके टेकवण्यात स्वतःला धन्य मानत होते. स्वतःचे घरचे लोक जेव्हा त्याच्या पायावर माथा टेकवण्यास आले, तेव्हा त्याला भडभडून आले. क्लेश झाला. ज्या अण्णा, अव्वाच्या आशीर्वादासाठी मी त्यांचे दर्शन घ्यायचे, तेच माझ्या पायांशी विनम्र होतात. एका क्षणात माझे त्यांचे नाते संपले. त्याच्या डोळ्यांत पाणी आले. पण निग्रहाने तो शांत होण्याचा प्रयत्न करत राहिला. त्याचे भान अनावर झाले. धर्म लोकांच्या नसानसांत किती खोलवर रुतून बसला आहे, याचे दर्शन त्याला होत होते. लोकांची धर्मावर किती प्रचंड श्रद्धा आहे. आपण त्याला पाहिजे तसे वळण देऊ शकतो. पोप किंवा सर्वोच्च मुस्लिम धर्मगुरू जेव्हा एखादा फतवा काढतात, तो पालन करण्यासाठी सर्व जण किती कसोशीने प्रयत्न करतात, याचे उल्लेख त्याने संदर्भग्रंथांत वाचले होते. लोक विवेक, माणुसकी सोडून कसे तुटून पडतात. बापरे! केवढी मोठी जबाबदारी आपण घेतली. त्याचे विचार सुन्न झाले.

दुपारी सर्व भक्तांसाठी विशेष महाप्रसादाची व्यवस्था होती. प्रतिष्ठित, सर्वसामान्य सर्व जण मंडपामध्ये मांडी घालून महाप्रसाद म्हणजे गुरूंचे आशीर्वाद सानंद ग्रहण करत होते. ५०००पेक्षा जास्त समुदायाची सर्व व्यवस्था राणीहळ्ळीसारख्या छोट्या गावात मोठ्या कुशलतेने करण्यात आली होती. प्रत्येक जण हा समारंभ आपल्याच घरातील आहे, असे समजूनच झटत होता. कोठेही गडबड होत नव्हती. आता दोन्ही स्वामी जेवण मंडपामध्ये जातीने लक्ष घालत होते.

आज दुपारी ४ ते संध्याकाळी ६ पर्यंत देवी कात्यायिनीचा महिमा सांगणारे प्रवचन होते. नेहमी पूर्णानंदस्वामी मोठ्या रसाळपणे भान विसरून प्रवचनाद्वारा शिष्यांना मंत्रमुग्ध करत असत. आज ती जबाबदारी मणिभद्रला देण्यात आली होती.

मणिभद्रने मोठ्या विश्वासाने, आत्मसंयमाने प्रवचनास सुरुवात केली. सुस्पष्ट वाणीमध्ये संस्कृत श्लोकाचे वाचन आणि मोठ्या समर्पकपणे कन्नड भाषेत त्याचे निरूपण सांगत होता. तो योग्य ठिकाणी इंग्रजी भाषेतही खुलासा देत होता. त्याच्या अमोघ वाणीने सर्वांवर गारूड केले होते. सर्व समुदाय अत्यंत तन्मयतेने त्याचे शब्द कानात प्राण आणून श्रवण करत होता. एवढा मोठा समूह दोन तास गुंतवून ठेवणे सोपी गोष्ट नव्हती. मणिभद्रच्या भावी यशाचा पाया घातला जात होता. त्याचा प्रत्येक शब्द अज्ञानी माणसापासून ते उच्चशिक्षितापर्यंत तितक्याच प्रभावीपणे जात राहिला. त्याने बरोबर ६ वाजता प्रवचनाची सांगता केली. शेवटची देवीची आरती त्याच्यासोबत जेव्हा सर्वांनी एकत्र तालसुरामध्ये गायली, तो अनुभव रोमांचकारी होता. आरती झाल्यानंतर सर्वांनी एकसुरात उत्स्फूर्ततेने टाळ्यांचा गजर करत त्याच्या ज्ञानास सलामी दिली. पन्नासपेक्षा जास्त वर्षांनंतर धर्मपीठावर स्थानापन्न होण्याचा सोहळा होत होता. प्रत्येक क्षण अविस्मरणीय झाला होता. प्रसंगाचे जिवंत प्रसारण चालू होते. पाहणाऱ्यांच्या डोळ्यांचे पारणे फिटले.

याच्यावर मात झाली ती मिरवणूक सोहळ्याने. गावातील सर्व जातिधर्माच्या लोकांनी आपापली घरे विद्युतमाळांनी सजवली होती. मार्गावर रांगोळी रेखाटने केली होती. मिरवणुकीची बग्गी फुलमाळा आणि रोषणाईने अशी सजवली होती, ते बघत राहावे. जवळपासच्या गावातून ढोल पथके, झांज पथके, लेझीम पथके आणि भजनी मंडळे सामील झाली होती. दोन्ही बाजूंना गळ्यात कवड्यांच्या माळा आणि पेटता पोत घेऊन जाणाऱ्या स्त्री-पुरुष मंडळींनी मिरवणुकीस विशेष शोभा आणली होती. आईच्या 'उदे! उदे!' गजरासोबत दोन्ही स्वामींच्या जयघोषाने आसमंत दुमदुमत होता. मिरवणुकीच्या मध्यभागी कात्यायिनी देवीची सिंहारूढ चतुर्भुज प्रतिमा एका ट्रॅक्टरवर बसवली होती. काही काळ आकाशामध्ये विजांचा कडकडाट झाला. पावसाची जोरदार सर बरसून गेली. थोडाही व्यत्यय न येता मिरवणूक सुरूच राहिली. सर्वांना वाटले, अवकाशस्थित देवतांनीही नवीन स्वामींच्या येण्यास पुष्पवृष्टी करून जणू मान्यताच दिली. रात्री उशिरापर्यंत हा सोहळा चालू राहिला.

मठामध्ये दिवसभर निरनिराळे कार्यक्रम सतत चालू होते. पूर्णानंदस्वामींनी बऱ्याच वर्षांपूर्वी, बोकड आणि कोंबड्यांच्या बळीची परंपरा बंद करण्यास भाग पाडले होते. जुन्या परंपरावादी अशिक्षित लोकांना स्वामीजींचे म्हणणे पटले नव्हते. त्यांनी मोठ्या संख्येने स्वामीजींसमोर धरणे धरले होते. या जनसमुदायाची समजूत घालणे फार कठीण होते. त्या वेळी समाजाचे प्रबोधन करण्यासाठी त्यांनी पुरातन ग्रंथाचा अभ्यास केला. त्यांना आढळले की ग्रंथामध्येही बळीचा उल्लेख होता. विचार करताना त्यांच्या लक्षात आले की पूर्वी मानव पंचमहाभूते; पृथ्वी, जल, आकाश, वायू आणि अग्नी यांना फार घाबरत असे. त्या काळी मानवाच्या ज्ञानाच्या

कक्षा अत्यंत सीमित होत्या. या पंचतत्त्वांची रौद्र रूपे सातत्याने त्यांना अनुभव देत. ती सर्व भीतीने गाळण उडवणारी असत. आजही इतक्या मोठ्या प्रगतीनंतर या नैसर्गिक कोपापुढे मानव हतबल ठरतो. त्सुनामी, भूकंप, ज्वालामुखीचा उद्रेक, चक्री वादळे, विजेचा होणारा महाभयंकर गडगडाट, अचानक जंगलामध्ये लागलेल्या प्रचंड अग्नीचे तांडव आजही आपण निसर्गापुढे किती दुबळे आहोत ते दाखवून देत असतात. असे जर आज आहे तर अनादी कालामध्ये, हजारो वर्षांपूर्वी माणसांची अवस्था कशी असेल? विचारही करवत नव्हता. अजून मानवाला अंगावर कपडे घालण्याची ओळख नव्हती, शेतीचे ज्ञान नव्हते, राहण्यास घर ही संकल्पना अस्तित्वात नव्हती. निसर्गाच्याच सान्निध्यात राहणाऱ्या मानवाची केवढी गाळण उडालेली असेल. शेवटी स्वतःचा जीव वाचला पाहिजे, ही भावना प्रत्येक सजीवात प्रखर असते. या पंचतत्त्वांना शांत करण्याचा उपाय म्हणून आपल्या जिवाच्या बदली दुसरा जीव देण्याची पद्धत अवलंबली असेल. हीच रूढी पुढे परंपरा म्हणून जतन झाली असावी. हा विचार स्वामीजींना तर्कसंगत वाटला होता.

आजही आपण कितीतरी परंपरा न समजावून घेता आपले वाडवडील पाळत होते म्हणून अंधपणे पाळत असतो. एखाद्या चिकित्सक माणसाने त्याचा खुलासा विचारला तर त्याला समर्पक उत्तर देणारा कोणीच नसतो. उलट त्याला भ्रष्ट, धर्मविरोधी ठरवून त्याची हेटाळणी करतात. वेळप्रसंगी त्याची हत्या करण्यासही मागेपुढे पाहत नाहीत. अफू, गांजापेक्षा धर्माची नशा जहाल असते. स्वामींनी याचा परिपूर्ण विचार करून त्यातून मार्ग काढला होता. त्यांनी लोकांना समजावले होते. त्यांना बोकड आणि कोंबडा यांच्या गव्हाच्या कणकेपासून प्रतिमा तयार करून त्यांचा बळी देण्याची कल्पना सांगितली. बळी दिल्यानंतर त्या कणकेपासून पोळ्या करून त्या वाटण्याची सूचना केली. सर्वसामान्य लोकही दारिद्र्याने गांजलेले होते. ऋण काढून सण साजरा करावा लागत असे. बळी देण्याचे समाधान कायम ठेवून, कमी रकमेत होणारा उपाय सर्वांना भावला. थोडेफार बोकड-कोंबडीचे व्यापारी मात्र रागावले होते. सावकारांनीही सामान्य जनतेला, हे योग्य नाही असे सांगून पाहिले. समाजमनावर पूर्णानंदस्वामी आणि देवीचा प्रचंड मोठा प्रभाव होता. समुदायापुढे धर्मग्रंथ समोर ठेवून स्वामींनी समाजाला मानसिकता बदलण्यास भाग पाडले होते. स्वामीजींनाही धर्मग्रंथातील जुन्या परंपरांना नवीन वळण द्यायचे होते. त्यांना धर्माच्या आधाराने भक्तांच्या विचारसरणीत बदल घडवून आणायचा होता. ते यशस्वी झाले होते.

आज जनावरांना बळी देण्याचा दिवस होता. प्रत्येक घरातील कर्ता पुरुष मोठ्या थाळीमध्ये कणकेच्या साहाय्याने तयार केलेल्या बोकडाची किंवा कोंबड्याची प्रतिमा ठेवून ती थाळी डोक्यावर घेऊन मिरवणुकीने कात्यायिनी मठाच्या दिशेने निघाला

होता. त्याच्या पाठीमागे घरातील मंडळी चालत होती. प्रत्येकाच्या हातामध्ये हळदी-कुंकवाचे करंडे, पाण्याचा तांब्या, लिंबाच्या झाडाच्या फांद्या यांपैकी एक काहीतरी होते. सोबत सनई किंवा झांज, हलगी या वाद्यांचा गजर होता. अशा लोकांची भली मोठी रांग मठामध्ये लागलेली होती. कात्यायिनी देवीच्या मूर्तीसमोर एक चौरंग आणि छोटी तलवार ठेवलेली होती. ज्याची पाळी येत होती त्याचे सर्व कुटुंबीय त्या चौरंगाभोवती गुडघे टेकून बसत होते. अंबेचा उदे उदे करून बळीचे डोके तलवारीने कापून ते देवीच्या चरणी अर्पण करत होते. उरलेले धड थाळीमध्ये आडवे ठेवून मंदिरामागील मोकळ्या मैदानाकडे जात होते. कापलेली सर्व डोकी दासप्पा गोळा करून एका पिंपामध्ये भरत होता. मठामध्ये आचारी कात्यायिनीच्या सेवेत रुजू झाले होते. पिंप भरले की ते घेऊन जात होते. त्यांच्याकडे असणाऱ्या कामगार बायका त्या पिंपामधील डोकी परातीमध्ये तिंबून त्याचे गोळे करून त्याच्या पोळ्या करून ठेवत होत्या. एक टेम्पो भरून जाईल इतक्या पोळ्या तयार होत होत्या. मैदानात तीन दगडांच्या चुली आणि लाकडे ठेवलेली होती. बळीची प्रक्रिया झाल्यानंतर चुलीचा ताबा घेऊन बळीच्या धडाच्या पोळया होत होत्या. कालवण होत होते. मोकळ्या वातावरणात, निसर्गाच्या सान्निध्यात सर्व जण वनभोजनाचा आनंद घेत होते. गरीब-श्रीमंत भेद नव्हता. स्थानिक, परदेशी वास्तव्यास असणारे, आलिशान बंगले असणारे, अत्यंत महागडी वस्त्रे परिधान केलेले स्त्री-पुरुष मुक्तपणे देवीच्या मैदानात काळ्या आईच्या अंगावर मांडी घालून भोजन करत होते. प्रत्येकाची अनुभूती वेगवेगळी होती. परंतु सर्व जण असीम आनंदात होते. दृश्य अवर्णनीय होते. चुलीवरच्या जेवणाचा अनुभव अत्यंत वेगळा आणि आवडणारा होता.

इतके दिवस मणिभद्र त्रयस्थ म्हणून या प्रकाराकडे पाहत असे. आता तो सर्व या प्रक्रियेचा भाग झाला होता. पूर्णानंदस्वामींनी ज्या हेतूने ही समाजबदलाची नौका पाण्यामध्ये सोडली होती, तिचे सुकाणू मणिभद्रच्या स्वाधीन केले. त्याची जबाबदारी वाढली. त्याला आता स्वतःच्या वर्तनाकडे नीटपणे लक्ष देणे गरजेचे होते. त्याच्या प्रत्येक वागण्याचा अर्थ लावला जाणार होता. त्याला नभा मॅडमची आठवण झाली. शब्दाने नव्हे, तर वागण्यातून त्यांनी आपली प्रेमभावना त्याच्यासमोर व्यक्त केली होती. सुधाताईंनी अप्रत्यक्ष बोलण्यातून मणिभद्रला याबाबत काय वाटते ते तपासण्याचा प्रयत्न केला होता. त्यांना मणिभद्रचा अंदाज आला नव्हता. तो स्वतःला वगळून विचार करत असे. स्वतःला या संदर्भात प्रश्न विचारण्याचे धैर्य त्याच्याजवळ नव्हते. कितीही टाळण्याचा प्रयत्न केला तरी तो यातून सुटणे शक्य नव्हते. त्याला स्वतःच्या मॅडमविषयीच्या भावना माहिती होत्या; पण त्या स्वीकारण्याची त्याची तयारी नव्हती. आतापर्यंत त्याच्या आयुष्यात अशा प्रकारे तरुण मुलगी कधीही आली नव्हती. त्याच्या छोट्याशा वस्तीमध्ये स्त्री-पुरुष प्रणय अशा भावनांचा

संपर्क कधीही झाला नव्हता. तो स्वतःशी विचार करत होता. माझेही नभा मॅडमवर प्रेम आहे का... का मला त्यांची काळजी वाटते... त्यांचे बोलणे का सतत ऐकावे वाटते... त्यांच्या सहवासात का छान वाटते... का त्यांच्याकडे पाहावे वाटते... का मी त्यांच्या जीवनात इतका गुंतलो आह... प्रेम म्हणजे हेच काय... त्यांना स्पर्श केल्यानंतर मी इतका का गडबडून जातो... समजा, या सर्वांचे उत्तर माझे त्यांच्यावर प्रेम आहे असे असेल तर... याचे भवितव्य काय... आता तर ही माझ्या दृष्टीने पापभावना आहे. मी मठाधिपती झाल्यामुळे माझे संसाराचे मनोरथ संपलेच आहेत. या भावनेतून सुटका होणे शक्य नाही. आतापर्यंत संपर्काचे फक्त सहाच महिने झाले आहेत. अजून २ ते २॥ वर्षे मी त्यांच्या सहवासापासून मुक्त होणार नाही... विचारांनी त्याच्या मेंदूला बधिरता आली. तो विमनस्क झाला.

सीमोल्लंघनाने नवरात्रीची सांगता होणार होती. संध्याकाळी पाच वाजेपर्यंत पूजा, होमहवन यातच वेळ गेला. सहा वाजता साखर कारखान्याच्या बाजूला असणाऱ्या माळरानावर सर्व जण जमले होते. प्रत्येकाच्या हातामध्ये आपट्याच्या पानांची पेंढी होती. मैदानामध्ये सर्व जण गोलाकार उभे होते. सर्वांच्या पेंढ्यांचा मध्यभागी ढीग गोळा झाला होता. हलगी, तुताऱ्या आणि झांजेच्या आवाजात जगदंबेचा उदो उदो गर्जत होता. दोन्ही स्वामी आल्यानंतर त्यांच्याही नावाचा जयघोष झाला. सोने लुटण्याचा विधी स्वामीजींपासून सुरू होणार होता. पूर्णानंदजी आणि मणिभद्र यांनी मध्यभागी जमा केलेल्या ढिगाऱ्यातून थोडी आपट्याची पाने घेतली. ते दोघे रिंगणाच्या कडेस आले. सर्वांचे डोळे स्वामीजींच्या इशाऱ्याकडे होते. त्यांच्या शेजारी तुतारी घेतलेले लोक उभे होते. नीरव शांतता होती. जगदंब म्हणत स्वामीजींनी उजवा हात उंचावला. तुताऱ्या निनादू लागताच आरडाओरड करत सर्व बाजूंनी लोक रिंगणाच्या मध्यावरील ढिगाऱ्याकडे धावू लागले. सोने लुटण्यासाठी झुंबड उडाली. मोठे मजेशीर दृश्य होते. लुटलेले सोने स्वामींच्या पायावर घालून दर्शन घेऊन लोक परतत होते. नवरात्रीची सांगता झाली. आता जगदंबा विश्रांती घेऊन कोजागरी पोर्णिमेस परतणार होती.

राणीहळ्ळीतून निपाणीस आल्यानंतर गंधाला त्रास सुरू झाला. तिची अन्नावरील वासना मेली हाती. थोडे काही खाण्यात आले की उलटून पडत होते. काहीही करण्याची इच्छा होत नव्हती. स्वस्थ झोपून राहावे अशी भावना होत असे. सरोजमावशींना काही कळेना. त्यांना वाटले मठामध्ये काही खाण्यात आले असेल आणि ते बाधले असेल. एक-दोन दिवस त्यांनी घरगुती उपचार करून पाहिले. अपचनामुळे असे होत असावे, असा त्यांचा समज झाला. विजयादशमी दिवशी मात्र त्यांनी तिला दवाखान्यात नेले. गंधमतीला अशक्तपणा आला होता. डॉक्टरांनी तिला दवाखान्यात ठेवून घेतले. सलाइन लावले. संध्याकाळपर्यंत तिला आराम

पडला. मावशींनी सुटकेचा निःश्वास सोडला. सीमोल्लंघनाचा दिवस पार पडला. रात्री गंधाला पुन्हा उलट्या, मळमळणे, अस्वस्थता पहिल्याप्रमाणे सुरू झाले. गंधाला पूर्ण कल्पना आली होती. ती आता मात्र भयंकर घाबरली. पुन्हा दवाखान्यात जावे लागणार आणि आपल्या गरोदरपणाचे गुपित उघड होणार. तिला घाम फुटला. इतकी बेदरकार, अवखळ मुलगी आता मात्र मलूल होऊन पडली. हे माहिती झाल्यानंतर आपली काही खैर नाही. आई आणि बाबा यांच्या प्रतिक्रिया कशा असतील याची ती कल्पनासुद्धा करावयास धजावत नव्हती. सदानंदाविषयी बाबांचे मत चांगले नव्हते. त्यांनी तिला बजावून सांगितले होते की त्यांच्याशी जेवढ्यास तेवढे संबंध ठेव. ती गुडघ्यात मान घालून पुढील परिणामाविषयी विचार करत होती. आपल्या गर्भात वाढणाऱ्या जीवाविषयी कसलाच विचार सुचत नव्हता. फक्त पुढे काय? मती गुंग झाली होती.

सकाळी पुन्हा दवाखान्यात जाण्याची तयारी सुरू झाली होती. आत्मारामजींनी डॉक्टरांना फोन करून गंधमतीस अजून आराम पडला नसल्याचे सांगितले. ते त्यांचे फॅमिली डॉक्टर होते. घरातील सर्वांचे आचारविचार यांच्याशी त्यांची चांगली ओळख होती. गंधमतीला तर ते बालपणापासून ओळखत होते. आपण तिला दिलेले उपचार लक्षणानुसार योग्यच दिले. तरीही आराम पडला नाही हे ऐकून ते बुचकळ्यात पडले. आतापर्यंत तिची तब्येत पूर्ववत झाली पाहिजे! डोक्यात प्रश्न चिन्ह ठेवूनच त्यांनी १०॥ वाजता दवाखान्यात घेऊन येण्यास सांगितले.

सकाळचे १० वाजले आणि आत्मारामजींच्या दारात मठाची गाडी येऊन उभी राहिली. नवीन स्वामी मणिभद्र त्यांच्या आईवडिलांसह आले होते. त्याही परिस्थितीमध्ये आत्माराम आणि सरोजमावशींना आनंद झाला. आता मणिभद्रबरोबरचे जुने नाते संपले होते. ते आता मठाधिपती होते. सरोजमावशींनी त्याला दारात उभे राहण्यास सांगितले. घरातून त्यांनी पाण्याने भरलेली कळशी आणली. आत्मरामांनी शेजारी असणाऱ्या फूलवाल्याच्या दुकानातून छानसा हार आणला. मावशींनी त्याच्या माथ्यावर तिलक लावून आरती केली. काका आणि मावशी त्याच्या पायांचे दर्शन घेण्यास वाकणार तेवढ्यात,

"काका, मावशी हे काय? तुम्ही माझ्या पाया पडणार? नाही! तुम्ही वयाने, अनुभवाने माझ्यापेक्षा थोर आहात."

"स्वामी, हा व्यक्तीचा मान नाही तर, कात्यायिनी देवीचे प्रतिनिधी, आमच्या कुलदेवतेच्या पीठाचे स्वामी यांचा सन्मान आहे."

"काका, माझा पट्टाभिषेक झाला हे मान्य; परंतु मला स्वामीजींनी तीन वर्षांसाठी या जबाबदारीतून तूर्त सूट दिली आहे. इतका सन्मान केला तोच जास्तीचा आहे. आम्ही वस्तीवर निघालो होतो. जाताजाता तुमची गाठ घ्यावी असा अव्वाचा

विचार झाला. कार्यक्रमाच्या व्यापात निवांत वेळ मिळाला नाही. कार्यक्रमात गंधाही फार दिसली नाही. नेहमी प्रचंड उत्साहात असणारी गंधा नेमकी कार्यक्रमामध्ये दूरदूर राहिली. काही अडचण आहे का?''

''स्वामी, निपाणीत आल्यापासून ती खूप शांत वाटते. कार्यक्रमातून आल्यापासून दोन दिवस तिला बरे नाही. काल दवाखान्यात नेले होते. संध्याकाळपासून पुन्हा त्रास सुरू झाला. फार सुकली आहे. सतत पोटात मळमळते असे म्हणते. आता आम्ही दवाखान्यातच निघालो आहोत. मला वाटते, मठामधले खाणे तिला बाधले असेल.'' सरोजमावशीच्या खुलाशावर मणिभद्रने गळ्यातला हार काढून मल्लयाच्या हातात ठेवला. त्याने सरावाने लगेच तो स्वामीजींच्या कारला बांधला. घरामध्ये पाऊल ठेवत मणिभद्र म्हणाला, ''मावशी, तुझे म्हणणे बरोबर वाटते. तिला अपचनाचा त्रास झाला असेल. चला, आपण दवाखान्यात जाऊन येऊ. अव्वा आणि अण्णा इथे थांबतील.''

मल्लयास थांबण्यास सांगून मणिभद्र दवाखान्यात गेला. डॉक्टरांनी गंधमतीला पुन्हा तपासले. त्यांना थोडी विचित्र शंका आली. पण हे शक्य नसेल असेही वाटले. त्यांनी गंधाला आणि सरोजमावशींना सोबत येण्यास सांगितले. ते त्यांना घेऊन सोनोग्राफी कक्षात गेले. काही क्षणांत गंधाच्या गर्भाशयाचे त्यात असणाऱ्या बाळासह चित्र स्क्रीनवर उमटले. डॉक्टरांची शंका खरी ठरली. त्यांनाही आश्चर्य वाटले. ''महाधनी बाई, ही मुलगी पावणे दोन महिन्यांची गरोदर आहे.''

त्या एका वाक्याने मावशीच्या मस्तकावर घणांचे घाव बसले. त्यांनी फर्रकन गंधाला कॉटवरून ओढले. तिचा हात घट्ट धरून त्या तरातरा बाहेर आल्या. डॉक्टरांना त्यांची ती प्रतिक्षिप्त क्रिया फार वेगळी वाटली नाही. मणिभद्र आणि आत्माराम सोहळ्याविषयी बोलत बसले होते. तरातरा बाहेर येणाऱ्या बायकोचा आणि पाठोपाठ ओढत येणाऱ्या मुलीचा चेहरा पाहून आत्माराम उभे राहिले. ''काय झाले गं?''

''घरी चला.'' इतके बोलून मावशी गंधाला घेऊन कारमध्ये बसल्या. आता त्या स्फुंदून स्फुंदून रडत होत्या. दोघांना वातावरणातील गांभीर्य लक्षात आले. ते कारमध्ये बसले. आत्मारामजींनी कार घराकडे वळवली.

घरी येताच मणिभद्रने मल्लयास राणीहळ्ळीस जाण्यास सांगितले. सरोजमावशी गंधाला घेऊन तिच्या खोलीत गेल्या आणि दार बंद केले. बंद दारापाठीमागून गंधाला झोडपण्याचा त्याचबरोबर सरोजमावशींच्या बेधुंद बोलण्याचा आवाज येत होता. ''रांडे, खाल्लेस ना शेण, काढलेस आपल्या अब्रूचे धिंदवडे! लाज, शरम सारे कोळून प्यायलेस ना! आता गावात तोंड दाखवायला जागा तरी ठेवलीस का? नोकरी करत होतीस का बाजारबसवीसारखा धंदा मांडून

बसली होतीस. तुला एवढी आग पडली होती तर सांगायचे होतेस, आम्ही लग्न लावून दिले असते. तू परवा त्या मुलाला घेऊन आली होतीस तेव्हाच मी शहाणी व्हायला पाहिजे होते. मला वाटले, तुला त्यांनी मदत केली म्हणून घेऊन आली आहेस. त्याचे उपकार छान फेडलेस बाई! एकुलती एक म्हणून तुझे लाड करून तुला चढवून ठेवले. चांगले पांग फेडलेस आमचे. गावात नजर उचलून बघण्याची टाप नव्हती कोणाची. आता तेच लोक तोंडात शेण घालतील. कसली अवदसा आठवली तुला.''

मावशीच्या तोंडाचा पट्टा चालू होता. ती गंधाला बेदम मारहाण करत होती. गंधाच्या तोंडातून एक शब्द येत नव्हता. आता बाहेर सर्वांना त्याची पूर्ण कल्पना आली होती. आत्मारामजी भयंकर चिडले होते. शरमेने त्यांचा चेहरा काळवंडला. मघाशी मेव्हणी, साडू आणि मणिभद्र आल्याचा केवढा आनंद झाला होता. आता त्यांना वाटत होते. आपली अब्रू यांच्यादेखत वेशीला टांगली गेली. हे नसते तर ही बातमी डॉक्टर, सरोजशिवाय इतरांना समजलीच नसती. गुपचूप गर्भपात करवून घेतला असता. या गोष्टीची वाच्यताही झाली नसती. सरोजमावशींच्या रडण्याचा जोराचा आवाज आल्यानंतर ते भानावर आले.

''सरोज दार उघड.'' त्यांनी दरडावून आवाज दिला. दरवाजा उघडून सरोजमावशी बाहेर आल्या आणि वरदाईच्या गळ्यात पडून मुसमुसू लागल्या.

''सरू, शांत हो बाई!''

''ताई, कसे शांत होऊ तूच सांग. माझ्याच पोरीने माझ्या गळ्यात फास आवळला. कोणास सांगू? एवढी शिकलेली मुलगी, श्रीमंत घरची. तिला त्या हरामखोराने बरोबर जाळ्यात अडकवली. ही खालच्या जातीची मुले लक्ष ठेवूनच असतात चांगल्या मुलीवर. ताई, आता कसं गं होणार आमचं.''

''हे बघ सरू, असे प्रसंग देवीच निर्माण करते आपली परीक्षा बघण्यासाठी. आपल्याला यातूनच मार्ग काढावा लागणार.''

गंधमती पलंगावर शरीराचे मुटकुळे करून बसली होती. तिचा चेहरा भकास दिसत होता. आजपर्यंत आईबाबांचे कौतुकाचे शब्द ऐकत होती. आज आईच्या तोंडून निघालेले शब्द तप्त शिशाच्या रसासारखे तिच्या कानात शिरत होते. प्रेमाच्या वेडात आपण काय करून बसलो हे तिला समजले. आपले भवितव्य काय? आपण प्रेमाच्या धुंदीत व्यवहार विसरलो. आपले सदानंदशी लग्न लागणे शक्यच नाही. आता आपल्याला मत नाही. आई-बाबा म्हणतील ते मान्य करून आयुष्य फरफटत न्यायचे. दुसरे काय आपल्या हातात?

आत्माराम ओरडले, ''गंधा, बाहेर ये.''

ती बाहेर आली. सरोजमावशींच्या माराचे वळ तिच्या गालावर दिसत होते.

"काय करून ठेवलेस तू? काय पाहिलेस तू त्या भिकारड्या माणसात? सांग, त्याचेच पाप तुझ्या पोटात आहे ना?"

गंधा मान खाली घालून थरथर कापत उभी होती

"अगं सांग की, तो सदानंद गौडरच ना? परवा त्याला घेऊन आली होतीस तोच ना?"

ती स्तब्धच.

आत्माराम आणखीन मोठ्याने ओरडले, "सांग ना!"

आता गंधाच्या डोळ्यांतून पाणी पडू लागले.

"तोंड बंदच ठेव. रडून काय आयुष्यावरचा डाग पुसला जाणार? मी सांगतो ते नीट ऐक. आपण दुपारी बेळगावला जाणार आहोत. माझ्या ओळखीच्या डॉक्टरकडून गर्भपात करून घेऊ. या दिवाळीच्या आत तुझे लग्न मी पसंत करणाऱ्या मुलाशी करून घ्यायचे. तुझी नोकरी बंद. मुकाट्याने मी सांगतो ते ऐक. या प्रसंगाची वाच्यता आयुष्यभर करावयाची नाही. जे सांगितले ते समजले का?"

आत्मारामांच्या बोलण्यावर 'होय' म्हणण्याशिवाय दुसरा मार्गच नव्हता.

"गंधा, तू आत जा." मणिभद्र असे बोलल्यानंतर सर्वांनीच चमकून त्याच्याकडे पाहिले. गंधमती निमूटपणे खोलीत निघून गेली.

"काका, तुम्ही कोचवर बसा. थोडे शांत व्हा. तुम्हाला मी काही सांगावे इतका मोठा नाही. असा प्रसंग कोणावरही येऊ नये. वडील म्हणून तुम्ही मुलीच्या भल्याचाच विचार करणार. पण ही परिस्थितीच अशी आहे की कोणत्याही आई-वडिलांचा संताप व्हावा. आपण ही परिस्थिती कोणत्याही उपायांनी बदलूच शकत नाही. गर्भपात करून आपण एका अजाण जीवाच्या हत्येचे पातक करणार? गंधाचा विवाह दुसऱ्या मुलाशी लावून देणार म्हणजे त्यांना फसवणार. तुम्ही गर्भ काढून टाकणार, गर्भाशय साफ करणार. पण तिचे तिच्या गर्भाचे, तिला आवडणाऱ्या सदानंदाचे विचार कसे साफ करणार? आता ती दबावामुळे लग्नास तयार होईल. ती संसारही करेल; पण तिची जखम भरून येईल याची खात्री कशी देणार? समजा, नंतर हे सर्व उघड झाले तर? समजा नाही उघड झाले, तरी आपण आपल्याच जावयाची फसवणूक केली हा सल मरेपर्यंत तुम्ही विसरू शकणार नाही. आपण पापभीरू माणसे आहोत. दुसऱ्यांची आयुष्यभराची फसवणूक करून शांतपणे जगू शकणार नाही. संतापाच्या भरात चुकीची गोष्ट केली तर परिणाम सर्वांनाच भोगावे लागणार. चालेल तुम्हाला असले जगणे? या एका चुकीमुळे सर्वांचेच आयुष्य पणाला लागणार." एवढे बोलून मणिभद्रने पाण्याचा पेला त्यांच्यासमोर धरला.

पाणी घेतल्यानंतर आत्मारामजींना शांतता लाभली. 'संतापाच्या भरात आपली विवेकबुद्धी लोपली. आपण या क्षणाचा विचार केला. भवितव्यात काय घडेल हे

विसरलो. स्वामी वयाने लहान आहेत, पण विचार परिपूर्ण आहेत. आपण संतापाच्या भरात एका निष्पाप जिवाची हत्या करण्यास तयार झालो. अरे, पण माझ्याच मुलीने हा कसला संबंध जोडला! इतक्या सुंदर मुलीला किती चांगल्या खानदानी घरातील मुलगा मिळाला असता. किती अपेक्षा आपण बाळगल्या होत्या आणि पदरात काय पडले? आमचे नशीबच दुसरे काय! देवीच्या इच्छेपुढे आपण अगदी पामर आहोत.' विचार संपत नव्हते. मार्ग दिसत नव्हता. हताशपणे पुढे ते म्हणाले, "आता पुढे काय करावयाचे?"

मणिभद्र सांगू लागला, "आपण सदानंदना त्वरित बोलावून घेऊ. त्यांना विचारू लग्नास तयार आहेत का? तयार असतील तर ताबडतोब लग्न लावून देऊ. गंधास दोन महिने पूर्ण होत आले आहेत. तिचे बाळ जन्मास येईल तेव्हा नऊ महिने पूर्ण झाले असतील आणि लग्नास सात महिने. लोकांना वाटेल सातव्या महिन्यात बाळ जन्मले. इतरांना ते वावगे वाटणार नाही आणि काही प्रवाद उठणार नाहीत."

"सरोज, मणिभद्रस्वामी काय म्हणतात ते बरोबर वाटते ना?"

"आपण काहीही केले तरी लोकांना संशय येणारच. आता प्रश्न उरतो थोरल्या स्वामींना काय सांगायचे?"

"सरोज, आता आपणासमोर दुसरा मार्ग नाहीच. आपण स्वामीजींना सांगू, गंधाची इच्छा असल्यामुळे आपण लग्नास तयार झालो. तसे ते पुढारलेल्या विचारांचे आहेत. त्यांचे आपल्या संसारात लक्षही नसते. ते तथास्तु म्हणणार. त्यांच्याच हस्ते आपण मठामध्येच संक्षिप्त लग्न लावून टाकू."

मणिभद्रलाही गंधमतीच्या बेताल वागण्याचे वाईट वाटले. आता तिने पर्यायच ठेवला नव्हता. तिची मजल इथपर्यंत जाईल असे त्याला वाटले नाही. त्याने गंधाकडून सदानंदाचा भ्रमणध्वनी क्रमांक घेतला.

"हॅलो, सदानंद का? मी गंधमतीचा मावसभाऊ मणिभद्र बोलत आहे."

"हो, सदानंद बोलतोय."

"तुम्ही ताबडतोब निपाणीला येऊ शकाल का?"

"काय झाले?" सदानंदचा शांत आवाज आला. जो प्रसंग येणार होता तो आता आलेला दिसतोय. मणिभद्र निपाणीतून बोलत आहेत यावरूनच त्यांना अंदाज आला.

"तुम्ही इथे आल्यानंतर बोलता येईल."

"मी आईला कल्पना देऊन लगेच निघतो."

"एक मिनिट, तुम्ही तुमच्या मातोश्रींना सोबत आणू शकाल?"

"तशी अडचण नाही, पण गरज आहे?

"हो, त्यामुळे निर्णय घेणे बरे होईल."

"ठीक आहे. मी तिला घेऊन दोन तासांत येतो."

फोन बंद झाला. दुपारचा एक वाजत आला होता. सर्व जण विमनस्कपणे बसले होते. वरदाई गंधाच्या खोलीत गेल्या. तिला जवळ घेत म्हणाल्या, "पोरी, किती अवघड अवस्था केलीस आमची. तारुण्याच्या उन्मादात वाहवत जाता आणि जिवाला घोर लावता. आता जो निर्णय झाला तो तरी मान्य आहे का?"

गंधाने मावशीच्या खांद्यावर डोके टेकवले आणि मूकपणे अश्रू ढाळू लागली.

"सरोज, मला समजत नाही. हे काही एकदम घडलेले नाही. तात्यासाहेब आणि सुमतीताईंना हे कळले नसेल का? ताई पोक्त आहेत. गंधा सतत त्यांच्यासोबत असते. तिच्या वागण्यातील फरक त्यांच्या लक्षात नाही आला? त्यांनी थोडी कल्पना दिली असती, तर आपण सावध झालो असतो. तू नेहमी जात होतीस, त्यांना भेटत होतीस. त्यांच्या बोलण्यात असे काही आले नव्हते!"

आत्मारामांच्या प्रश्नांवर सरोजमावशी कळवळून म्हणाल्या, "नाही हो, त्या गंधाच्या सोबतीने खूश होत्या. अगदी मुलीप्रमाणे त्यांचे लक्ष होते. या सटवीने त्यांच्याही डोळ्यांत धूळ फेकली असेल. शिवाय, ते दोघे परके. आपलेच नाणे खोटे. आता विचार करून तरी काय उपयोग!"

सदानंद आपल्या आईला, अवंतीबाईंना घेऊन निपाणीस आले. गंधमतीचे घर बघून अवंतीबाई दबकल्या.

थोडा वेळ गेल्यानंतर मणिभद्र म्हणाला, "सदानंदजी, तुम्हाला इथे का बोलावले याचा काही अंदाज आला का?"

घरातील सुतकी वातावरण पाहूनच सदानंदांना कल्पना आली. "हो, माहिती आहे."

त्यांच्या बोलण्यावर आत्माराम उसळले, "माहिती आहे. हे सांगायलाही काही वाटत नाही. माझ्या मुलीला फसवले. तिच्या अजाणतेपणाचा फायदा घेतला."

सदानंद शांत राहिले.

आत्मारामांना चेव चढला. "तुम्ही करूनसवरून नामानिराळे. भोगायचे ते आमच्या मुलीने. चांगले धंदे आहेत तुमचे."

अवंतीबाईंना मुलाचा पाणउतारा सहन झाला नाही. "अहो, काय झाले आहे एवढे?"

हातवारे करत आत्माराम म्हणाले, "धन्य आहे बाई तुमची! एवढे रामायण झाले आणि तुम्हाला माहीत नाही. कमाल आहे!"

"अहो, खरंच काहीच माहीत नाही मला." केविलवाण्या स्वरात त्या म्हणाल्या, "सदा, काय झाले तरी काय?"

"व्वा! व्वा! आपल्या दिवट्या चिरंजीवाने काय पराक्रम केला आहे ते पाहा."

आत्मारामानी गंधमतीला ओढत आणून त्यांच्या समोर उभे केले. तिचा काळवंडलेला चेहरा पाहून अवंतीबाई गांगरून गेल्या. तरीही त्यांना अंदाज येईना.

"सदानंद काय केलेस तू? आमच्या तोंडाला काळे फासलेस. जगासमोर तोंड दाखवायला जागा ठेवली नाहीस. असे कसे फशी पाडलेस गंधाला. सांग!" आत्मारामच्या या बोलण्यावर अवंतीबाई चमकल्या. आता त्यांना परिस्थितीची जाणीव झाली. त्या घाबरल्या.

"बाबा! प्रेम आहे आमचे एकमेकांवर."

"चूप! प्रेम म्हणे! असले भ्रष्ट प्रेम असते का? तुम्हाला श्रीमंतांच्या मुली नादी लावण्यास छान जमते. तुमचे काय जाणार? आमच्या इज्जतीचा पंचनामा होणार. तुम्हाला आनंदच होणार." आत्माराम त्याला इतके घालून पाडून बोलत होते. त्याचा वारंवार अपमान करत होते. अवंतीबाई चवताळून उठल्या,"अहो गंधाचे बाबा, श्रीमंताला इज्जत असते आणि गरिबाला नसते का? श्रीमंत लोक आपल्या इज्जतीवर भरजारी वस्त्र घालून झाकून लपवू शकतात. आम्हाला अंग झाकण्यास कापडं नसतात तर इज्जत कशी लपवणार. घरी बोलावून आदरातिथ्य करण्याची आमची परंपरा आहे. तुम्ही आल्यापासून अगदी हीन दर्जाची वागणूक देत आहात. चांगले संस्कार आहेत! हे पाहा, झालेली घटना चांगली नाहीच. मुलगा असो की मुलगी शरमेने मान खाली घालण्याची वेळ आपणा सर्वांवर आली आहे. आणि हे लक्षात ठेवा माझा मुलगा चुकला आहेच. म्हणून तुमच्या मुलीचे ते सर्व बरोबर असे वाटते तुम्हाला?"

अवंतीबाईंच्या शांतपणे परंतु अत्यंत कठोर बोलण्याने आत्माराम जमिनीवर कोसळले. त्यांना बोलण्यास शब्दच सापडेनात. क्षणांत त्यांची अवस्था दयनीय झाली.

मणिभद्रने वातावरणाचा ताबा घेतला. "सदानंद, तुम्ही गंधाशी लग्न करण्यास तयार आहात?"

"हो!"

"आई! तुमची संमती आहे का?"

"मुलांनी दुसरा पर्यायच ठेवला नाही. लग्न हाच एक उपाय आहे या प्रश्नावर. गंधमती स्वभावाने चांगली मुलगी आहे. ते दोघे एकमेकांविषयी सर्व गोष्टी जाणतात. त्यांचा संसार सफल होईल. आपण वडील माणसांनीच त्यांना संभाळून घेणे योग्य. मनात कटुता नसावी. लग्न फक्त दोघांचे नसते. दोन कुटुंबांचा आयुष्यभराचा संबंध असतो. आम्ही श्रीमंत नाही. आम्हाला जमीनजुमला नाही; पण गंधमतीला आम्ही मुलीप्रमाणे सांभाळू. गरीब-श्रीमंत असा भेद बाळगून आपणास पुढे जाता येणार नाही."

"माझा उत्तम व्यवसाय आहे. माझ्या जावयाने माझा व्यवसाय करावा, असे मला वाटते." आत्मारामनी नवीनच पेच टाकला.

अवंतीबाई म्हणाल्या,"राजा जनकालासुद्धा जनरीत पाळावी लागली. दुःखी अंतःकरणाने त्याला सीतेला रामासोबत पाठवावे लागले."

"काका, या पुढच्या गोष्टी झाल्या. आता ताबडतोब लग्न लावणे महत्त्वाचे आहे." मणिभद्रने पुढच्याच आठवड्यात लग्न कसे अत्यंत साध्या पद्धतीने लावायचे ते समजावून सांगितले. सर्वांनी प्रसंगाचे गांभीर्य लक्षात घेत संमती दिली.

ठरल्याप्रमाणे आत्माराम स्वामीजींकडे गेले. काही महत्त्वाच्या गोष्टी, गरोदरपणाचा प्रसंग टाळून सांगितल्या. स्वामीजींचे विचार प्रतिगामी नसल्यामुळे त्यांनी सहज संमती दिली. आठ दिवसांच्या आत गंधा सदानंदसोबत बेळगावी गेली. एक अध्याय पूर्ण झाल्याप्रमाणे शेवट अनपेक्षितरीत्या सुखकर झाला. केवळ मणिभद्रच्या विचारांमुळे योग्य दिशा मिळाली. आत्माराम आणि सरोजमावशी फार आनंदात नव्हते. परिस्थितीमुळे त्यांना तडजोड करावी लागली.

पंधरा दिवसांत केवढी उलथापालथ झाली. जीवनामध्ये आमूलाग्र बदल झाले. नभा मॅडमचा चेहरा दिसला नाही किंवा त्यांचा मधुर आवाज कानावर पडला नाही. किती ओढ लागली त्यांना पाहण्याची. त्यांच्या जवळ असण्याची. काय उपयोग आहे? या आपल्या वैचारिक आवर्तनाचा शेवट काय? आपण नभा मॅडमची प्रतारणा तर करत नाही ना? पण, त्या समोर असल्या की चैतन्य संचारते. कात्यायिनीदेवी मानवी रूपात आपल्यासोबत तर नाही ना? अस्वस्थपणे मणिभद्रने मॅडमच्या दाराची घंटा वाजवली. मॅडमनीच दार उघडले. त्याला पाहताच त्यांच्याही भावना अनावर झाल्या. त्यांनी दोन्ही हात धरले "मणिभद्र!" इतकेच शब्द उमटले. त्यांच्या डोळ्यांतून दोन थेंब त्यांच्या हातावर पडले. मॅडम त्याला घेऊन आत आल्या. मॅडमच्या मृदू स्पर्शाने त्याला हलवून सोडले. शब्दांपेक्षा जास्त भावना स्पर्शातून समजल्या. विरह यालाच म्हणतात वाटते! त्यांचा चेहरा पाहूनच मला किती समाधान वाटले.

"मणिभद्र, इतक्या दिवसांत साधा एक फोन नाही करावा वाटला. थोडीही माझी आठवण झाली नाही?"

"नभा मॅडम!" मणिभद्रच्या तोंडून नकळत अशी हाक मारली गेल्याने त्या शहारल्या. "अहो! केवढ्या घटना लागोपाठ घडत गेल्या याची कल्पना येणार नाही. तुम्हाला त्यातले काहीच संदर्भ ठाऊक नसल्यामुळे सांगूनही काही समजणार नाही. देवीचा उत्सव, हजारो लोकांचा सततचा उत्साह, धार्मिक कार्याची गर्दी, त्यात

अचानक ठरलेले माझ्या मावस बहिणीचे लग्न... क्षणांची उसंत नव्हती. तुमची आठवण येत नव्हती असे सांगणे म्हणजे स्वतःशी खोटे बोलणे. बरे ते जाऊ द्या. आधी मला सांगा आपल्या माई कशा आहेत? त्यांची तब्येत सुधारली असेल. त्यांची गाठ घेण्यासाठी वेळ मिळाला की ताबडतोब आलो.''

''माईची तब्येत बरीच सुधारली आहे. गालावरील टाके काढले आहेत. व्रण ताजा आहे. डॉक्टर म्हणतात नंतर तो कमी होईल. अर्थात, जाणार नाहीच. ऑपरेशन केलेला डावा पाय खूपच चांगला झाला आहे. उजव्या पायाच्या हालचाली म्हणाव्या तितक्या सहज नाहीत. उठून बसण्याइतकी प्रगती झाली आहे. चालण्यास अद्याप परवानगी दिलेली नाही. चला आतल्या खोलीत तिची भेट घ्या. तिलाही समाधान वाटेल.''

''माई, काय म्हणतेय तब्येत? बरीच सुधारणा झाली. त्या मानाने लवकरच फरक पडला आहे. तुमची सकारात्मक विचारपद्धती छान उपयोगी पडली. असेच लवकर बरे व्हा. आमच्या कुलदेवतेस या वर्षी तुम्ही लवकर चालण्यास लागाव्यात अशी मागणी केली. देवीचा आशीर्वाद म्हणून हा प्रसाद आणि अंगारा आणला आहे. औषधासाठी पर्याय नसतो हे माहिती आहे. शिवाय, तुम्ही तशी श्रद्धा ठेवत नाहीत. तरीही चित्तशुद्धी म्हणा किंवा आत्मबळ वाढवण्यासाठी काहीतरी वस्तू मानवास हवी असते. म्हणून प्रसाद, अंगारा अशा भौतिक वस्तू उपयोगी पडतात. प्रार्थना म्हणजे शब्द. अशा गोष्टी आपले धैर्य वाढवण्यास उपयोगी पडतात अशी माझी धारणा आहे. वास्तविक एखादा नारळ फोडून त्याचे खोबरे आणि प्रसाद म्हणून आणलेले खोबरे रासायनिक किंवा जैविक दृष्ट्या त्यात फरक नाही. तरीही भावनिकता जी दाखवता येत नाही; पण अनुभूती असतेच ना? त्यासाठी हा उपचार.''

''अरेच्चा! मणिभद्र केवढे समर्थन हे!''

''मॅडम! तुम्हा दोघींच्या जडणघडणीचा अल्प परिचय झाला आहे म्हणून इतके बोलावे लागते माई! लावू का अंगारा?''

''मणिभद्र! तुम्ही आमच्यासाठी आठवणीने इतके केल, त्यानेच केवढी उभारी आली आहे. तुमचे आणि आमचे ऋणानुबंध असावेत म्हणून नाकारणे शक्य नाही. गेल्या कित्येक दिवसांत नभाचा चेहरा मलूल दिसत असे. आज तुम्ही येण्याने जणू चैतन्य आले आहे. बघा, तिचा चेहरा किती फुलला आहे. तिचे अशात अभ्यासातही फारसे लक्ष नव्हते. सतत कसला तरी विचार करत असायची. आता तुम्ही आला आहात त्यामुळे सर्व पूर्ववत होईल. मलासुद्धा तुम्हाला पाहून बरे वाटले. नभाला एका शाश्वत आधाराची गरज आहेच. नाही का नभा?'' सुधाताई हेतुपुरस्सर उद्गारल्या.

''माई तुझे आपले काहीतरीच. अगं, तू अशी आजारामुळे अंथरुणास खिळलेली.

माझे भिरभिरणे तुझ्याभोवतीच. मग कसे लक्ष एकाग्र होणार. तुला काही झाले तर! कल्पनाही करवत नाही. आपणास जवळचे फारसे नातेवाईक नाहीत. आपण सतत कोषात राहणारे. इतरांशी संबंध जेवढ्यास तेवढे. कधी कोणाशी भावनिक गुंतवणूक नाही. समाजामध्ये एकटे राहणे किती अवघड आहे. वेड्यासारखी अवस्था झाली होती. मणिभद्र आल्यामुळे बरीचशी उभारी आली, हे मात्र खरे.''

''मॅडम, तुम्ही एकट्या आहात, ही भावनाच चुकीची आहे. इतक्या लहान वयात तुम्ही एवढे मोठे काम केले आहे, त्यामुळे नकळत अनेक चाहते निर्माण केले आहेत. तुम्हाला कल्पना नाही; आपल्या विभागातीलच नव्हे, तर जगभर तुम्हाला ओळखणारे अनेक आहेत. तुम्ही फक्त हाक द्या; मग तुमच्या लक्षात येईल किती सारे तुमच्या मागे खंबीरपणे उभे राहतात. माई जेव्हा दवाखान्यात होत्या तेव्हा विभागातील सर्व जण तर येत होतेच; पण तुमचे विद्यार्थीसुद्धा सतत येत होते.'' मणिभद्रच्या बोलण्याने दोघीही सुखावल्या.

''मणिभद्र, तुम्ही माईशी बोलत बसा; मी सर्वांसाठी नाश्ता आणि चहा करते.'' मॅडम निघून गेल्या.

माईंनी मणिभद्रचे हात हातात घेतले. ''मणिभद्र, नभाला माझ्याशिवाय कोणीच नाही. त्यामुळे ती खूप घाबरली आहे. कोणाचा तरी आधार तिला पाहिजे. इतके दिवस संशोधनात गुंतली होती, त्यामुळे तिचे विश्व फारच लहान राहिले. तिच्या यशात अडथळा नको म्हणून मीसुद्धा फार लक्ष दिले नाही. आता जाणीव झाली आहे; पुढचा विचार केला पाहिजे.''

सुधाताईंच्या बोलण्याचा आशय समजल्यामुळे मणिभद्रने त्यांना पुढे बोलू दिले नाही. ''माई, आता तुम्ही लवकरच ठणठणीत बऱ्या होणार आहात. फारसे काळजीचे कारण नाही. तुम्ही लवकरात लवकर चालायला लागणे, ही प्राधान्याची गोष्ट आहे. फक्त तेवढाच विचार करा. सर्व गोष्टी आपोआपच सुरळीत होतील.'' विषय तेवढ्यावर तात्पुरता थांबला. कधीतरी उद्रेक होणार हे नक्की.

मणिभद्र विचार करत असे, मी स्वतःची फसवणूक तर करत नाही? माझे आणि नभा मॅडमचे नाते फक्त गुरू आणि शिष्य या चौकटीतलेच आहे? माझे जाऊ द्या, पण मॅडमना नेमके काय वाटते? शब्दांचे अर्थ आपणास पाहिजे तसे काढता येतात. पण जेव्हा शब्दच नसतात, तेव्हा काय अर्थ घ्यायचा? प्रेम ही भावना व्यापक आहे. आई कधीही मुलाला 'माझे तुझ्यावर प्रेम आहे' असे म्हणत नाही. म्हणजे ते नाही, असे नसते ना! भावना व्यक्त करण्याचे माध्यम शब्द असतात हे मान्य; परंतु तेवढे एकच अभिव्यक्तीचे माध्यम नाही. एखादा प्राणी जर आपल्या सतत सहवासात असेल तर दोघांमध्ये प्रेम निर्माण होते. ते व्यक्त करण्यासाठी शब्द हे माध्यम निरुपयोगी ठरते. कित्येक उदाहरणे सापडतात जिथे या दोघांमध्ये

अतूट प्रेम आहे. आपल्या सहवासात कितीतरी माणसे वेगवेगळ्या पायऱ्यांवर असतात. आपणाशी त्यांचा संवाद असतो. नाते असतेच असे नाही. पण त्यांच्या दुःखाने आपणास वेदना होतात. हा प्रेमाचाच एक पैलू आहे ना? काही वेळेस आपलेच विचार आपण अनाहूतपणे दुसऱ्यांच्या अभिव्यक्तीमध्ये बसवत असतो. माझे नेमके असे तर नाही ना? मग मला पाहताच मॅडमच्या डोळ्यांत अश्रू का आले? माईंना आपल्या मुलीला आजच आनंद झाल्याचा साक्षात्कार का झाला? अव्यक्त भावनाही असतात. शब्दांच्या अवतरणांनी त्यांना बंदिस्त करणे गरजेचे आहे का? प्रश्न आणि विचारांच्या गर्तेत तो बुडून गेला. मार्ग सापडणे दुरापास्त झाले होते. कोणास विचारून निरसन करून घ्यावे, असे कोणी नाही. एकच पर्याय होता कोंडी फोडण्याचा; तो म्हणजे मॅडमनाच विचारणे. पण त्यासाठीही प्रश्नांची मालिका तयारच होती.

 csa

मणिभद्रंना पाहिल्यानंतर मी एवढी भावनाविवश का झाले? सुरुवातीस ते निघून गेल्यामुळे फार काही वाटले नाही. पण जसा काळ सरकत गेला तसतसे त्यांची आठवण तीव्र होत गेली. जीवनात पोकळी निर्माण झाल्याची वेदना उमटली. माईंच्या आजारपणाच्या पडद्याआड सहज ते झाकता आले. अर्थात, इतरांपासून लपवणे सोपे गेले; पण माईंच्या अनुभवी नजरेने ते ओळखले. माणसाचा चेहरा त्याच्या भावनांचे दर्शनच असते. मी मणिभद्रंना स्पर्श केला; परंतु संवेदना त्यांच्या मला समजल्या. हे काय चालले आहे? मला ते आवडतात हे नक्की. माझ्याविषयी त्यांना काय वाटत असेल? माझे वय त्यांच्यापेक्षा चार वर्षांनी जास्त आहे. सामान्याच्या भूमिकेतून पाहताना तशी भावनाही गैर आहे. स्त्रीसुलभ लज्जेमुळे माझ्यावर दडपण आहे. गुरू-शिष्य नात्याचे दडपण तर त्यांना नसेल? तसे तर त्यांच्या बोलण्यातून किंवा वागण्यातून काहीच अभिप्रेत होत नाही. माझी भावना एकतर्फी तर नाही ना? कॉलेज जीवनापासून मी किती पुरुषांच्या सहवासात आले? असे तरंग यापूर्वी अनुभवास नाही आले. जेव्हा पहिल्यांदा यांना पाहिले त्या क्षणांपासून त्यांच्या विचारांशिवाय दुसरा विचारच नाही आला. मणिभद्रंना मी दिसल्यानंतर, बोलल्यानंतर निश्चित वेगळ्या संवेदना होतात. मी जेव्हा त्यांना स्पर्श करते तेव्हा वाटते ते माझ्याशी संवाद साधतात. हे खरे आहे, का माझ्या भावनांचे अवडंबर? या सर्व प्रश्नांचे निराकरण होणार तरी कसे?

नभा, तू इतक्या अविचल वृत्तीची आणि आत्ताच अशी विचलित का झालीस? यातून मार्ग कसा काढायचा? एवढ्या सगळ्यातून जर अपेक्षाभंग झाला तर तो सहन करण्याचे बळ आहे का? मॅडम स्वतःस प्रश्न विचारून त्यांची संभाव्य उत्तरे

शोधत होत्या. प्रश्नही त्यांचेच, उत्तरेही त्यांचीच. त्यातून फळनिष्पत्ती असंभवच होती.

दोघेही आत्मकोषात गुरफटत जात होते. बाहेर पडणे शक्य वाटत नव्हते. चक्रव्यूहात शिरताना अभिमन्यूला शेवटाची माहिती होती. इथे फक्त व्यूह तयार झाला होता. शेवट काय? पुन्हा प्रश्नच होता. कदाचित काळच त्याचे उत्तर देणार असेल.

मणिभद्रच्या येण्याने कामाचा उरक वाढला. सतत वाचन आणि लिखाण, आता वेळ पुरत नव्हता. सतत संदर्भग्रंथाचे वाचन आणि दोघांमधील आश्वासक चर्चा यामुळे नवीन वाटा मिळत होत्या. पेपर्स तयार होत होते. त्याला मान्यताही मिळत होती. सहवासाचे समाधान, संशोधनाचे चढते यश, या धुंदीत दिवाळी जवळ आली. पुन्हा चार-पाच दिवसांचा खंड क्रमप्राप्त होता. एके दिवशी दुपारी चारच्या सुमारास सर्व दप्तर गोळा करून मणिभद्र म्हणाला,'' मॅडम, आता आपले काम थांबवू. उद्या दीपावलीची सुरुवात वसुबारसेने होणार. आम्हा शेतकरी समाजात ही महत्त्वाची गोष्ट आहे. शहरी माणसेसुद्धा हा दिवस साजरा करतात, पण प्रथा म्हणून आम्हा ग्रामीणवासीयांच्या दृष्टीने फार महत्त्वाचा दिवस.''

''उद्या आहे ना वसुबारस, थोडा वेळ बसू.''

''नको आपणास गावात जायचे आहे.''

''आपण! म्हणजे मी तुमच्या सोबत यायचे?''

''होय.''

''मणिभद्र गावात काय काम आहे?''

''चला हो मॅडम, कळेलच.''

त्याच्यासोबत जाण्याच्या कल्पनेमुळे मॅडम रोमांचित झाल्या. मणिभद्र त्यांना एका अत्यंत अलिशान कापड दुकानी घेऊन गेला.

''मॅडम तुमच्यासाठी आणि माईसाठी छान साड्या घेण्याचे मी ठरवले होते. तुमच्यासाठी सुंदर रेशीम साडी घ्यावयाची इच्छा आहे.''

त्याच्या या बोलण्यामुळे मॅडम बावरल्या. ''अहो कशासाठी?''

''मॅडम तुम्हाला साडी नाही असे नव्हे. तुम्ही स्वतःस हवे तेव्हा हवी ती खरेदी करू शकता. कशाची कमतरता नाही; पण, आपणासाठी कोणीतरी दुसऱ्या व्यक्तीने आवर्जून भेट दिली, तर तो आनंद अवर्णनीय असतो. शिवाय, दीपावली हा सण आपल्या माणसांना भेटी देण्याचा आहे.''

नभा मॅडमचा चेहरा आरक्त झाला. त्यांच्या पांपण्यांची मजेशीर हालचाल झाली. विस्मय, आनंद, प्रेम अशा निरनिराळ्या छटा त्यांच्या कोमल चेहऱ्यावर दिसल्या. मणिभद्र अनिमिष नेत्राने हे भावविभोर बदल निरखत होता. मॅडमना वाटले

या रूढी-परंपरा सर्वांच्या जीवनात किती खोलवर रुजल्या आहेत. मणिभद्रना बरोबर आठवले. आपणास असे काही लक्षात येत नाही. आपण फक्त पुस्तकी किडा आहोत. आपणास व्यवहार, रीतीरिवाज असल्या गोष्टी समजतच नाहीत. आपणही त्यांच्यासाठी भेटवस्तू घ्यावी. पण आता या क्षणी ते योग्य नाही.

"मणिभद्र, तुम्हास नाही म्हणत नाही, परंतु माझे एक म्हणणे तुम्ही ऐकले पाहिजे."

"सांगा."

"पाडव्याच्या दिवशी तुम्ही माझ्या घरी यायचे."

"मॅडम, पाडव्याच्या दिवशी फारच अवघड आहे."

"नाही. तुम्ही पाडव्यास आलेच पाहिजे. माझा हा हट्टच आहे असे समजा. मी काहीही ऐकणार नाही."

"मॅडम, असा हट्ट करू नका. त्या दिवशी मला सवडच होणार नाही. कृपया रागावू नका. तुम्हाला नाही म्हणणे फारच क्लेशकारक आहे. माझा नाइलाज आहे. समजून घ्या. पाडव्याच्या दुसऱ्या दिवशी मात्र आठवणीने येऊन जातो."

त्याची व्याकुळता पाहून मॅडमना माघार घ्यावी लागली. मणिभद्रने त्यांच्यासाठी गर्द निळ्या रंगाची सुंदर नाजूक नक्षी असणारी साडी सुचवली. सहसा फिकट रंगाची आवड असणाऱ्या त्यांना इतक्या गर्द रंगाची साडी नाही म्हणावे वाटले. पण त्यांचा आग्रह झाल्यामुळे त्यांनी घेतली. सुधाताईसोबतच त्याने अव्वासाठी आणि सरोज मावशीसाठीही छान साड्या घेतल्या. नंतर त्याच्या लक्षात आले, गंधा आणि स्वामीजींनाही काहीतरी घ्यावयास हवे. त्याने गंधासाठीही छानशी साडी घेतली. स्वामीजींसाठी त्याने रेशमी कापड आणि उपरणे खरेदी केले.

"मणिभद्र, बराच खर्च झाला. तरीही तुम्ही स्वतःसाठी काही घेतले नाही. अण्णांनाही काही नाही का?

"मॅडम, ती खरेदी कागलमधून झाली. आमचे कपडे शिवून तयार झालेसुद्धा."

"छान! चला निघू या परत?"

"जाण्यास हरकत नाही, थोडा श्रमपरिहार?"

"काही खाण्यास नको. आईस्क्रीम घेऊ."

"ठीक आहे मॅडम!"

॥

वस्तीवर आल्यानंतर त्याने वरदाईस सर्वांसाठी घेतलेल्या साड्या दाखवल्या. मणिभद्र आठवणीने सर्वांसाठी नेहमी काहीतरी घेत असतो, याचे त्यांना कौतुक वाटे. मणिभद्रची आपणासोबतची ही दिवाळी संपू नये असे वाटत राहिले. दोन-तीन

वर्षांसाठी स्वामीजींनी त्याला सूट दिली आहे, ही भावना त्यांच्या हृदयास टोचत राहिली.

मणिभद्रला या दिवाळीमध्ये उसंत मिळणार नव्हती. पुढील चार-पाच दिवस स्वामीजींनी प्रवचनाची आमंत्रणे स्वीकारली होती. जवळपासच्या गावातील श्रीमंत व्यक्तींनी प्रवचने ठेवली होती. या वेळी मणिभद्रस्वामींना घेऊन येण्याची इच्छा व्यक्त केली होती. त्याप्रमाणे तयारी करून जाणे करावे लागणार होते. प्रवचनाचे विषय कटाक्षाने वेगवेगळे ठेवणे ही पूर्णानंदस्वामींची खासीयत होती. कसून अभ्यास करणे गरजेचे होते.

दीपावलीचे पाडव्यापर्यंतचे दिवस मणिभद्रला फार दगदगीचे गेले. सकाळी वस्तीवर १० वाजेपर्यंत पूजा आणि संध्याकाळपर्यंत मठातील कार्यक्रम. रात्री गावोगावी प्रवचनांचे कार्यक्रम. पाडव्याच्या दुसऱ्या दिवशी त्याला थोडी उसंत होती. अर्थात, रात्रीचे शेवटचे प्रवचन राहिले होतेच. दिवसा काहीच कार्यक्रम नव्हते. त्याने नभा मॅडमना शब्द दिला होता त्याप्रमाणे सकाळी ११ वाजेपर्यंत येत असल्याचा फोन केला. जेव्हा नभा मॅडमनी दरवाजा उघडला, तेव्हा तो त्यांच्याकडे वेड्यासारखे बघतच राहिला. मॅडमनी त्याने दिलेली साडी नेसली होती. गर्द निळ्या साडीतील त्यांची गोरीपान काया खूपच उठून दिसत होती. नेहमी फिकट रंगाच्या पोशाखापेक्षा या गर्द रंगामुळे त्या नेहमीपेक्षा जास्तच आकर्षक दिसत होत्या.

मणिभद्र दारात उभे राहून आपणाकडे एकटक पाहत आहेत, त्यामुळे मॅडमच्या चेहऱ्यावर लज्जा पसरली. "अहो! दारातच उभे राहणार आहात का?" त्यांच्या बोलण्याने तो भानावर आला. "मॅडम, या पोशाखात तुम्ही फारच सुंदर दिसत आहात. नेहमी फिके पोशाख घालता त्यामुळे तुमचे सौंदर्य खुलत नाही. आज तुम्ही फार छान दिसत आहात."

"आधी तुम्ही आत या."

माई समोर सोफ्यावर बसल्या होत्या. त्यांना पाहून मणिभद्रला आश्चर्य वाटले, "माई, आतून बाहेर येण्याइतकी प्रगती झाली म्हणायची."

"हो, वॉकरची कृपा. तसे डाव्या पायावर जोर देऊन चालता येण्यास सुरुवात झाली. मणिभद्र तुमच्यामुळे नभालाही आपण सुंदर असल्याचा साक्षात्कार झाला. कधी नव्हे ती सारखी आरशात पाहत होती. नाहीतर ते फिकट रंगाचे कपडे, गंभीर मुद्रा, एखाद्या पोक्त स्त्रीसारखे वागणे. ती दोन दिवस तुमच्या वस्तीवर राहून आल्यापासून खूप बदलली आहे. आज मी तिची दृष्टही काढली."

"काय?" मणिभद्र मोठ्याने म्हणाला, "माई, तुम्ही दृष्ट काढली. चमत्कारच झाला."

"अहो आई आहे तिची. माझी मुलगी पुन्हा तरुण झाली किंवा तिला आपण

तरुण आहोत याचे भान आले हासुद्धा चमत्कारच.''

''बास झाले माझे कौतुक!'' मॅडम म्हणाल्या. ''मणिभद्र, आजचा संपूर्ण दिवस तुम्ही आमच्यासोबत घालवायचा. आज आधी जेवण करू. नंतर महालक्ष्मी दर्शन. नंतर रंकाळ्याची सैर.''

''मॅडम, दुपारी चारपर्यंत मी तुमच्यासोबत आहे.''

''चला, आता जेवण घेऊ.''

''मणिभद्र, दीपवाळीचे जे चार-दोन पदार्थ आहेत ते नभानेच केले आहेत. मी म्हणाले होते आपण विकतचे पदार्थ आणून दिवाळी साजरी करू. ती म्हणाली, 'माई तू सांग, मी करते.' जिद्दीने दोन दिवस झटून केलेच सर्व. नभाने एखादी गोष्ट करावयाची ठरवली म्हणजे ती करणारच. त्यासाठी लागणारे कष्ट आणि एकाग्रता आहे तिच्याकडे. मला पण समाधान वाटले. संसार म्हणजे काय याची ओळख होत आहे.''

''चला, जेवण वाढून तयार आहे. आपण माईच्याशेजारी बसूनच जेवण घेऊ.''

दिवाळीच्या फराळाचा आणि जेवणाचा आस्वाद घेत मणिभद्र म्हणाला, ''मॅडम, सर्वच पदार्थ छान झाले आहेत. प्रथमच केले आहेत असे वाटत नाही.''

''पुरे झाले आता! जेवण घ्या. तुमच्या वस्तीवरील किंवा तुमच्या मठाविषयी सांगा.''

मॅडमचा संकोच लक्षात आल्यामुळे माई आणि मणिभद्र हसले. मॅडमना आणखीन लाजल्यासारखे झाले.

''माई, तुम्हाला पायऱ्या उतरताना किंवा चढताना वॉकर वापरता येणार नाही. शिवाय इमारतीस लिफ्ट नाही.''

''मला डाव्या पायाचे फार काही नाही. उजवा मात्र जोर पडला की दुखतो. तुमच्या आधाराने प्रयत्न करीन म्हणते. महिन्यापेक्षा जास्त दिवस झाले. घरात अगदी कोंडल्यासारखे झाले. शिवाय सुट्ट्या लागल्यामुळे राधाही गावाकडे गेली. त्यामुळे रमाची बडबडही नाही. रमाची खूपच कंपनी मिळते. ती दप्तर घेऊन सरळ माझ्या पलंगावरच बसते. प्रश्न तर इतके विचारते की सांगता सांगता माझी पुरेवाट होते. छान करमणूक असते. माझे दुखणे विसरण्यास लावते. आता अगदी कंटाळा आला आहे पडून असण्याचा.''

''माई, दोन दिवसांपासून मी पुन्हा नियमित येणार. तुम्हाला जेव्हा वाटेल तेव्हा मला बोलवा. तुमच्या सेवेत तयार आहे. दर शुक्रवारी आपण फिरून येत जाऊ.''

''आज कितपत जमते ते पाहून ठरवू. पण मला फिरून पहिल्यासारखे व्हायचे असेल तर बसून चालणार नाही. फिरण्याचा व्यायाम घेणे आवश्यक आहे. तुमची मदत मिळाली तर बरेच होईल. इथे पुरुष माणूस मदतीस नाही. तुमचाच आधार

होईल.''

बोलता बोलता जेवण झाले. सर्व आवराआवरीमध्ये वेळ गेला. मणिभद्रनेही जमेल तेवढी मदत केली. दोन वाजण्याची वेळ झाली. आकाशात ढग असल्यामुळे उन्हाचा त्रास नव्हता. मणिभद्रच्या साहाय्याने मोठ्या कष्टांनी १५ पायऱ्या माईंने सावकाशपणे पार केल्या. मणिभद्रच्या भक्कम खांद्यावर सर्व जोर दिल्यामुळे जमले. मॅडमनी डिकीमध्ये वॉकर ठेवला. त्या ड्रायव्हिंग बैठकीवर बसल्या. त्यांना वाटले मणिभद्र माईला मागे बसवून शेजारच्या बैठकीत बसेल. परंतु तो माई शेजारीच बसला. थोड्या नाराजीतच त्यांनी कार सुरू केली.

महालक्ष्मी मंदिरात फार वर्दळ नव्हती. वॉकरच्या साहाय्याने माईंना फिरता येत होते. पायऱ्या उतरताना किंवा चढताना आधाराची गरज लागली. त्यांचा आत्मविश्वास वाढला. महालक्ष्मीचे दर्शन व्यवस्थित झाले. विश्रांतीसाठी तिघेही मंदिराच्या गाभाऱ्यात बसले होते. एकाएकी मणिभद्रने 'अयगिरी नंदिनी.......' हे कवन धीर गंभीर आवाजात म्हणणास सुरुवात केली. तालासुरात, घन गंभीर आवाजातील द्रुतगती शब्दांमुळे आसमंतात भक्तीची वलये निर्माण झाली. गाभाऱ्यात झोपेने घेरलेले पुजारी खाड्कन जागे झाले. मंदिरात असलेले भाविक, दुकानदार आवाजाच्या दिशेने आले. मणिभद्रभोवती लोकांचा समूह जमा झाला. नभा मॅडमना पुण्यातील चतुःशृंगी मंदिरातील प्रसंग आठवला. माईंना त्याचे हे रूप नवीन होते. डोळे मिटून मणिभद्र कवन म्हणत होता. सर्व जण त्याचा शब्द न् शब्द ऐकत होते. जेव्हा त्याचे शब्द संपले, तेव्हा क्षणभर नीरव शांतता पसरली. नंतर टाळ्यांचा कडकडाट ऐकू आला. सर्व जण मणिभद्रचे नजरेनेच कौतुक करत होते.

समुदायातील लोक दूर गेल्यानंतर मॅडम म्हणाल्या, ''देवीच्या मंदिरात तुमच्या अंगात काहीतरी संचार होतो काय? माई, बहुधा यांना ही सवय असली पाहिजे. कारण मागे आम्ही चतुःशृंगी मंदिरात गेलो तेव्हाही हे सुरू झाले होते. पण आवाज आणि त्यांच्या मुखातून येणारे अलौकिक स्वर सर्वांना मंत्रमुग्ध करतात. आता तुलाही अनुभव आला आहेच.''

''फारच सुंदर! मणिभद्रच्या उच्चाराने वातावरण अगदी भारावून जाते नभा! नास्तिकाला मुळापासून हलवण्याची शक्ती आहे यांच्याकडे.''

''माई, देवी आमची कुलस्वामिनी असल्यामुळे तिच्या दर्शनाने आपोआपच शब्द येत असतात. मी ठरवून काही करत नाही.''

''मणिभद्र, तुम्ही ज्या संस्कारात वाढला आहात त्यामुळे असे होत असते. आज प्रथमच तुमच्या मुखातून कवन ऐकले. खूपच छान. चला, नभा आता निघू या. आज रंकाळ्यावर नको. पायावर जास्तच ताण पडेल.''

रंकाळा तलावाभोवती फिरण्याचा विचार बदलून ते घरी परतले.

''मॅडम आता मी निघतो.''

''मणिभद्र, एक मिनिट थांबा.'' नभा मॅडम आत जाऊन आल्या. त्यांच्या हातामध्ये एक बॉक्स होता. तो त्यांच्या हातामध्ये ठेवत म्हणाल्या,''माझ्या पहिल्या शिष्यास ही आठवण भेट. आता मी भेटीच्या रूपाने सतत तुमच्याजवळ असेन.'' थोडा खट्याळ मूड होता.

मणिभद्रने बॉक्स उघडून पाहिला. अत्यंत किमती टायटनचे सोनेरी घड्याळ त्यात होते. मणिभद्रला ते घड्याळ आवडले. पट्कन त्याने ते उजव्या मनगटात घातले, ''मॅडम, मुद्दाम उजव्या मनगटात घातले. कारण माझा उजवा हात पहिल्यांदा पुढे येतो. म्हणजे तुम्ही सतत दिसत राहणार.'' त्यानेही गमतीचे उत्तर दिले.

''आता निघतो.'' इतके बोलून त्याने मॅडमची रजा घेतली.

मठातील सर्व कार्यक्रम सुरळीतपणे पूर्ण झाल्यनंतर मणिभद्र थोडा मोकळा झाला. त्याला समजले होते की पहिल्या दिवाळीच्या निमित्ताने सदानंद आणि गंधमतीस निपाणीस बोलावले होते. नात्यातील कटुता कमी झाली होती. सदानंदाचा यथोचित पाहुणचार करण्यात आला होता. सदानंद बेळगावी परतले होते. गंधा अजून निपाणीस राहिली होती. वस्तीवर जाता जाता सर्वांना भेटून जावे या विचाराने तो मावशीकडे आला.

''मावशी गंधा कोठे आहे.''

''ती बाजारात गेली आहे. लगेच येते म्हणाली आहे''

''या साड्या तुम्हा दोघींसाठी आणल्या आहेत.''

सरोजमावशीने हातात घेऊन साड्या पाहिल्या,''छान आहेत.'' अभिप्राय दिला. त्याला बरे वाटले.

''सध्या वातावरण कसे आहे.''

''यांना अजून ती घटना छळते आहेच. पण निवळले आहेत.''

''मावशी, तुझे काय? ते सांग ना.''

''मणिभद्र तुम्ही त्या दिवशी जर आला नसता तर वेगळेच काहीतरी घडले असते. पण चांगले नसते झाले. रागाच्या भरात आम्ही काहीतरी विचित्र निर्णय घेतले असते. सर्वांच्याच आयुष्याचा खेळखंडोबा झाला असता. आता शांतपणे विचार करताना ध्यानात येते की तुम्ही किती योग्य दिशा दिली त्या प्रसंगाला. सदानंदाचा आता परिचय झाला. स्वभावाने खूप चांगले वाटले. गंधाही खूप आनंदात असते. अवंतीबाई तिची मुलीसारखी काळजी घेतात. आपली मुलगी सासरी आनंदात नांदावी, हेच तर आईबापाला वाटत असते. जात आणि पैसा या दोन गोष्टी सोडल्या तर बाकी नावं ठेवण्यास जागा नाही.''

"मावशी, गंधाला मूल झाले की तुला सगळेच ठीक वाटणार. काही महिन्यांनंतर दिसेलच ते."

त्यांचे बोलणे सुरू असतानाच गंधा आली. दारातूनच ती ओरडली, "मणिभद्र स्वामी की जय!"

गंधाचे पुन्हा पहिल्यासारखे अवखळ वागणे परतलेले पाहून मणिभद्रला संतोष वाटला. "गंधा, तू पुन्हा पहिल्याप्रमाणे हसू-खेळू लागलीस याचा अर्थ आता सारे ठीक झाले. बरे वाटले. सदानंदाच्या घरी तू आनंदात आहेस ना?"

"मणिभय्या, सर्व ठीक आहे. आई आणि इरादिदी फार प्रेमाने वागतात. सदानंदना मात्र अजून माफ केले नाही. काही काळाने सर्व ठीक होईल. गरीब म्हणून बाबांनी हिणवलेले त्यांना खोलवर जखम करून गेले. मी सर्व बाबींची तीव्रता कमी केली आहे. पण जिव्हारी लागलेला बाण काढला तरी रक्त भळभळत राहतेच ना?"

सरोजमावशींना ही बातमी नवीन होती. मणिभद्रशी ही इतक्या खुलेपणाने बोलते. मी आई आहे ना? त्यांना खंत वाटली. "गंधा, त्यावरून तुला बोलतात का?" काळजीने त्यांनी विचारले.

"नाही गं आई. बोलण्या बोलण्यात कधीतरी माणूस बोलून जातो."

विषय बदलण्याच्या हेतूने मणिभद्र म्हणाला, "तुझी खोली सोडलीस का?"

"नाही अजून. आमचे घर वन बीएचके आहे. तेव्हा खोलीची आवश्यकता होतीच. सुमतीताई आणि तात्या दोघांनीही इथेच राहा असा आग्रह केला. आम्हाला बँकही जवळ पडते. आता आहे ते घर विकून नवीन मोठे घर घेण्याचा विचार आहे. त्यासाठी काही काळ जावा लागेल. जानेवारीमध्ये बुकिंग करणार आहोत. बघू कसे जमते."

"तुमच्या इच्छा लवकर पूर्ण होवोत. ही साडी मी तुझ्यासाठी आणली आहे बघ."

"मणिभय्या, तुझी पसंती चांगलीच असते. साडी आवडली मला." असे म्हणून गंधा मणिभद्रच्या पाया पडली.

"मावशी मी निघतो. जाता जाता काकांची दुकानी भेट घेतो."

"अरे जेवण करून जा."

"नको अव्वाला सांगितले आहे जेवणासाठी येतो असे."

"मग थोडे फराळाचे बांधून देते. तेवढे घेऊन जा."

ত্র

मणिभद्रने मॅडमना येत असल्याचे कळवले असल्यामुळे त्या विभागातील आपल्या कक्षात येऊन बसल्या होत्या. दिवाळीच्या सुट्ट्या असल्यामुळे विद्यार्थी

असण्याचा प्रश्न नव्हता. तुरळक विद्यार्थी जे संशोधन करत होते, ते विभागात होते. प्राध्यापकही अभावानेच दिसत होते.

मणिभद्र नेहमीप्रमाणे नियोजित वेळेस आला. "मॅडम, हा डबा अव्वाने तुमच्यासाठी दिला आहे. खास तुमच्यासाठी सर्व फराळाचे पदार्थ ताजे करून दिले आहेत."

"अव्वाने दोनच दिवसांमध्ये केवढी माया लावली. तुम्ही लोक किती प्रेम देता सर्वांना?"

"मॅडम, आम्ही माणसामध्ये देवाला पाहतो."

"बरे! आता महत्त्वाचे- नोव्हेंबर १० तारखेस आपणास दिल्लीस जायचे आहे. आपली मुंबईहून विमानाची तिकिटे बुक झाली आहेत. तसेच मुंबईतून डल्लसचीही तिकिटे वॉशिंग्टन विद्यापीठातून आली आहेत. तुमचा पासपोर्ट झाला आहे का?

"मॅडम, या आठवड्यात पासपोर्ट मिळेल असे एजंटने सांगितले आहे."

"तुमचा पासपोर्ट आल्यानंतर आपण व्हिसासाठी जाऊ. आपण आमंत्रित असल्यामुळे काही अडचण येणार नाही. जाऊन मात्र यावे लागेल. आता दिवसरात्र एक करून छान तयारी करू. तुमची इंग्रजी भाषेची तयारी कितपत झाली आहे?"

"मॅडम, प्रयत्न सुरू आहेत. सराव चालू आहे. आणखी म्हणावा तितका सफाईदारपणा आलेला नाही."

"होईल हो! तुमची स्मरणशक्ती दांडगी आहे. साध्य प्राप्त करण्याची तुमची जिद्द अफाट आहे. आपणास आणखी दोन महिन्यांपेक्षा जास्त कालावधी मिळत आहे. दिल्लीतील चर्चासत्रामध्ये पूर्वतयारी होईलच. आपणास अनेक प्रश्नांना तयार राहावे लागेल. "फार नवीन संदर्भ आपल्या विषयामध्ये आपण आणला आहे. चर्चासत्रात मान्यता मिळाली तर आपले नाव कायमस्वरूपी घेतले जाईल. आपण भक्कम पुरावे गोळा करून अत्यंत तर्कशुद्ध विचार मांडले पाहिजेत."

"तुम्ही पुराव्याची चिंता करू नका मॅडम! जवळजवळ ५०पेक्षा जास्त भक्कम पुरावे आपल्या म्हणण्यास तयार आहेत. आता आपण नवीन मुद्दे मांडण्यापेक्षा आधीचे आपले जे मुद्दे आहेत, त्याच्यावरच जास्त लक्ष देऊ. आपल्या मुद्द्यावर कमीत कमी प्रश्न येतील असे पाहू."

"मणिभद्र आपणास एकापेक्षा एक विद्वान मंडळींना तोंड द्यायचे आहे. आपला मुद्दा कसा चुकीचा आहे असे पटवण्यासाठी ते तयारीनेच येणार. मला आत्ताच गांगरल्यासारखे झाले आहे. आपले पेपर्स जागतिक जर्नलमध्ये प्रकाशित झाले आहेत ही गोष्ट आपला धीर वाढवणारी आहे. परवा डॉ. गुप्तेंचा फोन आला होता. त्यांनी आपल्या नवीन संकल्पनेस मान्यता दिली आहे. आपण खूप नवीन आहोत. आपणास जगास तोंड द्यायचे आहे." मॅडमचा काळजीचा सूर ऐकून मणिभद्रही

काळजीत पडला.

दोघांनीही झालेल्या कामाचे सिंहावलोकन सुरू केले. ते करत असताना आपणच शंका विचारायच्या आणि आपणच उत्तरे तयार करावयाची. त्यात परिपूर्णता नव्हतीच. आपण आपल्या कामाकडे त्रयस्थ नजरेने पाहू शकत नाही. आपणास अडचणीचे वाटणारे प्रश्न सोईस्कररीत्या टाळतो. सर्व क्रिया एकांगी होऊन जातात. अर्थात त्यांनाही ते समजत होते. ते अशा प्रश्नांचा पाठपुरावा करत. गेल्या ५ महिन्यांत त्यांनी झपाटून काम केले होते. वेळकाढूपणा आणि सुट्याही घेतल्या नव्हत्या. त्यामुळे प्रचंड काम तयार झाले होते. छापील ३००० पाने तयार झाली होती. नवीन संदर्भ मिळाल्यामुळे माहिती मुबलक उपलब्ध होती. सिंहावलोकन पूर्ण होईल का नाही शंका होती. मणिभद्रने पूर्णानंदस्वामींना कल्पना दिली असल्यामुळे शनिवार-रविवारचीही सूट वर्षअखेरपर्यंत मिळाली होती. सतत अभ्यास, दुसरा विचारही त्यांना सुचला नाही.

धडधडत्या काळजाने त्यांनी विमानात पाऊल ठेवले. अभ्यासाबाबत ते आश्वस्त झाले होते. दिल्ली इथे 'इंदिरा गांधी मुक्त विद्यापीठामध्ये' चर्चासत्र ठेवले होते. तीन दिवसांचा कार्यक्रम होता. या दोघांना चर्चासत्र सुरू करण्यास सांगण्यात आले होते. हा बहुमान होता; पण दोघांना तोफेच्या तोंडी दिले जात असल्याची भावना झाली होती. चर्चासत्रास संपूर्ण भारतातील विद्यापीठातून १६२ प्रतिनिधी आले होते. मणिभद्र आणि नभा मॅडमना विद्यापीठातील गेस्ट रूममध्ये एक सूट निवासासाठी दिला होता. विद्यापीठाचे आवार अतिशय रम्य आणि प्रशस्त होते. सर्व सोई जागतिक दर्जाच्या होत्या. उद्‌घाटनाचे सोपस्कार झाल्यानंतर निवेदकाने सत्राची सुरुवात करण्यासाठी मणिभद्र आणि महंती मॅडमना स्टेजवर बोलावले. इतकी तरुण मंडळी ! यांना इथे कशासाठी बोलावले? बहुतेक सर्व जण ५० वर्षांपेक्षा जास्त वयाचे होते. नवीन वाचण्याची वृत्ती जवळजवळ नाहीशी झालेली होती. शिवाय, नवीन आशय बऱ्याच वर्षांत आलेला नव्हता. काही तरुण संशोधक मंडळी होती, त्यांना डॉ. महंतींच्या कार्याचा परिचय होता. त्यांच्या नावीन्यपूर्ण संकल्पनेची माहिती होती. मणिभद्रबद्दल तेही अनभिज्ञ होते.

निवेदकाने सांगितले,"डॉ. नभा महंती आणि त्यांचे शिष्य मणिभद्र कौलगी यांना चर्चासत्राची सुरुवात करण्याचा बहुमान यू.जी.सी.ने मुद्दाम दिला आहे. एक अभिनव प्रकल्प डॉ. महंती यांनी हाती घेतला आहे. समाजशास्त्र विषयास नवीन दिशा देण्याचे सामर्थ्य त्यात आहे. त्यांनी प्रकल्प संदर्भातील संशोधन जागतिक स्तरावर प्रसिद्ध जर्नलसाठी पाठवले आहे. आम्हाला अभिमान वाटतो, या जर्नलमध्ये ते प्रसिद्ध झाले आहे. त्यांच्यासोबत काम करणारे संशोधक मणिभद्र यांनी वर्तनशास्त्र विषय समाजबांधणीमध्ये कशा पद्धतीने कार्यरत आहे, हा नवीन पैलू पुराव्यानिशी

सादर केला आहे. त्यांच्या आयुष्यातील पहिले दोन पेपर्सही जागतिक जर्नलमध्ये प्रसिद्ध झाले आहेत. ही बाबच आपल्या विषयासंदर्भात अत्यंत अभिमानाची आहे. दोघांनाही पुढील महिन्यात वॉशिंग्टन विद्यापीठात होणाऱ्या चर्चासत्रासाठी आमंत्रित केले आहे.'' अत्यंत साध्या आणि सुंदर इंग्रजीतून निवेदन होत होते. टाळ्यांचा आवाज चर्चासत्र कक्षात निनादू लागला. आता सर्वांच्या नजरा त्या दोघांवर खिळल्या. प्रत्येकांनी त्यांना पुरवण्यात आलेल्या फाइलमधील पेपरची प्रत बाहेर काढली.

निवेदकाने सांगितल्यानंतर दोघेही उभे राहिले. डॉ. महंती अत्यंत मोहक आवाजात पेपरविषयी माहिती सांगू लागल्या. कॉन्व्हेंटमध्ये शिक्षण झालेले असल्यामुळे अत्यंत सफाईदारपणे इंग्रजीतून विवेचन केले. त्यांच्या विवेचनात वर्तनशास्त्राचा उल्लेख आल्यानंतर त्या थांबल्या आणि अत्यंत आत्मविश्वासाने मणिभद्र विस्ताराने निवेदन करू लागला. मॅडम चकित झाल्या. त्याने सोप्या भाषेत, सुंदररीत्या इंग्रजीमध्ये वर्तनशास्त्राचा विषय मांडला. त्याच्या विवेचनात निरनिराळ्या शास्त्रज्ञांची नावे आणि त्यांची आवर्तने इतकी अचूक होती की ऐकणारे थक्क झाले. दोघांच्या विवेचनाच्या वेळी पडद्यावर संदर्भ पुस्तकाचे चित्र, संशोधकांचे चित्र आणि आवश्यक असणारी माहिती सादर होत होती. मणिभद्रनी आणि मॅडमनी कसून तयारी केली होती. त्यांना पडद्याकडे पाहण्याचीही पाळी आली नाही. त्यांच्या बोलण्याची, त्याच वेळी तीच माहिती पडद्यावर येण्याची वेळ अचूक साधली होती. सलग ४० मिनिटे दोघांनी अत्यंत खुलासेवार माहिती सांगितली. सभा स्तब्ध झाली होती. काही क्षणांनंतर सर्वांनी उभे राहून, टाळ्या वाजवून त्यांना अभिवादन केले. सर्वांच्या लक्षात आता ही नावीन्यपूर्ण कल्पना आली होती.

आता प्रश्नोत्तराची कसोटी सुरू झाली. एक एक जण प्रश्न विचारत होते. कधी मॅडम, कधी मणिभद्र त्याला समर्पक उत्तरे देत होते. आता दोघांच्या लक्षात आले, शंका किंवा प्रश्न म्हणजे काय असते. समोर संपूर्ण भारतातून आलेले विद्वज्जन होते. काहीही बोलून वेळ मारून नेणे शक्य नव्हते. फक्त एक-दोन प्रश्नांना उत्तर देताना त्यांची तारांबळ उडाली. इतर सर्व प्रश्नांच्या उत्तराने समाधान झाले. निवेदकसुद्धा संशोधक होता. तो या सर्व प्रकारात पूर्ण गुंतून गेला होता. तो वेळेचे भान विसरला. नंतर त्याच्या लक्षात आले, पहिल्याच पेपरसाठी दोन तास वेळ गेला. शेवटी त्याने प्रश्न विचारणे थांबवण्याची विनंती केली आणि त्या दोघांची सुटका झाली.

चर्चासत्राच्या मध्यांतराचे वेळी डॉ. गुप्ते यांची गाठ पडली. ''नभा आणि मणिभद्र तुम्हा दोघांचे खास अभिनंदन! तुम्ही समाजशास्त्र विषयाला एक नवीन पायवाट जोडली आहे. तुम्ही माहिती आणि ठोस पुरावे दिल्यामुळे त्याबाबत कोणालाच शंका उरली नाही. तुम्हाला कल्पना नाही, अजूनही सभागृहात फक्त तुमचीच चर्चा आहे.''

“सर, याचे श्रेय संपूर्णपणे मणिभद्रनाच जाते. आज वाचलेले पेपर्स मी तुमच्या अभिप्रायासाठी दिले होते. आणखी खूप माहिती जमवली आहे. समाजशास्त्रासोबतच जीवशास्त्र विषयाचा अभ्यासही सुरू आहे. आणखी दोन पेपर्स जागतिक जर्नलमध्ये प्रकाशित झाले आहेत.”

“नभा, अगं या जर्नलमध्ये एक पेपर प्रसिद्ध झाला तरी माणसास स्वर्गप्राप्तीचा आनंद होतो. तुम्ही तर लागोपाठ त्यातून पेपर्स देत आहात, कमाल आहे तुमची! त्यातही मणिभद्रचे विशेष कौतुक, आयुष्यातले पहिले दोन्ही पेपर्स, ‘अमेरिकन जर्नल ऑफ सोशिऑलॉजी’मध्ये. असेच पुढे जा.”

चचार्सत्रामध्ये देशातील विविध भागांत चाललेल्या संशोधनाची माहिती समजत होती. मणिभद्रला हे सर्व नवे असल्यामुळे तो रंगून गेला होता. चर्चासत्राच्या शेवटी संध्याकाळी पाच वाजता ते त्यांच्या सूटमध्ये परतले.

“मणिभद्र, आज आपण पुढच्या रांगेत बसलो होतो. उद्या दुपारच्या सत्रात आपण मागील बाजूस थांबू.”

“ठीक आहे; पण तसे का?”

“उद्या आपण ५.११च्या ट्रेनने आग्रा इथे जाणार आहोत. परवा पौर्णिमा आहे. पौर्णिमेच्या आधी दोन दिवस आणि दोन दिवस नंतर रात्री बारापर्यंत ताजमहाल पाहण्यासाठी खुला असतो. मी एजंटमार्फत तिकिटे काढण्याची सोय केली आहे. मला तुमच्यासोबत चांदण्या रात्री प्रेमाचे प्रतीक ताजमहाल पाहायचा आहे.”

विषय बदलण्यासाठी मणिभद्र म्हणाला, “मॅडम, मी प्रथमच इतक्या ज्ञानी समुदायापुढे पेपर वाचला. इंग्रजीतून बोलण्याचा प्रयत्न केला. प्रचंड दडपण आले होते.”

“मणिभद्र, मला वाटते तुम्ही एकपाठी आहात. तुम्ही सोप्या इंग्रजीमध्ये योग्य पॉज घेत बोलल्यामुळे सर्वांना समजणे सोपे झाले. मी भरभर बोलत गेले ते कितपत सर्वांना कळले की नाही, शंका वाटते. इथे जमलेल्या सर्वांना इंग्रजी येते ही कल्पना करू नका. बहुतेकांचे शिक्षण मातृभाषेत झालेले असते. तुम्ही पाहिले आहे ना बहुतेक जण कागद समोर ठेवून वाचत असतात. त्यातही गडबडतात. प्रश्नांची उत्तरे देताना त्यांची अवस्था पाहिली ना, एक वाक्य इंग्रजी नसते. त्यात हिंदी किंवा त्यांच्या भाषेतील शब्द असतात. तुम्ही उत्तरे पूर्ण इंग्रजी वाक्यात दिली. त्यात व्याकरणिक चुका नव्हत्या.”

“मॅडम, आपणास अमेरिकेमध्ये चर्चासत्रात भाग घ्यायचा आहे. त्याच्या तयारीच्या दृष्टीने मी शिकत आहे.”

“आता जगामध्ये सर्वच बाबतींत समानता आली आहे. साधारण असेच वातावरण असणार. फक्त संवादाची अडचण वाटणार. त्यांच्या आणि आपल्या

उच्चारात खूप फरक असतो. प्रश्न मात्र खूप असणार वाटते.''

दुसऱ्या दिवशी ठरल्याप्रमाणे ते चर्चासत्रातून एक तास आधी निघाले. रात्री आठपासून बारापर्यंत ते जगातील आश्चर्याच्या परिसरात होते. नभा मॅडमच्या भावना उद्दीपित झाल्या होत्या. त्या मणिभद्रचा हात धरून त्याला बिलगून चालत होत्या. एक अवर्णनीय सौंदर्य, त्याच्यासोबत पाहताना भान हरपल्या होत्या. इतकी अप्रतिम कारागिरी, कल्पनेच्या पलीकडचे सत्य चांदण्यांच्या प्रकाशात बघणे अमृतयोग वाटत होता.

मणिभद्रही तरुणच होता. त्याला स्वतःच्या भावनांवर नियंत्रण ठेवणे जड जात होते. नभा मॅडमचा मुलायम स्पर्श, त्यांच्या शरीराचा गंध, त्यांचे मधुर शब्द आणि समोर प्रेमाचे प्रतीक ताजमहाल. भान ठेवणेच अशक्य होते. त्याने स्वामींना दिलेला शब्द, कात्यायिनीवरील श्रद्धा आणि संस्कार त्याला सावरून धरत होते.

एका वेगळ्याच धुंदीत ते पहाटेच्या ट्रेनने मुक्कामी परतले.

तिसऱ्या दिवशी फक्त सकाळचे सत्र झाले. दुपारी समारोपाचा कार्यक्रम झाला. विद्यापीठाचे कुलगुरू, राज्यपाल आणि यू.जी.सी.चे प्रमुख यांच्या हस्ते सर्वोत्तम संशोधकांचा सत्कार करण्यात आला. त्यासाठी चर्चासत्रास उपस्थितांकडून मते मागवण्यात आली होती. नभा आणि मणिभद्र यांना सर्व जणांनी मते दिली होती. स्वाभाविकपणे त्यांना प्रथम क्रमांक मिळाला. निवेदकाने जेव्हा मतांची संख्या १६२ सांगितली, तेव्हा दोघांच्याही अंगावर शहारे आले. आपल्या कामाची पावती मिळाल्याचे समाधान वाटले.

परत जाताना मुंबई इथे एक दिवस थांबून अमेरिकेचा व्हिसा घेण्याचे त्यांनी ठरवले होते. वॉशिंग्टन विद्यापीठातूनच त्यांना तिकिटे आलेली असल्यामुळे काही अडचण आली नाही.

कोल्हापूर इथे परत येताना त्यांना अमेरिकेचा व्हिसा मिळाला होता. दिल्लीची मोहीम फत्ते करून आता ते अमेरिकेस जाण्याच्या तयारीस लागले. आपल्या संशोधनाची राष्ट्रीय तसेच आंतरराष्ट्रीय स्तरावर नोंद घेतली जात असल्यामुळे त्यांचा उत्साह वाढला होता. पहिल्या दोन पेपर्सची जशी तयारी झाली होती तशीच तयारी आणखी दोन पेपर्सची करायची होती.

॰

इरावती तिच्या कार्यालयाच्या स्वागत कक्षामध्ये बसली होती. तिच्या कार्यालयातील कर्मचारी तिच्यासमोर ठेवलेल्या नोंद बुकामध्ये स्वाक्षरी करून जाताना ''गुड मॉर्निंग छोटू'' असे म्हणून जात होते. इरा सर्वांना हसून प्रतिसाद देत होती. जेव्हा सीताराम सही करण्यासाठी आले तेव्हा इरा म्हणाली, ''सर, तुम्ही काल अचानक

रजा पाठवली. काही अडचण?"

"छोटूताई, आमच्या गृहमंत्र्याची तब्येत बिघडली. तिची दुसरी वेळ असूनही त्रास सुरू आहे. मग काय दवाखाना जवळ करावा लागला."

"राणी कशी आहे?"

"एकदम मस्त. नवीन पाहुणा येणार म्हणून खूश आहे."

"अच्छा! काळजी घ्या गृहमंत्र्याची." इराने हसत म्हटले.

इरावती कार्यालयातील सर्व सदस्यांसोबत आत्मीयतेने संवाद करत असे. तिने आपल्या शारीरिक वैगुण्यास बाजूला ठेवून सर्वांसोबत सलोख्याचे वातावरण ठेवले होते. तिचे शरीर जरी लहानसे असले तरी आनंदी वृत्तीमुळे ती सर्वांची लाडकी होती. तिचे वय २७ पेक्षा जास्त होते; पण सर्व जण तिला मुलीप्रमाणे समजत. सर्वांना तिच्याविषयी प्रेम वाटत होते.

जाणाऱ्या-येणाऱ्यांच्या नोंदी करणे, कार्यालयातील सुविधांची गरज आणि त्यांची पूर्तता करणे याशिवाय अचानक कामाचा भार वाढला तर सहकाऱ्यांना मदत करणे, अशी कामे तिच्यावर सोपवली होती. तिच्या कार्यक्षमतेची आणि बुद्धीची ओळख सर्वांना असल्यामुळे प्रत्येक जण तिला मदतीसाठी सतत बोलवत. तिलाही मदत करण्यास आवडे. त्यामुळे कार्यालयाच्या प्रत्येक विभागाची खडा न् खडा माहिती तिला असे. विभागप्रमुखास काही अडचण आली तर ते इरावतीस बोलवत. त्यांचा सर्वांत जास्त विश्वास तिने सांगितलेल्या माहितीवर असे.

"मीना, काल तुझे काम तपासून ठेवले ते पाहिलेस का? जिथे दुरुस्ती पाहिजे त्या ठिकाणी पेन्सिलने खुणा केल्या आहेत."

सही करता करता मीनाने इराच्या गालावर मायेनी बोटे फिरवली. "इरादिदी, थँक्स! काल दुसऱ्या कामात गुंतले होते. आता पहिले काम तेच करणार आहे."

"इराताई, साहेब बोलवत आहेत." गंगाराम शिपायाने निरोप दिला. ती त्वरित साहेबांच्या कक्षात गेली.

"सर!"

"इरा! काही वेळात एक मोटारगाडी आपणास लागणार कच्चा माल घेऊन गोडाउनला येईल. हे बिल तुमच्याकडे ठेवा. त्यात लिहिल्याप्रमाणे सर्व माल आहे का ते तपासून रिपोर्ट करा. त्याच मोटारीतून आपले प्रॉडक्ट्स पाठवायचे आहेत. ही ऑर्डर पावती. त्याचप्रमाणे तो माल मोटारीत भरा. मोटारीसोबत हमाल आहेत. ते माल उतरवतील भरतील. तुम्ही फक्त लक्ष ठेवून हे काम करून घ्या. गंगाराम तुम्हाला गोडाउनला घेऊन जाईल."

"ठीक आहे सर!"

इरावतीवर काम सोपवून बॉस निर्धास्त झाले. त्यांना इराच्या कार्यक्षमतेवर पूर्ण

विश्वास होता. मूर्ती लहान; पण किर्ती महान, अशीच होती. एकदा काम सांगितले की ते योग्य पद्धतीने होणार, यात शंका नव्हती.

इरावतीस बाइकवर बसवून गंगाराम गोडाउनकडे गेला. त्यांना परत येण्यास तीन तास लागले. आल्यानंतर तिने बॉसला रिपोर्टिंग केले.

"सर, माल उतरून घेतला. तपासताना एका बॉक्समधील माल तुटलेला आढळला. हमालांनी बहुतेक तो बॉक्स जोरात फेकला असेल. त्याची यादी केली, त्यावर ड्रायव्हरची सही घेतली आणि तो परत पाठवला. कंपनीला फोन करून तसे कळवले. त्यांनी दोन दिवसांत नवीन माल पाठवण्याचे सांगितले. ऑर्डरप्रमाणे आपला माल मोटारीत भरून पाठवला. त्याची पावती केली आणि ड्रायव्हरसोबत दिली."

"इरा, तुमचे काम अत्यंत व्यवस्थित असते. तुम्हाला बढती देण्याचा माझा विचार आहे. आता आपला प्रॉडक्शनचा साचा ठरून गेला आहे. फक्त कामगार नीट काम करतात की नाही, प्रॉडक्टमध्ये काही दोष आहे का, कच्च्या मालाची ऑर्डर द्यायची आणि गोडाउनची कामे या सर्व बाबतींत तुम्ही लक्ष घाला. तुम्हाला मी फॅक्टरी सुपरवायजर ही जागा देऊ शकतो. तुमचा पगार २००० रु. नी वाढेल. तुम्हाला एक सहायक देता येईल. फक्त अडचण अशी आहे, आपली फॅक्टरी मुख्य रस्त्यापासून ३ कि.मी. आत आहे. तिथे जाणारी सिटी बस नाही. वाहनाच्या साहाय्याने जावे लागेल."

"सर, फॅक्टरीचे काम बघणे आवडेल मला. अडचण अशी आहे की मला वाहन चालवणे जमणार नाही. तीन किलोमीटर जायचे कसे?"

"इरा, काल मी दुर्गाप्रसाद नावाच्या बिहारी मुलास गोडाउनच्या कामासाठी घेतले आहे. तो फॅक्टरीतच राहणार आहे. त्याच्याकडे मोटरसायकल आहे. तुम्हाला रोज तो घेऊन जाईल."

"सर, फॅक्टरी सकाळी आठ ते संध्याकाळी सहापर्यंत असते."

"तुम्ही अकरा वाजता नेहमीप्रमाणे जा. सकाळी दुर्गाप्रसाद तुमच्याऐवजी सर्व व्यवस्था पाहील. जमेल ना? तुम्ही फॅक्टरीची देखभाल पाहिली म्हणजे माझी एक जबाबदारी कमी होईल.

"सर, तुम्ही एवढी मोठी जबाबदारी विश्वासाने माझ्यावर सोपवत आहात. नाही कसे म्हणणार?"

"ठीक आहे. मी तुम्हाला दुर्गाप्रसादचा मोबाइल क्रमांक देतो. त्यालाही कल्पना देतो. उद्यापासूनच तुम्ही फॅक्टरीत जा. मी १२च्या सुमारास फॅक्टरीत येतो आणि कामाची माहिती देतो."

संध्याकाळी ऑफिस सुटताना तिने आपल्या भावाला- सदानंदला, गंधाला

घेऊन घरी येण्याविषयी फोन केला.

जेव्हा सदानंद आणि गंधा घरी आले तेव्हा तिने आपणास नोकरीमध्ये बढती मिळाल्याचे सांगितले. "सदा, साहेबांनी फॅक्टरी माझ्या ताब्यात दिली आहे. मलाही हे नवीन काम आवडेल. एक प्रश्न आहे. फॅक्टरी गावापासून दूर आहे."

"दिदी, हे आहे ते काम ठीक आहे. ऑफिसही जवळ आहे. तुला वाहन पण चालवणे अवघड."

"सदा, कष्ट नाही घेतले तर प्रगती कशी होणार? अडचण येणारच. त्यावर मात केल्याशिवाय पुढे कसे जाणार? माणसाला जिद्द पाहिजे."

"दिदी, मला एक उपाय सुचतो. तुम्ही थोडे धाडस दाखवले तर या अडचणीवर मात करणे जमेल. गंधाला एक कल्पना सुचली.

"गंधा, काय उपाय सांग," सदानंद म्हणाले.

"नंदजी, तीन चाकांची स्कूटी जर घेतली तर त्यांना फॅक्टरीपर्यंत जाण्यास अडचण नाही. पाय टेकवण्याचा प्रश्न नाही. तोल जाण्याचाही संभव नाही."

" गंधा, तुझी कल्पना छान आहे. दिदी, चालवशील असे वाहन?"

"दादा, प्रयत्न करण्यास हरकत नाही. दुसऱ्यावर किती अवलंबून राहणार."

"मी चौकशी करून अशी तीन चाकी बाइक आणतो. आई, तू स्वयंपाक करू नको. आज दिदीला पार्टी. छान बाहेर जाऊन जेवण घेऊ."

दुसऱ्या दिवशी इरा १०॥ वाजता फॅक्टरीकडे जाणाऱ्या रस्त्यावर उतरली. एक वस्तीवजा गाव होते. रस्त्याच्या बाजूला दोन-चार दुकाने आणि पानाचे दुकान होते. एक टपरीवजा हॉटेलही होते. तिने दुर्गाप्रसादला फोन करून बोलावले होते. दोघांनीही एकमेकांना पाहिलेले नव्हते. इरा जिथे थांबली होती तेथील लोक कुतूहलाने तिच्याकडे पाहत होते. पंजाबी ड्रेस, डोळ्याला नाजूक गॉगल, छोट्या मुलीच्या उंचीची स्त्री... त्यांना गंमत वाटत होती. इराला या गोष्टीची सवय असल्यामुळे काही वाटत नसे. ती चेहऱ्यावर हास्य ठेवून शांत उभी होती. रस्त्यावर ती एकटीच स्त्री होती. दुर्गाप्रसाद बाइकवरून आला. एक प्रौढ माणूस पण मजबूत शरीर, काळसर वर्ण, रापलेला चेहरा, उंची थोडी कमीच अशी व्यक्ती. इराला अंदाज आला. तिने हात हलवून इशारा केला. दुर्गाप्रसाद आश्चर्याने तिच्याकडे पाहू लागला. तो जवळ येताच इराने विचारले, "दुर्गाप्रसाद?"

"व्हय मेमसाब"

"चल." इरावती त्याच्या मागे बसली.

"साहेब आले होते का फॅक्टरीवर?"

"सकाळच्याला फॅक्टरी चालू करण्याच्या वक्ताला आलते. मला काय बाय सांगून गेले. त्या सांगन्या परमाने मी काम केले हाय."

याला आपली भाषा नीट बोलता येत नाही हे लक्षात घेऊन इरा म्हणाली, "दुर्गा, तुझे हिंदी में बात करनी हो तो हिंदी में बोलो."

"मेमसाब, हमारे गाँव तो हिंदीमेही बात होवत है! लेकिन, जिस गाव में पेट भरना है तो उस गाव की बोली तो आनी चाहिये। तुम्हे क्या लगत है जी?"

"ठीक आहे! तुला ज्या भाषेत बोलायचे त्या भाषेत बोल."

"मेमसाब, एक इचारलं तर गुस्सा नाही होनार तुमी?"

"तुला हेच विचारायचे ना की मी इतकी छोटी कशी?"

"बिल्कूल सही मेमसाब."

"अरे, मी जन्मापासूनच अशी आहे. मी अशीच राहणार आहे. याला औषध नाही."

"मेमसाब, तुमी छोटी हाय पर सुंदर हो." त्याचे बेधडक बोलणे ऐकूण इरावती छान हसली.

"दुर्गा, किती शिकला आहेस तू?"

"मेमसाब, मी मॅट्रिक फेल आहे." त्याने अभिमानाने सांगितले.

"छान म्हणजे तुला लिहायला आणि वाचायला येते."

"मेम, मी लिहू शकते अन् वाचू पन शकते."

"दुर्गा, तुला पगार किती देणार आहेत साहेब?"

"दस हजार देतो वायदा केला सायबांनी. शिवाय, राहायला खोली बी दिली अन् कॅंटिंगमदे जेवनबी फुकट मनालेत."

या संवादात ते फॅक्टरीमध्ये आले. फॅक्टरीमधील कामगारांना इरावतीचा परिचय होता. तिने फॅक्टरीमध्ये चालू असणाऱ्या कामाची पाहणी केली. ठरल्याप्रमाणे सर्व जण आपापले काम करत होते. साहेबांनी कामगारांना सांगून ठेवले होते तुम्ही किती काम करता त्यानुसार तुम्हाला पैसा दिला जाईल. प्रत्येकास वेगवेगळ्या वस्तू बनवायच्या होत्या. साधारण पाच वस्तू तयार होत होत्या. त्या पाच वस्तू एकत्र जोडून कंपनीचे प्रॉडक्ट तयार होत असे. प्रत्येकास माहिती होते की आपण केलेल्या वस्तूवर एकूण उत्पादन तयार होणार. त्यामुळे चढाओढीने ते त्यांच्या वस्तू तयार करत. एखादा मागे पडत असेल तर त्याला ते वेगाने काम करावयास सांगत. गरज पडली तर मदतही करत. त्यामुळे कामगार काम करतात की नाही हे बघण्याची तसदी घ्यायची आवश्यकता नव्हती. फक्त कच्चा माल किती लागणार तेवढी गरज पुरवणे, ही मालकाची जबाबदारी असे. एका फेरीतच इराला फॅक्टरीच्या कामाचा अंदाज आला. कामगार काम करतो की नाही हे बघण्याचा प्रश्न नव्हता. कच्चा माल किती आहे आणि किती लागणार याची नोंद आणि एकूण तयार मालाचे आकडे एवढे लक्षात असले की काम संपले. इरावती शरीराने लहान असली तरी बुद्धीने

सक्षम होती. तिच्या लक्षात आले की इथे आपल्याला जास्तीत जास्त एक तासाचे काम आहे. दिवसभर खुर्ची झिजवण्याशिवाय दुसरा उद्योग नाही आणि पगारात वाढ, आनंद आहे. तिच्या लक्षात आले, जेवणाचा डबा आणण्याची आवश्यकता नाही. फॅक्टरी अॅक्टप्रमाणे जेवणाची सुविधा पुरवण्यासाठी उपाहारगृहाची आवश्यकता होती. साहेबांनी उपाहारगृहासाठी सोयी केल्या होत्या. एक पगारी आचारीही नेमला होता. आपण त्यात लक्ष घालून सर्वांनाच उत्तम भोजनाची सोय केली तर? साहेबांना विचारले पाहिजे.

दुपारी १२ वाजता साहेब आले. "इरा, तुम्हाला कामाचा अंदाज आला?"

"होय सर."

"कठीण आहे का?"

"सर इथे माणसांची गरजच नाही. कारण तुमच्या अटीच अशा आहेत की कामगारास काम कर असे म्हणण्याची गरजच नाही. मला तर इथे फार काम नाही. तुम्ही दोन माणसे काम सांभाळण्यासाठी ठेवली आहेत."

"इरा, तुम्ही खरंच हुशार आहात. पण मला अनुभव आहे. तुम्हाला वाटत असेल की मी दोन माणसांचा पगार विनाकारण देत आहे. ते तसे नाही. दुर्गाप्रसाद पाशविरहित आहे. तो दिवसरात्र फॅक्टरीमध्येच थांबणार. मला वेगळा वॉचमन ठेवण्याची गरज नाही. तुम्ही इथे थांबणार, त्याचा दबाव कामगारांवर राहणार. इथे काय पाहिजे ते तुम्ही बघणार म्हणजे माझी इथे येण्याची आवश्यकता नाही. माझा इथला ताण कमी झाला. मला व्यवसाय वाढवण्यासाठी जादा वेळ मिळणार. व्यवसायाची गणिते वेगळी असतात."

"मानले सर तुम्हाला. दोन दगडांत तुम्ही अगणित पक्षी मारले आहेत."

हसून साहेब म्हणाले, "इरा, तुम्हाला इथे येण्याचा त्रास सहन करावा लागणार त्याला मात्र इलाज नाही."

"सर, पुढे झेप घ्यायची असेल तर कष्टांना घाबरून कसे चालेल? सर, आणखी एक विचारू का?

"इरा, विचारा अनमान करू नका."

"मी उपाहारगृहाच्या कामात थोडे लक्ष घातले तर चालेल?"

"का नाही? उपाहारगृह हे या फॅक्टरीचेच अंग आहे. माझी हरकत नाही."

"धन्यवाद!"

"मग चालू द्या तुमचे, मी निघतो आता. तुम्ही मला केव्हाही फोन करू शकता."

साहेब निघून गेल्यानंतर इरावती आवक आणि जावक मालाच्या वह्या तपासू लागली. दोन ते तीन तासांच्या वाचनातून तिने जाणून घेतले, महिन्यास कच्चा माल

किती लागतो, उत्पादन किती होत, मागणी किती आहे... तिने काही नोंदी एका डायरीमध्ये घेतल्या. ती डायरी सतत सोबत राहणार होती. केव्हाही कोणत्याही प्रश्नाचे उत्तर देण्यासाठी ती तयार असणार होती. नंतर तिने दुर्गाप्रसादला सोबत घेऊन गोडाउनची तपासणी केली. अस्ताव्यस्त पसरलेले सामान दुर्गाप्रसादला कसे लावून घ्यायचे ते समजावून सांगितले. "दुर्गाप्रसाद, फॅक्टरीतील कामगारांना हाताशी धरून काम पूर्ण केले पाहिजे दोन दिवसांत.''

"मेमसाब, समदा काम तुमी म्हटल्यानुसार पुरा करते आनी लिवून बी ठेवते. संध्याकाळी सहा वाजता सर्व कामगार निघून गेल्यानंतर इरावती घरी जाण्यास निघाली. दुर्गाप्रसादने तिला मुख्य रस्त्यापर्यंत आणून सोडले. इराने त्याला परत जाण्यास सांगितले. पण इरावती बसमध्ये बसेपर्यंत तो थांबला.

संध्याकाळी घरी आल्यानंतर अवंतीबाईंनी इरावतीस विचारले, "इरा कसे वाटले नवीन काम.''

"आई, काम फक्त तिथे हजर राहण्याचे आहे. फार काही करायचे नाही. कामगारांचे काही प्रश्न असतील तर ते सोडवायचे. एकदा माझे मला तिथपर्यंत जाता आले म्हणजे बरे होईल. मला माझ्या वेषभूषेत थोडा बदल करावा लागेल. मी आतापर्यंत त्याकडे फारसे लक्ष दिले नव्हते. गंधाशी थोडी चर्चा करून चार कपडे शिवून घेते. थोडे प्रभावी दिसावे म्हणजे अधिकारी असल्याचे वाटेल.''

"बघ बाई! तुझ्या मनाप्रमाणे कर.''

इरावतीने गंधमतीला शनिवारी मुक्कामास येण्यास सांगितले.

दुसऱ्या दिवशी तिने उपाहारगृहाच्या विष्णू आचार्यास बोलावून घेतले.

"विष्णूजी, तुमच्या रोजच्या कामाची मला माहिती सांगा.''

"मॅडम, रोज १० माणसांसाठी नाश्ता आणि दुपारी जेवण. दुपारी तीन वाजता सर्व कामे संपली की उद्याच्या नाश्ता-जेवणाची तयारी करून ठेवतो.''

"लागणारा माल कोण आणते?''

"मी आणतो मॅडम.''

"रोज आणता?''

"नाही, आठवड्याचा माल आणतो. जादा आणला तर खराब होण्याची शक्यता असते.''

"तुम्ही आणण्यापेक्षा आपण एखाद्या चांगल्या ठिकाणी नियमित मागणी नोंदवली तर तुमचे कष्ट कमी होतील.''

"पण चांगला माल दिला नाही तर?''

"परत करायचा. माल आला की तो तपासून घ्यायचा. खराब माल असेल तर परत द्यायचा. माल आला की लगेच पैसे द्यायचे. माल दिला की लगेच पैसे

मिळतात, असे असेल तर दुकानदार सहसा असा ग्राहक सोडणार नाही. माझ्या अंदाजानुसार महिना ८ ते ९ हजार रुपये लागत असणार. एवढे मोठे ग्राहक किराणा दुकानदार सोडणार नाही.''

थोडे नाराज होत विष्णूजी म्हणाले, ''माल चांगला येणार असेल तर हरकत नाही.''

''बघू थोडा बदल करून. तुमचाही त्रास वाचेल व ओझीही उचलावी लागणार नाहीत.''

''ठीक आहे मॅडम.'' नाराजी लपवत आचारी म्हणाले.

इरावतीने उपाहारगृहाच्या खर्चाची तपासणी केल्यानंतर लक्षात घेतले होते मालाचा दर्जा आणि किमतीत बऱ्यापैकी तफावत आहे. मालाची किंमत १४ ते १५ हजार रुपये दिसत होती. घरातील माल आणण्याची जबाबदारी तिच्याकडेच असल्यामुळे मालाचा दर्जा आणि किमतीची माहिती होती.

दुपारी भोजन झाल्यानंतर इरा दुर्गाप्रसादला घेऊन मुख्य रस्त्यालगतच्या दुकानामध्ये गेली. किराणामालाचे सामान त्याचबरोबर भाजी या वस्तू ठेवलेल्या होत्या. एक वयस्कर गृहस्थ दुकान पाहत असत. ''काका, मी चौकशी करण्यासाठी आले आहे.''

''काय माहिती पाहिजे मुली तुला?''

''काका, दहा माणसांसाठी लागणारे सामान आणि भाजीपाला तुम्ही देऊ शकाल का?''

''मला जर दोन दिवस आधी यादी मिळाली तर काही अडचण वाटत नाही.''

''माल आमच्या फॅक्टरीत आणून द्यावा लागेल. सर्व साहित्य स्वच्छ आणि उत्तम दर्जाचे पाहिजे; शिवाय, किंमत योग्य असावी. आठवड्याचे सामान सोमवारी सकाळी ९ वाजेपर्यंत मिळावे. मालाची तपासणी करून लगेच पैसे मिळतील.''

''देतो मुली, तुमच्या अटी पूर्ण झाल्यानंतरच पैसे द्या.''

''ठीक आहे. हा दुर्गाप्रसाद किंवा मी दर शनिवारी यादी आणून देऊ.''

इरावतीला कामे रेंगाळत ठेवणे आवडत नसे. तिची निर्णयक्षमता चांगली होती.

दोन दिवसांनी इराने गोडाउनमध्ये फेरी मारली. दुर्गाप्रसादने कामगारांच्या मदतीने स्वच्छता करून घेतली होती. इराने सांगितल्याप्रमाणे सर्व माल वर्गवारी करून व्यवस्थित रचून घेतला होता. त्याचा कामाचा उरक पाहून ती खूश झाली. मालाच्या नोंदी मात्र त्याला व्यवस्थित जमल्या नव्हत्या. इराने त्याच्यासोबत बसून नोंदी कशा लिहावयाच्या हे समजावून सांगितले. तो एकाग्रतेने शिकणारा होता, त्यामुळे त्याला समजले. दोन दिवसांत त्याने सर्व नोंदी व्यवस्थित केल्या. इरावतीने नोंदवही समोर ठेवून प्रत्यक्ष तपासणी केली. आता तिला कारखान्यातील व

गोडाउनमधला सर्व तपशील आकडेवारीसहित सांगता येत होता.

चार दिवसांनी साहेबांनी कारखान्यात चक्कर टाकली तेव्हा त्यांच्या नजरेस तो कायापालट दिसला. ते इरावतीवर खूश झाले. इरावतीने उपाहारगृहातील बदलांची माहिती दिली. त्यांना सांगितले आपण महिना चार हजारपेक्षा जास्त रुपये खर्च कमी करू शकतो. त्यांनाही होणारी गडबड माहिती होती. कामासाठी माणसे मिळत नाहीत हे माहीत असल्यामुळे त्यांनी मुद्दाम लक्ष दिले नव्हते. कारखानदार असल्यामुळे काही वेळा दुर्लक्ष करावे लागते. इरावतीस त्यांनी तसे सांगितल्यावर तिने असे असते हे तिलाही माहीत असल्याचे सांगितले. आचारी विष्णू नाराज असल्याचेही बोलले. त्यावर तिने साहेबांना सुचवले होत, त्यांच्या पगारात थोडी वाढ करू या. साहेबांनी तिला योग्य ते करण्याचे अधिकार दिले.

शनिवारी संध्याकाळी इराने बोलावल्यानुसार गंधमती आली.

"गंधा, मला जरा चांगले कपडे घ्यायचे आहेत. काही साड्या पण घ्याव्यात असा विचार आहे. बाजारात रेडिमेड दुकानात लहान मुलीसाठी साड्या मिळतात तशा साड्या आणि एकदम चांगल्या पद्धतीचे पंजाबी ड्रेस किंवा इतर काही मिळाले तर पाहू.

"दिदी, पॅन्ट-शर्ट किंवा टॉप ही कल्पना कशी वाटते?"

"पॅन्ट ठीक आहे, पण शर्ट नको टॉप चालेल."

"दिदी, आज तुम्हाला ऑफिसर करायचे." गंधा हसत म्हणाली.

"दिदी, तुझ्यासाठी लाल रंगाची तीन चाकांची स्कूटी सांगितली होती. उद्या सकाळी घरपोच होणार आहे. आम्हाला उद्या सुट्टी आहे रविवारची. तुला दिवसभर चालवण्यास शिकवतो. सोमवारी नवीन कपडे, नवीन गाडी या वेषात तू स्वतः कारखान्यात जायचे."

"सदा, उद्या येणार गाडी, बरे झाले. तुम्ही पण एक चारचाकी घ्या. माझ्याजवळ पैसे आहेत. तुम्ही ती रक्कम वापरून गाडी घ्या आणि उरलेली रक्कम हप्त्यामध्ये भरत राहा."

"नको दिदी, तुझ्या पैशास मी हात नाही लावणार. अगं गाडी घेण्यासाठी आम्हाला बँक कर्ज देते ना. पण, गंधाचे बाळंतपण लक्षात घेऊन तो विचार केला नाही."

"सदा, मुलीचे पहिले बाळंतपण माहेरी असते," अवंतीबाई म्हणाल्या.

"आई परिस्थिती कशी आहे ते आपल्याला माहिती आहे. मी तर कसलीच अपेक्षा करणार नाही. सर्व खर्च आपणच करावयाचा असे धरून मी चाललो आहे."

"नंदजी, तुमचा विचार योग्य आहे. पण दिवाळीला निपाणीचे वातावरण निवळले असे जाणवले. बाबा अजून तितके शांत वाटत नाहीत. मला वाटते ते

त्यांच्या कर्तव्यास चुकणार नाहीत.''

''गंधा, आणखी काही महिने आपण कोणताही धोका पत्करू नये. आपण बाळंतपणाचा विषय काढायचा नाही.''

''गंधा, सदा नेहमी विचाराने वागतो. आपल्यामुळे दुसऱ्यास त्रास होऊ नये अशी त्याची इच्छा असते. तुला माहिती आहेच.'' इरावती म्हणाली.

''दिदी, नंदजींच्या या वागण्यामुळे तर मी त्यांच्या प्रेमात पडले.''

सर्व जण हसू लागले. वातावरण आनंदी होत गेले.

सोमवारी इरावतीने दुर्गाप्रसादला १० वाजता घरी येण्यास सांगितले. दुर्गा येताच इरावतीने आईला त्याची ओळख करून दिली.

''मेमसाब, आज तुमी लई इयाक दिसतात. नवा कपडा तुमाला लई छान दिसतो. तुम्ही हापिसरवानी वाटतात,'' दुर्गा चकित होत म्हणाला. ''आनी तुमी मला कशापायी बोलिवलात?''

''अरे माझ्या भावाने मला स्कूटी घेऊन दिली आहे. काल चार तास चालवत होते. जरा आत्मविश्वास आला म्हणून गाडी घेऊन कारखान्यात येण्याचा विचार केला होता, सोबत असावी म्हणून तुला बोलावले.''

''बरे झाले. मी तुमच्या मागं मागं राहतो. तुमी बिनघोर गाडी चालवा.''

''तर चल निघू या.''

इरावतीने आत्मविश्वासाने स्कूटी चालवली. काळ्या रंगाची जीन्स पॅन्ट, त्यावर गुलाबी डिझायनर टॉप. डोळ्यावर गॉगल, आज तिचा नूरच बदलला होता. दुर्गाप्रसाद सतत तिच्याकडेच पाहत होता. कारखान्याच्या आवारात आल्यानंतर तो म्हणाला, ''मेमसाब, गाडी बेस्ट हाणली तुमी. पयल्यांदाच हाणता अस वाटलंच नाई. जरा धीमे चालवली; पण ठीक आहे.'' कारखान्याचे काम संपवून परततानाही दुर्गा सोबत आलाच. चार दिवसांच्या सरावाने इरावतीस सफाईदारपणा आल्याचे जाणवले.

बघता बघता कारखान्यात बदली झाल्याच्या घटनेला महिना झाला. इरावतीने महिन्याचा आढावा साहेबांसमोर ठेवला. आकड्यांवरून कामात बरीच सुधारणा झाली होती. एकही ऑडर पेंडिंग नव्हती. साहेबांच्या लक्षात आले, इरावतीच्या विश्वासावर कारखान्याचा व्याप वाढवण्यास हरकत नव्हती. त्यांना प्रॉडक्शनकडे लक्ष देण्याची गरज नव्हती. त्यांना ऑफिसच्या कामात लक्ष घालण्यास वेळ मिळत होता. जानेवारीपासून आणखी कामगार वाढवून कारभाराची व्याप्ती वाढवण्याचे त्यांनी ठरवले. तशी इरावतीसोबत चर्चा केली. तिनेही व्याप्ती वाढवण्यास हरकत नसल्याचे सांगितले.

दुपारच्या वेळी इरावतीस काहीच काम नसे. ती कंटाळून जाई. अशा वेळी ती

दुर्गाप्रसादला गप्पा मारण्यासाठी बोलावून घेई. इराने बोलावले की दुर्गा एकदम आनंदी होई. त्याच्याशी गप्पा करताना तिला त्याची माहिती समजली होती. बिहार आणि उत्तर प्रदेशाच्या सीमाभागात त्याचे गाव होते. गावाकडे आई होती. बहीण मागच्या वर्षी सासरी गेली होती. तीन एकर शेती होती. शेती त्याचे चाचा करीत. पोट भरण्यासाठी तो मुंबईला आला. मुंबईत बिहारी-यूपी लोकांना हुसकून लावण्याची चळवळ झाली. तो मुंबईतून निघाला, कोल्हापूरला आला. थोडे दिवस कोल्हापुरात काम करून ओळखीने तो बेळगाव येथे आला. पुढे काय? त्याला ते ठाऊक नव्हते. मिळेल तिथे काम करायचे आणि पोट भरायचे. पगारातील पाच हजार रुपये महिन्याच्या महिन्याला अम्माकडे पाठवायचे. सतत त्याच्याबरोबर गप्पा होत असल्यामुळे तिच्या अंतःकरणात त्याच्याविषयी आपलेपणा निर्माण झाला होता. आपण इतरांसारखे नाही; पण हुशारी आहे, त्यामुळे त्याला फार आश्चर्य वाटते. तो सतत आपली काळजी घेतो. आपण स्वतः बाइक चालवत येतो, याचे त्याला फार कौतुक वाटते. इराला या गोष्टी समजल्या होत्या. तिलाही त्याच्यासोबत वेळ घालवणे आवडे. सर्वांत चांगली गोष्ट म्हणजे तो एक सच्चा माणूस होता.

इराने सर्व कामगारांशी आपलेपणा निर्माण केला होता. जेवणाच्या वेळी ती त्यांच्यासोबतच बसे. जेवण करताना प्रत्येकाची चौकशी करी. त्यांच्या घरातील माणसांना तिने कधी पाहिलेही नव्हते; पण बोलण्यामुळे सर्वांची अप्रत्यक्ष ओळख झाली होती. प्रत्येकाच्या मुला-मुलीविषयी ती सतत चौकशी करी. कामगारही त्यांच्या घरातील अडचणी, प्रश्न सांगत आणि उपायाची अपेक्षा करत. इरावती सर्वांची बहीणच झाली होती. ती त्यांना योग्य सल्ला देण्याचा प्रयत्न करी. या लोकांच्या घरीही इरादिदी माहीत झाली होती. आपल्या बोलण्यातून इराने प्रत्येकाशी नाते प्रस्थापित केले होते. अर्थात, तिच्या स्वभावाची ठेवणच तशी होती. पूर्वीच्या ऑफिसमध्येही तिचे वागणे तसेच होते. ती सर्वांच्या गळयातला ताईतच होती. तिला 'काम करा' असे सांगावे लागतच नव्हते. तिच्या आपलेपणाचा दबावच त्यांना स्वस्थ बसू देत नसे. विष्णू आचारी याचीही कटुता कमी झाली होती. त्याचा पगार वाढवण्याचा प्रयत्न करण्याचे आश्वासन दिले होते.

आज दुर्गाशी गप्पा मारत असताना तो म्हणाला, "मेमसाब, तुमी चांगले कापड नेसल्यापासन लई येगळेच दिसतात. मला पन चांगले कापडं घ्यायचीत. तुमच्या पसंदीने. मला रंगाचं ग्यानच नाई. बगा तुमासनी कवा येळ भेटतो."

इरावती आनंदाने तयार झाली. "आपण या रविवारी जाऊ. तुला माझे घर माहिती झाले आहे. तू रविवारी सकाळीच घरी ये. आपण जेवण करू आणि मार्केटला जाऊ."

तिच्या उत्तराने दुर्गाला बरे वाटले. "मेमसाब,जेवायला नगं. मी जेवून येतो."

"अरे, रविवारी कारखाना बंद असतो. जेवण तुझे तूच बनवणार. त्यापेक्षा आमच्या आईच्या हातचे जेवण तरी बघ!"

तिच्या आग्रहापुढे त्याला नमते घ्यावे लागले. तो रविवारी आला, पण बुजल्यासारखी त्याची स्थिती झाली. कारखान्यात जसा तो मोकळा असे, तसा तो नव्हता. घर, मेमसाबची आई यांचा दबाव होता. कसेबसे जेवण घेतले. इराच्याही लक्षात आले; पण जास्त आग्रह केला तर तो इतकेही जेवला नसता.

इराला बाहेर घेऊन आल्यानंतर तो खुलला. इराने त्याच्यासाठी त्याचे व्यक्तिमत्त्व खुलेल अशा रंगाचे कपडे घेतले. दुकानातील ट्रायल रूमच्या आरशात स्वतःला वेगळ्या रंगाच्या कपड्यात पाहून तो स्वतःवर खूश झाला. दुकानातून बाहेर आल्यावर तो म्हणाला, "मेमसाब, या कापडात मी मलाच वळखिलं नाई. लय भारी दिसतायत. तुमची चॉईसच एकदम झ्याक."त्याच्या बोलण्यावर इराला हसू आले. "साहेब, आता मला घरी सोडा."

"नाय मेमसाब, आईस्क्रीम बिगर जायाचं नाय."

"बरं, चल बाबा."

इरावतीला समजत होते. दुर्गा आपलेपणापेक्षा वेगळ्या भावना दर्शवत आहे. स्वतःच्या बुटक्या शरीराकडे पाहून असे काही असेल याची खात्री वाटत नव्हती. त्याने मर्यादा सोडून वागण्याचा प्रयत्न केला नव्हता. आपण इतक्या लहान असूनही एक कारखाना व्यवस्थित हाताळू शकतो. साहेब तर सतत आपले कौतुक करत असतात. त्यामुळे कदाचित आपणास वेगळी वागणूक देत असावा. तर्कांचे अनेक मुद्दे तिने तपासून पाहिले. तिला उत्तर नाही मिळाले.

दुसऱ्या दिवशी इराच्या पसंतीचे कपडे घालून तो समोर आल्यानंतर त्याच्या दिसण्यात खूप फरक पडला होता. पूर्वी तो वाढलेल्या दाढा-मिश्यांकडे फार लक्ष देत नसे. आता तो नियमित दाढी करी आणि ओठावरील केसांचीही काळजी घेई. इराने जेव्हा त्या कपड्यात पाहिले तेव्हा ती म्हणाली, "दुर्गाजी आज फारच रुबाबदार दिसत आहात."

दुर्गाप्रसाद तिच्या बोलण्यावर चक्क लाजला. इराला गंमत वाटली.

"मेमसाब, आप भी ना!" अनाहूतपणे तो मातृभाषेत म्हणाला.

"अरे खरंच तुझ्याकडे पाहून प्रसन्न वाटते. एरवी तू कसले कपडे घालत होतास आणि दाढी अस्ताव्यस्त वाढलेली. निव्वळ ध्यान दिसत होतास."

"मेमसाब, तुमी कापडमंदी बदल केल्यापासून बहोत चांगला दिसला. मग मी बी ठरवला आपुनपन येवस्तीस रायचा."

"आपणास आपण चांगले वाटले की आपल्यामध्ये एक विश्वास येतो आणि काम करण्यास हुरूप वाढतो. विचारवंत म्हणूनच म्हणतात, "एक नूर आदमी तो

दस नूर कपडा.''

''बराबर हाय मॅम. मला पन आज आनंदी वाटतेय. तुमी मला शोबन्यासारखी कापडं दिली. अम्मा असती तर मिरची ववाळली असती.''

''आता तुझी भाषा थोडी बदलली पाहिजे म्हणजे आणखीन छान वाटेल.''

''मॅम ते बी तुम्हीच मला पढवाँ.''

''वा रे! काही सांगावे तर लगेच गळ्यातच पडतोस,'' इरावती त्याला चिडवण्यासाठी म्हणाली.

दुर्गाचा चेहरा कोमेजला, ''मॅम, तुमच्या नाही तर कुणाच्या गळ्यामंदी पडणार!'' इरावतीला हसू आले. सरळ गळ्यात पडणार म्हणतोय. तरी बरे आहे याला मराठी फार चांगले समजत नाही.

''माझे इथे तुमच्या बिगर कोन हाय? मला जे वाटणार ते मी तुमालाच तर सांगनार.''

''बरे बाबा, मलाही दुपारी वेळ कसा घालवायचा असा प्रश्न असतो. तुझी शिकवणी सुरू करू.''

सततच्या सान्निध्यामुळे इरालाही दुर्गाबद्दल काहीतरी वेगळे वाटण्यास सुरुवात झाली. सदानंदशिवाय इतर पुरुष व्यक्तीचा सहवास फारसा नव्हता. आता मात्र दुर्गा सतत तिच्याभोवती असे. तिच्या प्रत्येक गोष्टीसाठी तो पुढे असे. तिला कारखान्यात त्रास पडू नये यासाठी लक्ष ठेवून असे. तिलाही समोर दुर्गा पाहिजे असे. तिच्या प्रत्येक कामात त्याचा सहभाग असे. इरावतीने त्याचे बोलणे सुधारण्याचे ठरवले होते. त्याचीही पूर्ण क्षमतेने सांगितलेले ग्रहण करण्याची इच्छा असल्यामुळे त्याच्या बोलण्यात चांगलाच फरक पडत होता.

''मेमसाब, तुम्ही मला लय आवडता.'' एके दिवशी त्याने मोठ्या धीराने इरावतीस सांगितले.

कल्पना असूनही इरावतीस धक्का बसला. आवाजात कठोरता आणून तिने विचारले, ''दुर्गा, शुद्धीवर आहेस का? काय बोलतोस?''

''होय मेमजी. डोका ठिकाणावर ठिऊनच सांगितलंय.''

त्या स्पष्ट बोलण्यावर उत्तर देणे अशक्य होते. तिच्याही भावना अनावर होत होत्या. वयात असलेल्या एखाद्या मुलीस एखाद्या मुलाने असे सांगितल्यानंतर रोमांचित होणे स्वाभाविक होते.

''दुर्गा, का आवडते मी तुला? मुलगी आहे म्हणून?''

''मेमसाब तुमी लडकी हायत पण तेच्यापेक्षा तुमचा सभाव लई चांगला असतो. मी बघतो तुमी समद्यांची काळजी घेता. लहान हायत दिसण्यात पन आधार आणि माया आसमान इतकी देता. कोंचाबी प्रॉब्लेम असू दे, त्यातून मानसाला

उठवून बसवता. मी गाव सोडून लई वरीस झालेत. मला कोनाचा आधार नाही. मोडल्यावानी झालतो. तुमी माझ्या जिंदगीत आल्यापासनं लई सुदार झाला बगा. काम तर करीत हुतोच, पर त्यात जान नसायची. आतामातूर काम करायला भारी वाटतं. अन् मेमजी मला तुमी आवडला म्हणजे तुमाला मी आवडलाच पायजे असं नाई बर का! तुमाला एकडाव सांगायचं हुतं मनून बोललो जी. आपली नोकरी गेली हे ठरवलंच हाय.'' मनातले सर्व घडघड बोलल्यानंतर तो स्थिर झाला.

त्याच्या बोलण्यामुळे कोंडी फुटली. ''दुर्गा, मला पण तू आवडतोस रे. पण तुझ्यासारखा तात्पुरता विचार करून मला नाही जमत. मी जन्माने मुलगी आहे, पण कर्माने कोणीच नाही. मुलीकडून ज्या अपेक्षा असतात त्या पूर्ण करण्यास मी असमर्थ आहे. निसर्गाने माझ्या सर्व शारीरिक क्षमताच दिल्या नाहीत. स्त्रीसुख, अपत्यसुख या दृष्टीने मी उपयोगाची नाही. आता आपणास क्षणभर चांगले वाटेल, पण पुढचा विचार केला तर फक्त अंधारच आहे. एखाद्याची आयुष्यभर साथ देण्यासाठी ज्या गोष्टी हव्यात त्याच नेमक्या माझ्याजवळ नाहीत. सर्वांसमोर एखाद्याने माझ्याकडे पाहून ही माझी बायको आहे असे सांगावे असे काहीच नाही. माझी उंची पाहूनच सर्वांना हसायला येते आणि बायको म्हणून सांगितल्यावर किती विचित्र वाटेल.''

''मेमसाब जगाला दावन्यापायी लगीन असतं का? त्यापरीस दोघांना एकमेकांस आवडनं लई चांगलं. माझ्याकडून बाकी गोष्टी फार जास्ती नाईत. तुमी मनाला लई जपता तेच आवडतं. दिसनं आनी बाकीच्या गोष्टी मला काई विशेष वाटत नाई.''

''अरे तारुण्याच्या जोशात माणूस काहीतरी करून बसतो. पुन्हा पश्चात्ताप होतो. माझ्या जीवनात लग्न ही गोष्ट नाहा, हे मी पक्कं ठरवलं आहे. माझ्यामुळे दुसरा दुःखी झालेला कसं चालेल.''

''मेम तुमचं हेच बोलणं तर जगन्याला बळ देतं. मला तुमी आवडता बस, एवढच माहीत हाय.''

''तुझ्यापुढे डोके फोडण्यात अर्थ नाही.'' इरावतीने विषय संपवला. तिच्या मेंदूला मात्र भुंगा लागला. त्याचे प्रामाणिक बोलणे, स्वच्छ अंतःकरण हृदयाचा ठाव घेत होते. नोकरीवर पाणी सोडून बोलण्याचा निर्धार. या सर्व गोष्टीने तिला हलवून सोडले. जसे कळत होते तेव्हापासूनच निर्धाराने काही गोष्टी पडद्याआड लोटल्या होत्या त्यांनी पडद्याआडून डोकावण्यास सुरुवात केली होती. प्रत्येक मुलीच्या जीवनात परिकथेतील राजकुमार असतोच. तिच्याही तशा जाणिवा जिवंत होत होत्या. दुर्गाप्रसादच्या बोलण्याने संसाराच्या कल्पना उमलू लागल्या. होय-नाहीच्या भोवऱ्यात जीवननौका हेलकावे खात होती. मती कुंठित झाली होती. शेवटी काही काळ जाऊ द्यावा; लगेच निर्णयाप्रत येऊ नये, असे वाटून तिने थांबायचे ठरवले.

८२

"मॅडम, माझी सर्व तयारी झाली आहे. आपण अमेरिकेस जाऊन आठ दिवसांत परतणार. आपण जाताना वेगळे आणि येताना वेगळे असणार."

"मला नाही समजले." नभा मॅडमचा चेहरा प्रश्नार्थक झाला.

"आता मला विश्वास वाटतो आपण दिल्लीमध्ये चर्चासत्र ज्या पद्धतीनं पूर्ण केलं, त्याच पद्धतीनं वॉशिंग्टन विद्यापीठातही छान पूर्ण करणार. तुम्हाला प्रश्नांची भीती वाटते ना! पण मला वाटतं, आपण सर्वांचं समाधान करणार. आपल्या लिखाणास त्यांच्याच संशोधकांचे पुरावे आहेत, आणि ते समर्पकपणे खुलासा करत आहेत. शंका घेण्यास वाव वाटत नाही."

"मणिभद्र, आपण पुरेपूर तयारी केली आहे. पाहू काय घडतंय!"

"आपलं प्रयाण उद्या रात्री १च्या सुमारास आहे. आपण दोघंही प्रथमच परदेशी जाणार. सकाळी मुंबईस गेल्यानंतर रात्री १पर्यंत काय करणार?"

"आपणास विमानतळावर दोन तास आधी जावं लागणार. सकाळी ६ वाजता आपण बसनं निघालो तर दुपारी ३ वाजेपर्यंत मुंबईत जाऊ. विमानतळाजवळील चांगल्या हॉटेलमध्ये थांबू. आपणाजवळ फार सामान नाही. रात्री १० वाजेपर्यंत विमानतळावर पोहोचू. भारत ते अमेरिका १८ तासांचा प्रवास आहे. आपण डल्लासला जाऊ तेव्हा तिथे संध्याकाळचे चार वाजलेले असतील. गेल्यानंतर दुसऱ्या दिवशी चर्चासत्र सुरू होईल. आपल्याला शेवटच्या दिवशी दुपारी पेपर वाचावयाचा आहे. दोन दिवस आपण श्रोते आहोत. चर्चासत्र संपल्यानंतर दुसऱ्या दिवशी ते आपणास वॉशिंग्टन इथे फिरवून आणणार. त्याच संध्याकाळी आपण परतीच्या प्रवासास निघणार."

"मॅडम, आपणास चर्चासत्राच्या शेवटच्या सत्रात पेपर वाचन करावयाचे आहे ही एक चांगली गोष्ट आहे. आपणास जगातील इतर देशांच्या संशोधकांचे विचार ऐकावयास मिळतील. ते आपले लिखाण कोणत्या पद्धतीनं सादर करतात ते शिकण्यास मिळेल."

"मणिभद्र आज तुम्ही मुक्कामाला आमच्या इथेच राहा."

"मॅडम, मी पहाटे ४ वाजता तुमच्याकडे येतो. आपण सकाळी सहाच्याऐवजी सात वाजता निघू. आता थंडीचे दिवस आहेत. आपणास स्टँडवर जाण्यासाठी सकाळी लवकर रिक्षाही मिळणे अवघड आहे."

"नाही, आपण सहाच्याच सुमारास निघू. रिक्षाची काळजी नको. मी राधा मॅडमना स्टँडवर सोडवण्यासाठी सांगितले आहे."

"मॅडम, या वेळी आपण जे पेपर वाचन करणार ती माहिती पेन ड्राइव्हमध्ये

घेतली आहे. आपण बोलत असणारी माहिती त्याच वेळी पडद्यावर येत राहणार. दिल्लीतील सत्राच्या वेळी आपण तसं केलं नव्हतं. बातम्या सांगताना बाजूच्या जागेत शब्द येतात तशी रचना केली आहे. आता आपण जरा त्याचा सराव करू म्हणजे अचानक काही गडबड होणार नाही. अक्षरं येत असतानाच त्याच वेळी त्या माहितीचे संदर्भही येत राहणार. इतर लोकांना त्यामुळे आपले उच्चार समजले नाहीत तरी समोर वाचण्यासाठी ती ओळ असणार. एकंदरीत सर्व गोष्टी परिपूर्ण, अचूक करण्याचा प्रयत्न केला आहे.''

''तुम्ही ही नवीन कल्पना आणली ती उत्तमच आहे. मला काही असं सुचलं नसतं.''

''मॅडम, दूरदर्शनवर बातम्या ऐकताना मला वाटले आपणही अशा पद्धतीने सादरीकरण केले तर बरे होईल.''

दोघांनी मिळून विभागामध्ये पेपरवाचन केले. पंधरा मिनिटांचा एक टप्पा, असे चार टप्पे त्यांनी पेपरवाचनाचे केले होते. त्यांना पेपर वाचण्यासाठी एक तास अवधी देण्यात आला होता. पेपरवाचन झाल्यानंतर संवादासाठी वेळ होता.

मणिभद्र बरोबर पहाटे ४ वाजता मॅडमकडे आला. मॅडमसुद्धा तयार होत्या. सुधाताई आता बऱ्यापैकी सावरल्या होत्या. वॉकरची गरज संपली होती. त्याऐवजी काठी आली होती. डावा पाय जिथे नवीन कृत्रिम वाटी बसवली होती तो छान झाला होता. उजवा पाय ७० टक्के पूर्ववत झाला होता. त्यांना सुलभतेने हालचाल करता येत होती. काठी जाण्याची शक्यता अंधूक होती.

राधा मॅडम ५॥ वाजता तयार होत्या. त्यांनी दोघांना स्टँडवर सोडले. मुंबईस जाणाऱ्या अनेक गाड्या सतत उपलब्ध असल्यामुळे आगाऊ आरक्षणाची गरज नव्हती. जलद- कमी थांबे असणारी बस पाहून ते निघाले. मॅडमनी सांताक्रूझ विमानतळ भागातील ओरिएन्ट रेसिडन्सीमध्ये एक रूम बुक केली होती. त्यामुळे मुंबईतील चिंता संपली. संध्याकाळी चारच्या सुमारास ते ओरिएन्ट रेसिडन्सीमध्ये आले. रात्रीच्या जेवणाची सोय तिथेच असल्यामुळे बाहेर कोठे जाण्याची गरज नव्हती.

रात्री सव्वादहा वाजता ते इंटरनॅशनल विमानतळावर पोहोचले. परिसर अत्यंत प्रशस्त आणि स्वच्छ होता. इतका मोठा विमानतळ पाहून दोघेही गोंधळून गेले. असंख्य लोकांची ये-जा, सतत प्राधिकरणाकडून होणाऱ्या उद्घोषणा, वाहनांची गर्दी, एकूण जत्रेसारखे वातावरण होते. दोघांनी नोटिसबोर्ड लक्षपूर्वक पाहिले तेव्हा त्यांना सहज काही गोष्टी समजल्या. कोणत्या गेटमधून आत जायचे, तिकीट, व्हिसा, सामान कोठे दाखवायचे. दोघांनी त्यांचे पेपर स्वतःजवळच ठेवले होते. बॅगमध्ये आवश्यक ते कपडे आणि इतर साहित्य भरले होते. त्यांना लंडनच्या हिथ्रो

विमानतळावर विमान बदलायचे होते. तिथे जवळजवळ तीन तास थांबावे लागणार होते.

त्यांच्या सुदैवाने त्यांची एका सहप्रवासी मुलीशी गाठ पडली. नीता पाटील तिचे नाव. ती टी.सी.एस.मध्ये काम करत होती. तिने भारत वॉशिंग्टन असा प्रवास बऱ्याच वेळा केला असल्याने अनुभवी होती. तिने दोघांना वेळोवेळी माहिती सांगितल्यामुळे त्यांना विमानतळातील वातावरण लक्षात येण्यास मदत झाली. प्रवासात त्यांच्या शेजारील आसन रिक्त होते. त्यामुळे ती त्यांच्यासोबतच बसली. आता इंग्लंडपर्यंत सलग प्रवास होता. सकाळी ६।।च्या सुमारास विमान इंग्लंडच्या आकाशात असताना नीताने थेम्स नदी, लंडन ब्रिज, संसद भवन, लंडन आय अशा गोष्टी दाखवल्या. दोघांचे अवकाशातून लंडन दर्शन घडले. जेव्हा ते हिथ्रो विमानतळावर पोचले, तेव्हा चकित झाले. भारतातील विमानतळ त्यांना खूप मोठा वाटला होता. हा विमानतळ तर जगातील सर्वांत मोठ्या विमानतळांपैकी एक होता. जगातल्या निरनिराळ्या देशांतील असंख्य माणसांनी तो गजबजलेला होता. भौतिक प्रगतीच्या दर्शनाने डोळे दिपवणारे दृश्य विचार करावयास भाग पाडत होते. नभा मॅडम आणि नीता नोटिसबोर्डाकडे लक्ष ठेवून बसल्या होत्या. मणिभद्र चौकसपणे विमानतळावर असणाऱ्या वेगवेगळ्या स्टॉलमध्ये जाऊन विविध वस्तू पाहत होता. एका स्टॉलवर त्याला एक सुंदर लेडिज पर्स दिसली. तिच्यावर ४२ पौंड किमतीचा टॅग होता. त्याच्याजवळ भारतीय चलन होते. त्याने पाहिले होते. विमानतळावर चलन बदलून देणारे काउंटर आहेत. त्याने स्वतःजवळील चलन बदलून घेतले. जेव्हा तो पर्स घेऊन मॅडम जवळ आला तेव्हा मॅडम म्हणाल्या, ''मणिभद्र पर्स छान आहे. पण खूप किंमत द्यावी लागली असणार.''

नीता म्हणाली, ''इथे वस्तू दुपटीने महाग असतात.''

मणिभद्र म्हणाला, ''मलाही कल्पना आली होती. पण मॅडमना चांगली वाटेल म्हणूनच आणली. तेवढीच हिथ्रोची आठवण.''

१० वाजता ते डल्लासला जाणाऱ्या विमानात बसले. संध्याकाळी ४ वाजण्याच्या सुमारास ते व्हर्जिनिया परगण्यातील डल्लासच्या विमानतळावर उतरले. नीता पाटीलचा आणि त्यांचा सहवास संपला. विद्यापीठ प्रतिनिधी त्यांना घेण्यासाठी आले होते. विद्यापीठ परिसर एकदम शांत होता. आवारात झाडी होती. रस्ते निर्मनुष्य होते. स्वच्छता दृष्ट लागण्यासारखी होती. समोरच दाट जंगलसदृश झाडी आणि त्यातून वाहणारे 'पोटोमॅक' नदीचे पात्र. नयनरम्य दृश्य होते. त्यांना दिलेल्या रूममध्ये सर्व सुविधा होत्या. दोन दिवस विमानप्रवास झाल्यामुळे थकवा आला होता. दोघांनी स्नान करून कपडे बदलले, ताजेतवाने झाले. घड्याळाकडे पाहिले, रात्रीचे ८।। वाजले होते; पण बाहेर चक्क ऊन! त्यांना मजा वाटली. थोडे फिरावे म्हणून चालत

निघाले. दहा मिनिटांत रस्ता संपला होता. समोर नदीचे पात्र आणि तिथे १०-१५ माणसे त्यांच्यासारखीच फिरण्याच्या हेतूने आली होती. सामोरे येणारे अमेरिकन्स त्यांना विश करत होते. पुटपुटल्यासारखे बोलणे काही समजत नव्हते, पण हात हलवणे समजत होते. प्रतिउत्तर म्हणून अभावितपणे तेही हात हलवून विश स्वीकारत होते. जगात एकूण १९५ देश आहेत. प्रत्येकास स्वतःची संस्कृती, स्वतःचे शिष्टाचार आहेत.

दुसऱ्या दिवशी चर्चासत्रास सुरुवात झाली. जगातील मोजक्या देशांतील संशोधकांना बोलावले होते. सुरुवात जपानच्या वयस्क संशोधकाने केली. ते जपानी भाषेतच सांगत होते. तिथे ट्रान्सलेटर मशिन होते. त्यामुळे ऐकू येताना आपणास हवे त्या भाषेत ऐकण्याची सुविधा होती. त्यांच्या सांगण्यानुसार धर्म आणि समाज यांची वीण घट्ट बांधलेली असते. इतर कोणत्याही घटकापेक्षा धर्म हा समाजबांधणीसाठी महत्त्वाचा. कसे ते त्यांनी ॲनिमेशनच्या साहाय्याने पटवून दिले. त्यांच्या निवेदनात हिंदुस्थानच्या समाजाचा उल्लेख आणि त्यावरील धर्माचा पगडा असाही मुद्दा आला. ब्रिटिश समाजाच्या स्थापनेतही सनातन मंडळींचा प्रभाव कसा आहे, ते सांगितले.

मणिभद्र आणि नभा मॅडम सर्व माहिती लक्षपूर्वक ऐकत होते आणि मोबाइलद्वारा ध्वनिमुद्रित करून घेत होते. धर्माचा विषय असल्यामुळे मणिभद्र संवादात सहभागी होत गेला. संवादामध्ये त्याने वेदातील ऋचा सांगून त्याचे इंग्रजीमध्ये निरूपणही केले. समाजाच्या वागणुकीचे नियम ऋषीमुनींनी कसे घालून दिले हे पटवून दिले. त्याचे म्हणणे जपानी संशोधकाच्या म्हणण्यास पूरक असल्यामुळे तो खूश झाला. मणिभद्रच्या धर्माविषयी बोलण्याने सभेवर चांगलाच प्रभाव पडला. नभा मॅडमनाही मणिभद्रच्या धर्माविषयीच्या अभ्यासाची फारशी माहिती नव्हती. वेदातील ऋचा इतक्या अचूकपणे त्याला माहिती आहेत, हे पाहून त्या दंग झाल्या. पूर्णानंद स्वामींच्या मार्गदर्शनाखाली मणिभद्र उत्तम तयार झाला होता. जगातील संशोधकांना संस्कृत भाषेविषयी माहिती होती; पण ही भाषा इतकी समृद्ध असेल, याची कल्पना नव्हती. मणिभद्रच्या संस्कृत ऋचा आणि त्याचे इंग्रजीमध्ये भाषांतर ऐकून ते प्रभावित झाले. मणिभद्रसुद्धा आपोआप चर्चेमध्ये गुंतत गेला. त्याला आत्मविश्वास आला.

दोन दिवस कसे निघून गेले समजले नाही. नभा मॅडम काही वेळेला पेपर सादरकर्त्यास अचूक प्रश्न विचारून माहितीमध्ये विसंगती कशी आहे, ते दाखवून देत होत्या. त्यांचे विषयावरील प्रभुत्व सर्वांच्याच लक्षात येत होते. इतक्या लहान वयात त्यांनी मिळवलेले ज्ञान, संदर्भ देण्याची हातोटी वाखाणण्यासारखी होती. या दोघांच्या चर्चासत्रातील सहभागामुळे दोघेही सर्वांच्या लक्षात राहिले होते. आयोजक प्रतिभावान संशोधक होते. सर्वांना आता या दोघांच्या पेपरविषयी उत्सुकता वाटू

लागली.

शेवटच्या सत्रात जेव्हा दोघांनी त्यांचे पेपर्स सादर केले आणि वर्तनशास्त्र कशा पद्धतीने समाजनिर्मितीमध्ये महत्त्वाचे आहे, ते सांगितले तेव्हा ही नवीन संकल्पना स्वीकारण्यास ते सहज तयार झाले नाहीत. यांना भरपूर प्रश्नांचा सामना करावा लागला. पुराव्यानिशी त्यांनी प्रत्येकाच्या प्रश्नास उत्तर दिले. अगदी एकपेशीय सजीवही समूह करून राहतात. त्यांनी कामाची विभागणी कशा पद्धतीने केली आणि हे पुरातन आहे. कसे तपासून पाहायचे असाही प्रश्न नव्हता. त्यांनी अनेक समूह करून राहणाऱ्या सजीवांची उदाहरणे आणि त्यांचे समूहातील जबाबदारीचे काम आणि त्याप्रमाणे त्यांचे वर्तन या गोष्टी आजही आपणास तपासून बघता येतात, हे दाखवून दिले. प्रत्यक्ष पुरावा आणि तो तपासून पाहण्याची सोय त्यामुळे त्यांचे म्हणणे नाकारणे शक्य नव्हते. सर्वांच्या लक्षात आले, यांनी वर्तनशास्त्र ओढून ताणून संशोधनात बसवले नसून, त्यांनी ही विषयातील क्रांतिकारी संकल्पना नव्याने प्रवाहित केली आहे. समाजशास्त्र विषयाची आत्तापर्यंतची मूलभूत संकल्पना बदलण्याची गरज आहे, ही जगातील नावाजलेल्या समाजशास्त्रज्ञांची खात्री झाली. दोघांच्या संशोधनाचे जागतिक मूल्य अधोरेखित झाले. समाजशास्त्रातील हा प्रवाह जगातील संशोधकांच्या संशोधनाने समृद्ध होणा, याची चिन्हे दिसत होती. या संकल्पनेचे जनकत्व आपोआप या दोघांकडे येणार होते. आता यापुढे समाजशास्त्रात वर्तनशास्त्राचा संदर्भ येताच डॉ. महंती आणि त्यांचे शिष्य कौलगी यांचा उल्लेख केला जाणार होता. चर्चासत्रामध्ये त्यांच्या संशोधनास जागतिक मान्यता प्राप्त झाली होती. दिल्लीतील सभेप्रमाणे इथलीही सभा दोघांनी जिंकली होती. डॉ. गुप्तेंनी नभा मॅडमना सांगितले होते, तुम्ही संशोधनाने समाजशास्त्र विषयातील संशोधनाची दिशा बदलून टाकणार. ते सत्यात उतरले होते.

तात्पुरत्या निवासस्थानी आल्यानंतर नभा मॅडमनी मणिभद्रला आवेगाने मिठी मारली. "मणिभद्र, आपणास केवढे यश मिळाले आहे. मला भावना अनावर झाल्या आहेत. तुम्ही धर्मशास्त्रात इतके पारंगत असाल याची कल्पना नव्हती."

मणिभद्रही स्त्रीस्पर्शामुळे भावविव्हल झाला. नभा मॅडमसारखी सुंदर आणि बुद्धिमान तरुणी त्याला साद घालत होती. सर्व बंधने झुगारून द्यावीत आणि नभाच्या प्रेमाचा स्वीकार करावा, अशीही एक वेळ आली. पण मणिभद्र वेगळ्याच मातीचा बनला होता. शब्द दिलेला असल्यामुळे तो पाळणे आपले कर्तव्य आहे हे विसरणे त्याच्या तत्त्वामध्ये बसणे शक्य नव्हते. त्याने महत्प्रयासाने आपल्या भावना नियंत्रित केल्या. नभा मॅडमच्या मस्तकावरून हात फिरवत त्यांच्या भावनेचा आवेग कमी होण्याची वाट पाहिली. "मॅडम, खरेच आपणास अत्यंत गौरवशाली यश मिळाले. तुम्ही मार्गदर्शक असल्यामुळे मला चालना मिळाली. तुम्ही माझ्या कल्पनेला

समर्थन दिले. या यशाचे मानकरी सर्वार्थाने तुम्हीच आहात.'' बोलता बोलता त्याने स्वतःस मॅडमपासून दूर केले.

दुसऱ्या दिवशी सकाळी ८ वाजता सर्व सामानाची बांधाबांध करून ते तयार झाले. विद्यापीठाने त्यांच्यासाठी एक कार आणि गाइड पाठवला होता. त्याने सुरुवातीस व्हर्जिनिया स्टेटमध्ये असणाऱ्या 'एअर ॲन्ड स्पेस' म्युझियम इथे आणले. म्युझियममध्ये सर्व जातींची विमाने आणि हेलिकॉप्टर्स ठेवली होती. दुसऱ्या युद्धातील जर्मनीची पकडलेली विमाने त्यांना पाहण्यासाठी मिळाली. चंद्रावर प्रथम गेलेल्या तीन अंतराळवीरांना पृथ्वीवर ज्या यानाने आणले ते यान , वर्ल्ड ट्रेड सेंटरचे तुकडे, अण्वस्त्रे, राईट बंधूंच्या काळातील विमाने अशा कितीतरी गोष्टी त्यांना पाहण्यास मिळाल्या. नंतर त्यांना अमेरिकेची वॉशिंग्टन इथली संसद पाहण्यास मिळाली. गाइडने त्यांना सांगितले वॉशिंग्टन शहरामध्ये जगातल्या बहुतेक सर्व राष्ट्रांची म्युझियम्स आहेत. मणिभद्रने त्याला विचारले, ''पृथ्वीच्या इतिहासाचे म्युझियम इथे आहे असे समजले.'' तो हसला आणि म्हणाला, ''तुम्ही फार अचूक प्रश्न विचारला. एका दिवसात तुम्ही वॉशिंग्टनमध्ये काय काय पाहणार? पण 'नेचर' हे म्युझियम तुम्ही पाहाल, तर पृथ्वीच्या उदयापासूनचे प्रत्यक्ष पुरावे तुम्ही पाहू शकाल. पृथ्वीवर अस्तित्वात असणारे; परंतु आता अवशेष रूपाने उरलेले प्राणी आणि वनस्पती तुम्ही डोळ्यांनी पाहाल. इतके मोठे म्युझियम आहे, दिवस पुरणार नाही; पण तुमच्या आवडीचा भाग आहे.'' नभा मॅडम आणि मणिभद्रने 'नेचर' पाहण्याचा निश्चय केला.

त्या म्युझियमने त्यांना अक्षरशः वेडे केले. इतके मोठे म्युझियम; त्यात सर्व काही होते. पृथ्वीच्या उदयापासूनचे म्हणजे ४५०० दशलक्ष वर्षांपूर्वीपासूनचे अवशेष आणि पुरावे त्या ठिकाणी होते. मानवाचे पूर्वज कोण, त्यांचे गुणधर्म कोणते, मानवाने मृताला पुरण्याची आणि मृताविषयी श्रद्धा म्हणून फुले अर्पण करण्यास सुरुवात केली. म्हणजे मानवी संस्कारांची सुरुवात, समाजबांधणीची सुरुवात. एक संपूर्ण डायनोसॉरचा सांगाडा प्रत्यक्ष समोर दिसला. काय पाहू आणि किती पाहू, याला मर्यादाच नव्हती. प्रत्येक ठिकाणी अचूक माहिती दिलेली असल्यामुळे सुलभतेने सर्व लक्षात येत होते. अमेरिका जगातील सर्वांत श्रीमंत राष्ट्र का, याचे उत्तर या म्युझियममुळे समजत होते. जगातील सर्व ठिकाणांतून- अगदी समुद्राच्या तळातून, पृथ्वीच्या पोटातून अवशेष काढून ते मांडले होते. प्रत्येक संकल्पनेचे प्रत्यक्ष पुरावे- जे नाकारणे शक्यच नव्हते. इतके अफाट संग्रहालय 'न भूतो न भविष्यति', वर्णनातीत, दोघांच्या डोळ्यांचे पारणे फिटले. घाईघाईने पाहिले तरी त्यांचे ५ तास त्या संग्रहालयातच गेले. गाइडने सगळे रहित करून त्यांना 'व्हाइट हाउस' इथे नेले. अमेरिकेमध्ये फोटो आणि व्हिडीओ काढण्यास कोठेही

बंधन नव्हते. त्यांचा त्यांच्या सामर्थ्यावर विश्वास होता. दोघांनी मनसोक्त फोटो आणि व्हिडीओ रेकॉर्डिंग केले. त्यांच्या मर्यादा संपल्या; पण हातामध्ये फारच अल्प आले. आले होते तेही इतके संपन्न वाटत होते की विचारण्यास वाव नव्हता.

संध्याकाळी ४च्या सुमारास त्यांना डल्लास विमानतळावर सोडण्यात आले. अमेरिकेची सफर एकच दिवसाची झाली, पण माहिती युगायुगाची मिळाली. परतीच्या प्रवासात नभा मॅडम विचारात पडल्या, 'मणिभद्र मला आवडतात. मी त्यांना स्पर्शातून ते स्पष्ट केले. शब्दांद्वारा सांगणे स्त्रीसुलभ लज्जेमुळे शक्य झालेले नाही. त्यांच्या स्पर्शातून त्यांच्याही भावना माझ्यासारख्याच असल्याचे कळते. पण ते अत्यंत निग्रहाने दूर जाण्याचा प्रयत्न करतात. गुरू आणि शिष्य नात्यामुळे किंवा ग्रामीण आणि शहरी संस्कारांमुळे किंवा मी त्यांच्यापेक्षा वयाने जास्त असल्यामुळे नेमके काय आहे जे त्यांना माझ्यापासून दूर ठेवते कळत नाही. मी दोन वेळा समर्पणाच्या उंबरठ्यावर उभी होते. परंतु मणिभद्रने संयम ढळू दिला नाही. पुण्यात एकदा आणि अमेरिकेत पुन्हा आम्ही चार दिवस एकत्र राहिलो. त्यांनी थोडी जरी तशी वृत्ती दाखवली असती तर मी मात्र संयम राखू शकले नसते. पहिल्या वेळेस जेव्हा त्यांना पाहिले त्या वेळेपासूनच मी माझी राहिली नव्हते. माझी प्रणयिनीची अवस्था माईने मात्र फार आधीपासूनच ओळखली आहे. तिलाही मणिभद्र आवडतात. ती आमच्या वयातील फरकास किंवा त्यांच्या ग्रामीण असण्याच्या वास्तवतेला फार महत्त्व देत नाही. पण वास्तवही मला त्रासदायक वाटत नाही. कारण मणिभद्रचे भविष्य उज्ज्वल आहे. आमच्या कल्पना, एकमेकांना समजून घेण्याची पद्धत, आमचे जीवन निश्चित आनंदी होईल. स्त्री तिच्या सहवासात आलेल्या, सोबत राहणाऱ्या पुरुषास ओळखण्यात जन्मतः सिद्ध असते. तिला ही नैसर्गिक देणगीच असते. नुसत्या नजरेच्या हालचालीतून पुरुषाची वृत्ती ओळखण्याची क्षमता तिला असते. मी इतकी शिकलेली, संयमी मुलगी सहसा भावनांच्या भरात वाहवत जात नाही; परंतु मणिभद्रच्या सान्निध्यात मात्र माझ्यात आंतरबाह्य बदल घडतात. मी आपोआपच सुखसमाधीत जाते. वाटते, मला हवा असणारा सर्वात सुंदर आनंद मिळाला. अर्थात, भावनांना इतरही छटा असतात. कधीकधी वाटते हे मृगजळ तर ठरणार नाही! मला आजही मणिभद्रचे एकदाच उच्चारलेले शब्द सतत आठवत राहातात. "नभा, किती सुंदर आहेस तू!" ते शब्द आठवले की अजूनही अंग शहारून येते. त्यानंतर मात्र मणिभद्रने मला पुन्हा तशी अनुभूती दिली नाही. मर्यादा तर कधीच ओलांडल्या नाहीत. मला वाटते ही कोंडी फुटावी. नवरात्रीच्या सणांपासून मणिभद्रच्या वागण्यात खूप फरक झाला असे मला वाटते. सकृद्दर्शनी मात्र सर्व पूर्वीसारखेच आहे. पण अदृश्य भिंत उभी आहे असे वाटत राहते. नेमके काय होतेय? मती गुंग झाली आहे.'

'नभा मॅडम फक्त सुंदरच नाहीत, तर बुद्धिमानही आहेत. मला कळते, त्यांचे माझ्यावर प्रेम आहे. शब्दांनी नाही, पण प्रत्येक स्पर्शातून ते जाणवते. आता सहा महिन्यांपेक्षा जास्त काळ झाला त्यांच्या सहवासाला. त्यांच्या प्रत्येक हालचालीत नेमके काय आहे ते समजते. माझ्या आयुष्यात आलेली पहिलीच मुलगी. त्यांच्याशी जीवनभर सोबत करणारा निश्चित भाग्यवान. मला त्या सहज साध्य आहेत. माईसुद्धा स्पष्टपणे त्यांची जबाबदारी माझ्यावर सोपवण्यास तयार दिसतात. अडचण काहीच नाही; फक्त वेळ चुकली. मी स्वामीजींना धर्मगुरू होण्यास मान्यता दिली, नंतर त्यांची भेट झाली. मलाही तारुण्याची, एकमेकांवरील प्रेमाची ओळख नुकतीच झाली. कधीकधी वाटते सगळी बंधने झुगारून द्यावीत, शब्दांच्या इमारती पाडाव्यात आणि त्यांना जीवनसाथी म्हणून स्वीकारावे. आता ते शक्य नाही. माझ्या अशा वागण्याने अनेक जण दुःखी होतील. किती सहजतेने आणि विश्वासाने सर्वांनी मला मान्यता दिली. इतक्या सर्वांच्या आशा चिरडून मांडलेला माझा संसार सुखाचा होईल का? मॅडम नास्तिक आहेत, तरीही जेव्हा वस्तुस्थिती समजेल आणि सर्वांच्या इच्छेवर पाणी पडेल. त्यांच्या समाजाविषयीच्या भावना उथळ नाहीत. त्या समाजाविषयी आस्थेने विचार करतात. समाजासाठी काही तरी ठोस करण्यासाठी त्या धडपडतात. समाजाला पायदळी तुडवून सुखाचे बंगले बांधणे त्यांच्या तत्त्वात बसणार नाही. पण त्यांना सर्व कल्पना देणे योग्य होईल? त्यांची निराशा होईल. फार वेदना होतील. शस्त्रक्रिया कधी चांगली असते? पण करावी लागतेच. इलाज नसतो. मग माझ्या संशोधनाचे काय? आता वेग चांगला आला आहे. आणखी दोन वर्षांचा कालावधी लागणार. किती दिवस आपण गप्प राहणार? अरे! मी कसला विचार करतोय. अजून प्रेमाची वाच्यता कोणीच केली नाही. कदाचित त्यांना माझ्याविषयी असे वाटते, ही माझी कल्पना असू शकते. केवळ सहानुभूतीमुळे किंवा आधार म्हणून त्यांना मी पाहिजे असेन. उगाच काहीतरी अवास्तव कल्पना माझ्या मेंदूत घुसल्या असतील. नकोच काही खुलासे. उगाच शब्दाने अनर्थ होईल. काळ जाऊ देणे इष्ट. मला त्या खूप आवडतात. माझे प्रेम आहे त्यांच्यावर. त्यांच्या वेदनेमुळे मला अस्वस्थ वाटते. जगदंबे! मार्ग दाखव.'

मॅडम त्याच्या खांद्यावर डोके ठेवून शांत झोपल्या होत्या. आपल्याच विचारात मणिभद्र त्यांच्या केसांवरून हात फिरवत राहिला.

रात्रीचा १ वाजला होता. गंधमतीच्या फोनची रिंग वाजली. सदानंद जागे झाले. इतक्या रात्री कोण? त्यांनी फोन उचलून पाहिले, सासूबाई? त्यांच्या चट्कन लक्षात आले काहीतरी घडले असले पाहिजे. त्यांनी गंधाला उठवले.

"आई." तिला सरोजमावशीच्या रडण्याचा आवाज आला. तिला भीतीने घेरले.

"आई, काय झाले? का रडतेस?"असे म्हणून तिनेही रडण्यास सुरुवात केली.

सदानंद गोंधळले. त्यांनी गंधाच्या हातातील फोन काढून घेतला.

"आई, रडू नका. काय झाले ते नीट सांगा."

"सदानंद, यांना कसेतरी होत आहे. त्यांचे तोंड वाकडे झाले आहे. बोलता येत नाही, हलताही येत नाही. मी एकटी घरात. मला काही सुचत नाही."

"आई, तुम्ही चट्कन डॉक्टरांना घरी बोलावून घ्या. मी निघालो आहे." त्यांनी फोन ठेवला.

"गंधा, मला वाटते बाबांना पॅरॅलिसिस झाला असावा." गंधा जोराने रडू लागली.

"गंधा, घाबरू नको. मी निघालो आहे."

"मीसुद्धा येणार."

"वेडी आहेस का? तुला डॉक्टरांनी प्रवासास मनाई केली आहे. त्वरित उपचार मिळाले तर बाबा पुन्हा पहिल्यासारखे होतील. मी बघतो. तुझे ए.टी.एम. कार्ड दे."

सदानंदनी सुमतीताई आणि तात्यासाहेबांना उठवून घटना सांगितली.

"सदानंद, तुम्ही त्वरित निघा. गंधाजवळ आम्ही थांबतो." सुमतीताईंनी त्याला धीर दिला.

"मी, आई आणि इरादिदीला फोन करून कल्पना देतो. त्या पहाटे येतील."

"नंदजी, गेल्या गेल्या मला फोन करा." डोळ्यांतील पाणी अडवत गंधा म्हणाली.

"सदानंद, माझे ए.टी.एम. कार्ड राहू द्या तुमच्याजवळ." तात्यासाहेबांनी कार्ड पुढे केले.

"तात्या, मी माझे आणि गंधाचे कार्ड घेतले आहे."

"तरीही राहू द्या. किती पैसे भरावे लागतील ते माहिती नाही. नाही लागले तर वापरू नका; पण सोबत असू द्या." तात्यांनी कार्ड सदानंदच्या हातामध्ये ठेवले.

तीन वाजता सदानंद दवाखान्यात पोहोचले. सासऱ्यांची अवस्था पाहून त्यांना भडभडून आले. तेवढ्यात डॉ. आले. "महाधनी बाई, आपण तुमच्या मिस्टरांना तात्पुरती उपाययोजना सुरू केली आहे; पण त्यांना ताबडतोब कोल्हापूर इथे न्यूरॉलॉजिस्टकडे न्यावे लागेल. घाबरू नका त्यांना पॅरॅलिसिसचा त्रास आहे. आता योग्य उपचार झाले तर पेशंट पूर्ववत होतो. ट्रीटमेंट जितक्या लवकर मिळेल तितके चांगले."

"डॉ. मी यांचा जावई आहे. त्यांना त्वरित घेऊन जातो. आपण चिठ्ठी द्या. तुमच्या ओळखीच्या न्यूरॉलॉजिस्टला पाहिजे तर फोन करून सांगा. आपल्या इथे

ॲम्ब्युलन्सची सुविधा असेल तर मला नंबर द्या. मी बोलावून घेतो.''

''मी ॲम्ब्युलन्स बोलावली आहे. तुम्ही ताबडतोब निघा. मी चिट्ठी देतो तिथे पोचा.''

सदानंदानी आत्मारामना झटपट घेऊन जाण्याची व्यवस्था केली. कोल्हापुरात त्यांना ट्रीटमेंट सुरू झाली.

''आई, तुम्ही रडू नका. बाबा या आजारातून नक्की बरे होणार, असा विश्वास आहे मला.''

''मणिभद्र अमेरिकेस गेला आहे. त्याची मदत झाली असती.''

''असू द्या, मी आहे. गंधा येते म्हणाली होती; पण तिला प्रवास करायचा नाही. तुम्ही तिला फोन करून सांगा 'आता तब्येत ठीक आहे.' तुमच्या फोनमुळे तिला धीर येईल आणि समाधान वाटेल.''

''सदानंद, बरे होतील ना हे?''

''आई आपण अत्यंत उत्तम हॉस्पिटलमध्ये त्यांना आणले आहे. आजकाल प्रभावी औषधे मिळतात. बाबा नक्की पहिल्यासारखे होणार. तुम्ही काळजी करू नका. औषधांचा गुण येण्यास वेळ लागेल. ४-५ दिवसांनी ते तुम्हाला हाक मारतात की नाही ते बघा.''

सदानंदच्या बोलण्याने सरोजमावशींना धीर वाटला.

''सदानंद मी एक पैसासुद्धा आणला नाही. आता कसे करायचे?''

''आई मी पैसे आणले आहेत. तुम्ही पैशाचा विचार करू नका. आता सकाळ झाली आहे. तुम्ही कपडे आणलेले नाहीत. तुम्हाला निपाणीस जावे लागेल.''

''नाही, मी इथून हलणार नाही.''

आई, बाबा आय.सी.यू. मध्ये आहेत. त्यांना बरे वाटण्यास वेळ लागणार आहे. आपण बाहेर बसून राहण्याशिवाय दुसरे काहीच करू शकणार नाही. तुम्हाला निपाणीस जाऊन मुनीमजींना दुकान चालू ठेवण्यास सांगावे लागेल. दुकानाची व्यवस्था करणे गरजेचे आहे. तुम्ही जाऊन लगेच या. मी वरदामावशी-अण्णांना फोन केला आहे. तासाभरात ते येतील. अण्णांसोबत मी थांबतो, माझी बॅग सोबत आहे. जवळच एखाद्या लॉजवरील खोली घेतो. आपणा सर्वांना ते सोईचे होईल.''

''सदानंद तुम्ही आल्यामुळे सर्व झटपट आणि योग्य झाले. तुम्ही परिस्थिती पाहून पट्कन निर्णय घेता. किती मदत झाली तुमची.''

''आई, मला परका मानू नका. मी इतरांनाही मदत करतो. तुम्ही तर आपले आहात. अशा वेळी मदत करणे माझे कर्तव्यच आहे.''

थोड्या वेळाने वरदाई आणि अण्णा आले. बहिणीला पाहून सरोजमावशींना हुंदका फुटला.

धाकट्या बहिणीला कवेत घेत वरदाई म्हणाल्या, "सरू, रडू नकोस. तुझ्या नवऱ्याला काही होणार नाही. थोडे धीराने घे. चांगल्या दवाखान्यात आणले आहे. डॉक्टरांचे नाव आहे. तू काळजी करू नकोस."

बहिणीच्या गळा पडून अश्रू गाळल्यानंतर सरोजमावशी स्थिरावल्या. सारासार विचार करू लागल्या. आपण घर कसेबसे बंद करून निघालो. काहीही झाले तरी माणसाला व्यवहार सोडून चालत नाही. भानावर आल्यानंतर त्या उद्‌गारल्या, "ताई, आपण निपाणीस जाऊन येऊ. मी घर तसेच टाकून आले. येताना या दोघांसाठी जेवणाचा डबा आणू." त्या दोघी निघून गेल्या.

"अण्णा, मणिभद्र अमेरिकेतून कधी येणार आहेत?"

"तो उद्या मध्यरात्री मुंबईत येईल. परवा सकाळी तो कोल्हापूरला येईल."

"अण्णा, हे पैसे तुमच्याजवळ ठेवा. जर काही औषधे आणावयास सांगितली तर लागतील. औषधांचे दुकान दवाखान्यातच आहे. मी इथल्या जवळच्या लॉजवर खोली घेतो. अंघोळ करून येतो."

"जावईबापू तुम्ही बिनघोर जा. मी थांबतो. पैसे नको. मी आणले आहेत."

आत्माराम असहायपणे बेडवर पडले होते. त्यांच्या सर्व जाणिवा कार्यरत होत्या. त्यांचे डावे शरीर बधिर झाले होते. एक शब्द उच्चारणे कठीण झाले होते. शेजारी जावई पाहून त्यांच्या डोळ्यांतून पाणी गळू लागले. रात्री ३ वाजल्यापासून आत्तापर्यंत त्यांनी केलेली अथक धडपड त्यांना दिसत होती. आपण यातून उठणार का? डोक्यात एवढा एकच विचार होता.

"बाबा घाबरू नका. आपण अत्यंत चांगली ट्रीटमेंट सुरू केली आहे. तुम्ही बरे होणार आहात. काळजी करू नका. तुम्ही तुमच्या पायांनी चालत घराकडे येणार आहात. आई निपाणीला गेल्या आहेत. आज शनिवार, दुकान चालू ठेवणे आवश्यक आहे. मुनीमजी दुकान पाहतील. मी संध्याकाळी जाऊन पैसे घेऊन ठेवतो. सर्व व्यवस्थित होईल. वरदामावशी आणि अण्णा आले आहेत." सदानंदाच्या हातामध्ये आत्मारामांचा डावा हात होता. त्याची कसलीच हालचाल होत नव्हती.

सदानंदाच्या बोलण्याने त्यांना भरून आले. पुन्हा डोळ्यांतून पाणी येऊ लागले. जावई नाही; माझा मुलगाच आहे. किती विनम्र पण खंबीर आहेत. संकटकाळी माणसांची ओळख पटते, हेच खरे.

साधारण ११ वाजता सरोजमावशी आणि वरदाई परत आल्या. पाठोपाठ अवंतीबाई पण आल्या.

सदानंद म्हणाले, "आई तू? आणि गंधा?"

"मी पहाटेच गंधाकडे आले. तिच्या आईचा फोन आल्यानंतर तिला समाधान वाटले. आपण वडिलांना पाहण्यासाठी येऊ शकत नाही म्हणून हळहळत होती.

स्वयंपाक केला आणि इकडे निघाले. गंधाजवळ इरा आणि सुमतीताई आहेत. काळजी करू नकोस. मी पाहुण्यांना भेटून लगेच परतणार आहे. मी जाऊन येते म्हटल्यावर गंधाला बरे वाटले.''

''आलीस ते बरे केलेस. आईंना धीर येईल. तू थोडा वेळ थांब. मी पाच वाजता निपाणीस जाणार आहे. आपण दोघे मिळून जाऊ.''

''नको मी अंधार पडण्यापूर्वी परतते. तिथे त्या दोघीच आहेत.''

अवंतीबाईंना पाहून सरोजमावशींना बरे वाटले. काल सदानंद येईपर्यंत त्या चांगल्याच घाबरल्या होत्या. एकटेपणाच्या जाणिवेने खचल्या होत्या. आता सभोवताली आपली माणसे पाहून त्यांना धीर आला होता. पैसा कधीच माणसाची जागा घेऊ शकत नाही. संकटकाळी आपली माणसे जवळ असण्याची किंमत करता येत नाही. गंधाच्या घरची माणसे फार चांगली आहेत. आपल्या नवऱ्याने त्यांची पैशांत किंमत केली. त्याही अवस्थेत त्यांना खंत वाटली. जखमा कदाचित भरून येतात; पण आपल्या खुणा कायम ठेवून जातात. पश्चात्ताप किंवा अश्रू उपयोगी पडत नाहीत.

''गंधाच्या आई, तुम्ही रडू नका. तुमच्यासोबत आम्ही सर्व जण आहोत. गंधाचे बाबा बरे होतील.''

अवंतीबाईंच्या प्रेमळ बोलण्याने सरोजमावशींना पुन्हा हुंदका आला.

''सरू, सारखं रडत बसू नको. अगं काळाचा महिमा आहे हा. काळच याच्यावर खरं औषध आहे. आपलं काहीतरी चुकलं असेल.'' वरदाईने समजावले.

तेवढ्यात भरभर पावले टाकत पूर्णानंदस्वामी आले. दवाखान्यात त्यांना ओळखणारे जे लोक होते ते त्यांच्या पाठोपाठ येत होते.

''सरोज काय झाले आत्माला?'' पूर्णानंदस्वामी आत्मारामांचे थोरले बंधू होते. जन्माचे नाते तुटणार कसे? सर्व माहिती घेऊन स्वामी आत्मारामांना भेटले. त्यांच्या येण्यामुळे सर्वांना समाधान वाटले.

''सरोज, आत्मा अत्यंत कणखर आहे. सध्या तो जरी आजारी असला तरी ही अवस्था तात्पुरती आहे. तो पहिल्यासारखा होणार. डॉक्टरसुद्धा म्हणत होते. तुम्ही घाबरू नका आणि वेळोवेळी मला कळवत चला.'' स्वामीजी आले तसे निघून गेले. नात्याचे बंध नाजूक असतात, पण तुटत नाहीत. मोह नसला तरी काळजी वाटणे स्वाभाविकच असते.

रविवार संध्याकाळ झाली. आत्मारामांच्या तब्येतीत अजून म्हणावी तशी काही सुधारणा नव्हती. डॉक्टरही काळजीत पडले. सदानंद आणि सरोजमावशी दोघेच रात्री मुक्कामासाठी थांबत असत. सदानंदाच्या आत्मीयतेने सरोजमावशी भारावल्या. आपला स्वतःचा मुलगासुद्धा इतकी सेवा करू शकला नसता. गंधमती सतत फोन करून वडिलांची चौकशी करत असे. अजूनही तब्येतीत फरक नाही हे ऐकून तिने

निक्षून सांगितले, ‘मी उद्या भेटावयास येणारच.’ ती एक काळजी सरोजमावशींना लागली.

सोमवारी सकाळी ७ वाजता मणिभद्र स्टँडवरून सामानासहित दवाखान्यात हजर झाला. सदानंदानी रात्रीच फोन करून त्याला सर्व कल्पना दिली होती. मणिभद्र आत्माराम यांच्याजवळ गेला. ‘‘काका’’असे म्हणताच आत्मारामांनी डोळे उघडून त्याच्याकडे पाहिले. त्यांचे ओठ किंचित हालले. मणिभद्रने त्यांचा डावा हात हातात घेतला. त्यांच्या बोटांची हालचाल झाली. सदानंद आणि मावशी पाहत होत्या. दोघांनाही आश्चर्य वाटले. मावशींच्या डोळ्यांतून अश्रू आले.

‘‘मणिभद्र, हे तुझ्या येण्याचीच वाट पाहत होते वाटतं. तुला पाहून त्यांच्या ओठांची व बोटांची हालचाल सुरू झाली. स्वामीजी येऊन गेले तेव्हा नाही फरक पडला. तू आल्यानंतर जणू चमत्कार झाला.’’

‘‘मावशी अशी अंधश्रद्धा नको. डॉक्टरांच्या प्रयत्नांचे आणि औषधांचे श्रेय मला देऊ नकोस. अगं, कावळा बसण्यास आणि फांदी तुटण्यास गाठ पडली. मी आलो नसतो तरी हे घडणार होतेच.’’

‘‘मणिभद्र, काहीही असो; पण बाबांच्या तब्येतीत फरक पडण्यास सुरुवात झाली, याचा आनंद खूप आहे. तुम्ही ताबडतोब गंधाला फोन करून येऊ नको असे सांगा. ती आज येणारच म्हणते. डॉक्टरांनी तिला प्रवासास मनाई केली आहे.’’

‘‘ठीक आहे सदानंद. मी तिला येऊ नको असे सांगतो. त्यापेक्षा तुम्ही असे करा- आता मी आलो आहे तर तुम्ही घरी जा. तुम्हाला दोन दिवस ताण पडला आहे. थोडी विश्रांती घ्या. पाहिजे तर संध्याकाळी या. तुम्ही परत आल्यामुळे गंधाही शांत होईल.’’

‘‘सदानंद, तुम्ही खरंच परत जा. नाहीतर तुम्ही आजारी पडाल. तीन रात्र तुम्ही पाठ टेकवली नाही. मणिभद्र, यांनी अहोरात्र सेवा केली यांची. फार करतात हे.’’

‘‘मावशी, सदानंद यांचा तो स्वभावच आहे. त्यांच्या सहकाऱ्यांच्याही ते उपयोगी पडतात. गंधा नेहमी सांगत असते.’’

‘‘ठीक आहे. मणिभद्र तुम्ही दिवसा आईंना सोबत करा, मी रात्री येत जाईन. म्हणजे बँकेचंही काम होईल. जास्त सुट्या घेऊन चालणार नाही. तीन महिन्यांनी पुन्हा दवाखाना आहेच.’’

‘‘सदानंद, त्याची काळजी तुम्ही करू नका. गंधाला बाळंतपणासाठी मी घेऊन येणार आहे. रिवाजाप्रमाणे मुलीचं पहिलं बाळंतपण माहेरीच असतं.’’

‘‘मावशी, तो विषय आजचा नाही. त्याला अवधी आहे. चार-पाच दिवसांत काकांची तब्येत खूप सुधारलेली असेल.’’

योग्य औषधोपचारामुळे आत्मारामांची तब्येत वेगाने पूर्ववत होण्यास सुरू झाली. आठ दिवसांत त्यांचे बोलणे सुरू झाले. साधे शब्द बोलण्यात अडचण

नव्हती; पण जोडाक्षरांचे उच्चार कठीण जात. उठून चालत जाण्याइतकी प्रगती झाली होती. आता घरी जाण्यास त्यांना परवानगी मिळाली. त्यांना आणखी पंधरा दिवस सक्त विश्रांती आणि काही व्यायाम प्रकार सांगितले. औषधे घेण्यास दुर्लक्ष न करण्याची डॉक्टरांची सूचना होती.

पंधरा दिवस सदानंद संध्याकाळी नियमित येत. संध्याकाळी आत्मारामांकडून व्यायाम करून घेत. कारमध्ये बसवून बागेमध्ये फिरण्यासाठी घेऊन जात. सकाळी पुन्हा व्यायाम करवून घेत. बँकेच्या कामात व्यत्यय न येऊ देता त्यांचीच कसरत चाले. आत्मारामांनाही आता सदानंदांची सवय झाली होती. पंधरा दिवसांत ते ऐंशी टक्के पूर्ववत झाले. डावा हात आणि डावा पाय मात्र अजून पहिल्याप्रमाणे झाले नव्हते. शरीराच्या हालचाली पूर्वीपेक्षा कमी झाल्या होत्या. डॉक्टरांनी सांगितले होते तेवढी कमतरता राहणार.

"सदानंद, माझ्या आजारपणाने मला माणूस बनवले. मला पैशांची मस्ती चढली होती. तुम्हाला मी इतके वाईट बोललो होतो. मला आता लाज वाटते. जात, धर्म आणि पैसा याच मापाने माणसे मोजत होतो. तुमच्या आईचाही अपमान केला. त्यांच्यावर आरोप केले. मी क्षमा मागितली आणि तुम्ही क्षमा केली तरी शब्दांचे घाव बुजणार नाहीत. माझ्या गंधाने नशीब काढले. शोधूनही तुमच्यासारखी माणसे मिळणार नाहीत. मणिभद्रने आम्हाला अत्यंत योग्य सल्ला दिला. ते स्वामी झाल्यामुळे त्यांचे शब्द नाकारणे जमले नाही. नाहीतर माझ्या हातांनी मी गंधाला कायम दुःखी केले असते. तुमच्यामुळे माझा पुनर्जन्मच झाला. मी बरे होण्याची आशा सोडलीच होती. तुमचा इतका अपमान केला त्याचीच शिक्षा जगदंबेने मला दिली. माणसाला आपल्या कर्माची फळे मरण्यापूर्वी मिळतात. सदानंदजी मी हृदयापासून तुमची क्षमा मागतो." आत्मारामांनी हात जोडले होते. त्यांचे डोळे पाणावले होते.

त्यांचे हात धरत सदानंद म्हणाले, "बाबा, तुम्ही मला लाजवता. माझ्या हातून केवढी भयंकर चूक झाली होती. मुलीचे वडील म्हणून अशीच प्रतिक्रिया झाली असती. भावनांचा उद्रेक झाल्यामुळे यापेक्षा वेगळे शब्द आले नसते. आता आपण त्या सर्व गोष्टी विसरून आनंदाने भविष्य घडवू. तुमच्याइतक्या मोठ्या आजारपणात गंधा तुम्हाला भेटण्यासाठी येऊ शकली नाही. तुम्ही फोन करून बोलल्यानंतर ती स्थिर झाली. पुढच्या रविवारी तिला घेऊन येतो. तुमची भेट झाल्याशिवाय तिला चैन पडणार नाही. तुम्ही आता तुमचे काम करण्यास हरकत नाही. पण जास्त ताण घेऊ नका. नियमित व्यायाम करा आणि तब्येत सांभाळा. मी रविवारी येतो."

सरोजमावशी त्यांचे संवाद ऐकत होत्या. सारी किल्मिषे संपली होती. आनंद यात्रेचा प्रारंभ झाला. त्यांनी मनोमन कात्यायिनी देवीला नमस्कार केला.

८२

"डॉक्टर, माझ्या शरीरात ग्रोथ हार्मोन्सची कमतरता असल्यामुळे माझ्या शरीरात अंडाशयाची वाढ झाली नाही. मला मासिक पाळी येणे शक्य नाही. म्हणजे मला मूल होणे शक्य नाही. अंडाशयाची वाढ झाली नाही म्हणून स्त्रीत्वाची हार्मोन्स जी अंडाशयातून येतात ती येत नाहीत. मी बरोबर असेन तर दोन हार्मोन्स प्रोजेस्टेरॉन आणि युस्ट्रोजेन ही आहेत. यांच्या कमतरतेमुळे मला स्त्री असण्याच्या बाह्य खुणाही नाहीत. माझी जननेंद्रियेही पूर्ण विकसित झाली नाहीत. मला मूल होणे शक्य नाही. तुम्ही मला हे खूप वेळा सांगितले आहे."

"बाळ इरा, माझे म्हणणे तू परत मला का ऐकवतेस?" डॉक्टर विश्वनाथन मोठ्या आस्थेने म्हणाले.

"डॉक्टर, आज विज्ञानाने एवढी प्रगती केली आहे. आता बाजारात पाहिजे ती हार्मोन्स मिळतात. मी इंटरनेटवर तपास घेतला तेव्हा बाहेरून हार्मोन्स देता येतात. आणि त्याचा उपयोग होतो. मी तर असेही वाचले की पुरुष व्यक्तीचे स्त्रीमध्ये रूपांतर करता येते."

वयस्क डॉक्टर विश्वनाथन हसले.

"डॉक्टर, का हसलात?"

"इराबाळ, नेटवरील माहिती आणि वास्तव यात खूप फरक असतो. तू म्हणतेस त्याप्रमाणे हार्मोन्सचा वापर करून पुरुषास स्त्रीत्वाचे काही गुणधर्म मिळवता येतात; परंतु अशी रूपांतरित स्त्री आई नाही होऊ शकत. या प्रक्रिया सहज सोप्या नाहीत. फार गुंतागुंत असते. शिवाय, दुष्परिणाम असतात ते वेगळेच. त्याची माहिती नाही देत नेटवर. सर्वसामान्य माणसांना ते फार सोपे वाटते, पण वास्तव फार वेगळे असते. आज तू हे का विचारते आहेस?"

"डॉक्टर, आपण म्हणता ते खरे आहे. मीसुद्धा आपण आहोत तसेच छान आहोत, आपल्या जीवनाचा मार्ग सर्वांपेक्षा वेगळा आहे या कल्पना मी माझ्या मेंदूमध्ये घट्ट बसवल्या होत्या. इतरांना सहज सुलभ उपलब्ध गोष्टी स्त्री म्हणून मला निसर्गाने दिल्याच नाहीत. इतके दिवस त्याचेही कधी काही वाटले नाही. आता मात्र वाटते निदान स्त्री असण्याच्या काही तरी खुणा असाव्यात."

इराच्या डोळ्यांतील आशेची चमक आणि चेहऱ्यावरील भावमुद्रा पाहून डॉक्टर म्हणाले "इरा, तू प्रेमात पडलीस की काय?"

"डॉक्टर, तुम्ही म्हणता अगदी तसेच आहे असे नाही." इरा गोंधळून गेली होती. नेमक्या शब्दांत तिला सांगता येईना. ती स्वतःशी खूप तयारी करून धैर्याने डॉक्टरांशी बोलण्यासाठी आली, पण आता काय बोलावे ते समजेना. "म्हणजे

डॉक्टर, एक जणाने माझ्याशी लग्न करावयाची इच्छा दर्शवली आहे. कधी वाटते तारुण्याच्या जोशात बोलत असावा. वास्तविक माझ्याशी विवाह करून त्याला काय मिळणार? मला अपत्य होऊ शकत नसल्याची कल्पना देऊनही तो आपला हट्ट सोडत नाही. त्याच्या बोलण्यामुळे आणि सहवासामुळे माझ्याही दाबून ठेवलेल्या इच्छा जागृत होत आहेत. शेवटी मलाही तारुण्य आहे. डॉक्टर आता मला असे वाटते की, मी मतिमंद असते तर छान झाले असते. माझ्या मेंदूला ताण तरी पडला नसता. माझी छोटीशी शरीर प्रकृती सोडली तर बुद्धीने मी कमी नाही. त्यामुळे माझ्या इच्छा आणि आकांक्षा आहेत. त्या दाबून ठेवता येत नाहीत. त्रास होतो. समजा लग्न केले तर किमान स्त्रीसुखाची इच्छा पूर्ण झाली म्हणजे टिकाव धरला जाईल. काहीतरी समाधान, दिल्या घेतल्याचा आनंद मिळावा. डॉक्टर मी फारच स्पष्ट बोलत आहे ना?''

डॉ. विश्वनाथन यांनी डोळ्यांवरील चश्मा काढून टेबलवर ठेवला. ते उठून इराजवळ आले. तिच्या पाठीवरून हात फिरवत म्हणाले, ''इराबाळ, मला आनंद झाला आहे. अगं, तुला १५ वर्षांपासून ओळखतो. तुझ्यासारख्या हुशार मुलीला निसर्गाने हे काय दिले, याचे खूप वाईट वाटते. इतक्या मुलींमध्ये मलाच का बुटकेपणा? या प्रश्नाला 'नशीब' याशिवाय मीसुद्धा दुसरे उत्तर देऊ शकत नाही. तुझ्या व्याधींची कल्पना तुझ्याशिवाय दुसऱ्या कोणास येऊ शकत नाही. अगदी मलासुद्धा. तू स्पष्ट बोललीस म्हणून काही अंश का होईना समजले. मला नेहमी तुझे कौतुक वाटते. इतक्या प्रतिकूल परिस्थितीत तू जिद्दीने शिक्षण पूर्ण केलेस. तू तुझ्या पायांवर उभी आहेस. समाजामध्ये स्वतःचे स्थान निर्माण केलेस. परवा सदानंदची गाठ पडली होती. तुझ्या बॉसने तुझ्या ताब्यात कारखान्याचे व्यवस्थापन दिले. शिवाय, ते तुझ्या कामावर खूश आहेत. कौतुक करावे तेवढे कमीच आहे. तुझ्या या गुणांमुळे तुझ्यावर प्रेम करणे शक्य आहे. मला वाटते तुझ्यावर प्रेम करणाऱ्या व्यक्तीने नेमके हेच पाहिले असेल. अर्थात, तुला जे वाटते ते चुकीचे नाही. नवरा आणि बायको फक्त एकमेकांकडे बघत बघत संसार करू शकणार नाहीत. दोघांनाही शरीर सहवासाची इच्छा होणार. अपत्याविषयी काही पर्याय करता येणे शक्य आहे. तू म्हणतेस त्या प्रमाणे कृत्रिम हार्मोन्स उपलब्ध आहेत; त्यामुळे स्तनांची थोडीफार वाढ होऊ शकते. पण त्यांचे दुष्परिणामसुद्धा आहेत. ही हार्मोन्स शरीरात कायम राहू शकत नाहीत. ती कायम घेत राहावी लागणार.''

''डॉक्टर, त्याचे दुष्परिणाम फार गंभीर असतील?''

''बाळ, आपण ती किती प्रमाणात घेतो यावर ते अवलंबून असेल. मी आत्तापर्यंत असा औषधोपचार डार्फिझमवर केलेला नाही. प्रयोग म्हणून प्रथम तुझ्यावरच असे करावे लागेल.''

"डॉक्टर, नेमके दुष्परिणाम काय असू शकतात?"

"इरा, आपल्या शरीरात प्रत्येक क्षणाला, प्रत्येक जिवंत पेशीमध्ये हजारो रासायनिक प्रक्रिया चालू असतात. या सर्व क्रियांवर मेंदू आणि हार्मोन्सचे नियंत्रण असते. हार्मोन्स कमी असण्याने किंवा जास्त झाल्यामुळे या प्रक्रिया विकृत होण्याचा धोका असतो. तुझ्या पाहण्यात आले असेल की सध्या अनेक मुलींना थायरॉइडची समस्या दिसून येते. त्यांच्या शरीरातील रासायनिक प्रक्रिया अनियमित असतात. तशा प्रकारच्या समस्या उद्भवतात. तुला तर हार्मोन्सच्या कमतरतेची समस्या जन्मजात आहे."

"म्हणजे काही उपाय नाही म्हणता?"

"तुझ्यासाठी मी थोडा धोका पत्करून काही औषधोपचार करून पाहतो. तुझ्या स्तनांची वाढ होऊ शकेल. अर्थात, त्यासाठी प्रमाण ठरवावे लागेल. याचे परिणाम दिसण्यासाठी बराच कालावधी लागेल. आहे तयारी तुझी?"

"डॉक्टर, तुम्हाला योग्य वाटत असेल आणि काही फरक पडणार असेल तर माझी काही हरकत नाही."

"ठीक आहे." डॉक्टर त्यांच्या खुर्चीत जाऊन बसले. त्यांनी काही गोळ्या चिट्ठीवर लिहून दिल्या. त्या कशा घ्यायच्या ते सांगितले.

"इरा, तू तुझ्यावर प्रेम करणाऱ्या व्यक्तीस माझ्याकडे आणशील? मी त्याच्याशी बोलतो आणि पाहतो की तो तुझ्यासाठी योग्य आहे का? तुझी हरकत नाही ना?"

"बरे झाले डॉक्टर. तुम्ही त्यांची मते तपासून बघणार. माझ्यापेक्षा तुम्ही त्याला जास्त व्यवस्थित सर्व समजावून सांगणार. मी कदाचित आंधळेपणाने त्यांच्या म्हणण्याकडे पाहीन. तुमचे तसे नसणार. आता तर मी तुम्ही म्हणता तसेच ठरवणार. आपला इतक्या वर्षांचा संबंध आहे. तुम्ही मला माझ्या वडिलांसारखे आहात." इरा भारावून गेली. तिने घरातील कोणासही काही कल्पना दिली नव्हती. डॉक्टर विश्वनाथन यांच्याकडे नेहमीच एकटीच येत असल्यामुळे इतरांना समजण्याचे कारण नव्हते.

इरा नेहमीप्रमाणे फॅक्टरीमध्ये आली. आता कामगारसंख्या दुप्पट झाली होती. उत्पादन वाढले होते. कारखान्याकडे लक्ष देण्याचे कारण नसल्यामुळे साहेबांना वेळ मिळत होता. ते नेहमी फिरतीवर राहून ऑर्डर मिळवत होते. फक्त तीन महिन्यांत वाढ चांगली झाल्यामुळे ते भलतेच खूश झाले. इरामुळे हे घडले. ते थोडे अंधश्रद्ध असल्यामुळे त्यांना वाटे इरावतीच्या पायगुणांमुळे भरभराट झाली. ते तिला थोडेही दुखवत नसत. अर्थात, इरावती अत्यंत काळजीपूर्वक काम करत असे. साहेबांनी कारखान्याचा आर्थिक व्यवहारही तिच्यावर सोपवला होता. नोंदीचे आणि बिगरनोंदीचे व्यवहार कसे करावयाचे, हेसुद्धा तिला सांगून ठेवले होते. ते फक्त

चेकबुकमध्ये सह्या करून ठेवत. खर्च इरावतीच करत असे. येणाऱ्या मालाचे पेमेंट करणे, विकलेल्या मालाचे पैसे बँकेत जमा करणे, रोख रक्कम साहेबांच्या घरी जमा करणे... कामाचा व्याप वाढला होता. तिने दुर्गाप्रसादला सतत सोबत घेऊन बँकेचे व्यवहार केले असल्यामुळे तोसुद्धा तरबेज झाला होता. रोख पैशाचा व्यवहार मात्र तिने त्यालासुद्धा समजू दिला नव्हता. ते फक्त साहेब आणि तिचे गुपित होते. सुरुवातीस साहेब रोख पैशांचे व्यवहार अत्यंत काटेकोरपणे तपासून पाहत. त्यांच्या लक्षात आले की व्यवहार अत्यंत चोख आहे. पुढे त्यांनी इरावतीवर पूर्ण विश्वास ठेवला.

आता कामगार संख्या वाढली होती. जुने आणि नवीन असा भेद तयार झाला होता. त्यामुळे कुरबुरी सुरू झाल्या होत्या. इराने सर्व कामगारांशी अत्यंत सलोख्याचे संबंध ठेवले होते. तिचे म्हणणे डावलण्याचे धैर्य कोणाच्या अंगी नव्हते. दुर्गाप्रसाद सावलीसारखा तिच्या सोबत असे. तरीही काही प्रसंग अत्यंत कौशल्याने हाताळावे लागत. इरावतीने कधीही साहेबांना कोणत्याही कामगाराविषयी चुगली केली नाही. तिच्या लक्षात एक गोष्ट आली होती. जुने आणि नवीन कामगार एकत्र असणे खरे कुरबुरीचे कारण आहे. तिने साहेबांच्या मागे लागून नवीन बांधकाम करून घेतले आणि पूर्वीच्या कामगारांना त्या ठिकाणी काम करण्यास पाठवून दिले. शिवाय, त्यांच्या सर्व सोयी करून दिल्या. फक्त जेवणाच्या वेळी ते एकत्र येत, पण ती स्वतः त्या ठिकाणी हजर असल्यामुळे सर्व सुरळीत झाले. साहेबांचे सर्व ठिकाणी बारकाईने लक्ष असे. इरावतीने वाद सुरू होण्यापूर्वीच संपवला. साहेबांचा तिच्याविषयीचा आदर दुणावला.

आज रामनारायण आला नव्हता. एखादा कामगार आला नसला की उत्पादन कमी होई. पाच जणांचे युनिट होते. प्रत्येक जण वेगवेगळे भाग बनवत असे. हे पाच भाग एकत्र केल्यानंतर प्रॉडक्ट पूर्ण होई. एखादा कामगार एखाद्या दिवशी गैरहजर राहिला, तर अडचण होई. यापूर्वी मागणी जास्त नसल्यामुळे भागत असे. आता मागणी वाढली होती. साहेब फारसा विचार न करता ऑर्डर्स घेत. त्याप्रमाणे उत्पादन करताना इरावतीस त्रास होई. तिने साहेबांना खूप वेळा सांगितले होते. तुम्ही आधी उत्पादन किती आहे ते पाहा, मग आश्वासन द्या. या बाबतीत या दोघांचा मेळ बसत नव्हता. मागणीप्रमाणे पुरवठा करताना इरावतीची दमछाक होई.

इरावतीने मागणी पाहिली. दुर्गाप्रसादकडून गोदामातील परिस्थिती विचारून घेतली. सर्व वस्तुस्थिती पाहिल्यावर ती अस्वस्थ झाली. रामनारायणाच्या वाटणीचे काम होणे अत्यंत आवश्यक होते. ती चिंतेत पडली. दुर्गाप्रसादचे सतत तिच्या चेहऱ्यावर बारीक लक्ष असे.

"मेमसाब! काय तकलीफ हाय?"

"दुर्गा, आज रामनारायण आला नाही. प्रॉडक्ट कमी होणार. आपण ऑर्डर पूर्ण करू शकणार नाही."

"मेमजी, तुमी अडचनीत हायत. मला बरे वाटत नाय. मला सांगा कितने युनिट कम पडता."

"असे ४२ युनिट कमी पडतात."

दुर्गाप्रसादने हिशोब केला. संध्याकाळी सहा वाजेपर्यंत ३५ युनिट तयार होतात. फक्त ७ युनिट कमी पडतात. "मेमजी, आप घाबरू नका. तुम्हारा शबुद खाली जाणार नाही." असे म्हणत त्याने शर्ट काढला आणि तो कामावर बसला. इरावती अचंबित झाली. वेळ बोलण्याची नव्हती. तिला दुर्गाप्रसाद काम करू लागला याचे वाईट वाटले; पण पर्याय नव्हता.

इरावतीने साहेबांना फोन लावला. "साहेब, तुम्ही भराभर मागणी नोंदवता. तुम्ही गृहीत धरता सर्व कामगार रोज नियमित येणार. तुम्ही थोडाही विचार करत नाहीत. जर एक दिवस एखादा कामगार कामावर आला नाही तर? मला मागणीप्रमाणे उत्पादन करणे अवघड झाले आहे. आज रामनारायण आला नाही. कृपया मला विचारू नका तो का आला नाही. अहो, माणूस आहे. त्याच्या अडचणी असतील. आज त्याचे काम दुर्गाप्रसादला करावे लागले. मला सांगा कसे पूर्ण होणार काम? तुम्ही कारखान्याच्या परिस्थितीचा थोडाही विचार करत नाहीत. माणसाने काम कसे करावे?"

साहेब इरावतीच्या सरबत्तीने अक्षरशः हादरले. आपण मालक आहोत. इरावती आपली कर्मचारी आहे, हे भानसुद्धा त्यांना राहिले नाही. "इरावती मला माफ कर. यशाच्या धुंदीत मी वाहवत गेलो. शप्पथ, तुला सांगतो माझे चुकले. यापुढे कानाला खडा लावतो, तुला विचारल्याशिवाय ऑर्डर घेणार नाही."

"ठीक आहे!" इरावतीने फोन बंद केला. क्षणभर ती शांत बसली. नंतर तिच्या लक्षात आले आपण आपल्या बॉसला फैलावर घेतले. अरे! आपण काय केले? का? केवळ दुर्गा काम करू लागला म्हणून?

इरावती डोके धरून बसली.

"मेमसाब, काय झाला. तुमी बिलकूल घाबरू नका. तुमच्या नावावर धब्बा बसणार नाय. आपुण समदी ऑर्डर पूर्ण करू. तुमचा शबूद वाया नाय जाणार."

इरावतीला भान राहिले नाही. तिने दुर्गाप्रसादच्या खांद्यावर हात ठेवला. तिच्या डोळ्यांतून पाणी पडू लागले. दुर्गाप्रसादने पॅन्टवर हात घासले आणि तिचे अश्रू पुसले. सर्व कामगार तो प्रसंग पाहत होते.

संध्याकाळी काम संपल्यानंतर इरावतीने जाण्यापूर्वी सर्व प्रॉडक्ट्सची संख्या पाहिली. ऑर्डर पूर्ण करण्यास तशी अडचण नव्हती. तरीही तिचे समाधान झाले

नाही. दुर्गाला कामगारासारखे राबताना पाहिल्यामुळे तिला दुःख झाले. तिला रामनारायणचा भयंकर राग आला होता. ती तिरमिरीत निघाली आणि रामनारायणाच्या घराकडे गेली. तिने ओरडून रामनारायणला हाक मारली.

मॅडमच्या आवाजाने रामनारायण गडबडीने झोपडीबाहेर आला.

त्याला बघताच इरावती ओरडली, ''रामनारायण तुला थोडेही डोके नाही का? असा अचानक कसा घरी राहिलास? आपले काय ठरले आहे की येणार नसशील तर तसे फोन करून कळवायचे.''

हात जोडून रामनारायण बोलू लागला,''मॅडम, मॅडम''

''गप्प बैस! एक शब्द बोलू नकोस. अडचण असली की पाया पडत येता आणि काम झाले की सगळे संपले.'' इरावतीला संतापाच्या भरात काय बोलावे तेही समजेना.

दुर्गाप्रसाद तिच्या पाठोपाठ आला होता. ''मेमजी, थोडं शांत व्हा. आदी तेला इचारा तरी काय झाले ते. रामनारायण लई सच्चा हाय. कदीबी तो बुडवत नाय. तेला बी अडचन आली असंल.''

दुर्गाप्रसादच्या अचानक समोर येण्याने इरावती भांबावली.

रामनारायण मॅडमचा रुद्रावतार पाहून घाबरला. त्याला माहिती होते मॅडमनी जर आपणास हाकलले तर दाद मागण्यास दुसरी जागाच नाही. साहेबांचा संबंध तर संपलाच आहे. सर्व काही मॅडमच्याच हातात आहे.

तो अक्षरशः इरावतीच्या पायावर पडला. ''मॅडम, मला माफ करा. माझी चुकी झाली. पण माझा पण नाइलाज झाला. तुम्ही आत या आणि पाहा.''

दुर्गाप्रसादने इरावतीच्या हातास धरून आत नेले. घर म्हणजे एकच खोली होती. तिथे एका कळकट गादीवर रामनारायणची बायको तापाने फणफणत होती. तीन मुले तिथेच खेळत होती. एक तान्हुले तिच्याजवळच पडलेले होते. रामनारायणचा मोबाइल तुटलेल्या अवस्थेत शेजारी दिसत होता.

इरावतीला परिस्थितीची जाणीव झाली. तिच्या अंगावर शहारा आला. गरिबीचे ते रूप पाहून तिलाच शरमल्यासारखे झाले. ''दुर्गाप्रसाद, ताबडतोब डॉक्टरला घेऊन ये.''

डॉक्टर येऊन त्यांनी औषधे दिली. इरावतीनेच पैसे दिले आणि दुर्गाप्रसादला घेऊन ती परतली.

''मेमसाब, एवढं गुस्सा होयाला काय झालं. तुमी कदी बी इतक गुस्सा नाई होत. तुमाला काम जादा हुतंय काय? का मला कामाला बसाय लागलं, हेचा गुस्सा आला?'' मिस्कीलपणे हसत म्हणाला.

त्याच्याकडे पाहून इरावतीच्या लक्षात आले, हा चेष्टा करतोय. ती ओरडली.

"गप्प बैस! तू का माझ्या पाठीमागे आलास? तुला कोणी सांगितले होते."

"मेम, आता माज्यावरबी कायमून गुस्सा करते. तुमाला गुस्सा आलेला दिसला. गुस्सा आला म्हंजी डोका पार कामातनं जातंय म्हनून आलो. मी तुमचा पाटलाग नाय सोडनार; तुमी कितीबी गुस्सा व्हा. नाय जमनार."

"तू म्हणजे माझा नुसता छळवाद मांडला आहेस. तुला कितीही सांगितलं तरी नाही ऐकणार. माझ्याशी लग्न करणार आहेस?"

तत्परतेने तो म्हणाला, "मेमजी, व्हय तुमच्याशीच पाट लावनार, मग काय बी हु दे."

इरावती म्हणाली, "तुला माझा पाठलाग करावयास आवडते ना? मग चल माझ्या मागे, घे हौस फेडून." असे म्हणून तिने तिची तीन चाकी स्कूटी चालू केली. पडत्या फळाची आज्ञा. तो तिच्या मागे जात राहिला. इरावतीने डॉ. विश्वनाथच्या क्लिनिकजवळ स्कूटी थांबवली. त्याला घेऊन ती डॉक्टरांच्या समोर गेली. "डॉक्टर, हाच तो माझ्याशी लग्न करण्यास हटून बसलाय."

"म्हणजे तो एकटाच. तुला नाही?" डॉक्टरसुद्धा मूडमध्ये आले होते. इरावती शांत राहिली. डॉक्टरनी दुर्गाप्रसादकडे पाहिले. त्यांच्या अनुभवी नजरेस समजले की हा परप्रांतातील बहुधा उत्तर भारतातील असावा.

"काय नाव तुमचे?"

इरावतीने आपल्याला दवाखान्यात आणलेले पाहून तो गोंधळून गेला होता.

"दुर्गाप्रसाद!"

"गाव कोणते?"

"मी बिहार साइडचा साब!"

"तुला हिच्याशी का लग्न करायचे आहे?"

"मेमजी मला लई आवडते."

"का आवडते?"

"बस्स आवडते म्हणजे आवडते."

"हे उत्तर झाले का?"

"मग काय बोलू साबजी. मला नाय सांगता येत."

"तुला माहिती आहे लग्न का करतात ते?"

"अरे! प्रत्येकाची इच्छा असते आपला वंश पुढे चालू राहावा. आपल्याला मुले व्हावीत. तू इरावतीशी लग्न करणार म्हणतोस, पण तिला मूल होणार नाही. चालेल तुला?"

"मला समदं म्हाईत हाय. तरीबी त्या आवडतात."

"तुझ्या घरातील माणसांना चालणार आहे का, मूल न होणारी बायको?"

"डॉक्टर साब, काई येळेला लगीन झाल्यावर कळते मूल होनार नाय. दोष एकादे वक्ती मानसाचाबी असतो. दरखेपी बाई दोषी नसते. तरीबी मानसं राहायतातच ना. बायडी आवडत असते आनी लगीन पन झालेलं असतं. आता घरातल्यांचं मनता तर मला आय बिगर कोनी नाय. मी आयला सांगतू. ती काय बी नाय बोलनार. समदा इचार केलाय मी. मला मेमसाब आवडतात. मी त्याचेसोबत लगीन करनार. तेनला जर नगं वाटलं तर मी तसाच राह्यन. लगीनच नाय करणार."

डॉक्टरांच्या लक्षात आले की दुर्गाप्रसादचे खरोखर इरावतीवर प्रेम आहे. जास्त शिकलेला नाही, पण विचारांचा पक्का वाटतो. सर्व कल्पना असूनही तो स्वतःच्या भूमिकेवर ठाम आहे. आता ठीक वाटते, पण नंतर काही बदल झाला तर.

"तू आता म्हणतोस पण लग्न झाल्यानंतर बदललास तर इरावतीस फार दुःख होईल."

"साबजी, मी माज्याकडून मेमना कधीच दुखवनार नाही. आता याला माजी जबानच खरी मानावी लागनार. याशिवाय मी आनीक काय बोलनार."

"ठीक आहे. तू बाहेर थांब मी इरावतीशी बोलणार आहे."

तो निघून गेल्यानंतर डॉक्टर विश्वनाथन म्हणाले, "इराबाळ, माणूस कमी शिकलेला आहे. तू इतकी शिकलेली, तुला जमेल?"

"तो आहे कमी शिकलेला, पण त्याचे प्रेम खरे आहे. त्यामुळेच तर ही दोलायमान स्थिती आली आहे. नाहीतरी माझ्याबरोबर संसार करण्यास कोण तयार असणार? दुसरा कोणताच पर्याय नाही म्हणून याचेबरोबर विवाह करावा, असेही कोणते बंधन नाही. परंतु तो खरोखरच माझ्यावर प्रेम करतो. त्यामुळेच त्याचा विचार पाठलाग सोडत नाही. ही अवस्था अंधारात उडी टाकण्यासारखीच आहे. भविष्य म्हणजे अंधारच वाटणे स्वाभाविक आहे. पण त्याचे शब्द खरे वाटतात. माझ्याही डोक्यात अनेक भावना येतात. काय करावे आणि काय नको ते समजत नाही. शेवटी कोठेतरी विश्वास ठेवणं भाग आहे. माझी ही अवस्था झाल्यामुळे मी आपला सल्ला विचारला."

"इरा, तुझ्या जीवनाचा प्रश्न आहे. तूच निर्णय घेणं हिताचं ठरेल. विनाकारण बोट दाखवण्याची जागा मी नको. माझे मत म्हणशील तर दुर्गाप्रसाद खरा वाटतो. तुला तो फसवणार नाही. पण भविष्याविषयी कोणीच ठामपणे काय घडेल ते नाही सांगू शकत. पुढे जाण्याची संधी आली आहे, तर ती घेण्यास हरकत नाही. नेहमी नकारात्मक विचार केला तर पुढे जाणं शक्य होणार नाही."

"डॉक्टर, मला तुमचे मत पाहिजे होते. कोणीतरी निर्णय घेण्यासाठी सोबत असेल तर धीर येतो. माझ्या घरी चर्चा करून निर्णय घेणं जमणार नाही. सदा आणि आई माझ्या बाबतीत फार संवेदनशील आहेत. माझं म्हणणं नाकारणार नाहीत, पण

माझ्या बाबतीत निर्णय घेणं जमणार नाही. समजा पुढे काही अनुचित घडलं; तर तो नशिबाचा दोष असेल. तुम्हाला कधीही दोष देणार नाही. तुम्ही मत दिलं, ही गोष्ट मी कधीच उघड करणार नाही. तुमच्या मतामुळे मला निर्णय घेण्यास बळ मिळालं.''

''इरा बाळ, मला नेहमी तुझं भलं व्हावं, असं वाटत आलं आहे. तुझ्या जिद्दी स्वभावामुळे तू पुढे जात राहिलीस. स्वतःच्या पायांवर उभी आहेस. फार बरं वाटतं. पुढेही तू सुखी होणार याबाबत शंका नाही. परिस्थितीशी झगडण्याइतकी तुझी तयारी आहे. म्हणून तू कधीही डगमगणार नाहीस; रडत बसणार नाहीस, अशी खात्री आहे. तू यशस्वी व्हावं, हीच इच्छा.''

इरावती बाहेर आली. दुर्गा तिच्यासोबत चालू लागला. ती विचारात होती. दुर्गा अत्यंत उत्सुक होता. त्याला राहावले नाही. ''मेम, डाक्तर काय मनले?''

''अरे बाबा, डॉक्टर निर्णय नाही घेणार. मी निर्णय घेणार.''

''मग काय मनता?''

''थांब थोडे. मला वेळ लागेल.''

''जनम संपेतो वाट बगीन. घाय नाय.''

ಌ

आता मणिभद्रला वर्षापेक्षा जास्त काळ झाला होता. त्याच्या संशोधनाने वेग घेतला होता. सोबत प्रकल्पाचे कामही सुरू होते. दोन्ही कामे एकत्रच पूर्ण करण्याचे त्यांनी ठरवले होते. नभा मॅडमच्या आईने आठवड्यातून एकदा तरी घरी येण्याविषयी सांगितले असल्यामुळे दर बुधवारी तो मॅडमच्या घरी जात असे. तो दिवस मॅडमसाठी सणासारखा असे. त्या दिवशी मॅडम स्वतः स्वयंपाकघराचा ताबा घेत. मणिभद्रच्या आवडीचा स्वयंपाक करण्यात त्यांना धन्यता वाटे. माई, त्यांच्या लगबगीकडे हसतमुखाने बघत. त्यांनी मणिभद्रला जावई म्हणून मान्यता दिली होती; परंतु शब्दामध्ये अभिव्यक्ती देणे जमत नव्हते. नभा मॅडमच्या बोलण्यातून आणि वागण्यातून त्याच्याविषयी असणारी आत्मीयता दिसत असे. माईने आडून आडून नभाला बोलते करण्याचा प्रयत्न केला होता; परंतु मॅडमनी संशोधन आणि प्रकल्पाची ढाल पुढे केली असल्यामुळे स्पष्टता नव्हती. मणिभद्रला सर्व कळत होते. त्याने कोणत्याही पद्धतीने पुढाकार दर्शवला नव्हता. त्याच्या मताबद्दल दोघींनाही स्पष्टता दिसत नव्हती. त्याला विचारावे इतकी जवळीक अजून झाली नव्हती. माईंना वाटे मणिभद्र नाकारणे शक्यच नाही. नभा अत्यंत सुंदर आहे. बुद्धीविषयी वेगळे सांगण्यासारखे नाही. तिला पगारही उत्तम आहे. शिवाय, माझ्याव्यतिरिक्त इतर व्यापही नाही. कोल्हापूरसारखे शहर आणि विद्यापीठातील

रहिवास आणखी काय पाहिजे. तसा मणिभद्रही एकटाच आहे. त्याचे आई-वडील जरी खेड्यात वाढलेले असले तरी सुशिक्षित वाटतात. त्यांच्या काही रूढी, रीतीरिवाज पारंपरिक असतील; पण एकुलत्या एक मुलापुढे ते बदलतील. नभाच्या वयाचा मुद्दा आजच्या वातावरणात फार ताणला जाणार नाही. वय थोडे जास्त असले तरी मणिभद्रच्यासमोर नभा किती सुकुमार दिसते. त्रयस्थांना तर नभा त्याच्यापेक्षा मोठी आहे हे कळणारसुद्धा नाही.

माईच्या घराचा दरवाजा उघडा होता. त्या विचारात व्यग्र होत्या. "माई, कसल्या विचारात तल्लीन झाल्या आहात?"

माईंनी पाहिले मणिभद्र समोरच्या बैठकीत बसला होता. "अगं बाई! मणिभद्र! तुम्ही कधी आलात? मला समजलेसुद्धा नाही."

"इतका कसला विचार चालू आहे?"

"बाबा, मला नभाशिवाय कोण आहे? तिचाच विचार करत होते."

"मॅडमची काळजी करण्यासारखे काय आहे? आता त्या अधिकृत मार्गदर्शक झाल्या आहेत. डॉ. अरणावळांनी निवृत्तीपूर्वी आपला शब्द पूर्ण केला. डॉ. फत्तेसिंह माने विभागप्रमुख झाले असले तरी आता पूर्णपणे बदलले आहेत. आम्ही अमेरिकेतून परत आल्यापासून मॅडमचा दबदबा चांगलाच वाढला आहे. मी अधिकृतरीत्या त्यांचा विद्यार्थी झालो. सर्व गोष्टी त्यांच्या मनासारख्या झाल्या आहेत. तुम्ही पण दुखण्यातून पूर्ववत झाल्या आहात."

"माझी काठी काही सुटणार नाही. आधारासाठी ती गरजेची झाली आहे."

"माई, केवढ्या दिव्यातून तुम्ही गेला आहात. तुमची सर्जरी फार उत्तम झाली आहे. आपणास डॉ. देशपांडे देवासारखे मिळाले. त्यांनी तुम्हाला पुन्हा उभे केले."

मॅडम हात पुसत बाहेर आल्या. आईशेजारी बसत म्हणाल्या, "माई, तो भूतकाळ झाला. आता भविष्याचा विचार कर. तू इतकी व्यवस्थित झाली आहेस की तुझ्या हालचालींवर तसे बंधनही नाही. तू छान मांडीसुद्धा घालून बसतेस."

"डॉ. देशपांडे खरंच खूप निष्णात आहेत. ते जाऊ दे! तुझा स्वयंपाक झाला काय? काही मदत करू?"

"नको, सर्व झाले आहे. आता फक्त संध्याकाळचे ६॥ वाजले आहेत. जेवणास एक तास वेळ आहे. आपण जरा फिरून येऊ."

"आजी, मीसुद्धा येणार फिरायला."

"अरेच्चा! रमा बेटी. तुला नाही म्हणता येणार आहे का?" माई म्हणाल्या.

रमा पाठोपाठ डॉ. राधा दिवाण आत आल्या.

"नभा, फिरण्यासाठी कोठे जाणार आहेस? गावात जाण्याचा विचार आहे?"

"नाही हो दिवाणमॅडम. इथेच मेन बिल्डिंगपर्यंत." नभा मॅडम उत्तरल्या.

''मग हरकत नाही. माझे शिंगरू येते तुमच्यासोबत. मी तिचे सँडल्स आणते.''

सर्व जण चालत मेन बिल्डिंगसमोर आले. शिवाजी महाराजांच्या पुतळ्यासमोर कट्ट्यावर बसून गप्पा चालू झाल्या. तेवढ्यात मणिभद्रचा फोन वाजला. सरोजमावशी फोनवर होत्या.

''मणिभद्र, तुला ताबडतोब निपाणीस यावे लागेल. गंधाला दवाखान्यात नेत आहे.''

फोन बंद करत मणिभद्र म्हणाला, ''मॅडम, मला आता निपाणीस जावे लागणार . माझ्या बहिणीस प्रसूतीसाठी दवाखान्यात नेले आहे.''

''मणिभद्र, जेवण तयार आहे. दोन घास खाऊन जा.'' माईंचे म्हणणे मोडणे शक्य नव्हते.

सदानंद आणि मणिभद्र दोघे एकाच वेळी दवाखान्यात पोचले.

सरोजमावशींनी कल्पना दिली की कळांचा जोर अजून तेवढा नाही. डॉक्टरांनी कळा येण्याचे इंजेक्शन दिले आहे. वाट पाहू म्हणतात. तरी रात्री बारापेक्षा जास्त वेळ लागणार वाटते.

''मावशी, तू आहेस, मी, सदानंदजीसुद्धा आहोत. मला वाटते, काकांनी घरी थांबावे. जेव्हा प्रसूती होईल तेव्हा आणता येईल.

मणिभद्रच्या बोलण्यावर आत्मारामजी म्हणाले,''नको, मी इथेच थांबतो.''

''काका, आपण इथे फक्त वाट पाहत बसून राहणार. किती वेळ लागणार ते डॉक्टरसुद्धा सांगू शकत नाहीत. तुम्ही नुकतेच बरे झाला आहात. उगाच ताण नको. गंधा बाळंत झाली की तुम्हाला आणतो आम्ही. शिवाय, काही अडचण आली तर फोन करतो तुम्हाला.''

''मणिभद्र, मी बाबांना सोडून येतो,'' सदानंद म्हणाले. ''तुम्ही दोघेही इथे थांबा मी ड्रायव्हरला घेऊन जातो.'' आत्मारामांनी तोडगा काढला.

सदानंद आणि मणिभद्र प्रतीक्षा कक्षात गप्पा मारत बसले. रोहिणीमावशी अधूनमधून येऊन जात होत्या. बारा वाजून गेले, दोन वाजले, तीन वाजता नर्सने डॉक्टर मॅडमना झोपेतून उठवून आणले. त्यांनी गंधाची तपासणी केली. त्यांनी पुन्हा एकदा इंजेक्शन दिले. ''बाळ, आणखी एक तास वाट पाहू, नाहीतर सिझेरियन करावे लागेल.''

मावशी म्हणाल्या, ''मॅडम, नॉर्मल झाले तर पाहा.''

''अहो, संध्याकाळी ७ वाजल्यापासून आपण तोच प्रयत्न करत आहोत. तिच्या कळा जोरदार नाहीत. अर्थात, पहिलीच वेळ आहे. तिने मनात घेतले तर होईल सहज, पण ती घाबरते त्यामुळे कळांचा जोर कमी पडतो.'' डॉक्टर निघून गेल्या.

सरोजमावशी गंधाजवळ बसून तिला समजावू लागल्या. सिझेरियन करावे

लागेल असे ऐकल्यामुळे गंधा घाबरली. तिने स्वतःची तयारी केली आणि आपण नॉर्मल डिलिव्हरी करणार, ही सकारात्मक भूमिका घेतली.

साडेतीन वाजता सरोजमावशी बाहेर आल्या. त्यांनी पडत्या आवाजात बातमी सांगितली. ''गंधाची नॉर्मल प्रसूती झाली.''

''मावशी तुझा चेहरा सांगतो आहे की गंधाला मुलगी झाली,'' मणिभद्र मावशीच्या चेहऱ्याकडे पाहत म्हणाला.

''हो!''

''अगं, पहिली बेटी धनाची पेटी. तुम्ही बायकाच बायकांच्या पहिल्या शत्रू असता. जगात येणाऱ्या तुझ्या नातीचे स्वागत तू अशा खिन्न चेहऱ्याने करणार? काय उपयोग तुम्ही शिक्षित असण्याचा?आमच्या पूर्वजांनी स्त्रीविषयी इतक्या चुकीच्या कल्पना ठासून भरल्या आहेत की त्या पुसून जाणे शक्य नाही. जेव्हा स्त्री स्त्रीचे स्वागत आनंदाने करण्यास सुरुवात करेल, तेव्हा जगाचा चेहरा बदललेला दिसेल. तुझ्या चेहऱ्याकडे पाहून गंधाला किती यातना झाल्या असतील. ही पहिली प्रतिक्रिया त्या अजाण मुलीला आयुष्यभर झेलावी लागेल. जरा विचार कर.''

''मणिभद्र, मला खरोखर आनंद झाला आहे. माझ्या दृष्टीने आपली गंधा सुखरूप आहे, हाच आनंद मोठा आहे. मुलगा किंवा मुलगी हा प्रश्नच उरत नाही.'' सदानंदच्या उत्तराने दोघांनाही बरे वाटले.

जेव्हा त्यांनी नवजात मुलीला पाहिले तेव्हा मणिभद्र म्हणाला, ''सदानंद, ही मुलगी अगदी तुमच्या आईसारखी दिसते.''

मणिभद्रचे बोलणे गंधा आणि मावशींना आवडले नाही. ''मणि, अरे ती गंधासारखीच दिसते.'' मावशी ठासून म्हणाल्या. गंधाला बरे वाटले. मणिभद्र हसून गप्प राहिला.

''मुलगी छान आहे. सुदृढ आहे; मग ती कोणासारखीही असू दे.'' सदानंदानी किंचित वादावर पडदा टाकला.

फोन केल्याबरोबर आत्माराम हॉस्पिटलमध्ये आले. त्यांनी नातीला घेतले. खिशातून सोन्याची साखळी काढून नातीच्या गळ्यात घातली. गंधा सुखरूप आहे, नात मजबूत आहे. त्यांना समाधान वाटले. एक पर्व संपले.

''मणिभद्र आणि सदानंद तुम्ही रात्रभर जागेच आहात. तुम्ही घरी जा आणि थोडा वेळ झोप घ्या. मी आणि हे आता इथे थांबतो.''

''मावशी, तूसुद्धा रात्रभर जागीच आहेस की!''

''मणी, आम्हा बायकांना याची सवय असते. हे आले आहेत; मीसुद्धा तासभर खुर्चीत बसून आराम करते.''

सकाळी १० वाजण्याच्या वेळी अवंतीबाई इरावतीस घेऊन दवाखान्यात हजर

झाल्या. इरावतीस बाळास बघण्याची ओढ लागली होती. तिने पाळण्यात झोपलेल्या भाचीला पाहिले आणि ती गंधाशेजारी बसली.

"गंधा तुझी आणि सदाची मुलगी सुंदर आहे. सर्व गोष्टी नॉर्मल आहेत. मी या मुलीला छान वाढवणार आहे बघ."

"दिदी! ती तुमचीच आहे." गंधा हसून म्हणाली.

"अगं, नाव काय ठरवले आहेस?"

"दिदी, तुम्हीच ठरवा ना!"

"नाही! गंधा, आई आणि वडिलांनीच ते ठरवले पाहिजे. ते तुमचे बाळ आहे. हं, मी एखाद-दुसरे नाव सुचवेन, पण पहिली पसंती तुमची."

वरदाई आणि रुद्राण्णाही दवाखान्यात आले.

"सरू, आपण दोघी आजी झालो." सरोजमावशीच्या खांद्यावर हात ठेवत वरदाई म्हणाल्या.

"ताई, म्हणजे आपण आता म्हाताऱ्या झालो का गं?" सरोजमावशी हसत म्हणाल्या.

"वय वाढणे कधी थांबले आहे का? आता आपणास आणखी एक नवे नाते मिळाले." अवंतीबाई त्या दोघींना सामील झाल्या.

नवीन आगमनाने कौटुंबिक मेळावा जमा झाला होता. सर्व जण आनंदात होते.

॰

अवंतीबाई आणि इरावती बेळगावी परतल्या. अलीकडे इरावतीमध्ये दिसून येण्याइतके बदल होत होते. ते शारीरिक आणि वृत्ती दोन्हीमध्ये होते. इरावतीचा चिरका आवाज बदलला होता, तिच्या चेहऱ्यावरील सुरकुत्या कमी दिसत होत्या. छाती जरा उंचावली होती. त्याचबरोबर ओठांवर असणारे बारीक केस वाढल्याचीही जाणीव होत होती. स्वतःची मुलगी सतत नजरेसमोर वाढत असल्यामुळे अवंतीबाईंना हे फरक लक्षात आले होते. इरा सध्या जास्त वेळ आरशासमोर असते. स्वतःशीच हसत असते. कपड्याबाबत विशेष आस्था नसणारी ही मुलगी, त्याबाबत आता चोखंदळ झाली होती. असे का घडावे, हे त्यांना समजत नव्हते. ती आनंदात आहे, उगाच कशासाठी हटकावे, असेही त्यांना वाटे. पण, आईचे मन ते कसे गप्प राहणार! शेवटी न राहून त्यांनी विचारले, "इरा, सध्या तुझे काय विशेष? तुझ्या डॉ. विश्वनाथनकडील फेऱ्या वाढल्या आहेत. खुशीत असतेस. काही नवीन औषधोपचार वगैरे?"

"आई, तसे म्हटले तर विशेष आहे. नवीन औषधे सुरू केली आहेत. माझ्या शरीरात थोडे बदल पण होत आहेत." आता आईबरोबर स्पष्ट बोलले पाहिजे. असा

विचार करून ती पुढे म्हणाली, “आई, मला सांगायला लाज वाटते, पण सांगितलेच पाहिजे. मला लग्न करण्याविषयी दुर्गाप्रसादने विचारले आहे. मी त्याला समजावण्याचा खूप प्रयत्न केला; त्याला सर्व स्पष्ट सांगितले. तो ऐकण्यास तयार नाही. आयुष्यभर माझ्यासोबत राहायचे असेच म्हणतो. मी सुरुवातीस दुर्लक्ष केले. वाटले सर्व थांबेल. उलट काहीही न बोलता तो सतत माझ्या मागे-मागे असतो. शेवटी मीसुद्धा मुलगीच आहे. डोक्याने शाबूत आहे. जेव्हा माझ्या अवतीभोवती दांपत्ये फिरत असतात तेव्हा आपल्यासाठी हे स्वप्न आहे; असे समजून मी गप्प बसे. जेव्हा दुर्गाप्रसाद माझ्या मागे लागला तेव्हा मलासुद्धा आशेचा किरण दिसू लागला. मी छोटी असले तरी वय तारुण्याचे आहे. भावनासुद्धा आहेत. कितीही दूर राहण्याचा निग्रह केला तरी थांबणे नाही जमले. दुर्गाला मी डॉ. विश्वनाथनकडेसुद्धा घेऊन गेले. त्यांनीही त्याला वस्तुस्थिती सांगितली; तरीही तो ऐकण्यास तयार नाही. तो बोलत नाही, पण डोळ्यातून दिसते. मी त्याच्याकडे दुर्लक्ष केले, बोलले नाही तर तो दुखावला जातो. अशा वेळी तो अबोलपणे माझ्याभोवती फिरत असतो. कामात लक्ष लागत नाही. मी त्याच्याशी बोलले की तो आनंदी असतो. चार कामे जास्त करतो, त्याचे कौतुक करावे ही अपेक्षा ठेवतो. ‘दुर्गा, तू खूप चांगला आहेस’ असे म्हटले की त्याचा चेहरा कसा खुलतो ते पाहावे. आई, माझ्याकडे पाहून माझ्याशी लग्न करावे असे कोणास तरी वाटेल का? मला वाटते देवाने याला माझ्यासाठीच बनवले असावे. परिस्थितीने तो गरीब आहे. पोटासाठी इतक्या दूर आला आहे. आपली प्रगती फार काही होणार नाही. बहिणीच्या लग्नामध्ये होती ती शेती त्याला विकावी लागली. विधवा आईचा तेवढा पाश आहे. आपला मुलगा दूर प्रांतात जाऊन स्वतःच्या हिमतीवर जगतो. आईला नियमित पैसे पाठवतो याचा त्यांना अभिमान वाटतो. मी त्याला विचारले, तुझ्या आईला असली मूल न देऊ शकणारी आणि जन्मजात विकृती असणारी सून कशी चालेल? तो तरीही ऐकत नाही. स्त्री अडाणी असली तरी वंश पुढे चालू राहावा एवढी अपेक्षा ती माउली करणारच. मी त्याला असेसुद्धा म्हणाले, ‘काही दिवस तुला बरे वाटेल नंतर देशील मला सोडून,’ तर उत्तर देतो ‘माझी जबान आहे.’ सर्व प्रकार करून पाहिले, शेवटी नाइलाज झाला. शेवटी मीसुद्धा वाइटात वाईट काय होईल याचाही विचार केला. फार फार काय होईल तो मला सोडून जाईल. परंतु जितके दिवस माझा संसार होईल तो मला आयुष्यभर पुरेल.”

इरावतीचे भावविवश बोलणे ऐकून अवंतीबाईंच्या डोळ्यांत पाणी आले. आपल्या मुलीच्या आयुष्याची वाताहत पाहून त्या नेहमी दुःखी असत. कसा का होईना तिचा संसार सुरू होणार, तिला जोडीदार मिळणार. हा संसार कितपत टिकणार? हा परप्रांतातील मुलगा याचा विश्वास किती? त्याने उलटसुलट काही

केले तर? आधीच खच्चीकरण झालेली माझी इरा कोलमडून पडेल? अनेक नकारात्मक विचारांनी त्यांचे मस्तक भणभणले. इराने सर्व परिणामांचा विचार करून निर्णय घेतला आहे. तशी ती खंबीर आहे. आजपर्यंत मोठ्या धिटाईने ती समाजाला भिडली आहे. व्यंगावर मात करून, शिकून एक कारखाना सांभाळते. कामात चूक होऊ देत नाही. शेवटी तिलाही भावना आहेत. ती विचारी मुलगी आहे. निर्णय घेण्याइतकी ठाम आहे. जर तिचा संसार होणार असेल तर न जाणो दुर्गाप्रसाद खरा असेल तर? आपण उगाच शंका? उलटसुलट विचारांनी काहूर माजले.

"इरा, आग आहे. तिला स्पर्श केल्यानंतर जखम होणार. कायमचा डाग राहणार हे माहिती असताना धोका कशासाठी? तो परप्रांतातील मुलगा. त्याचे बोलणे हा एवढाच विश्वासाचा धागा.''

"आई, आपण सराफाकडे सोने घेतो. १०० नंबरी हे फक्त शब्दच असतात. आपण त्याची परीक्षा करू शकतो का? हेसुद्धा तसेच. घाबरू नकोस मी काही शब्द दिलेला नाही. माझ्या भावना सांगितल्या. तुम्हा दोघांचा शब्द अंतिम असणार.''

"संध्याकाळी सदानंद येणार आहे, त्याच्याशी चर्चा करू. मला काही कळेनासे झाले. काहीही निर्णय झाला तरी त्याच्या चांगल्या किंवा वाईट परिणामास तू एकटी जबाबदार असणार नाहीस. आपण सर्व त्यासाठी तयार असणार. निर्णय घेणे सहज शक्य नाही. देवावर हवाला ठेवायचा आणि नेहमी सकारात्मक विचार ठेवायचा. कदाचित सटवाईने तुझ्या कपाळावर असाच लेख लिहिला असेल.'' इरावतीला जवळ घेत अवंतीबाईंनी तिच्या कपाळावर ओठ टेकवले.

रात्री सदानंद घरी आले. अवंतीबाईंनी विचारले, "सदा सगळं ठीक आहे ना?''

"हो आई.''

"मुलगी छान आहे.''

"तिची आई सुंदर आहे.''

"तू काय कमी आहेस?''

"ते जाऊ दे! पण नॉर्मल झाले ते एक बरे. सिझेरिअनच्या निर्णयापर्यंत आले होते.''

"ते छानच झाले.''

"दिदी कोठे आहे. आत्याबाई झाली. मला वाटले नाचत बसली असेल.'' हसून सदानंद म्हणाले.

"आहे तिच्या खोलीत. सदा, इथे माझ्याजवळ बैस. मला तुझ्याशी जरा चर्चा करायची आहे.''

आईशेजारी बसत तो म्हणाला, "बोल.''

"सदा, इरावतीशी लग्न करावयाचे असे दुर्गाप्रसादचे म्हणणे आहे.''

सदानंद एकदम चकित झाला, "आई!"

"अरे! इरानेच मला कल्पना दिली. मला वाटते तिच्याही संसार करण्याच्या इच्छा जागृत झाल्या आहेत. तिला तरी काय म्हणणार! वयाची २७ वर्षे पूर्ण झाली. स्वतःच्या इच्छा या वयात असणारच ना? इतक्या दिवसांत बिचारीला वाटत होते आपल्याशी कोण लग्न करणार?त्यामुळे ती शांत होती. आता एखाद्याने तसे विचारले तर चलबिचल होणे स्वाभाविकच आहे. मलाही वाटायचे की तिचे लग्न व्हावे, पण तिच्या बाजूने बोलण्यासाठी काय आहे आपल्याजवळ? गप्प बसावे लागत होते."

"आई, जात धर्म याचा विचार नाही, पण आपणास समोरच्या माणसांची काहीतरी माहिती पाहिजे. दुर्गाप्रसाद दिदीसोबत काम करतो. तो परप्रांताचा आहे. फार सधन नाही. हातावर त्याचे पोट. चार-दोन वेळा तो आपणास भेटला. याव्यतिरिक्त काहीच माहिती नाही. त्याचे नातेवाईक कोण... त्याच्या घरातील माणसांचा स्वभाव कसा... हा लग्न करेल, पण घरातील लोकांनी नाही स्वीकारले तर? दुर्गाप्रसादचा तरी भरवसा काय? आपणास काहीच माहिती नाही. दुर्दैवाने आपली इरा जन्मजात व्याधीने त्रस्त आहे. काहीच उपाययोजना उपलब्ध नाही. नाहीतर आत्तापर्यंत आपण तिला असे ठेवले असते का? मी आणि गंधाने शेवटपर्यंत तिच्यासोबत राहण्याचे ठरवले आहे. गंधाचा स्वभाव बघता ती इरावतीसोबत कायम आनंदाने राहील. त्या दोघींचेही छान जमते. म्हणून वाटते विनाकारण कशाला या फंदात पडायचे. समजा लग्न झाले आणि तो इराला म्हणाला चल गावाकडे; आपण कसे रोखणार. मग पुढे इतक्या दूर आपणास नेहमी जाणे जमणार नाही. काळजीचे डोंगर मात्र उभे असतील. दिदीचे इथे बस्तान छान बसले आहे. दिवसभर कामात असते त्यामुळे ती स्वतःविषयी विचार करत नाही. इथल्या लोकांनी तिला समजून घेतले आहे. या वातावरणात ती रमली आहे. आपणासही तिची सवय झाली आहे. आता आपणास नवीन व्याप नको. शिवाय, आता बाळ घरात आले आहे. त्याच्या संगोपनात दिवस आनंदात जातील."

"सदा, लग्न करून आम्ही इथेच राहिलो तर?" सदानंदने वळून पाहिले. इरावती दाराच्या चौकटीला टेकून हाताची घडी घालून शांत उभी होती.

"दिदी, इकडे येऊन बैस. निर्णय घेण्याचा तुला पूर्ण अधिकार आहे. तू निर्णय घेतला आता, तुझे तू पाहा असे नाही म्हणता येत. आमच्या जबाबदाऱ्या नाही संपत, अगदी तू सुखात असलीस तरी आमची जबाबदारी आणि प्रेम कमी होणार आहे का?"

"सदा, मी फक्त विचार सांगितला आहे. निर्णय नाही. मी दुर्गाप्रसादला अनेक महिन्यांपासून ओळखते. तो खूप प्रामाणिक आहे. त्याच्या विचारात वावगे काही

दिसले नाही. मी त्याची सर्व माहिती मिळवली आहे. त्याच्या आईशी फोनवर बोलले आहे. त्या खूप अडाणी आणि भोळ्या आहेत. एक मुलगी आहे त्यांना. तिचेही लग्न झाले आहे. दिराच्या शेतात काम करतात आणि तिथेच राहतात. दुर्गाला मी स्पष्ट सांगितले आहे मी बेळगाव कधीच सोडणार नाही.''

''दिदी, कशासाठी करावयाचे लग्न?''

''सदा!''

''मला यापेक्षा जास्त बोलता येणार नाही. आम्ही तुला शेवटपर्यंत साथ देणार आहोत.''

''मला त्याविषयी शंका नाही सदा. पण तो फार जीव टाकतो माझ्यावर. माझ्याविषयी सर्व माहिती असूनही तो तयार आहे. मलाही वाटते जीवनातल्या या क्षणी जर संधी मिळत असेल तर थोडा धोका पत्करावा.''

''सदा, इरावती दिसण्याने लहान असली तरी तर्कशुद्ध विचाराने संपन्न आहे. तिला परिपक्वता आली आहे. आपणास सांगण्याआधी सारासार विचार केला असेल तिने. आपणही थोडा सकारात्मक विचार करून धोका घ्यावा असे वाटते. माझ्याही डोक्यात तू सांगितलेस ते विचार आले. आता वाटते तिचे जीवन सुखी झाले तर बरेच ना. अरे! आयुष्याचा जोडीदार असणे केव्हाही चांगले.''

''आई! दिदीला चांगला जोडीदार मिळून तिचे भले झाले तर आपणास आनंदच होणार! प्रेमापोटी वाटते काही भलतेसलते झाले तर? लोक म्हणतील यांनी काहीतरी करून मुलीची ब्याद घालवली.''

''लोकांचे तू मला सांगतोस?''

आईच्या एका वाक्याने सदानंद शरमले. ''आई, तसे नाही गं, दिदीविषयी खूप वाटते म्हणून.''

''सदा, जाऊ दे. मला तुला दुखवायचे नव्हते. आपण थोडा धोका पत्करून पाहू. समजा काही वाईट घडले तर ते सहन करण्याची क्षमता इरावतीकडे आहे.''

''दिदी, आपण पुन्हा एक वेळा दुर्गाजींना सर्व विचारू आणि मग काय ते निश्चित करू. तू त्यांना बोलावून घे. दिदी, गंधाला काही कल्पना?''

''सदा, प्रथम आजच विषय घरात काढला. याआधी डॉ. विश्वानाथनना याची कल्पना दिली आहे. त्यांनी लग्नास हरकत नाही; पण निर्णय मलाच घेण्याविषयी सांगितले.''

''हे छान झाले तुझ्या बाबतीत त्यांचा सल्ला फार महत्त्वाचा आहे. गंधालाही कल्पना देणे गरजेचे आहे. नाहीतर तिला वाटेल आपण परके आहोत. वाईट दिसेल ते.''

''सदा तुला माहिती आहे आता गंधाशिवाय माझे पानही हलत नाही. तिच्याशिवाय

नभांतमणी । १८९

निर्णय घेणे शक्य नाही. मी पूर्वीच तिला सर्व सांगणार होते. तिने तुला सांगितलेच असते. माझाच विचार अजून झाला नव्हता म्हणून मी तिच्याशी बोलले नाही. थोड्या वेळाने मी फोनवरून सर्व कल्पना देते. उद्या सकाळी दुर्गाला इकडे बोलावून घेते. असे समजू नका मला घाई झाली. कधीतरी निर्णय घ्यावयाचा आहे, मग उशीर कशाला?''

''दिदी, इतकी उथळ नाहीस तू. घे बोलावून. तुझा फोन झाला की मीसुद्धा गंधाशी बोलून घेतो.''

इरावतीने गंधाला फोनवरून सर्व कल्पना दिली आणि तिचे मत विचारले. पाठोपाठ सदानंदाचाही फोन झाला. आपल्या घरात आपल्या मतांचा विचार होतो हे पाहून गंधमतीला बरे वाटले. आपल्या घरातील व्यक्तींना गृहीत धरून निर्णय घेण्याची प्रथा दिसते; परंतु सदानंदाच्या घरी, घरातील प्रत्येक व्यक्ती महत्त्वाची आणि तिचेही मत घेण्याविषयी आग्रही असत. घरामध्ये त्यामुळे सहसा विसंवाद घडत नसे. सर्व जण एकमेकांस जपत, त्यामुळे नात्यांच्या धाग्यांची वीण घट्ट राही.

इरावतीने फोन केल्यामुळे दुर्गाप्रसाद घरी आला. बैठकीच्या खोलीत इरासहित सर्व जण त्याची वाट पाहत थांबलेले पाहून त्याला घाम फुटला. काहीतरी वेगळे घडणार याची चाहूल लागली. शेवटी काय होईल ते होवो, या विचाराने तो घट्ट झाला. त्याला पाहून सदानंद उभे राहिले. ''या दुर्गाजी, या! बसा.''

या स्वागताने त्याला हायसे वाटले. वाइटाची छाया दूर झाल्यासारखे वाटले.

दुर्गा बसल्यानंतर सदानंदानी आईकडे पाहिले. त्यांनी नजरेनेच विचारण्याविषयी खुणावले.

''दुर्गाजी, मराठीत बोलले तर चालेल?''

''जी साब, जरूर चालेल. पण काय बोलणार, माजी काय चुकी झालीय?''

''अहो, इरावतीदिदीने तुमच्याविषयी सांगितले. तुम्हाला दिदीशी लग्न करावयाचे आहे.''

दुर्गा थंड झाला. त्याला कोणीही बहुमानाने बोलत नसत. त्यात सरळ इरामेमबद्दल विचारणा. हवालदिल झाला.

''घाबरू नका. आपण बोलणे महत्त्वाचे आहे. इथे आयुष्याचा प्रश्न आहे. गप्प बसून भागणार नाही. बोलावे लागणार.''

सदानंदाच्या विचारण्यावर तो कसेबसे ''जी साब!'' म्हणाला.

''आम्ही लग्नाला परवानगी नाही दिली तर?''

''इसपे मै क्या बोलूँ! खाली माज्या मरजीसे काय हुनार. आपना सरवांची मरजी जरुरी हाय. आखीर मुलगी तुमची हाय. पर मला त्या आवडतात.''

''हो ती तुम्हाला आवडते एवढ्यावर आयुष्य नाही जाणार. तिला कायम सोबत

हवी. तुम्ही गंमत म्हणून चार दिवस राहणार, नंतर?''

दुर्गा दुखावला गेल्याचे त्याच्या चेहऱ्यावर स्पष्ट दिसले.

''सदा!'' इरावतीला राहवले नाही. दुर्गाच्या अस्वस्थ होण्याने ती अस्वस्थ झाली. सदानंद दोघांचाही अंदाज घेत होते.

''साब जी, माझा प्यार सच्चा हाय. ही मजाक नाही. तुमी बराबर बोलला जिंदगीचा सवाल हाय. मी मेमजींना सोडण्याची विचारच नाय करू शकत. पन आगेकेविषयी कसी ग्यॅरंटी घ्यायची. मला नाय कळत. पर माजा शबुद कदि फिरवणार नाही. यापरती काय सांगू?'' त्याच्या बोलण्यातील सच्चेपणा सर्वांनाच जाणवला.

''तुम्ही तिला गावाकडे जाऊन राहू असे म्हणालात तर तिने काय करायचे. इथे तिचे काम व्यवस्थित चालू आहे. तिला पगारही चांगला आहे. तिकडे गेल्यावर तिला हे सगळे सोडावे लागणार. आता आम्ही निर्णय घेऊ शकतो. उद्या आम्ही तुमच्या निणर्यावर कसे बोलू शकणार.''

दुर्गाप्रसाद हात जोडून म्हणाला, ''साबजी, मी पैक्यापायी मेमजींना चाहत नाही. मला त्या आवडतात. पर त्यांचे नुसकान होनार असेल तर ते नाय आवडनार. आमच्या देसांत काम नाय मनून तर मी इथं आलो. वहाँ तो खाने के फाँके पडते। तिथं घेऊन जावून काय करणार? मी पैक्यापायी लगीन नाई करनार. पन पोटासाठी पैका लागनार. मला बी चांगला पगार हाय आनी वाडलच की!''

''आम्हाला इरावती इथेच राहावयास असावी असे वाटते. इथे तुम्ही दोघे राहिलात तर दोघांचा मिळून चांगला पैसा येत राहील. तुम्ही तुमच्या आईला इथेच घेऊन आलात म्हणजे सर्वच छान होईल.''

''आमची माँ देस सोडून इथ नाय येणार. तिला माज्यापरीस माझी बहन लई आवडते. तिला सोडून नाय यायची.''

''तुमच्या आईला तुम्ही इरादिदीबद्दल सांगितलेले नाही. त्या मान्य करतील हा विवाह?''

''साबजी, मी समजावते तिला. ती नाराज हुनार, पर लई इरोद नाय करणार.''

''लग्नाला त्यांना, तुमच्या घरातील माणसांना बोलवावे लागणार नाही का?''

''तेची जरुरी नाय. शादी करून मी सांगनार. कदीतरी गावाकड जाऊन येनार.''

''हे चुकीचे आहे. त्यांना आमच्याविषयी काय वाटेल? वाईट मत होईल त्यांचे.''

''काय बी हुत नाय. शहरची मुलगी सून हुतेय मनून खूश हुनार.''

''आम्ही फोनवर बोलू का त्यांच्याशी?''

''साबजी ऊसकी गरज नाय. आमचे घरचे काय बी नाय मननार.''

"आई, तू सर्व ऐकतेसच, आता पुढे?" सदानंदाच्या बोलण्यावर अवंतीबाईंना संवादात भाग घ्यावा लागला.

"दुर्गाप्रसादजी, आम्हाला हे सर्व विचित्र वाटते."

"माँजी, तुमी काय बी वाटून घेऊ नगा. समदं चांगलंच हुनार. काय काळजीबी नगो."

"दुर्गाजी, दिदीने लग्नास होय म्हटले आहे. आम्ही पण तयार आहोत." सदानंदच्या या बोलण्यावर दुर्गा इतका लाजला की त्याने दोन्ही हातांनी तोंड झाकून घेतले. त्याच्या अशा अभिव्यक्तीने सदानंद आणि इरावती दोघेही हसू लागले. अवंतीबाईंनाही हसू आवरले नाही. तोंडावर पदर घेऊन त्यासुद्धा हसू लागल्या. सर्वांच्या लक्षांत आले दुर्गा अगदी लहान मुलासारखा निरागस आहे.

"दुर्गाजी, उद्या-परवा आपण रजिस्टर ऑफिसमध्ये जाऊन अर्ज करू. महिन्यानंतर नोंदणी पद्धतीने लग्न करून टाकू. गंधमतीसुद्धा येऊ शकेल."

"साबजी, मला काय बी समजत नाय. तुमीच समदं करा. मी तयार हाय."

"सदा, आता गोडाचे जेवण करते. म्हणजे तुम्ही वेळेत ऑफिसला जाऊ शकाल."

"माँजी, साबजी मी जरा जाऊन येतो."

सदाने विचारले "कुठे?"

"आता १५ मिनिट में येतो." दुर्गा उत्तरला. तो लगबगीने निघून गेला.

"दिदी, आता एवढ्या घाईने हा कुठे गेला?"

"सदा, त्याला खूप आनंद झाला आहे. आता आपणासमोर बसण्यास लाजत असेल म्हणून येईला फिरून."

"तू त्यांना एकेरी नावाने बोलावणार?"

"बाबा, सवय पडली आहे. बदलावी लागेल." इरा हसून म्हणाली.

"काय पण लाजले बिचारे!"

"सदा, तसा तो, सॉरी, ते बुजरेच आहेत. तुला काय वाटते? कसे आहेत दुर्गाजी?"

"दिदी, माणूस म्हणून निर्मळ आहेत. फक्त त्यांच्या घरच्यांना न सांगता लग्न पटत नाही."

"मी सांगते. निदान फोन तरी करावयास लावते. माझे म्हणणे नाही मोडणार. माझा फोटोही पाठवण्यास सांगते. मलाही कसेतरी वाटते. निदान त्यांच्या आई जरी आल्या म्हणजे बरे होईल."

थोड्या वेळात दुर्गा परतला. त्याच्या हातामध्ये एक कॅरी बॅग होती. "मेमसाब हे घ्या."

"दुर्गाजी काय आहे?" इरावतीचे नवीन संबोधन ऐकून दुर्गा गोंधळला.

त्याच्या चेहऱ्याकडे पाहून इरावती म्हणाली, "इथून पुढे दुर्गाजी. कळाले."

त्याने मान डोलावली.

इरावतीने पाहिले, दुर्गाने तिच्यासाठी लाल रंगाची सोनेरी बुट्ट्या आणि हिरव्या किनारीची सुंदर बेबीसाडी, शिवाय, अवंतीबाईंसाठी पिवळ्या रंगाची साडी आणली होती. सर्वांसाठी पेढे आणण्यास तो विसरला नव्हता. त्याची समयसूचकता सर्वांना आवडली.

"दुर्गाजी आतासाठी, आपल्या घरातल्यांसाठी ठीक आहे. पण, आताच ही बातमी कोणालाच सांगायची नाही. मी जेव्हा सांगेन तेव्हा इतरांना सांगा." इरावतीने दम भरला.

"जी मेमसाब." दुर्गाप्रसाद उत्तरला.

ॐ

नभा मॅडमचा व्याप वाढला होता. त्यांच्या नावाचा बोलबाला चांगलाच झाला होता. आता अधिकृत मार्गदर्शक झाल्यामुळे त्यांच्याकडे प्रबंध करण्याची इच्छा अनेक विद्यार्थ्यांनी दर्शवली होती. मॅडमनी मुलाखत घेऊन मृणाल मोहिते आणि समीर काळे या दोघांना निवडले होते. मणिभद्रला, त्यांना प्राथमिक गोष्टी समजावून देण्यास सांगितले. मणिभद्रचाही व्याप त्यामुळे वाढला. तो नेहमी त्यांच्यासोबत ग्रंथालयात राहू लागला. नभा मॅडम तो समोर नसल्यामुळे चिडचिड्या झाल्या. आपणच व्याप वाढवला, शिवाय, कामात दिरंगाई न चालणे यामुळे बोलताही येत नव्हते. त्यांनी सांगितल्यामुळेच मणिभद्रला नवीन मुलांसाठी वेळ द्यावा लागत होता. त्या दोघांचे प्रबंधाचे विषय वेगवेगळे असल्यामुळे संदर्भ शोधण्यास वेळ लागत होता. मॅडमना कळत होते, पण वळत नव्हते. त्यांना मणिभद्र सतत नजरेसमोर पाहिजे असे. मणिभद्रला मात्र बरे वाटले. आता मॅडमच्या वेळेत त्याला जोडीदार मिळाले होते. मॅडमच्या शिस्तीमुळे ते सर्व जण दबावात असत. मृणाल आणि समीरला मात्र विसाव्यासाठी मणिभद्र मिळाला होता. मणिभद्रला तसा पर्याय नव्हता. मणिभद्रचा स्वभाव सर्वांना आपलेसे करणारा असल्यामुळे तो दोघांचा मणिभैय्या झाला होता. ते तिघे एकत्र असले की हसत-खेळत त्यांची चर्चा होई. मॅडम असल्या की आपोआपच शांत आणि गंभीर वातावरण असे. मॅडम फक्त विषयासंदर्भातच बोलत. मणिभद्र मात्र बोलत बोलत त्या दोघांच्या घरापर्यंत जात असे. दोघेही त्याला घरातील सर्व गोष्टी सांगत. दोघेही प्रथमच घर सोडून वसतिगृहात आले होते. त्यांना सतत घराची आठवण होई. ते गहिवरून येत. अशा वेळी मणिभद्र त्यांना धीर देई. फार ममतेने विचारपूस करत असे. त्यामुळे त्यांना मणिभद्र त्यांच्या

घरातील सदस्य वाटे. त्यांना घरून डबा आला की त्यात मणिभद्रचा वाटा ठरलेला असे. फक्त १५ दिवसांत दोघेही मणिभद्रच्या जवळचे झाले होते. त्यांचे हेच वैशिष्ट्य पूर्णानंदस्वामींनी ओळखले होते. तो सर्वांना आपलासा वाटतो, त्याच्याविषयी विश्वास वाटतो. त्याचे म्हणणे डावलता येत नसे. मठासाठी तो अत्यंत योग्य होता. वर्षभरात तो राणीहळ्ळी आणि आसपासच्या गावात सर्वांना माहीत झाला होता. मणिभद्रची स्मरणशक्ती दृष्ट लागण्यासारखी होती. त्याच्या संपर्कात आलेल्या व्यक्तींना तो ओळखे. नवीन स्वामी आपणास नावानिशी ओळखतात यांचे सर्वांना अप्रूप वाटे. हे त्याचे स्वभाववैशिष्ट्य समाजाशी जोडणारे असे.

"मणिभद्र, तुम्ही सतत त्या दोघांसोबत असता. अहो आपला प्रोजेक्ट आणि तुमचा प्रबंध मागे राहील." न राहून एके दिवशी मॅडमनी त्याला विचारले.

"मॅडम, तुम्हीच त्यांना मदत करण्यास सांगितले. ते या क्षेत्रात नवीन आहेत. आता त्यांना संदर्भ शोधता येण्यास सुरुवात झाली आहे. तुम्ही विषयही दोघांना वेगवेगळे दिले आहेत. त्याविषयी फार संदर्भही इथे सापडत नाहीत. त्यामुळे वेळ जातो. मृणालला अजून नेटवरून संदर्भ शोधणे तितकेसे जमतही नाही. समीर त्या मानाने लवकर तयार होईल. दोघेही हुशार आहेत; पण थोडा फरक असणारच."

"मणिभद्र सुरुवातीस तुम्हीसुद्धा नवीनच होतात. तुम्हाला सर्व चट्‌कन लक्षात येत असे. मला सतत तुमच्यासोबत नाही यावे लागले."

"मॅडम, सर्व व्यक्ती सारख्या कशा असतील? व्यक्ती व्यक्तीमध्येही फरक असणारच. तुमच्या तालमीत ते दोघंही तयार होतील. ते सांगितलेलं काम मान मोडून करतात; पण स्वतःचं मत नोंदवण्यास बिचकतात. मॅडम, हा तुमच्या विद्वत्तेचा महिमा आहे. तुम्हाला आम्ही सर्व जण दबून असतो."

"मणिभद्र तुम्हीसुद्धा?"

"हो मॅडम."

"मी कधीतरी काही बोलते का? फक्त हे असं नको; असं हवं, एवढंच तर सांगते."

"मॅडम, हेच ते. याला तर आम्ही घाबरतो. मॅडमना हे आवडेल का... यात त्या किती दुरुस्ती सांगतील... याचाच विचार असतो. माझा आणि तुमचा जास्त दिवसांचा सहवास असल्यामुळे मला कमी आणि त्यांना थोडा जास्त दबाव असतो. अर्थात, हे नैसर्गिक आहे. तुम्हाला प्रत्येक गोष्ट अत्यंत योग्य आणि तुलनात्मक हवी असते. त्याप्रमाणे काम करताना ताण पडणार, पण त्याचं यशही धवल असतं. माझा अनुभव आहे. संशोधनाच्या प्राथमिक अवस्थेतच तुमच्यामुळे मला दिल्ली आणि अमेरिकेत चर्चासत्रात भाग घेण्यास मिळाला."

मणिभद्रशी संवाद झाल्यामुळे मॅडमना संतोष वाटला. त्या म्हणाल्या, "मणिभद्र,

नवीन मुलांना संदर्भ मिळत आहेत ना?''

''मॅडम, समीरच्या प्रबंधाचे बरेचसे संदर्भ उपलब्ध आहेत. तुम्ही मृणालसाठी जो विषय दिला, 'चालुक्यकालीन समाज व्यवस्था आणि विसाव्या शतकातील समाज व्यवस्था– एक तौलनिक अभ्यास' याचे फार तुटपुंजे संदर्भ मिळतात. मला आठवतंय, आपण पुणे विद्यापीठात जेव्हा संदर्भ अभ्यासात होतो तेव्हा माझ्या नजरेस ते पडले होते.''

''याचा अर्थ?''

''सरळ आहे, पुणे इथे जाणे गरजेचे आहे.''

''कोण जाणार?''

''तुम्ही मृणालला घेऊन गेलात तर जमेल.''

''नाही, मला सध्या कुलगुरूंनी एक परिषद घेण्यास सांगितलं आहे. माझ्यासोबत इतर विभागातील सहकारी आहेत. ते सर्व कार्यवाही करणार आहेत, पण मला लक्ष ठेवावं लागेल. तेव्हा मला महिनाभर जमणार नाही.''

''म्हणजे महिनाभर थांबावं लागेल.''

मृणाल त्यांचा संवाद ऐकत तिथेच होती. ती म्हणाली, ''मॅडम, मणिभय्या आणि मी गेलो तर.''

मणिभद्रला कल्पना होती, मॅडमना ही सूचना आवडणार नाही. समीर असता तर त्यांनीच तसे सांगितले असते. मृणालसोबत जाणे त्यांना मान्य होणार नाही. बुद्धिमान असल्या तरी मॅडम स्त्री होत्या. शिवाय, मृणालही दिसण्यास आकर्षक होती. कोणत्याही स्त्रीच्या मनात सहज येणारे विचार मॅडम टाळू शकणार नव्हत्या. आता मृणालनेच मार्ग सुचवला, त्यावर मॅडमची प्रतिक्रिया काय होणार याची तो वाट पाहू लागला. त्याच्या चेहऱ्यावर किंचित हास्य पसरले होते.

नभामॅडम त्यांच्याकडे पाहत होत्या. मणिभद्रचा चेहरा त्यांना सहज वाचता येत होता. त्याचे हास्य त्यांना आव्हान वाटले. त्यांना निर्णय घेणे भाग होते. त्यांना वेदना झाल्या, पण आव्हान अंगावर घेण्याच्या सवयीमुळे माघार त्यांच्या तत्त्वात बसत नव्हती. वेदना आंतरहृदयी सारून त्या स्थिरावल्या.

''हो, मणिभद्रला घेऊन जाण्यास काही हरकत नाही.'' मोठ्या कष्टांनी त्यांनी वाक्य उच्चारले.

मृणालच्या चेहऱ्यावर पसरलेला आनंद पाहून मॅडम कासावीस झाल्या. ''पुण्यात तुम्हाला ५/६ दिवस थांबावं लागेल. मुक्कामाची काय व्यवस्था?''

''मॅडम, माझी चुलत बहीण पाषाणला असते. तिचा मोठा फ्लॅट आहे. आमची सोय होण्यास अडचण होणार नाही. तो भाग विद्यापीठापासून जवळ आहे. आमच्या जिजूंची बाइक आहे. थोड्या दिवसासांठी ती आम्हाला सहज मिळेल.''

मृणाल प्रत्येक प्रश्नास उत्तर देत होती. तिचे बोलणे इतके सरळ होते की त्यात वावगे काही नव्हते.

"तुझी बहीण घरीच असते?" मॅडमनी विचारले.

"नाही मॅडम, ते दोघे नोकरी करतात. सकाळी ९ वाजता ते घर सोडतात आणि संध्याकाळी ७/७।। वाजता परततात."

"त्यांची मुले?"

"मॅडम सात वर्षे झाली त्यांच्या लग्नास पण अजून मूल नाही त्यांना."

डॉ. नभा मॅडम इतकी सखोल चौकशी करतात हे पाहून मणिभद्रला आश्चर्य वाटले. हा मॅडमचा स्वभाव नाही. आपण मृणालसोबत जाणार म्हणून हे असे दिसते. त्याला वाईट वाटले. मॅडमना कोठेतरी थांबवणे भाग होते. त्यांची आपल्यामध्ये ही गुंतवणूक धोकादायक वळणांवर आली आहे. कसे थांबवायचे हेच त्याला समजत नव्हते.

आता परवानगी देणे भागच पडले. मॅडमच्या डोक्यात एक विचार असाही येऊन गेला की मृणालचा प्रबंधाचा विषयच बदलून टाकू. पण ते फार वाईट दिसले असते. विषय आव्हानात्मक होता. त्यामध्ये त्यांना स्वतःसही आवड होती. संदर्भ मिळत नसतील तर विषय बदलणे तसे नवीन नव्हते. बाकी कोणास कळालेही नसते. अजून विषयांचे रजिस्ट्रेशन झाले नव्हते. पण मणिभद्रच्या नजरेतून ते सुटणारे नव्हते. विषय बदलला तर आपण मणिभद्रच्या नजरेतून उतरू. ते काही बोलणार नाहीत; पण त्यांच्या नजरेस नजर मिळवणे अवघड झाले असते.

अत्यंत जड आवाजात त्या म्हणाल्या,"मणिभद्र तुम्हास काही अडचण?"

"मॅडम, महिनाभर थांबून तुम्हीच मृणालसोबत गेला असता तर?"

"पण एक महिना दुसरे काही करता येण्यासारखे आहे काय?"

"वेळ घालवायचाच म्हटले तर काहीतरी करता येईल. पण त्याचा फारसा उपयोग नाही होणार. जस्ट टाइमपास!"

"नाही उगाच घालवण्यासाठी म्हणून वेळेचा अपव्यय करणे योग्य नाही. वेळ ही आपल्या हातातील गोष्ट नाही. विनाकारण कोणाचाही वेळ वाया घालवण्याचा हक्क आपणास नाही. तेव्हा तुम्ही मृणालला घेऊन जा. मी गुप्ते सरांना कल्पना देते."

"मॅडम, आम्ही सोमवारी जातो आणि लवकरात लवकर परत येतो. या मृणालला संदर्भ लक्षात घेण्यास जरा वेळ लागतो; परंतु तिला त्याचा उपयोग मात्र छान करता येतो." मणिभद्रच्या बोलण्यावर बोलण्यासारखे उरले नव्हते.

दिवसभर मणिभद्र मॅडमसमोर त्याचे काम करत बसला. पण मॅडमनी त्याची दखल घेतली नाही. त्यासुद्धा प्रोजेक्टबाबत लिखाण करत होत्या. त्यांच्या लिखाणात

सहसा खाडाखोड करण्याचा प्रसंग येत नसे. त्यांचे लिखाण सलग अखंडपणे चाले. वाक्याची लय इतकी सुंदर असे, की बघणारा गुंग होई. आज त्यांना वाक्ये लिहिताना सलगता मिळत नव्हती. शब्दांच्या जागा चुकत होत्या आणि योग्य अर्थ होत नव्हता. सतत खाडाखोड करून त्या वैतागल्या. शेवटी त्यांनी कागद चुरगाळून कचरापेटीत टाकला. दुसरा कागद समोर होता, पण एकाग्रता खंडित झाल्यामुळे त्यांनी चश्मा काढून ठेवला. डोळे घट्ट मिटून त्या डोक्यास हात लावून बसल्या. शेवटी त्यांनी आपल्या वस्तू गोळा केल्या आणि निघून गेल्या. त्यांची अस्वस्थता मणिभद्रला हलवून गेली.

मॅडम निघून गेल्यानंतर मणिभद्रने कचरापेटीतून तो चुरगाळलेला कागद बाहेर काढला. सकाळी त्यांची चर्चा झाली असल्यामुळे त्याला चटकन् संदर्भ लागला. त्याने शांतपणे दुसऱ्या कागदावर ते सर्व मुद्दे सलगतेने उतरवले. आज बुधवार, त्याचा मॅडमच्या घरी जाण्याचा दिवस. त्याला वाटले आज जाऊ नये; पण चालणार नव्हते. सुधाताई त्याची वाट पाहतच होत्या.

''मणिभद्र, या, आज काय झाले? नभाचा मूड बिघडला आहे. आज खूप शांत शांत आहे. ती जेव्हा बैचेन असते तेव्हाच अशी असते. तुमचा काही वाद झाला का?''

''माई काही झालेले नाही. एखाद्या वेळी एखादा मुद्दा कसा विस्ताराने लिहावा ते सुचत नाही. अशा वेळी माणूस थोडा वैतागतो. तसे काही झाले असावे. वाद झाला नाही; कारण त्या बोलल्याच नाहीत.''

मॅडम मणिभद्रचा आवाज ऐकून बाहेर आल्या. ''माई काही नाही गं! आज मला लिखाणास गती आली नाही.''

''मॅडम!'' असे म्हणून मणिभद्रने सोबत आणलेले कागद समोर ठेवले. त्यांनी ते वाचले.

''मणिभद्र, तुम्हाला कसे बरोबर समजले मला काय लिहावयाचे होते ते?''

त्याने चुरगाळलेला कागद समोर धरला. ''मॅडम आपली सकाळी सविस्तर चर्चा झाली होती. त्यामुळे तुम्हाला काय म्हणायचे ते समजले.''

''तुम्हाला माझ्यासंबंधी सगळे समजते. एक गोष्ट मात्र तुम्हाला समजत नाही किंवा तुम्ही समजूनच घेत नाही.''

मॅडम असे काही सरळ सुनावतील हे मणिभद्रला अपेक्षित नव्हते. तो चांगलाच गडबडला. ''मॅडम, सर्व वाङ्मयात स्त्रीविषयी लिहून ठेवले आहे की प्रत्यक्ष परमेश्वरासही त्यानेच तयार केलेली स्त्री त्यालाच समजली नाही. माणूस तर पामर.''

माई म्हणाल्या, ''अगं नभा, घरी आल्यानंतर तरी तुझा अभ्यास विसरत जा. तुम्ही दोघे अभ्यासाशिवाय इतर काही बोलूच शकत नाहीत का? मला मणिभद्र

यांच्याबरोबर खूप गप्पा करायच्या असतात.''

आपोआप विषय बदलल्यामुळे मणिभद्रला समाधान वाटले. तो सुधाताईंसोबत गप्पात रंगून गेला.

मॅडमच्या डोक्यातून मणिभद्र आणि मृणाल दोघे ५/६ दिवसांसाठी पुण्यास जाणार हा विषय जातच नव्हता. मणिभद्र तसे अत्यंत सरळ आहेत. आपण त्यांच्यासोबत राहिलो; परंतु त्यांचा तोल बोलण्यातूनही कधी गेला नाही. वागणे तर इतके चांगले, की शंका घेण्यास जागा नाही. पण, मृणालही सुंदर आहे. वयाने त्यांच्यापेक्षा लहान आहे. एकत्र येण्याने त्या दोघांचे प्रेम होऊ शकते. विचारांचे वादळ त्यांच्या डोक्यातून जाण्यास तयार होईना. काही बोलताही येत नाही.

"मॅडम," स्वयंपाकघरामध्ये येत मणिभद्र म्हणाला,"तुम्ही फार विचारात दिसता आहात.''

स्वतःला सावरून घेत त्या उत्तरल्या, ''काही नाही, आज नवीन काही सुचेना. सुचलेले उतरवायचे जमेना. होते असे कधी कधी. त्यामुळे भरकटल्यासारखे झाले. बाकी काही नाही.''

मणिभद्र त्यांचा चेहरा पाहत होता. तोंडातले बोलणे आणि चेहऱ्यावरील भाव यांचा मेळ बसत नव्हता.

"मणिभद्र, असे काय पाहता माझ्याकडे?''

"काही नाही.'' म्हणत त्याने नजर झुकवली.

मॅडमच्या डोळ्यांत जमा झालेले पाणी बल्बच्या उजेडात चमकत होते. एक नजर मॅडमकडे पाहून मणिभद्र सुधाताईंकडे परतला.

मणिभद्र आणि मृणाल पुण्यास निघून गेले. समीर काळे मॅडमसोबत राहिला. फक्त मुलाखत घेतेवेळी त्याचे आणि मृणालचे बोलणे झाले होते. दोघांना मणिभद्रच्या हवाली करून त्या प्रकल्पाच्या कामात गुंतल्या होत्या. आता मणिभद्र नसल्यामुळे त्यांना समीरकडे लक्ष देणे भाग होते. त्या दोघांना येऊन अद्याप महिनाही झाला नव्हता. त्या दोघांची अत्यंत प्राथमिक अवस्था होती. मॅडमनी समीरला त्याच्या नोंदी दाखवण्यास सांगितले. नोंदी तपासल्यानंतर मॅडमना त्याचे कौतुक वाटले. त्यांनी त्यांच्या प्रबंधाविषयी अत्यंत अचूक संदर्भ शोधले होते. शिवाय, त्या संदर्भाबाबत त्यांची स्वतःची मतेसुद्धा लिहिली होती. त्यांच्या लक्षात आले ही शैली मणिभद्रची, आणि समीरने ती तंतोतंत स्वीकारली होती. हा प्रबंधही चांगला होणार. त्या म्हणाल्या, "समीर, तुम्हाला प्रबंधाचा विषय छान समजला आहे.''

"मॅडम, ही सर्व मणिभय्याची कृपा. ते अत्यंत स्पष्टपणे सांगतात. त्यांच्यामुळे संदर्भ शोधणे सुलभ झाले. आता फक्त पेपर कसा लिहावयाचा आणि प्रबंधाची रचना कोणत्या पद्धतीने करायची याची माहिती ते सांगणार आहेत.''

"ते मी तुम्हाला सांगते." मॅडमनी त्यांच्याजवळील त्यांचे आणि मणिभद्रचे पेपर्स पाहण्यासाठी दिले. पुढे त्या म्हणाल्या, "पेपर लिहिणे तसे सोपे असते. आपण संदर्भ तपासून माहिती जमवलेली असते. त्या माहितीच्या आधारे शीर्षक ठरवायचे. एकदा शीर्षक ठरले की नंतर आपल्या माहितीच्या आधारे त्याला पूरक लिखाण करायचे, आपल्या लिखाणास भक्कम पुरावे द्यायचे आणि शेवटी आपली मते मांडायची. तुम्हाला अभ्यासण्यासाठी हे प्रसिद्ध झालेले पेपर्स दिले आहेत. तुम्ही चार दिवसांत एक पेपर तयार करा. नंतर आपण पाहू. समीर, मृणालचे काम कसे चालू आहे?" मॅडमना समजत होते आपण जे विचारत आहोत ते योग्य नाही; पण त्यांना राहवले नाही.

"मॅडम तिचेसुद्धा काम चालू आहे. पण तिला सतत मणिभय्याची मदत हवी असते. स्वतःची मते मांडताना ती जरा गोंधळते. परंतु हुशार आहे. थोड्या अवधीत ती रुळेल. थोडा कंटाळा करते. बैठक नाही अजून."

"हळूहळू त्यासुद्धा करतील. त्या पुण्याहून परतल्या की मी स्वतः लक्ष घालून तयार करते त्यांना. दुसऱ्यांवर अवलंबून राहणाऱ्या व्यक्ती धाडस करण्यास तयार होत नाहीत. जर प्रबंध पूर्ण करावयाचा असेल तर स्वतः झिजावे लागते. बघू! तुम्ही छान तयार करा तुमचा पेपर. आपण तो सुरुवातीस राज्यपातळीवर प्रकाशित करू. पण लक्षात ठेवा, तुम्हाला अनेक जण शंका विचारतील, प्रश्न करतील. त्यांना योग्य उत्तर देण्याचीही तुमची तयारी असली पाहिजे."

"मॅडम, मी असे ऐकले आहे की प्रबंध तयार करायचा, तो दाखल करायचा. नंतर इतर विद्यापीठांतील परीक्षकांनी मुलाखत घ्यायची की काम झाले."

"समीर, तुम्हाला मिळालेली माहिती चुकीची नाही. सर्व विद्यापीठांत असेच असते. पदवी मिळवण्यासाठी मार्गदर्शक आणि विद्यार्थी असे सोपे मार्ग स्वीकारतात. अनेक तडजोडीही करतात. पदवी मिळते आणि प्रबंधाची रद्दीही होते. फक्त पदवीसाठी नसते हे. अनुदान मंडळ केवढी रक्कम खर्च करते प्रबंधासाठी. त्यांची धारणा असते मूलभूत संशोधन व्हावे आणि त्याचा समाजाला उपयोग व्हावा. मला सांगा जेव्हा तुम्ही संदर्भ शोधता तेव्हा संशोधक कोणत्या देशातील आढळतात? भारतातील किती संशोधकांची नावे तुम्हाला दिसतात? दुःख होते. आपणाकडे बुद्धिमत्ता आहे; पण कष्ट घेण्याची तयारी नाही. मला असे संशोधन किंवा संशोधक नको आहेत."

"मॅडम, आता मला समजते की आपल्या विषयात तुमचा एवढा दबदबा का आहे."

"ठीक आहे! तुम्ही याच पद्धतीने अभ्यास चालू ठेवा." आत्मस्तुती नको म्हणून डॉ. नभा मॅडमनी विषय बदलला.

शुक्रवारी मणिभद्र परतल्याचे मॅडमना समजले. मणिभद्रने तसा फोन केला. आता शनिवार आणि रविवार ते येणार नव्हते. त्यांना सोमवारशिवाय मणिभद्र दिसणार नव्हते. त्या हिरमुसल्या. आठ दिवसांपेक्षा जास्त दिवस त्यांना त्यांचा सहवास मिळाला नव्हता.

शनिवारी त्या मृणालला घेऊन बसल्या. ''कशी झाली पुणे वारी?'' खोचकपणे त्यांनी विचारले.

''मॅम, मणिभय्या असल्यामुळे खूप संदर्भ मिळाले आणि तुमचे गुप्ते सर, केवढी प्रज्ञा त्यांची. त्यांनी खूप सहकार्य केले.''

''मृणाल, संशोधन असे सतत दुसऱ्यांचा आधार घेऊन कसे पूर्ण होणार? तुम्हाला दिलेला विषय खूप चांगला आहे. मला तुमच्या नोंदी तपासायच्या आहेत.''

''मॅम, मणिभय्यानी तपासून दिल्या आहेत.''

मृणालच्या एका वाक्याने मॅडमचे पित्त खवळले. ''मृणाल, तुमचा मार्गदर्शक कोण आहे? तुम्ही असे कसे बोलता?''

मॅडमचा सूर ऐकताच बिचारी मृणाल गांगरून गेली. तिला समजेना आपण काय चुकलो. तिने गुपचूप नोंदवही मॅडमच्या समोर ठेवली.

मॅडम नोंदी तपासत होत्या, पण त्यांच्या वृत्ती स्थिर नव्हत्या. फक्त दोष बघायचे या विचारांनी त्यांना घेरले होते. त्या सतत मृणालला सुनावत होत्या. तिला समजेना आता काय करावे. रडवेल्या चेहऱ्याने ती बसून राहिली.

मृणालला बराच वेळा फैलावर घेतल्यानंतर मॅडम जरा स्थिर झाल्या. त्यांना जाणीव झाली आपण उगाचच मृणालवर ओरडलो. वास्तविक आपण शांतपणे त्यांना समजावू शकलो असतो. त्या तशा नवीन आहेत. आपण त्यांना समजावून सांगणे गरजेचे आहे. मणिभद्रसोबत जाण्यास आपणच परवानगी दिली. ही गोष्ट मणिभद्रना समजणार याची त्यांना भीती वाटली. बाण सुटला होता. हे सावरून घ्यायला पाहिजे. त्यांनी मृणालची नोंदवही ठेवून घेतली. रविवारी पूर्ण सुट्टी घेण्याची त्यांची सवय होती. तरीही त्यांनी मृणालला रविवारी येण्यास सांगितले . मृणाल गेल्यानंतर त्या आत्मनिंदा करू लागल्या. मणिभद्र आपल्या जीवनात केवढे भरून राहिले आहेत. अजून त्यांच्या विचारांची आपणास पक्की माहिती नाही. कळते पण वळत नाही. जर मणिभद्र माझ्या आयुष्यात येऊ शकले नाहीत तर मी उद्ध्वस्त होईन का? का मला एवढे भारून टाकले या माणसाने? का माझ्या कानात त्याचे शब्द घुमत राहतात. 'नभा तू फार सुंदर आहेस' माझी सुटका कशी होणार? मॅडमना फार असहाय वाटले. त्यांचे डोळे भरून आले.

''हॅलो! महंती मॅडम.''

नभा मॅडम गडबडल्या. विभागप्रमुख डॉ. फत्तेसिंह माने समोर उभे होते. त्याही

उभ्या राहिल्या.

"घरी निघालो होतो. तुम्ही दिसल्या म्हणून आलो. तुमच्या कामाबद्दल आम्हाला फार अभिमान वाटतो. तुम्ही विषय फार चांगले निवडता. तुम्हाला विद्यार्थीही उत्तम मिळतात. तुम्ही निवडलेले समीर काळे आणि मृणाल मोहिते दोन्ही आमच्या नात्यातील आहेत. दोघांच्या पालकांचे फोन आले होते. चौकशी करीत होते. आम्ही त्यांना सांगितले आमच्या मॅडम जागतिक कीर्तीच्या संशोधक आहेत. तुमच्या मुलांचे भवितव्य उज्ज्वल आहे."

"सर, दोन्ही मुले अभ्यासू आहेत, मृणाल आणि मणिभद्र संदर्भासाठी पुण्यास गेले होते."

"आपल्याकडे संदर्भ नाहीत?"

मॅडमनी नकारार्थी मान हलवली.

"तुम्ही ताबडतोब संदर्भ ग्रंथाची मागणी घ्या. आम्ही महिन्याच्या आत तुम्हास ते देण्याची व्यवस्था करतो. तुम्हाला माहिती आहे, कुलगुरू आणि आमचे संबंध फार चांगले आहेत. आपण आपला विभाग ग्रंथांच्या बाबतीत समृद्ध करू. पैशाची जबाबदारी आमची."

"फारच छान! तुम्ही लक्ष घालणार म्हणजे काम होणारच. धन्यवाद सर! मी मणिभद्रच्या मदतीने चार-पाच दिवसांत सविस्तर यादी तुमच्या ताब्यात देते. सर्वांनाच त्याचा उपयोग होईल."

"द्या मॅडम!" एवढे बोलून सर निघून गेले.

माने सर निदान महंती मॅडमच्या बाबतीत बदलले होते. त्यांचे सहकार्य नेहमी मिळत असे. तसे पाहिले तर मॅडमच विद्यापीठात नवीन होत्या. कोणावर विश्वास ठेवावा असा संभ्रमही असे. सरांनी मुद्दाम या दोघांबद्दल तर सांगितले नसेल? मॅडमच्या मेंदूला आणखी ताण आला. अर्थात, मुलांनी सरांना काही सांगितले असण्याची शक्यता धूसर होती. मृणालला आपण बोललो आणि सरांनी सांगितले ती नातेवाईक आहे. योगायोग असण्याचीच शक्यता. मॅडमनी मृणालला रविवारी बोलावले होते; कारण तिला विनाकारण बोलल्याची टोचणी त्यांना लागली होती. खरे तर त्यांना मणिभद्रला समजले तर, याचीच चिंता होती.

रविवारी सकाळी मृणाल विभागात आली. मॅडम काय बोलतील हे तिला समजत नव्हते. तिचा इवलासा चेहरा पाहून मॅडम म्हणाल्या, "मृणाल, तुम्ही घाबरू नका. इथे बसा!" मृणालला धीर आला.

"तुम्ही काढलेले संदर्भ मी तपासले. तुम्ही छान काम केले आहे. तुम्हाला काल बोलले कारण तुम्ही हुशार आहात; फक्त आत्मविश्वास कमी वाटतो. तुम्ही सतत आधार शोधत राहाल तर प्रगती कशी होणार? वेग कसा पकडणार? तुम्हाला

किंवा समीरना दिलेले विषय वेगळे आहेत. खूप कष्ट करावे लागणार. यश मात्र उत्तम मिळणार. कालचे सर्व विसरून जा आणि आत्मविश्वासाने काम करा. अडचण आली तर मी आहे. मणिभद्र आहेत. काय?''

''मॅम मला दुसऱ्यांवर अवलंबून राहण्याची सवय झाली आहे. तुम्ही सांगितल्याप्रमाणे मी आतापासूनच वागणार आहे.''

''पाहा,किती विश्वास आला तुम्हाला. समजा काही चुका झाल्यातर होऊ द्या. चुकांतूनच माणूस शिकत जातो. तुम्हाला संदर्भ भरपूर मिळाले आहेत. त्याच्या आधाराने तुम्ही 'चालुक्यकालीन सामाजिक जीवन' या विषयावर छान पेपर लिहून आणा. वेळ लागू द्या, पण स्वतः विचार करून लिहा. त्यावर तुमचे मत नोंदवा. जमेल ना?''

मॅडमने आपणास काम सांगितले याचा मृणालला आनंद झाला. ''मॅम, मी बुधवारपर्यंत तुम्हाला पेपर आणून देते.''

मॅडमनी तिला मणिभद्रच्या पेपरची एक प्रत दिली. ''मृणाल, हा पेपर संदर्भासाठी राहू द्या.''

मणिभद्रभय्याचा पेपर मिळाल्यामुळे ती आणखीनच खूष झाली.

तिच्या चेहऱ्यावरील भाव पाहून मॅडमना समाधान वाटले. आता मणिभद्रला हे समजणार नाही, असे त्यांना वाटून गेले. आपण खूप संयमाने वागले पाहिजे. अभ्यास आणि भावनांचा एकमेकांवर परिणाम झाला नाही पाहिजे, अशी खूणगाठ त्यांनी स्वतःशी बांधली.

सोमवारी मणिभद्र नेहमीप्रमाणे आल्यानंतर त्यांच्या चित्तवृत्ती बहरल्या. मळभ निघून गेले. ''मिळाले आपणास पाहिजे असणारे संदर्भ?'' त्यांनी विचारले.

''मॅडम, मृणालसाठी तर खूप संदर्भ मिळाले. शिवाय आपल्या प्रकल्पासाठीही जरा वेगळे संदर्भ सापडले आहेत. त्याचा उपयोग परिणामकारकपणे कसा करावा ते समजेना.''

मॅडम हसून म्हणाल्या,''मणिभद्र, तुम्हाला संदर्भ शोधण्यामुळे थकवा आला असावा. नाहीतर संदर्भाचा उपयोग कसा करावा, असा संभ्रम तुम्हाला पडणे शक्य नाही!''

''मॅडम, मी विद्यार्थीच आहे. तुमच्यापेक्षा अनुभव विश्व कमीच आहे.''

''माझी थट्टा करण्याचा मूड दिसतोय.''

''नाही मॅडम. तुम्ही वाचून बघा. आपण सांगितलेल्या नवीन कल्पनांना छेद देणाऱ्या गोष्टी वाटतात.''

मणिभद्रच्या बोलण्याने मॅडम गंभीर झाल्या. ते इतके प्रतिभावान आणि त्यांचे सांगणे ऐकून मॅडम आणखीनच गंभीर झाल्या. त्यांनी ते संदर्भ वाचण्यास सुरुवात

केली. आणलेले संदर्भ अप्रतिम आणि महत्त्वपूर्ण होते. त्या सावध झाल्या. त्यांना बौद्धिक चालना मिळाली. अशा वेळी त्या वेगाने विचार करत आणि त्यांना झट्‌कन ते कसे वापरायचे लक्षात येई.

बऱ्याच वेळाने त्यांनी कागदातून नजर वर केली. ''मणिभद्र, तुमच्या बुद्धीविषयी काही बोलायलाच नको. तुम्ही आणलेल्या नोंदी खूप महत्त्वाच्या आहेत. तुम्ही म्हणता त्याप्रमाणे आपल्या पूर्वकल्पनांना छेद देत नसून, उलट पूरकच आहेत. फक्त त्यांना योग्य ठिकाणी वापरले पाहिजे. मी तुम्हाला काही सुचवते त्याप्रमाणे विचार करा. तुम्हाला आपोआप समजेल.''

मॅडमनी त्यांच्या विचारास दिशा दाखवली. मणिभद्रच्या चटकन् लक्षात आले. ''अरेच्चा! तुम्ही म्हणता ते बरोबर आहे. पाहा मॅडम! मी बुद्धूच आहे ना!'' तो हसू लागला. मॅडमना पण हसू आले.

''मणिभद्र, प्रकल्पासांठी तुमची सोबत मिळाली त्यामुळे आपण आपल्या विषयात काहीतरी करू शकलो. आता प्रकल्पाचे काम आटोक्यात आले आहे. आता तुमच्या प्रबंधावर लक्ष केंद्रित करा. सर्व तयारी त्याचीसुद्धा झालीच आहे. फक्त लिखाण पूर्ण करा. विक्रमी कमी वेळात तुम्हाला डॉक्टरेट मिळाल्याचे पाहण्याची इच्छा आहे.''

''मॅडम, मी लिखाणास सुरुवात केली आहे. तुमचा व्याप वाढला आहे. समीर आणि मृणालसारखे विद्यार्थी तुम्हाला मिळाले आहेत. काही दिवसांमध्ये ते माझी उणीव भरून काढतील.''

''तुम्ही कोठे जाणार आहात?''

''अहो, माझी पदवी मिळाल्यानंतर मला जावे लागणार नाही का?''

''नाही. मणिभद्र तुम्हाला असे जाता येणार नाही. तुम्हाला विद्यापीठात नोकरी मिळण्यास अडचण नाही येणार. आपण सेवानिवृत्तीपर्यंतच नव्हे, तर नंतरसुद्धा एकत्रच राहाणार,'' मॅडम ठामपणे म्हणाल्या.

विषयाला भलतेच वळण लागल्यामुळे मणिभद्र अस्वस्थ झाला. ''मॅडम, वर्तमानात या. पुढचे पुढे पाहू.''

''हं!'' असा उच्चार करून मॅडम डोळे मिटून विचारमग्न झाल्या. तेवढ्यात समीर आणि मृणाल आल्यामुळे तो विषय तेथेच थांबला. मणिभद्रच्या अंगावर सर्रकन काटा आला.

☙

आत्मारामजी आपल्या नातीवर खूप खूश होते. त्यांचे नियमित व्यवहार पूर्ववत सुरू झाले होते. त्यांच्या दुखण्याच्या आठवणी विस्मृतीत गेल्या होत्या. त्यांना

आठवत होती सदानंदाची निरपेक्ष सेवा. त्यांना आठवत होती त्यांच्या स्वतःच्या गलिच्छ शब्दांची ती आठवण. भाजलेली जखम भरून आली तरी राहणाऱ्या व्रणांसारखी होती. जेव्हा ते घरी येत, तेव्हा ते प्रथम नातीकडे जात. गोरीपान, नाकी डोळी सुंदर, भरपूर जावळ आणि अत्यंत दणकट पण लोभस बाळ ! त्यांना वाटे आपलीच नजर लागणार. ते सरोजमावशीला रोज तिची नजर उतरून टाकण्यास लावत. आत्माराम दिसले की ती छोटी, टपोऱ्या डोळ्यांनी सतत त्यांच्याकडे पाही. फक्त महिन्याची झाली होती; पण अत्यंत चलाख होती.

"सरोज, आज मी स्वामीजींना फोन करून नाव ठेवण्याविषयी विचारले. पुढील मंगळवारी मुहूर्त चांगला आहे म्हणत होते."

"अहो, पण मंगळवार कामाचा दिवस. सर्वांना कसे जमणार? स्वामीजी येणार ना?"

"अगं त्यांनीच सांगितले. त्यांनी तिची पत्रिका तयार केली. त्यानुसारच मुहूर्त काढून दिला. हे बघ. गंधाचे लग्न गुपचूप लावण्याची पाळी आली. आता नाव ठेवण्याचा कार्यक्रम जोरदार करायचा."

"अहो तुम्ही काही ठरवण्यापेक्षा आधी जावयांचा सल्ला घ्या. तुमच्या श्रीमंतीच्या ओझ्याखाली त्यांची घुसमट होणे नको."

"बाबा, आई म्हणते ते बरोबर आहे. जरी दाखवत नसले तरी तुमच्यासमोर माझ्या घरातले सर्व जण दबूनच असतात. तुमच्या लक्षात आले का? नंदजी सोडून कोणीही आपल्या घरी पाऊल ठेवले नाही. मुलीला पाहण्यासाठी आले ते दवाखान्यात. तुम्हाला भेटण्यासाठीसुद्धा दवाखान्यात. तुमच्या कोणाच्याही लक्षात आले नाही. त्यांनी एकदाही घरी येण्याविषयी उत्सुकता दाखवली नाही. लग्न झाल्यापासून त्यांनी आपल्या घरातील पाणीसुद्धा घेतले नाही. त्या वेळची परिस्थितीही तशीच होती."

"होय गंधा. माझ्या लक्षात खरेच आली नाही ही गोष्ट. तू त्यांच्यासोबत राहिलेली आहेस. तुला त्यांचे स्वभाव माहिती झाले आहेत. तेव्हा तूच सांग काय करावे ते."

"बाबा, मी काय सांगणार! तुम्ही आईलाच विचारा."

"अहो मला वाटते आपण दोघे उद्या त्यांच्या घरी जाऊ. त्यांच्याशी चर्चा करू. आपण गेल्याने त्यांना बरे वाटेल. जाण्यापूर्वी फोन करा. कारण जावई आणि इरा घरी नसतात. कल्पना दिली म्हणजे घरी थांबतील."

"मी अवंतीबाईंना कल्पना देतो."

आत्मारामांनी इरावतीस फोन लावला, "हॅलो, इराबेटा मी निपाणीतून बोलत आहे."

इरावतीला धक्का बसला. "गंधाचे बाबा?" "हो." "बाबा मी इरावती आहे."

"तुझ्या आईसाहेब आहेत का? त्यांच्याशी बोलायचे आहे."

"थांबा! आईजवळ देते फोन."

"हॅलो!"

"नमस्कार! मी निपाणीतून आत्माराम. तुमच्याशी बोलायचे आहे."

"सर्व ठीक आहे. बाळ उत्तम आहे. तिची पत्रिका पूर्णानंदस्वामींनी तयार करून, येत्या मंगळवारी नाव ठेवण्याचा मुहूर्त काढला आहे."

"असे का?"

"आम्ही तुम्हाला आमंत्रण देण्यासाठी उद्या येऊ का विचारण्यासाठी फोन केला."

"अहो, तुम्ही सदाला विचारून ठरवा."

"तसे कसे? तुम्ही मोठ्या आहात. तुमच्याशी चर्चा करायची आहे. अर्थात, इरावती आणि सदानंदजी पाहिजेत. सर्व मिळून कार्याची रूपरेषा ठरवलेली बरे, असे वाटते."

"ठीक आहे, मी सदाशी चर्चा करून तुम्हाला कळवण्यास सांगते."

फोन झाल्यानंतर आत्मारामजींना हलके झाल्याप्रमाणे वाटले. गंधालाही बरे वाटले. थोड्या वेळांनी सदानंदाचा फोन आला. त्यांनी उद्या दुपारी येण्यास संमती दिली.

दुसऱ्या दिवशी आत्माराम आणि सरोज सदानंदाच्या घरी आले. त्यांनी हात जोडून अवंतीबाईंना नमस्कार केला.

"बाबा, मंगळवारी कार्यक्रम करावयाचा?"

"हो सदानंदजी. आईसाहेब, मला वाटते नातीचा नाव ठेवण्याचा कार्यक्रम जरा दिमाखात करावा. लग्नाच्या वेळी मुलांची हौसमौज झाली नाही. माझ्या किंवा तुमच्या स्नेही मंडळींना बोलावता आले नाही. अर्थात, तुमची परवानगी असेल तरच. तुम्ही असे समजू नका आम्ही श्रीमंतीचे प्रदर्शन मांडणार, तुम्हाला लाजवणार. आमची एकुलती एक मुलगी. आमचे सर्व तिला आणि सदानंदांनाच आहे. पाहा, अर्थात तुमचे म्हणणे शेवटचे आहे."

"गंधाचे बाबा, तुम्ही अपराध्यासारखे बोलू नका. झाले गेले विसरून जाऊ आणि बाळाचे आगमन चांगल्या रीतीने साजरे करू." अवंतीबाईंच्या बोलण्याने सर्वांना हायसे वाटले.

ताण कमी करण्यासाठी इरावती म्हणाली, "बाबा, बेबीच्या आत्याला छान साडी घ्यावी लागेल बरे!"

सर्वांना हसू आले.

"इराबेटा, फक्त साडी नव्हे तर काय पाहिजे ते सांग."

''बाबा, तुम्ही बोललात आणि सर्व मिळाले. आपण सर्वांनी आनंदात राहावे याच्यासारखा दुसरा ठेवा असेल का?''

इरावतीच्या दोन वाक्यांतून आत्मारामांना तिच्या हुशारीची ओळख पटली.

''इराबेटा, तू अत्यंत समर्थपणे एक कारखाना पाहतेस. सर्व आर्थिक व्यवहार अत्यंत चांगल्या पद्धतीने हाताळतेस. गंधा नेहमी तुझ्याविषयी सांगत असते. मी व्यापारी माणूस आहे. व्यवसाय करताना किती समस्यांना तोंड द्यावे लागते हे ज्याचे त्यालाच कळते. खरोखर तुझे कौतुक करावे तेवढे थोडे.'' आत्माराम मनापासून बोलले.

तेवढ्यात मोठ्या घाईने दुर्गाप्रसादचे आगमन झाले. ''माँजी, मला लेट झाली. कारखान्यामदून जमले नाही येणे. एक पार्टीचा माल दियाचा हुता. मेमजीना सांगतल हुंत.''

सदानंद म्हणाले, ''असू द्या. इरादिदी नसल्यामुळे सर्व तुम्हालाच बघायचे होते. झाला असेल उशीर. हे माझे सासू सासरे.''

''पाँव लागू साबजी!'' अत्यंत विनयाने त्याने दोघांना नमस्कार केला.

आत्मारामजींचा प्रश्नार्थक चेहरा पाहून सदानंद म्हणाले.

''बाबा, हे दुर्गाप्रसादजी. इरादिदीसोबत कारखाना पाहतात. सुपरवायजर आहेत. सर्वांत महत्त्वाची गोष्ट म्हणजे दिदीचे यांच्याशी लग्न होणार आहे. हे बिहार प्रांतातील आहेत. सोबत काम करताना त्यांचे एकमेकांशी पटले. त्यांनी लग्नाविषयी विचारले. आईने परवानगी दिली. गंधा इकडे आली म्हणजे रजिस्टर लग्न करावयाचे आहे.''

''वा! तुमच्या मुलीचा पायगुण म्हणायचा. छान झाले. आम्हाला आनंद वाटला,'' दुर्गाकडे पाहत आत्माराम म्हणाले.

''तुम्ही सर्व जण बसा. नाश्ता तयार आहे.'' अवंतीबाईंनी सांगितले.

''सदानंदजी, माझी एक विनंती आहे.''

''काय बाबा?''

''मी माझ्या नातीसाठी, तुमच्या नावाने कार घ्यावी असा विचार करतो.''

''बाबा कशाला?''

''नाही म्हणू नका. प्लीज.''

''अहो, आईला आवडणार नाही.''

''तुम्ही त्यांची समजूत घाला. तुमचा उपमर्द समजू नका. मी गंधाच्या लग्नासाठी काही रक्कम बाजूला ठेवली होती. तुम्ही आणि गंधा वेगळे नाहीत. तेव्हा नाही म्हणू नका. मी सर्वदेखत मोठेपणा म्हणून देणार नाही. तुम्ही गंधाला इकडे घेऊन येताना त्या कारमधून या. तुम्हाला कार भेट दिली असेही कोणाला सांगणार नाही.''

"बाबा, मी आई, दिदी आणि गंधाशी बोलून तुम्हाला फोन करतो."

त्यांचे बोलणे ऐकण्यासाठी दुर्गाशिवाय कोणीच नव्हते. सरोज आणि दुर्गाचे बोलणे चालू असल्यामुळे त्याचेही लक्ष नव्हते.

नाश्ता झाल्यानंतर आत्मारामनी पुन्हा सर्वांनी येण्याविषयी सांगितले.

"सदानंदजी, आम्ही परत जाताना तात्यासाहेब आणि सुमतीताईंना भेटून आमंत्रण देऊन जातो. तुम्ही आमच्या वतीने तुमच्या सहकाऱ्यांना आमंत्रण सांगा."

"हो सांगतो बाबा. पण मंगळवार कामाचा दिवस. किती जणांना जमते ते पाहू."

"अहो तुमची बँक ३।। वाजता बंद होते. सर्वांना घेऊन येण्यास अडचण नाही. आपण संध्याकाळी कार्यक्रम ठेवू. अर्थात, गंधा सर्वांना आमंत्रण देणार आहेच. तुम्ही फक्त पूर्वकल्पना द्या आणि नियोजन करा. तुमचे मित्र आणि सहकारी येतील असे पाहा."

"ठीक आहे. करतो व्यवस्था."

आत्मारामांनी नातीच्या कार्यक्रमासाठी हात खोलून पैसा सोडला होता. गावातील अत्यंत अलिशान हॉल ठरवला होता. गावातील १००० पेक्षा जास्त संबंधितांना आमंत्रण पत्रिका दिल्या होत्या. जेवणासाठी बंगळूरहून आचारी मागवले. १० प्रकार मिठाईचे, दाक्षिणात्य जेवणाचे २० प्रकार, शिवाय इडली, डोसा, भेळ, पाणीपुरी, आईस्क्रीम कशात कमी पडू दिले नाही. डेकोरेशन अप्रतिम केले होते. नाव ठेवण्याच्या कार्यक्रमाच्या प्रत्यक्ष दर्शनासाठी मोठा पडदा लावला होता. त्यांच्या घरातील पहिलेच कार्य. गार्डन हॉल असल्यामुळे विद्युत रोषणाई भरपूर केली होती. सदानंद आणि मणिभद्र रविवार दुपारपासूनच आत्मारामांच्या साहाय्यासाठी आले होते.

गंधाने तिच्या बेळगावातील १० मैत्रिणींना फोन करून येण्यास आमंत्रण दिले होते. सदानंदानी पटवारी साहेबांना सर्वांना घेऊन येण्याची विनंती केली होती. इरावती, आई आणि दुर्गाप्रसाद यांना घेऊन येणार होती.

मंगळवारी सकाळी १० वाजल्यापासून पूर्णानंदस्वामी आणि मणिभद्र यांनी होम हवनास सुरुवात केली. सदानंद आणि गंधमती बाळास घेऊन पूजेस बसले होते. सरोजमावशी साहित्य हुडकून देण्यात गुंतल्या होत्या. इरावती, अवंतीबाई आणि वरदाई गंधाशेजारी बसल्या होत्या. दुर्गाप्रसादला काही समजत नसल्यामुळे एका कोपऱ्यात खुर्ची घेऊन तटस्थ बसला होता. दुपारी १ वाजेपर्यंत होमहवनाचा कार्यक्रम सुरू होता. फक्त घरातील सदस्य आणि आत्मारामांच्या दुकानातील मुनीमजी आणि कामगार, इतकेच लोक असल्यामुळे पूजा झाल्यानंतर भोजन घेऊन बाळास आशीर्वाद देऊन पूर्णानंदजी निघून गेले.

संध्याकाळी ७ वाजल्यापासून आमंत्रित व्यक्ती येण्यास सुरुवात झाली. वाद्यवृंदाची झकास सोय केली होती.

गंधाच्या बँकेतील सदस्य एकंदरीत सोहळा पाहून दिपून गेले. अर्चना मॅडमनी गंधाला सांगितले, "लग्न समारंभापेक्षा शानदार समारंभ केला तुझ्या बाबांनी." पटवारीसाहेब तर समारंभ करण्यात पुढाकार घेणारे. त्यांना हा शानदार कार्यक्रम आवडला. ते आपल्या सहकाऱ्यांना घेऊन वाद्यवृंद स्टेजवर गेले आणि नृत्याची धमाल उडवली. स्टेजवरील दृश्य क्रेनवरील कॅमेऱ्यातून पडद्यावर प्रक्षेपित होत होते. सर्व जण रंगून गेले होते. बरोबर आठ वाजता सर्वत्र शांतता पसरली. स्पीकरमधून आवाज आला. मणिभद्र निवेदन करत होता. "आता काही क्षणांत मुलीची आत्या नाव सांगणार आहे. कृपया शांत राहा."

इरावती एका टेबलवर उभी राहिली. "माझ्या भाचीचे नाव आम्ही 'गार्गी' ठेवले आहे."

पडद्यावर मुलगी दिसत होती आणि गार्गी नावाची पट्टी खालून वरच्या बाजूस जाताना दिसत होती.

टाळ्यांचा प्रचंड कडकडाट झाला. नृत्याला आणखीन जोश आला. वरदाईला बरे वाटले. देवीचे नाव ठेवले होते.

"गंधा, नऊ वाजले आहेत. आम्ही निघतो आता." सुमतीताई सांगत होत्या. "तुझे आता सर्व पुन्हा पहिल्यासारखे झाले, बरे झाले बाई!"

"गंधा, आता तुझी गार्गी आमचा मोठा विरंगुळा होणार. तू बँकेत आणि गार्गी आमच्या ताब्यात." तात्या म्हणाले.

"गंधा, कधी येणार तू बेळगावी?"

"ताई, आठ दिवसांनी इरादिदीचे लग्न आहे."

"काय? इरावतीचे लग्न?" सुमतीताईंनी आश्चर्याने विचारले.

"होय! त्यामुळे रविवारी येणार आहे. पण लग्न होईपर्यंत आम्हाला गावातील घरी राहावे लागणार आहे. त्यानंतर मला कामावर हजर राहावे लागेल. तोपर्यंत काय काय घडते ते बघू."

हॉलमध्ये एका बाजूला अवंतीबाई-इरावती आणि सदानंद बसले होते.

"सदा, तुझे सासरे फारच हौशी दिसतात. लक्षात राहील असा कार्यक्रम केला. शेवटी श्रीमंती कशी असते हे दाखवलेच. अरे! १० तोळे सोने घातले त्यांनी नातीच्या अंगावर. मला कल्पना होती म्हणून मी मुद्दाम ५ तोळे सोने आणले होते."

"आई, आहे त्यांच्याकडे पैसा. पण श्रीमंती आपणास नाही तर निपाणीतील त्यांच्या ओळखीच्या लोकांसाठी. अगं यांचे उठणे बसणे उच्चभ्रू लोकांत आहे. यांच्या आपापसात चढाओढी असतात. तू असे केले होते; मी यापेक्षा वरचढ

करणार. आपली आणि त्यांची संस्कृतीच वेगळी आहे.''

''सदा, मी गमतीने आत्याला साडी पाहिजे म्हटले होते. त्यांनी खास बंगळूरला तातडीची मागणी नोंदवून ही रेशमी साडी मुद्दाम तयार करवून आणली. कमाल आहे त्यांची. किती पैसे द्यावे लागले असतील. त्यांच्या ओळखीही खूप दिसतात.'' इरावती साडीचा पदर हातामध्ये धरून बोलली.

''आई, तू जर परवानगी दिली नसती तर त्यांनी अत्यंत साध्या पद्धतीने कार्यक्रम करण्याचे ठरवले होते. त्यांना आजारपणाने माणसात आणले. जर ते पूर्वीचे आत्मारामजी असते तर आपणास विचारण्यास आले नसते. तू पाहतेसच की प्रत्येक बाबतीत तुला प्रथम विचारतात.''

''सदा, ते बदलले आहेत हे मात्र खरे. काही असू दे. तुझे आणि गंधाचे जीवन आता रीतसर झाले. पूर्णानंद स्वामीजींचा आशीर्वाद मुलीला मिळाला. ते मणिभद्र त्यांच्या गादीवर बसणार आहेत ना?''

''हो, मणिभद्रांचे शिक्षण चालू आहे. ते पुढील वर्षी संपेल. नंतर राणीहळ्ळीच्या पिठावर तेच असणार आहेत.''

''चला, दोघां स्वामीजींचा आशीर्वाद मिळाला गार्गीला.''

तेवढ्यात आत्मारामजी तेथे आले. अवंतीबाई म्हणाल्या,''कार्यक्रम छान झाला. आम्ही निघतो आता.''

''नाही, तुम्ही आज आमच्या घरी थांबा. सकाळी जेवण करून जा.''

इरावती म्हणाली, ''बाबा, आज कारखान्यावर नाही; उद्याही नाही, कसे चालेल? शिवाय, दुर्गाजी तेथे असते तर ठीक होते. आम्ही दोघेही नाही म्हटल्यावर साहेब ओरडतील.''

''इरा बेटा, उद्या दुपारी तुम्ही जाता आहात. सकाळी फक्त तुम्ही नसणार. आज मी ऐकणार नाही. तुम्ही मुक्काम करायचा.'' आत्मरामांच्या बोलण्यामुळे सर्वांचा विलाज खुंटला.

आत्माराम निघून गेल्यानंतर सदानंद म्हणाले, ''आई, पाहिलेस किती आग्रह करतात ते. आता काय बोलणार! तुला आणखी एक सांगायचे राहिले. ते मला कार देतो म्हणतात.''

''सदा, हा मिंधेपणा होणार नाही का?''

''तुझ्या आधी मी नकार सांगितला. ते म्हणतात, मी गंधाच्या नावाने पैसा ठेवला होता, तो तुम्ही घेणार नाही. त्यातील थोडा भाग मी वस्तुरूपाने देतो. नाही म्हणू नका. शिवाय ते म्हणाले, मी कार दिल्याचे कोणाला सांगणार नाही. आताही पाहा, गंधाला त्यांनी केवढे दागिने दिले आहेत.''

''अरे दागिने स्त्रीधन. त्यावर आपला हक्क नाही. त्याबाबत आपण काय

बोलणार? पण कार म्हणजे...?''

"आई, ते फार विनवणी करत होते. नकार देऊन दुखावणेसुद्धा बरे वाटत नाही. मी त्यांना सांगितले- घरातील सर्वांशी चर्चा करून सांगतो.''

"गंधाचे काय म्हणणे आहे?''

"तीसुद्धा नको म्हणते. पण बाबा ऐकण्यास तयार नाहीत. ते म्हणतात, माझी नात घरातून जाताना नवीन कारमधूनच जावी.''

"सदा, मला पटत नाही. तू आणि गंधा मिळून निर्णय घ्या.''

"आई शक्यतो टाळतो.''

कार्यक्रम संपवून सर्वांचे दिनक्रम नियमित सुरू झाले. दुर्गाप्रसादने इरावतीच्या सांगण्याप्रमाणे आपल्या आईला लग्नाविषयी आणि त्यांना येण्याविषयी सांगितले. फोनवरून इरावती त्यांच्याशी बोलली. तिने येण्याविषयी फार आग्रह केला. शेवटी त्यांनी येण्याचे कबूल केले. इरावतीने त्यांना तिकीट काढून येण्याची सोय केली. त्यांना इतक्या दूरचा प्रवास, अनोळखी प्रदेश, नवीन भाषा फार दडपण आले. आत्तापर्यंत ज्या स्त्रीने गावाची वेससुद्धा ओलांडली नव्हती, तिला एकटीला इतक्या दूरचा प्रवास करणे संकट वाटत होते. शिक्षण नाही, वाचता येत नाही. धड बोलणे नाही. जीव मुठीत धरून प्रवास केला. सोबत भ्रमणध्वनी असल्यामुळे थोडा धीर आला. सुदैवाने रेल्वे बदलण्याची वेळ आली नाही. इरावतीने बंगळूरचे तिकीट काढून दिले होते. दुर्गाला बंगळूरहून त्यांना आणण्यास पाठवले. ती आणि दुर्गा सतत फोन करून धीर देत असल्यामुळे त्या बिचाऱ्या कशाबशा बेळगावी पोहोचल्या.

"अरे छोरे! जी बहुतरी घबरा गवाँ । इत्ती लंबी यात्रा कोई मजाक नाही होत। तू काहे इत्ता दूर आई गवाँ । ओर लगन इत्ते दूर की छोरीवाँ से करतवाँ । म्हारे माथे नाही पडतवाँ ।''

"मैय्या, आपनकी ओर काम मिलता नाही । तो खाने मे दिक्कत पडत हुई गवाँ । हमरा पडाई कित्ता? कहाँ काम मिलतवाँ । तू भी काई सोचत वाँ । इती दूर आई गवाँ तभी पैसा दिखतवाँ । थारेको हर महिनामां पैस मिलतवाँ ना? अपन के यहाँ ये हुवतवाँ । मेमजी भी हमरे साथ काम करतवाँ । उने तो मुझसे तिगना पैसा मिलतवाँ । ओर दिलकी बहुतन अच्छी हुयी मैय्या! ''

"वो छोरी भी तुमरे साथ काम करतवाँ? इसी फॅक्टरी मालिक इन्हे दी गवाँ। मालिक तो कभी कभार फॅक्टरीमाँ आवत। पूरा काम मेमजी ओर मै ही दिखतवाँ । मैया, मेमजीकी पडाई बहुतरी बहुतरी हे गवॉ ? आंग्रेजीमे बोलतवाँ, लिखतवाँ ।''

"दुर्गा वो छोरी, छोटी लडकीसी दिखतवाँ? काई रोग हुवत का?''

दुर्गाप्रसाद अस्वस्थ झाला. "मैया अबी आई गवाँ हो कित्ता सवाल पुछतवाँ । जरा रूक, तू खुदी देख लईवाँ । बोलनेसे ज्यादा, दिखतवाँ - तो तुझे

भी सारा मामला समझतावॉ ।'' तो वैतागून बोलला.

'गंगाकुमारी', दुर्गाजीची मैया- अत्यंत बुजरी, अशिक्षित, आपले छोटेसे खेडे तिने कधी सोडले नव्हते. शेतातील झोपडी वजा घर. चूल आणि चार दोन ॲल्युमिनियमची भांडी, शेतातील टाकाऊ कचरा म्हणजे इंधन. दोन वेळा जेवण मिळणे म्हणजे सुखाची परमावधी. आपला मुलगा खूप शिकला. नोकरी करून पैसे मिळवतो. आपल्यालाही पाठवून देतो. त्या दुर्गाने पाठवलेल्या पैशातील खूप कमी पैसे वापरत आणि बाकी साठवून ठेवत. आत्ता येताना त्यांनी जवळजवळ ७०,०००/- रुपये शिल्लक आणली होती. दुर्गाप्रसादला आश्चर्य वाटले. गंगाकुमारी दुर्गाला दबून असत. तो म्हणेल त्याला त्या निमूटपणे होय म्हणत. ज्या अर्थी दुर्गा अशा मुलीशी लग्न करत आहे तेव्हा तिच्याकडे काही विशेष असले पाहिजे. परंतु या मुलीला लेकरं होऊ शकत नाहीत, याचे त्यांना दुःख होते. दुर्गापुढे काही बोलण्याची त्यांची हिम्मत नव्हती.

''मैया! इत्ता पैसा तू लावत हे । तुझे नाही लगतवाँ पैसा? तुझे पैसा इसलिये भेजतवाँ की तू ठिकसे रह पाये। पर तू तो उसे खरच नाही करतवाँ । ठिकसे रहनेमे तुझे काई दिक्कत हुत रे। अच्चा कपडा लेनवाँ, जरा आरामसे रहेनवाँ । अबीभी तू पहले जैसेच रहतवाँ । ये बराबर हुत काँ?

''दुर्गा, गाँव मे कित्ता पैसा लगतवाँ? थोडा बहुत जो लगतवाँ ओ तेरी बहन लाली ओर दामादके वास्ते लगतवाँ! हमरी को गाँव मे पैसा नाही लागत ।

''तू पैसा लाई तो अच्छा हुवत । अब सादीमाँ अपनकोबी थोडा बहुत खरचा लागतवाँ । म्हाराभी २०/२५ हज्जार हे तो सादी के वास्ते हमरा पास बहुतेरी रकम हुवत तो अच्चा लागत हे ।

''दुर्गा, ये तुमरी फॅक्टरी खेत जैसा दिखतवाँ । कित्ती सारे पेड दिखतवाँ । बाहिरसे तो कतवा नाही लगत यहा फॅक्टरी हुवत । होर तुमरा आंगनमाभी कित्ते अच्चा बाग किया ।''

''अरी मैया । हमरी मेमसाबको पेडसे बहुत लगाव हे । पयलेसे पेड था, मेमने और लगाके पूरा फॅक्टरी गुम किया उसके अंदर। हमरे आंगनमाबी उनेही इत्ता सारा पौधा लगवाया । कित्ते सारे फूल आते । मन बहलतवाँ । बहुत होशियार हे मेमजी । अबी तू तैय्यार हुवतवाँ । मेमजी घंटा आदा घंटामे आवत हे । तुझे तबी मालूम पडेगा की कित्ती अच्ची हे तुमरी बहुवाँ ।''

दुर्गा आपल्या आईच्या नजरेत इरावतीची प्रतिमा चांगली करण्याचा प्रयत्न करत होता. तशी त्याला आईची फार भीती वाटत नव्हती. त्याचा कयास होता इरावती आपल्या वागण्याने मैयाला लवकरच आपलेसे करणार. इरावतीचा स्वभाव सर्वांना समजून घेण्याचा असल्यामुळे सर्व जण चट्कन आपलेपणा दाखवत.

त्यामुळे फॅक्टरीमध्ये वादाचे प्रसंग येत नसत. फॅक्टरीमध्ये ती सर्वांची दिदी होती.

नेहमीच्या वेळेपेक्षा इरावती आज लवकर आली. तिने स्वतःला जास्तीत जास्त नेटके दिसण्याचा प्रयत्न केला होता. सलवार- कमीज -गॉगल नेहमीसारखे दिसण्याचा प्रयत्न होता. गॉगलमुळे तिच्या चेहऱ्याचा ताण दिसत नव्हता. आपली होणारी सासू स्वभावाने कशी असेल... आपणास पाहून त्यांच्या प्रतिक्रिया कशा असतील... आपणास त्या सहजासहजी मान्यता देतील... असंख्य प्रश्न होते. बऱ्यापैकी दडपण येणे स्वभाविक होते. तिला आज स्वतःच्या जन्मजात वैगुण्याची खंत वाटली. तिने आपली बाइक दुर्गाच्या रूमसमोर उभी केली. गॉगल मुद्दाम काढला नाही. दुर्गा दारामध्ये उभा होता.

"दुर्गाजी, माताजी व्यवस्थित पोहोचल्याना? काही त्रास झाला नाही ना?"

"नाई मेमजी! ट्रेन डायरेक्ट हुती, कुठं उतरायचा नवता. पर कटाळा बहुत आला तीन दिन गाडीत बसायला लागत ना. पर उपायबी नवता."

बोलत बोलत दोघे आत आले. गंगाकुमारी एका कोपऱ्यात मुटकुळे करून बसल्या होत्या. डोळे मोठे करून त्या छोट्याश्या इरावतीकडे पाहत होत्या. इराला थोडे घाबरल्यासारखे झाले. धीर करून ती त्यांच्या जवळ गेली.

"पाँव लागू माताजी!" म्हणत तिने गुडघ्यावर बसून चरण स्पर्श केला. तिने आदबीने डोक्यावर ओढणी घेतली होती.

"आपका गाँव बहोत दूर है । बडी लंबी सफर करनी पडती है । सफर में कोई भी आदमी थक जाता है । आप अकेली पहली बार इतना लंबा सफर किया । दुर्गाजी बोल रहे थे, आपने आज तक गाँव के बाहर कभी कदम भी नही रखा । थक गयी होगी आप । और यहाँ फर्शपर क्यों बैठी हो आओ इधर कॉट पें बैठ जाओ ।" असे म्हणून तिने त्यांना कॉटवर बसवले.

"दुर्गाजी, तुम्हाला समजत कसे नाही? फरशी थंड आहे. त्या कंटाळून आल्या. त्यांना पलंगावर बसण्यास सांगायचे."

"मेमजी, माज्या ध्यानमे नाई आला."

"दुर्गाजी, किती साधी गोष्ट. लक्षात आली पाहिजे. आपल्या आईला त्रास झालेला आवडतो का कोणास?"

गंगाजींना शब्द समजत नव्हते. त्यांना भाव लक्षात आले. ही मुलगी दुर्गाला आपल्यावरून बोलते. त्या एका प्रसंगाने त्यांना समजले की या मुलीला माणसांची काळजी वाटते. त्यांना वाटून गेले इतक्या दूर आपल्या दुर्गाची छान काळजी घेणारे कोणीतरी आहे. आपणासही ती मान देत आहे.

"अरी बिटवाँ! हमरी तो आदत हुवत गवाँ। जमीपरही अच्चा लागत हे!" कसबसं त्या बोलल्या.

गंगाजींच्या बोलण्यावर इरा म्हणाली, "माताजी, आपकी आदत है, वो तो है, पर हमारे सामने आप ऐसा बैठ गयी तो हमे दर्द होता है। आप उमर में हमसे ज्यादा है। बडे लोगों का आदर करना छोटों का धर्म है। आप आरामसे रहो। अभी हम दोनो फॅक्टरीमें जो चल रहा है वह देखकर आते है। हमें थोडी देर लग सकती है। पर आने के बाद बहोत सारी बातें करेंगे। आज खाना भी मिलकर खायेंगे। हमारे फॅक्टरी में सभी के लिये सुबह का खाना बनता है। आज आप देख लिजिए, कितना बढिया खाना तैयार होता है। आज आपके लिये मिठाई बनाने को बोल दिया है। दुर्गाजी, मै और हमारे सारे लोग रोज मिलकर खाना खाते है। अच्छा आप आराम किजीये हम आते है।" इतके बोलून ते रूमच्या बाहेर आले. आता तिला हायसे वाटले.

तिने पंधरा दिवसांपूर्वी साहेबांना सांगितले होते की ती दुर्गाप्रसादबरोबर लग्न करणार आहे. रजिस्टर लग्नासाठी साक्षीदार म्हणून साहेब आणि त्यांच्या पत्नीने यावे अशी विनंती केली होती.

साहेब गमतीने म्हणाले होते, "इरा, तुम्ही आमचा सुपरवायजर कम चौकीदार पळवून नेत आहात."

"नाही सर, आता फॅक्टरीसाठी दोन चौकीदार असणार आहेत."

"म्हणजे मी नाही समजलो."

"सर, लग्न झाल्यावर मला दुर्गासोबत नाही का राहावे लागणार?"

"तुम्ही पण फॅक्टरी परिसरात थांबणार?अहो, एकच खोली संसार कसा करणार?"

"घ्यायचे भागवून."

"नाही नाही. इरा मी सध्याच्या खोलीच्या बाजूस आणखी एक रूम तातडीने तयार करून घेतो. तुम्ही लक्ष ठेवा."

"कशाला सर!"

"अहो माणसाला राहण्यासाठी पुरेशी जागा पाहिजे. मी कॉन्ट्रॅक्टरला पाठवून देतो. त्यांना तुमच्या गरजा सांगा आणि तुम्हाला हवी तशी रूम तयार करून घ्या."

त्याप्रमाणे रूम तयार होत होती. दोघांनी प्रथम रूम बांधणाऱ्या माणसांची भेट घेतली. स्लॅब तयार झाला होता. पुढील आठवड्यातून आधारासाठी लावलेले लाकडी वासे काढण्यात येणार होते. लगेच अस्तर तयार करून फरशी बसवली जाणार होती. पुढील १५ दिवसांत ती रूम वापरात येणार होती. नंतर दोघे आपापल्या कामासाठी निघून गेले.

दुर्गाच्या आईने इरावतीस पाहिल्यानंतर त्यांना फारसे योग्य वाटले नाही. मुलगी थोडी जगावेगळी वाटली. तिची राहणी, बाइकवरून येणे, बोलण्याची पद्धत त्यांना

जास्तच पुढारलेले वाटले. एवढीशी मुलगी इतकी मोठी फॅक्टरी संभाळते याचे आश्चर्य वाटले. दुर्गाचा विचार पक्का झाल्याचे त्यांना समजले होते. त्यांचे काही चालणार नव्हते. जे घडते ते थांबवणे त्यांच्या हाती नव्हते. त्यांना रूममधून फॅक्टरी दिसत होती. फॅक्टरीमध्ये येणारी आणि जाणारी वाहने, माणसांची कामासाठी होणारी लगबग दिसत होती. दुर्गा वाहनातून साहित्य काढून घेत होता. फॅक्टरीचा माल वाहनात भरून देत होता. त्यांना कौतुक वाटत होते. इरावती एक-दोनवेळा वाहनापर्यंत येऊन गेली. ती कागदावर सह्या करत होती. सर्व जण तिला नमस्कार करत होते. गंगाकुमारींना समजत होते, इरावतीच्या शब्दाप्रमाणे सर्व होत होते.

आज प्रथा मोडून इरावतीने जेवण दुर्गाच्या खोलीमध्ये मागवले होते. शहरी, शिवाय परप्रांतातील चव वेगळी जाणवणारच; गंगाजींना फारसे आवडले नाही. प्रत्येक ठिकाणचे पदार्थ आणि ते बनवण्याची पद्धत वेगळी असते. प्रत्येकास आपल्या पद्धतीचे जेवण आवडते; त्याला त्यासुद्धा अपवाद नव्हत्या.

जेवण घेत असताना इरावती गंगाजींना माहिति सांगत होती. ''माताजी, हमारे साब बहोत भले आदमी है। मैने उनको शादी की बात बताई तो उन्होने हमारे लिये और एक रूम नयी बनाने की शुरुवात की है। अभी १५ दिनों मे तैय्यार हो जायेगी ।एकही रूम में घर गृहस्थी चलाने मे मुश्कील होगी यह सोचकर उन्होने तुरंत

फैसला किया। साहब हम दोनोसे प्यार करते है। वैसे उनका वह पहले सोचते है। अगर हम दोनो यहाँ रहेंगे तो उनको फॅक्टरी की देखभाल अपने आप हो जायेगी। बात कोई भी हो, अपना काम तो बनता है ना? हमारी फॅक्टरी दो महिनोंसे बहोत बढिया चल रही है। हमारा काम भी बढ गया है। सरजी खुश है हमारे काम से। माताजी आपने सुबहसे देखा होगा कितने जोरोसे काम चल रहा है।''

''बिटियाँ, म्हारे का समझतवॉ। हम पुरे अनाडी हुवतवाँ। पर दिख रहवॉ काम तो सारा खूब चलतवॉ। दुर्गा तो काम मे पूरा जुटनवाँ। फुरसदभी नही मिलतवाँ।''

''मैया, तुमे तो बाहर का दिखतवाँ। अंदरमा भी बहुत काम हे। सारा काम ये मेमसाबही करतवाँ। इस फॅक्टरी का काम इनोनेही बढतवाँ। साबजी मेमजीपे बहुत खुश रहतवाँ। उने मालूम हे मेमजी नाई तो काम ठिकसे नाई हुवतवाँ।''

''दुर्गा हमे भी दिखता बिटियाँ भी सदा काममे रहतवाँ। अच्चा हे?''

''माताजी काम करनेवालेकाही सभी सोचते है। वो सारी बाते होती रहती है। अगर आप मेरा कहना मानो तो यहाँ रहनेसे हमारे घर मे रहो। घरमे अकेली माँ रहती है। मेरा छोटा भाई है लेकिन वह हमारे भाभी के साथ दुसरी जगह में रहता है। हमारा घर छोटा है और उसकी बँक भी दूरीपर है।''

''ना जी ना। हम यही ठीक है। वहाँ रहके जी नाही लगतवाँ।''

"माताजी, जैसी आपकी मर्जी । पर कल शाम घर तो आना पडेगा । सबसे मुलाकात होगी, जान पहचान होगी । कल हम मिलके जायेंगे ।"

गंगाजींना मोठे संकट वाटत होते. घरातील सर्व सुशिक्षित, व्यवस्थित राहणारी शहरातील माणसे. आपण दरिद्री, अशिक्षित, धड बोलताही येत नाही. जाण्याशिवाय पर्याय नव्हता. दुर्गालासुद्धा इरावतीच्या घरी फार संकोच वाटे. इरावतीशी बोलतानाही त्याची धांदल उडत असे. सुरुवातीला अवंतीबाईंनी, दोघांनी आपल्या घरीच राहावे असे सुचवले होते. इरावतीनेच विरोध केला; त्यामुळे दुर्गाला बरे वाटले होते. त्याला फॅक्टरीच्या मोकळ्या आवारात छान वाटे. आता त्याची मेमसाब त्याच्यासोबत असणार होती. त्याला स्वर्ग दोन बोटे उरला होता.

दुसऱ्या दिवशी भीतच गंगाजी दुर्गाच्या बाइकवर बसून इरावतीच्या घरी आल्या. इरावतीचा फ्लॅट छोटासा असला तरी चांगल्या वसाहतीत होता. शांत वातावरण आणि सर्व जण आपापल्या घरात असत; त्यामुळे वर्दळ फारशी नव्हती. शहरी वातावरण, सर्व ठिकाणी विजेच्या दिव्यांचा झगमगाट अंगवळणी पडल्यामुळे आपणास ते विशेष वाटत नाही. अंधाऱ्या, एकाकी खेड्यात राहणाऱ्या माणसांना त्याचे कौतुक वाटते. अशा वातावरणात ती दबून जातात आणि आत्मकेंद्री होतात. अशा वातावरणात राहणाऱ्या माणसांची भीती वाटते, काही बोलणेही सुचत नाही.

दुर्गाच्या आईची अवस्था सदानंदाच्या लक्षात आली. "नमस्कार माताजी! आपके लिये माहौल पूरा नया है, अनोखा है, आपका जी घबरा रहा है । हम कभी अपनेसे अलग माहौलमे जाते है; तो हमाराभी हाल ऐसाही होता है । आप घबराना छोडो । हम आपके लिये दुर्गाजी जैसे ही है । यह घर तुम्हारे लिये नया है; किंतु ये अपनाही घर समझो और खुलके बातें करो । तुम्हारी और हमारी बोली अलग अलग है । लेकिन ये बात सभी जगह होती है!" सदानंदाच्या बोलण्याने गंगाजींना धीर आला. इरावतीसुद्धा आपलेपणाने बोलत होती. दुर्गासुद्धा सतत येण्याने थोडा सरावला होता. त्याला आता तितके दडपण येत नव्हते.

"साबजी! मैयाने कदी गावाच्या भाईर पाऊल ठिवल नाय जरा बुजरेपणागत हुनारच की."

अवंतीबाई संवाद ऐकत होत्या. आपणही बोलले पाहिजे नाहीतर आपल्याला शिष्ट समजतील, असे त्यांना वाटले. "दुर्गाजी, आता परकेपणा राहिला आहे का? आपण आता नवीन नात्याने जोडले जाणार. गंगाजी मोकळेपणाने बोलल्या तर आम्हालाही समाधान वाटेल."

"माँजी, हळूहळू मैया या माहौलमध्ये मिळून जाईल. पर आता लगेच तिला नाय जमनार."

"गंगाजी, आप इसे अपना ही घर समझके बैठिये। बाते करनेसे आप जल्दी

घुलमिल जाओगी । हम अपनी लडकी आपको सौप रहे है । आपको भी बेटी है । आप माँ कि हालत समझ सकते है । हमे भी हिंदीमे बात करते समय दिक्कत होती है । बात होने से, हम लोगों को समझ सकते है । दुर्गाजी बहोतही सिधेसादे है । उनका दिल अच्छा है । इरासे उन्हे ज्यादा ही लगाव है । इसलिये हम सब शादीको रजामंद हुये । आपने इरावती को देखा । ये लडकी जनमसेही अलग किस्मकी है । पहले लोग उसपर हँसते थे । लेकिन वह बडी जिद्दी है । उसने अच्छी तरहसे अव्वल नंबरसे शिक्षा पुरी की है । सालोसे नौकरी करती है । अपने पैरो पें खडी है । अपनी कमीयोंको अच्छी तरहसे समझकर वह जिंदगी को अच्छी तरहसे सामने जाती है । अपने जिंदगीके फैसले वह खुद कर लेती है । किसीको तकलीफ न हो ऐसा उसका बर्ताव रहता है । दुर्गाजी से बाते करके हमे एहसास हुआ कि दोनो एक दुसरे को समजते हुए आगे बढ सकते है ।'' अवंतीबाई आठवून आठवून शब्द जोडत होत्या.

''इरा कि माताजी, हम तो गँवार हुवतवाँ । आपने सोच समजकरही सब किएत हो, तो वो ठिकही हुवत नाँ? दुर्गा हमरा एकला छोरा हुवतवाँ । उसकी जिंदगी संवरजात तो हमे काई नाई । आप सब अच्छी पढत लोगवाँ। हम इतना दूर रहतवाँ की आना भी मुश्कील हुवतवाँ । आप लोग छोरे के पास हुवतवाँ तो हमरा जी लगतवाँ । बेमार पडी गवाँ तो दिखन को आप हुवत नाँ । हमरा संतोष हुयी गवाँ । अब दोनो लगन करतवाँ, तो हम क्या बोलतवाँ । उने अच्चेसे रहे ये बहुत हे हमरा लिये!'' अवंतीबाईंच्या बोलण्याने धीर आल्यामुळे गंगाजीच्या मुखातून चार शब्द निघाले. त्यांना दिसले की दुर्गाविषयी सर्व जण आदराने बोलतात. ही परदेशी माणसं असली तरी वृत्तीने चांगली वाटतात. दुर्गाचे आयुष्य भटकण्यातच गेले आहे. लग्न झाल्यामुळे तो कोठेतरी स्थिरावेल. त्याच्याकडे लक्ष ठेवले जाईल. त्याचे आयुष्य व्यवस्थित मार्गी लागेल. यांच्या तुलनेत तो फारच कमी शिकलेला, तरीही सर्व जण त्याला योग्य मान देतात. हा आता गावाकडे परतण्याचे लक्षण नाही. गावी येऊन तरी काय करणार? इथे तो सुखात राहील. गंगाजींचे विचार आपल्या मुलाभोवतीच फिरत होते.

दुर्गाच्या आई आल्यामुळे सर्वांना समाधान वाटले. नाहीतर सतत खंत राहून गेली असती. दुर्गाला जाळ्यात पकडले असा शब्द राहिला असता.

''गंगाजी आप हमारे घरमेही रहो। हमे अच्छा लगेगा ।''

अवंतीबाईंच्या बोलण्यावर त्या म्हणाल्या, '' ना जी । हम बहुत दिन बाद छोरेसे मिलतवाँ । उससे बातवाँ करना हे । उसके पास ही हमे ठिक लगतवाँ । आप बुलतवाँ । अच्छा लगा, पर आप समजतवाँ की हमराभी मजबुरी हुवतवाँ ।''

''गंगाजी, यह शादी धुमधामसे तो नही हो रही । शायदही आप इसे ठीक

समझे । ये शादी रजिस्टर याने कोर्टमे होनेवाली है । ना बाराती ना बँडबाजा । सभीकी बातोंसे ये तय हुआ है । पर बादमे अपने परिचय वालोके साथ बडा खाना होने वाला है । तुम्हारे कोई बाराती नही, पर हमारे बच्चोंके पहचानवाले आनेवाले है ।''

"इराकी माँ, हमरा कोई बात नाही । आप शादी मना रहतवाँ । बच्चों को अच्चा लगतवाँ तो काई बात होवत । शादी तो उनकी हुवत । सारे दिन अच्चेसे रहतवाँ ये बात ही बढिया हुवत ।''

दोघींनी आपापसात कसाबसा संवाद साधला. अवंतीबाईंना खूप वैषम्य वाटले. दुर्गा शिकलेला नाही. त्याची आई तर फारच गावंढळ होती. जगाचे ज्ञान त्यांना थोडेही नव्हते. आपल्या इथेही गावात राहणारे लोक आहेत, पण इतके अज्ञान? आपण भारताला विकसनशील म्हणतो; परंतु अजूनही आपल्या देशातील जनता कोणत्या पद्धतीचे जीवन जगत आहे? त्यांना फार कसेतरी वाटले. इतक्या अडाणी घरात मुलगी देणे कसे शक्य आहे? एक तर प्रांत वेगळा, जगण्याची, खाण्याची संस्कृती वेगळी, संस्कार वेगळे, आपले मत सांगता येत नाही इतकी वाईट अवस्था. फक्त नाइलाज म्हणून लग्न. त्यालाही त्यांची परवानगी नव्हती, पण इरावतीच्या बोलण्यामुळे त्या तयार झाल्या. एकूण परिस्थिती पाहता, त्यांना वेदना झाल्या. त्यांना अश्रू आवरणे कठीण झाले. समाधानाची गोष्ट इतकीच होती की इरावती डोळ्यांसमोर असणार होती. कधीतरी दुर्गाजींच्या गावाकडे जाणे भाग होते. तरीही तिथे राहायचे नव्हते. इरावतीही सहनशील आणि जुळवून घेणारी असल्यामुळे तशी फार अडचण नव्हती. आपल्या विकलांग मुलीला वैवाहिक जीवन मिळणार होत, ही गोष्ट त्यांना नजरेआड करून चालणार नव्हती. पुढे काय होणार ते परमेश्वरावर सोपवून प्रसंग निभावून नेण्याशिवाय तरणोपाय नव्हता. आहे ते आनंदाने स्वीकारावे, अशी भावना ठेवण्याशिवाय पर्याय नव्हता. भविष्यकाळाचा पडदा दूर करून पाहणे अजून तरी कोणासही जमले नव्हते.

शेवटी नव्या कोऱ्या कारमधून गंधमती गार्गीला घेऊन बेळगावी परतली. आत्माराम आणि सरोजमावशींना गंधाच्या बाळाची चांगलीच सवय झाली होती. दोघांनाही गंधा आणि गार्गी नसण्याने घर फार रिकामे वाटत होते. सतत ते आपापसात गार्गीविषयी बोलून मन रमवण्याचा प्रयत्न करत.

गंधाला आता सदानंदाच्या घरीच राहणे भाग होते. बाळ लहान होते, इरावती घरातून दुर्गासोबत राहण्यास जाणार होती. सुमतीताई आणि तात्यांच्या सहवासास पूर्णविराम मिळाला होता.

आज सदानंदाच्या घरी थोडी गडबड उडाली होती. सदानंदानी आपल्या घराजवळील एका चांगल्या लॉजमध्ये काही रूम्स आरक्षित केल्या होत्या. अर्थात, गडबडीचे कारण इरावतीचा दुर्गाप्रसादबरोबर विवाह होता. लग्न रजिस्टर पद्धतीने होणार होते.

तरीही आत्माराम-सरोजमावशी-वरदाई-रुद्राण्णा-मणिभद्र-दुर्गाप्रसाद-गंगाजी-गंधा-गार्गी या सर्वांची त्यांच्या घरामध्ये सोय होण्यासारखे नव्हते. त्यामुळे सर्वांनी त्या दिवसापुरते लॉजवरच राहणे सोईचे होते. सकाळी ११ वाजून २१ मिनिटांनी लग्न होणार होते. इरावतीने साक्षीदार म्हणून तिच्या साहेबांना सपत्नीक बोलावले होते. सर्व मिळून १२ ते१३ व्यक्ती उपस्थित असणार होत्या. एका चांगल्या हॉटेलमध्ये सकाळी सर्वांच्या जेवणाची व्यवस्था केली होती. संध्याकाळी सदानंदाचे सहकारी आणि परिचित व्यक्ती, इरावतीच्या ऑफिसमधील सर्व आणि फॅक्टरीच्या सर्व लोकांसाठी फॅक्टरीच्या रम्य आवारातच भोजनाचा कार्यक्रम ठेवला होता. छोटासा पण भारदस्त कार्यक्रम ठेवला होता.

इरावतीने दुर्गाला ग्रे रंगाचा सूट शिवण्यासाठी सांगितले होते. लग्नासाठी छानशी साडी जी दुर्गाने आणली होती, तीच नेसण्याचा विचार इरावतीने केला होता. दुर्गाने लग्नासाठी शेरवानी घालण्याचे ठरवले होते. इरावतीने गार्गीसाठी फार सुंदर ड्रेस आणला होता. फार पसारा नव्हता. स्त्रियांना नटण्याशिवाय दुसरे काम नव्हते. सदानंदाने पाहुण्यांना भेट देण्यासाठी चांदीचा मध्यम आकाराचा ट्रे आणि हळदी कुंकवाचे करंडे असे सेट्स आणले होते. गंधा आणि सदानंदानी सुमतीताई आणि तात्यासाहेबांना गाडी पाठवून सकाळीच बोलावून घेतले होते.

आत्मारामांनी आल्या आल्या इरावतीस बोलावून घेतले. "इराबेटा, तुझ्या लग्नासाठी आम्हा उभयंताकडून ही सप्रेम भेट." असे म्हणत त्यांनी लाल मखमली पेटी तिला देण्याचा प्रयत्न केला. पेटी पाहाताच इरावतीच्या लक्षात आले यात दागिना असणार. ती म्हणाली, "बाबा, भेट नको. फक्त तुमचे आशीर्वाद मला पुरेसे आहेत."

सरोज मावशीने ती पेटी आत्मारामकडून घेतली. "इरावती, प्रसंगानुरूप भेट देण्याची आपली प्रथा आहे. तुम्ही लग्नबंधनात जात आहात, ही कोणाच्याही आयुष्यातली अपूर्व घटना. त्यात तुमचे लग्न ही तर अत्यंत वैशिष्ट्यपूर्ण घटना. आम्ही त्याचे सर्वार्थाने साक्षीदार. तेव्हा रिकाम्या हाताने आशीर्वाद देणे शक्य नाही." असे म्हणत त्यांनी ती पेटी उघडली. त्यात सुंदर नेकलेस खास इरावतीसाठी बनवून घेतला होता.

गंधा तिथेच बसली होती. "अय्या! फारच सुंदर आहे नेकलेस दिदी! त्यांनी खास तुमच्यासाठी बनवून घेतलेला दिसतोय. तो तुम्हाला घेतलाच पाहिजे."

सर्वांचा आग्रह मोडणे बरे दिसले नसते. "गंधा, आता तुम्ही म्हणत आहात तेव्हा तुम्हाला नाराज करणे योग्य नाही. बाबा, फारच सुंदर आहे तुमची भेट. आयुष्यभर आठवणीत राहील माझ्या. गंधा, तुझ्या हातानी घाल तो."

मणिभद्रने इरावतीच्या संसारासाठी लागणारी वस्तू म्हणून फ्रिज भेट आणला

होता. त्याने बेळगावातील दुकानी घेऊन फक्त त्याची पावती आणली होती. दुकानदार सांगेल त्या पत्त्यावर पोहोच करणार होता. त्याने पावती सदानंदाच्या हाती सोपवली. पुढील कार्यवाहीच्या दृष्टीने ते सोयीचे होते.

सदानंद आणि गंधाने इरावतीच्या संसारास लागणाऱ्या सर्व वस्तू आणून घेतल्या होत्या. इरावतीच्या नवीन संसाराच्या बातमीनेच त्यांना खूप आनंद झाला होता. मंगळसूत्राची जबाबदारी दुर्गाप्रसादने स्वतःवर घेतली होती. दुर्गाजींचे मंगळसूत्र फार जास्त सोन्याचे नसेल असे अवंतीबाईंचा अंदाज होता. पुढे मागे जास्त सोने घालून ते नव्याने बनवून देण्याचे त्यांनी ठरवले होते. सर्वांनी इरावतीचा संसार परिपूर्ण करण्याचे ठरवले असल्यामुळे तिला स्वतःचा शिल्लक पैसा खर्च करावा लागला नाही. तिने स्वतःच्या पैशाने काही वस्तू खरेदी करण्याचा विचार बोलून दाखवला होता. गंधा आणि सदानंद यांनी विरोध करून फक्त यादी देण्यास सांगितले होते. आपल्या माणसांचे प्रेम पाहून इरावतीला गुदमरल्यासारखे झाले.

रजिस्टर ऑफिसमध्ये आल्यानंतर वेळेवर दोघांनी सह्या केल्या, साक्षीदारांच्या सह्या झाल्या. आता दोघांना एकमेकांस हार घालण्यास सांगण्यात आले. दुर्गाप्रसादने सर्वांना काही वेळ थांबण्यास सांगितले. तो आईकडे गेला. गंगाजीने त्याला एक पर्स दिली. दुर्गाने पर्समधून मंगळसूत्र काढले. ते मंगळसूत्र पाहून आवंतीबाईंसह सर्व जण चकित झाले. मंगळसूत्र २॥ तोळे वजनाचे आणि नवीन पद्धतीचे होते. त्याने इरावतीलासुद्धा कल्पना दिली नव्हती. गंगाजीने आणि त्याने साठवलेले पैसे अशा रीतीने कामास आले. दुर्गाने इरावतीच्या भांगामध्ये कुंकू लावले आणि मंगळसूत्र घातले. टाळ्यांच्या गजरात लग्न झाले. साधे पण आपलेपणाने सर्व छान झाले. सर्वांनाच समाधान वाटले. प्रसंगाने अवंतीबाईंच्या डोळ्यांत पाणी जमा झाले. इरावती इथेच राहणार असली तरी आता दुरावलीच होती. देवाने लग्नाच्या गाठी कोणाच्या कोणाशी बांधून ठेवल्या असतील, ते समजणे अतर्क्य असते. बिहार प्रांतातला दुर्गा आणि कर्नाटक प्रांतातील जन्मजात दोष घेऊन जन्मलेली इरावती यांचा विवाह कल्पनेच्या विश्वात अघटित घटना. योगायोग हा शब्दही अपुरा वाटत होता.

विवाहानंतर सर्व जण ठरलेल्या हॉटेलमध्ये जेवण करून लॉजवर विश्रांतीसाठी गेले. संध्याकाळी सर्वांना स्नेह भोजनाच्या कार्यक्रमास जायचे होते.

मणिभद्र, सदानंद आणि दुर्गाप्रसाद त्यांच्या आईसह फॅक्टरीत गेले. सर्व तयारी व्यवस्थित झाली का, हे त्यांना पाहायचे होते. इरावतीच्या साहेबांनी आज फॅक्टरीला सुट्टी दिली होती. असे असूनही कारखान्यातील सर्व कामगार दिदीवरील प्रेमामुळे आपण होऊन चार वाजल्यापासून हजर होते. त्यांनी लक्ष घालून सर्व व्यवस्था चांगल्या पद्धतीने करवून घेतली होती. सर्व जण आपल्या घरातील कार्य समजून

नभांतमणी । २१९

झटत होते. मणिभद्र आणि सदानंदासाठी उपस्थित राहण्याशिवाय विशेष काम नव्हते. इरावतीच्या काम करण्याच्या पद्धतीचे त्यांना कौतुक वाटले. थोड्या वेळाने इराचे साहेबसुद्धा उपस्थित झाले. इरावतीने त्यांच्या फॅक्टरीच्या यशाचा आलेख उंचावत नेला होता. त्यांना इराबद्दल फार आपुलकी वाटे. स्वतः साहेब हजर असल्यामुळे सर्व गोष्टी सुनियोजित घडणार हे सांगण्यासाठी कोणी मत देण्याचा प्रश्न नव्हता.

स्नेहभोजनाच्या कार्यक्रमाच्या खर्चाबाबत मात्र इरावतीने सदानंदानाही काही बोलू दिले नव्हते. फक्त नियोजनाची जबाबदारी त्यांना सांभाळायची होती. इराने बेळगावातील सर्वांत चांगल्या ठिकाणी स्वतः बोलणी करून सर्वोत्तम व्यवस्था केली होती.

सुंदर विद्युत रोषणाई, दोन उत्तम स्टेज. एका स्टेजवर नवदांपत्याची सोय, दुसरे संगीत रजनीसाठी, हिरवळीवर टेबल-खुर्च्यांची सोय, आचाऱ्यांच्या वाढण्याची व्यवस्था, येणाऱ्या व्यक्तीने नवदांपत्यास सदिच्छा द्यावयाच्या आणि खुर्च्यांवर बसायचे. संगीत सुरू राहणार होते आणि बसल्या ठिकाणी सर्व भोजनवस्तू मिळण्याची सोय. छोटासा पण बहारदार कायम लक्षात राहण्यासारखा झाला. इरावतीने कारखान्यातील कामगारांना कसलेही काम करण्यास मनाई केली होती. त्यांनीसुद्धा इतरांसारखा पाहुणचार घ्यावयाचा होता. लहानमोठा, गरीब-श्रीमंत, कामगार-मालक या रेषा त्या क्षणापुरत्या पुसल्या गेल्या होत्या. या अकल्पित सन्मानामुळे त्यांचा इरावतीबद्दलचा आदर दुणावला होता. इरावतीच्या व्यंगाचा सर्वांनाच विसर पडला. गंगाजींच्या दृष्टीने आपल्या मुलाचा विवाह इतक्या चांगल्या प्रकारे होणे शक्यच वाटत नव्हते. संसारासाठी लागणाऱ्या सर्व वस्तू, त्याही इतक्या उच्च प्रतीच्या. त्यांनी आयुष्यात अशा वस्तू पाहिल्यादेखील नव्हत्या. त्यांना आपण स्वर्गात आहोत, असे वाटत होते. दुर्गाही आता व्यवस्थित आणि स्वच्छ राहत होता. इरावतीमुळे त्याचा कायापालट झाला, हे त्यांना समजून आले होते. त्यांना आपल्या सुनेबद्दल अभिमान वाटला.

रात्री अकरा वाजेपर्यंत फॅक्टरीच्या आवारात शांतता पसरली. सर्व जण निघून गेले. सगळे होते तोपर्यंत इरावती हसत-खेळत होती. आता दुर्गाप्रसाद, गंगाजी आणि ती एवढेच होते. ती गंभीर झाली. हा प्रसंग येणार याची कल्पना होती. चित्रपटातून आणि कथांमधून स्त्री-पुरुष सहवासाच्या काही गोष्टी समजल्या होत्या. आता त्याला सामोरे जावयाचे होते. अनामिक भीतीने ती गांगरून गेली होती. आपले छोटेसे शरीर आपल्या नवऱ्यास कितपत साथ-समाधान देऊ शकेल? आजची रात्र आपल्या पुढील आयुष्याची दिशा ठरवणार. आपण अपत्याला जन्म देण्यास असमर्थ आहोत. नवऱ्याच्या स्त्रीसुखाच्या कल्पनेला आपले शरीर कितपत उपयोगी

पडणार? सर्वत्र अंधारच वाटला. दुर्गाजीने आपला स्वीकार केला. त्यांच्या या निर्णयास साथ देणे जमले नाही तर? जे परिणाम घडतील, त्याला सर्वस्वी आपणच जबाबदार असणार. या संदर्भात सविस्तर सांगताही येणे कठीण.

सकाळी इरावती लवकर उठली. वास्तविक रात्रभर तिला झोप आली नाही. आपण दुर्गाप्रसादला सर्वार्थाने जिंकले, ही भावना तिला झोप येऊ देत नव्हती. जागी राहून ती समाधानाने झोपी गेलेल्या दुर्गाकडे पाहत होती. तिला स्वतःलाही आनंदाच्या लहरींवर संचार करत आहोत, असे वाटले. हा अनुभव तिला पूर्णतेच्या शिखरावर घेऊन गेला.

तिच्या वावरण्याने गंगाजींना जाग आली. "इतकी जल्दी कां ऊठतवाँ?"

सासूचा आवाज ऐकून इराने डोक्यावर पदर घेतला. तिने सासूला नमस्कार केला.

"बिटियाँ ये का करत रही?"

"माताजी, सुबह सुबह घर के बडे लोगों का आशिष मिले तो जीवन सुखसे गुजरता है।"

"सदा सुहागन रहो।" गंगाजीने तिच्या चेहऱ्याकडे पाहात आशीर्वाद दिला. इराच्या चेहऱ्यावरून त्या अनुभवी स्त्रीला बरे वाटले. यांच्या जीवनाची सुरुवात छान झाल्याचे जाणवले. इतक्या हुशार मुलीने सकाळी उठल्या उठल्या नमस्कार केल्यामुळे त्यांना तिच्याविषयी प्रेम वाटू लागले.

"माताजी आप अभी दो घंटा आराम करो। मै नहाँ धोकर भगवान की पूजा करके नाश्ते के लिये कुछ बनाती हू। खाना तो फॅक्टरी से आनेवाला है। वैसे जादा काम भी नही।"

"बिटियाँ, अब का नींद आवत? तुम खाने का बनवाँ, हम भगवानकी पूजा करतवाँ। असे म्हणून त्याही उठल्या.

इरावती स्वतःशी हसत, गाणे गुणगुणत नाश्त्याची तयारी करत होती. तेवढ्यात दारात कार उभी राहिली. कोण आले असावे तिने मान वळवून पाहिले. सदाची कार दिसली. ती लगबगीने बाहेर आली. सदानंद आणि गंधा आले होते.

"सदा, इतक्या सकाळी आणि हे काय गंधा? गार्गीला आणले नाही."

"दिदी, तुम्ही प्रथमच घर सोडून राहिला आहात. आईंना चैन पडेना. आम्हालाही तुम्हाला बघावे वाटले. तुमच्याशिवाय घरामध्ये पोकळी निर्माण झाली आहे. अगदी करमेना." गंधा इरावतीच्या चेहऱ्याकडे लक्षपूर्वक पाहत होती. इरादिदी खूश दिसत होत्या. बोलण्यात अस्थिरता होती. शरीराला सूक्ष्म कंप होता. चेहऱ्यावर लज्जेचा लालिमा दिसला.

इराला लक्षात आले गंधा आपला चेहरा निरखून तपासत आहे. तिला आणखीनच

लाज वाटली. कसेबसे ती म्हणाली "गंधा!" पुढे काय बोलावे हे कळेना.

तिची अवस्था पाहून गंधाला हसू आले. इराही तिच्या हसण्यात सामील झाली. सदानंदाना समजेना दोघी का हसत आहेत.

"दिदी, माझे काम झाले. आता आम्ही परततो."

"गंधा, हे काय आलीस काय, लगेच जाते म्हणते काय, काम तर सांगितलेच नाहीस आणि झाले म्हणतेस काय समजावे दुसऱ्याने?"

"नणंदबाई, माझे काम काय ते तुम्ही ओळखले आहे. तुमच्या चेहऱ्याने त्याचे उत्तर दिले आहे. आईंनी मला खास तुमच्यासाठी पाठवले. आणखी फोड करून सांगू का?" मिस्कील स्वरात गंधा बोलली.

"गंधा, चावटपणा पुरे. थांबा मी नाश्ता बनवत आहे. माझ्या घरी तुम्ही पहिल्यांदाच आला आहात, तेव्हा तसे जायचे नाही. इरावतीने बोलण्याची दिशा बदलली. गंगाजींना पाहताच दोघांनी मिळून नमस्कार केला "जुग जुग जियो बेटा!" गंगाजींना उभ्या आयुष्यात इतका सन्मान कधी मिळाला नव्हता. इरावतीच्या घरातील सर्व जण खूप चांगले वाटले.

इरावती लगबगीने नवीन खोलीकडे गेली. "दुर्गाजी, उठा, पाहा सकाळी आपल्याकडे कोण आले आहे."

इराचा आवाज ऐकताच दुर्गा गडबडीने उठला. "जी मेमसाब!" त्यांच्या बोलण्याने, तिच्याकडे बघण्याने इराचे अंग रोमांचले. लाजत ती म्हणाली, "दुर्गाजी, आता तुम्ही मला मेमसाब म्हणत जाऊ नका."

"पाहा मॅडम, मला इतके दिवसांची सवय हाय. मला बी तस पुकारण्यात मजा वाटतो. मेमसाब राहिला पर मेमजी मनायला काय अडचन हाय?"

"काय म्हणायचे ते म्हणा. सदा आणि गंधा आले आहेत. उठा!"

"काय, साबजी और बहना इतके सुबह." दुर्गा डोळे चोळत उठला.

तेवढ्यात सदानंद आणि गंधा आले. "दुर्गाजी, आमची दिदी पहिल्यांदा घर सोडून राहिली. म्हणून चौकशी करण्यास आलो. ती आनंदी दिसत आहे. काळजी मिटली."

"साबजी और बहना तुमी घडीभर बसा मी तोंड धुवून येतो."

इरावतीच्या नवीन आयुष्याची सुरुवात समाधानाने झाली. गंधमतीने अवंतीबाईंना इरावतीची माहिती सांगितल्यानंतर त्यांना खूप बरे वाटले. आपली मुलगी सामाजिक जीवनात जशी यशस्वी झाली तशी संसारातसुद्धा यशस्वी होणार, ही आशा त्यांना सुखी करून गेली. आज कित्येक वर्षांनी त्यांना जगण्यात आनंद वाटला. गार्गीच्या पावलाने आपल्या जीवनात सुखाचे दरवाजे उघडल्याचे वाटले.

८२

डॉ. नभा महंती, मणिभद्रच्या जीवनातला कमकुवत दुवा झाल्या होत्या. आता जवळजवळ पावणे दोन वर्षे दोघे सान्निध्यात आले होते. मॅडम आता बोलण्यात खूपच आक्रमक झाल्या होत्या. अप्रत्यक्षरीत्या त्यांनी मणिभद्रसमोर त्याच्याविषयी असणारे प्रेम खूप वेळा प्रदर्शित केले होते. माईसमोर मात्र त्यांनी कधीच तसा विचारही बोलून दाखवला नव्हता. मणिभद्रला सर्व समजत होते; परंतु हतबलतेमुळे तो शांत असे. आपणास काही समजले नाही, असेच तो दाखवत असे. त्याला वेदना होत. हा चक्रव्यूह कसा भेदावा, हे त्याला समजत नव्हते. व्यूहामध्ये नकळत शिरला होता; त्यातून बाहेर पडणे जमत नव्हते. त्याची इच्छा असो किंवा नसो, तो जातच होता. त्याला दोन्हीकडे सुवर्णकाळ दिसत होता. पूर्णानंद स्वामींना त्याने स्वतःहून शब्द दिला होता. स्वामीजी निर्धास्त झाले होते. आपल्याला उत्तम वारस मिळाल्यामुळे समाधानी होते. त्यांनी जेव्हा मठाच्या संपत्तीची संपूर्ण माहिती दिली, तेव्हा मणिभद्र दिङ्.मूढ झाला. इतकी प्रचंड संपत्ती, त्याला आता खरी जबाबदारीची ओळख झाली. स्वामीजींनी केवढा विश्वास दाखवला होता.

स्वामीजींनंतर मणिभद्र गादी सांभाळणार, हे मठाच्या भक्तांच्या डोक्यात पूर्णपणे भिनले होते. मणिभद्रने मठ अद्ययावत आणि आधुनिक केला असल्यामुळे; प्रत्यक्ष मठात न येतासुद्धा मठाचे आणि स्वामीजींचे मार्गदर्शन दूर ठिकाणी असणाऱ्या भक्तांना मिळे. परवा न्यूयॉर्कमधील सुदामराव कुलकर्णींचा मणिभद्रला फोन आला होता. त्यांना नातू झाल्यामुळे त्यांना दोन्ही स्वामीजींच्या आशीर्वादाची आवश्यकता होती. त्यांना स्वामीजी आणि कात्यायिनी देवीच्या समोरच नाव ठेवण्याची इच्छा होती. कार्यक्रमासाठी त्यांनी मठाच्या खात्यावर ५००० अमेरिकन डॉलर्स तेथूनच जमा केले होते. नातवाची जन्मवेळ आणि दिनांक सांगितला होता. पूर्णानंद स्वामींनी जन्मपत्रिका तयार केल्यानंतर मणिभद्रने ती पत्रिका त्यांना ई-मेलद्वारा पाठवून दिली. सुदामरावांना फार छान वाटले. प्रत्यक्ष स्वामीजींनी बाळाची जन्मपत्रिका बनवून दिली आणि काही क्षणांत त्यांना तिची लिखित प्रतही मिळाली.

मणिभद्रने त्यांना तिथे उपलब्ध असणाऱ्या पूजा साहित्याची माहिती करून घेतली. दोन्ही देशांतील वेळेची सांगड घालून पूजेचा मुहूर्त ठरवला. सुदामरावांना तिथे दोन्ही स्वामी आणि कात्यायिनीदेवी पडद्यावर दिसत होते. इथे यांना नाव ठेवण्याच्या कार्यक्रमाचा हॉल आणि प्रत्येक गोष्ट स्पष्ट दिसत होती. नाव ठेवण्याचा कार्यक्रम सुरू असताना कात्यायिनी देवीस अभिषेक चालू होता. दोन्ही स्वामी तन्मयतेने पूजा घालत होते. मणिभद्रमुळे अशीही आगळीवेगळी पूजा आणि नाव ठेवण्याचा आंतरदेशीय नव्हे, तर आंतरखंडीय सोहळा समग्र पूर्णत्वास गेला.

मणिभद्रने यू-ट्यूबवर समग्र कार्यक्रम प्रसारित केला. अल्पावधीत परप्रांतीय आणि परदेशी भक्तांना ही गोष्ट समजली. सर्वांनीच ही कल्पना उचलून धरली. आता अशा कार्यक्रमांची मागणी वेळोवेळी होत राहिली. मणिभद्र स्वामींमुळे हे शक्य झाले त्यामुळे त्यांची महती वाढत होती. नावीन्याची ओढ असल्यामुळे मणिभद्र सतत काहीतरी करून कात्यायिनी मठाची प्रतिष्ठा वाढवत होता. तो त्यात रममाण होत असे. समाजाशी नाळ जोडायची असेल तर माध्यमाची उपयोगिता फार आहे. दृक्श्राव्य माध्यमामुळे समाजाशी संपर्क साधणे सहज शक्य आणि परिणामकारक होते, हे त्यांच्या लक्षात आले. समाजाप्रती आपण काहीतरी देणे लागतो, ही त्याची जाणीव तीव्र होती. कात्यायिनी मठाची प्रतिष्ठा त्याला आपोआप लाभली होती. पूर्णानंद स्वामींनी पाया घातला होता. त्यावर इमारत बांधण्याचे काम करायचे होते. आता स्वामींनी मठाच्या कार्यातून अंग काढून घेण्यास सुरुवात केली होती. मणिभद्रच्या कार्याला मुक्तद्वार मिळाले होते. मठाशी संलग्न सर्वांनी मणिभद्रला मान्यता दिली होती. मठाच्या प्रगतीच्या वाटा नवीन स्वामी उजळून टाकतील अशी भावना त्यांची झाली होती. मणिभद्र आपोआप त्यात गुंतत जाई. काम करायचे तर सर्वस्व ओतून करायचे, असा स्वभाव त्याला गुंतवून टाकण्यासाठी पुरेसा होता.

डॉ. नभा अत्यंत सुशील, देखण्या, सहजी कोणीही त्यांच्यावर लोभ करावा अशा होत्या. पैसा, कीर्ती आणि बुद्धी यांचा त्रिवेणी संगम, अशा स्त्रीच्या मोहात पडण्यास कोणासही आवडले असते. त्यांनी मनोमन मणिभद्रला स्वीकारले होते. त्यांनी अप्रत्यक्षरीत्या दाखवले होते. सुधाताईंनासुद्धा मणिभद्र नभाचा जोडीदार म्हणून मान्य होता. मणिभद्र रसरसलेल्या तारुण्यावर उभा होता. त्याला सर्व समजत होते. कधीकधी त्याला वाटे करावे बंड, द्यावीत शब्दांची बंधने झुगारून. कोणाविरुद्ध बंड करायचे? ही सर्वसामान्य माणसे, मठाचा पगडा त्यांच्या विचारावर केवढा आहे. या सर्वांमध्ये जागृती घडवून आणणे, हे काय माझेच काम आहे का? वरदाई अव्वा किती दुःखी झाली आहे. तिचा मुलगा म्हणून मी तिच्या सुखांकडे पाहणे, हे कर्तव्य आहे. मॅडमबरोबर राहिलो तर वैयक्तिक उत्कर्ष दिसत आहे. मी माझ्या विषयात सर्वश्रेष्ठ होऊन ज्ञानदान करण्याचे ठरवले होते. तीसुद्धा समाजसेवाच आहे. मॅडममुळे उदंड यश मिळाले आहे. विद्यापीठात नोकरी मिळणे अवघड नाही. आम्ही दोघे एकत्र आलो तर पैसा कितीतरी मिळणार आहे. शेकड्यांचे माझे हिशोब आताच हजाराच्या घरात गेले आहेत. ते सहज लाखोंच्या पटीत जातील. सर्व ऐहिक सुखे माझ्या पायाशी असतील. मॅडम गुरुस्थानी आहेत. वयाने थोड्या जास्त आहेत. पदवीसुद्धा सर्वश्रेष्ठ आहे, पण त्या सतत माझ्याविषयी पडते घेतात. मला काय वाटेल हा त्यांच्या प्रत्येक वागण्याचा केंद्रबिंदू असतो.

मणिभद्र आपल्या वस्तीच्या दुकानासमोरील झाडाखाली पारावर बसलेला

होता. सातव अण्णा त्याच्या दुकानात बसून त्याची अस्वस्थता पाहत होते. त्याला काही विचारण्याची हिंमत नव्हती. ते मूढपणे मणिभद्रच्या तोंडाकडे पाहत होते.

"मणिभय्या!"

त्या परिचित आवाजाने मणिभद्र द्वंद्वातून बाहेर आला. समोर त्याची लाडकी रत्नाम्मा उभी होती. रत्ना आता ११वी विज्ञान वर्गात शिकत होती. दहावी परीक्षेत तिने ९५% गुण घेऊन तालुक्यात पहिला क्रमांक मिळवला होता. मणिभद्रने तिला विज्ञान शाखेत प्रवेश घेण्याचा सल्ला दिला होता. "तू डॉक्टर झाले पाहिजे" असे सांगितले होते. तो स्वतः नेहमी तिच्या अडचणी विचारून त्यांचे निरसन करत असे. तिला सांगून ठेवले होते- तुला पैशाची अडचण आली तर सांग.

रत्ना त्याला सांगे, "भय्या, मुलींच्या शिक्षणासाठी पैसे नाही लागत. क्लास घेणारे माझ्या मागे असतात. पैसे नको देऊ; फक्त आमच्या क्लासला बैस. तुझ्यामुळे आमच्या क्लासला हुशार विद्यार्थी येतील. मला चांगले गुण मिळाले त्यामुळे अडचण नाही."

तेव्हा मणिभद्र म्हणे, "रत्नाम्मा, जेव्हा तुला मेडिकलच्या वर्गात प्रवेश मिळेल तेव्हा पैसे लागणार."

"भय्या, त्या वेळी मी नक्की तुझी मदत घेणार." मणिभद्र वर्तमानात आला.

"रत्नाम्मा, कसा होत आहे तुझा अभ्यास?"

"भय्या, समजते सर्व. आतापासून स्पर्धा परीक्षेचा अभ्यास करावा असे वाटते. सर्व विषय इंग्रजी भाषेतूनच असल्यामुळे थोडी अडचण वाटते. वर्गात फार कमी शिकवतात. क्लास लावला हे एक बरे झाले. सर्व जण माझ्या अभ्यासाकडे लक्ष देतात. त्यामुळे शंकांचे समाधान होते. भय्या मला कोल्हापुरातून स्पर्धा परीक्षेची पुस्तके आणशील का?"

"रत्नाम्मा, आणशील म्हणजे? अग आज पहिल्यांदा तू काहीतरी मागितलेस. उद्या तुला पुस्तके देतो. तू मला फक्त यादी दे."

दोघांच्या गप्पांची बैठक नेहमीप्रमाणे रंगली. तेवढ्यात सायकलवर धापा टाकत हणमा मोगरे पारावर आला. कागलवरून तो आला असल्यामुळे दमला होता. "मणिभद्र, निवांत बसलास पारावर?" मणिभद्रच्या शेजारी बसत डोकीचा रुमाल काढून तोंड आणि हात पुसत त्याने विचारले.

"हणमाजी, रत्नाला तिच्या अभ्यासाविषयी विचारत होतो. रत्ना दुधाचा हिशोब ठेवते ना बरोबर?"

"मणी, अगदी तू ठेवत होता तसाच ठेवते. पोरगी फार हुशार बघ. नक्की पुढे जाणार."

"दादा, तुमचा आणि भय्याचा आशीर्वाद आहे." रत्ना म्हणाली. थोडा वेळ

थांबून दोघे वस्तीवर गेले. मणिभद्रला अचानक काय वाटले कोणास ठाऊक. तो उठला आणि विरुपाक्ष मंदिराकडे निघाला. डोंगर चढताना त्याला मॅडमची आठवण होत होती. मंदिरात आला; पण दर्शन न घेता तो कट्ट्यावर बसला. त्याला आठवले– मॅडम त्याच्या मांडीवर डोके ठेवून झोपल्या होत्या. मणिभद्र त्यांच्या दाट, काळ्याभोर केसांवर हात फिरवत होता. तरुण स्त्रीचा पहिला स्पर्श. केवळ आठवणीने तो सैरभैर झाला. परतताना मॅडम त्याला बिलगूनच चालत होत्या, तेव्हा न राहून त्याने मॅडमना बाहुपाशात घेतले होते. काळजाईच्या दरीत जाण्यापूर्वी पावसाने पूर्ण भिजलेल्या स्वरूपातील त्यांचे तारुण्य, पुन्हा दरीमध्ये धबधब्याखाली बसलेली अवखळ रूपगर्विता, अमेरिकेमध्ये घट्ट मिठी मारणारी प्रिया, ताजमहालाच्या साक्षीने पौर्णिमेच्या रात्री हातामध्ये हात घालून फिरणारी मदालसा. विचारांनी तो भरकटला. किती तऱ्हेने त्या आपले प्रेम व्यक्त करत होत्या. मृणालसोबत पुण्यास जाताना डोळ्यांत दिसलेला जहरी मत्सर. त्या भरकटलेल्या अवस्थेतही त्याला हसू आले.

"मणी, का हसतोस रे?"

मणिभद्र दचकला. सास्तुरे मामा दर्शनासाठी आले होते.

"काही नाही मामा."

सास्तुरे मामा प्रौढ, एकदम बिनधास्त माणूस. विजार-शर्ट घालून आपल्या मोटरसायकलवर फिरत असत. त्याच्याजवळ बसत त्याच्या मांडीवर थाप मारत म्हणाले, "लेका, आमीबी जवान हुतो की. तवा असंच खुळ्यागत हसायचो. एकादी पोरगी बिरगी पटवलीय काय? सांग रूद्राण्णांस सांगून पाट लावून दितो," गडगडाटी हास्य करत ते म्हणाले.

मणिभद्र चपापला, "मामा, तुम्ही काहीही बोलता."

"लेका, काईबी न्हाय, खरं बोलतुया."

"मामा, तुम्हाला माहिती आहे मी मठाच्या गादीवर बसणार आहे."

"अरे, मठाच्या गादीवर बसल्याचा आणि प्रेम करन्याचा काय संबंध असतु व्हय?" मामा आपला ठेका सोडण्यास तयार नव्हते.

मामाच्या बोलण्याने त्याची तगमग वाढली. तो बोलत नाही हे पाहून मामाच पुढे म्हणाले, "तुमी बामनाची लेकरं दिसता लई सादी, पर इरसाल असता. कवा काई बोलनार नाय पर केल्याबिगर राहानार नाय. चल, येतुयना घराकडं."

"नाही मामा, जरा वेळ थांबतो, नंतर येतो."

सास्तुरे मामा निघून गेल्यानंतर मणिभद्र सावरला. तो सर्व झुगारून मॅडमच्या अबोल हाकेस प्रतिसाद देण्याच्या निकराला आला होता. त्याला दैवगतीचे आश्चर्य वाटले. वास्तविकपणे सास्तुरे मामा खुलेपणाने बोलत होते; पण त्याच्या वर्मावर

घाव बसत होते. त्याने डोळे घट्ट मिटले. वृत्ती शांत केल्या. विचारांच्या वारूला ताळ्यावर आणले. मेंदूचा एक कप्पा कायमचा, निर्धाराने बंद केला. ''जगदंबे! मामांच्या रूपाने तू मला जागे केलेस. मी चमत्कारावर विश्वास ठेवत नाही, पण योगायोग घडू शकतात. गावापासून दूर डोंगरावर सहसा कोणी येत नाही, पण नेमके आज मामा आले आणि माझे विचारच त्यांच्या तोंडून वदवलेस. माझ्या विचारांना त्यांचे शब्द देऊन; माझी लायकी दाखवलीस. अंबे! चुकलो मी.'' बऱ्याच वेळाने त्याचा आक्रोश संपला. शांत चित्ताने तो मंदिरात गेला. महादेवाच्या प्रतिकाचे दर्शन घेतले.

दुसऱ्या दिवशी तो विद्यापीठात गेला. डॉ. नभामॅडम नुकत्याच आल्या होत्या. त्याने डोळे भरून त्यांच्याकडे पाहिले.

''मणिभद्र, आज काही विशेष? खूप समाधानी आणि शांत वाटत आहात.''

मणिभद्र विषयाला बगल देण्यास वाकबगार झाला होता. ''काही नाही मॅडम. माझे प्रबंधाचे हस्तलिखित पूर्ण झाले आहे. तुम्ही तपासले की मी त्याची संगणक आवृत्ती काढून घेतो. आता महिनाभर मी रिकामा.''

''मी तुम्हाला रिकामे सोडणार आहे का?''

''मॅडम, माझ्या लक्षात आहे अजून प्रकल्पाचे काम आहे.''

तेवढ्यात हरिराम पवार आले. ''महंती मॅडम, तुमचे पत्र.'' मॅडमनी पत्र घेतले. बडोदा विद्यापीठातून आलेले दिसत होते. त्यांनी लिफाफा उघडला. त्यांच्या चेहऱ्यावर आनंद दिसला.

''मॅडम, बातमी चांगली दिसते.''

''अहो, बडोदा इथे आपल्या विषयाची परिषद आहे. मृणाल आणि समीर दोघांनाही चर्चासत्रासाठी बोलावले आहे.''

''अभिनंदन मॅडम! तुम्ही इतक्या वेगळ्या धाटणीचे विषय देता आणि मेहनत करता आणि करवून घेता; त्यामुळे तुमचे किंवा तुमच्या विद्यार्थ्यांचे पेपर्स टाळणे अशक्य असते.''

मणिभद्रच्या कौतुकाने डॉ. नभा चक्क लाजल्या. दृश्य फारच विलोभनीय होते. नभा मॅडम मणिभद्रच्या शब्दाशब्दाला आसुसलेल्या असत.

''मॅडम, मुले नवीन आहेत. ती प्रथमच चर्चासत्रास जाणार. त्यांच्यासोबत मार्गदर्शक म्हणून तुम्ही जाणे गरजेचे आहे.''

क्षणात मॅडम हिरमुसल्या. ''मणिभद्र मला एकटीला जाणे रुचत नाही.''

''अहो, तुम्ही असे काय म्हणता? त्या मुलांसोबत जावे लागणारच. चार दिवसांचा प्रश्न असेल. मी त्यांची चर्चासत्राची तयारी करून घेतो. दोघेही चांगल्या घरातील आहेत. पैशांचा प्रश्न नसावा. त्यांच्याकडून सर्व गोष्टी अद्ययावत करून

घेतो. केव्हा आहे परिषद?''

"आजपासून २० दिवसांनी.''

"खूप वेळ आहे. मला त्यांचे पेपर्स संदर्भासह लक्षात आहेत. त्यामुळे सर्व व्यवस्थित आणि छान होईल.''

"मणिभद्र, माझ्यापेक्षा तुम्हीच त्यांच्या जवळचे आहात, मग काळजीचे काय कारण?'' मॅडम खोचकपणे बोलल्या.

मणिभद्रने दुर्लक्ष केले. मॅडमच्या लक्षात तेसुद्धा आले.

मृणाल आणि समीर यांना जेव्हा बातमी समजली तेव्हा चट्कन त्यांनी मॅडमचे पाय धरले. मॅडम सुखावल्या. आपल्या श्रमांचे मोल समजते, ही जाणीव झाली.

"मृणाल, समीर तुम्हाला खूप आनंद झाला आहे. त्या नादात बातमीची जाहिरात करू नका. आपणास सदैव गुप्तता पाळावी लागणार आहे.'' मणिभद्रने त्यांना सावध केले.

"मुलांनो, तुमच्यासोबत मला यावे लागणार कारण तुम्हाला अनुभव नाही. तुम्हाला चर्चासत्रात सहभागी होण्यासाठी खूप तयारी करावी लागेल. थोडा खर्चही करावा लागणार.''

"मॅडम, खर्च करण्यास आम्ही तयार आहोत. काय रे समीर?''

"होय मॅडम.''

"ठीक आहे. तुमची तयारी मणिभद्र करून घेतील. माझा खर्च मी करणार आहे. आपण खर्चाची मागणी माने सरांना करू. ते आपली सोय करतील.'' मॅडम म्हणाल्या.

डॉ. महंती विभागप्रमुख माने सरांच्या केबिनमध्ये गेल्या. "सर, हे पत्र.''

डॉ. माने सरांनी पत्र पाहिले. मृणाल मोहिते आणि समीर काळे यांची नावे वाचून ते खूश झाले. "मॅडम, तुम्हाला विद्यापीठामार्फत नियमानुसार प्रवासखर्च आणि दैनंदिन भत्ता मिळेल. तुम्ही विभागप्रमुखांच्या नावे अर्ज करा. फार दिवसांनी जात आहात!''

"सर, इतकी चर्चासत्रे झाली गेल्या वर्षभरात, मलाच कंटाळा आला. त्यामुळे आमच्या कामात व्यत्यय येऊ लागला.''

"तुमचा प्रकल्प आता पूर्णत्वास आला असेल आणि मणिभद्रचा प्रबंध?''

"सर, प्रकल्प पूर्ण होण्यास आणखी सहा महिने पाहिजे आहेत. मणिभद्र यांचा प्रबंध दोन ते तीन महिन्यांत पूर्ण होईल.''

"मणिभद्र फार प्रतिभाशाली आहेत.''

"सर, असा माणूस आपल्या विभागामध्ये पाहिजे. त्यांच्या प्रबंधास अमेरिकेच्या समाजशास्त्र विभागाची मागणी आहे. त्यांना त्याचे पुस्तक बनवून

अभ्यासक्रमास जोडायचे आहे. एक लाख डॉलर्स किंमत सांगितली आहे.''

''वा! फारच छान. तुम्ही काय ठरवले?''

''त्यांना संपूर्ण हक्क हवे आहेत. आम्ही म्हणतो रॉयल्टी पाहिजे. हक्क देण्यास तयार नाहीत तर भागीदारी पाहिजे ; ४० टक्के मागितले आहेत. मला वाटते ३० टक्क्यांपर्यंत ते तयार होतील.''

''उत्तम! मॅडम तुम्ही फार व्यवहारी आहात. हक्क न सोडल्यामुळे सतत तुम्हाला पैसे मिळत राहाणार. छान! छान! माझ्या माहितीप्रमाणे अनुदान मंडळ तुमचा प्रकल्प संदर्भग्रंथ म्हणून प्रकाशित करणार आहे. त्याचीसुद्धा रक्कम मिळणार आहे.''

''सर, अनुदान मंडळ ३० लाख देणार आहे. माझी मंडळास काहीच मागणी नाही. त्यांचाच प्रस्ताव आहे. त्यांनी प्रकल्पासाठी भरपूर अनुदान दिलेले आहेच. म्हणून वेगळी मागणी नाही करावी वाटत.''

''तुम्ही म्हणता ते योग्य आहे. तुम्ही दोघांनी आपल्या विभागाची आणि विद्यापीठाची मान उंचावली आहे.''

''म्हणून म्हणते मणिभद्र आपल्या विभागात पाहिजेत. मृणाल आणि समीर यांची तयारी सध्या तेच करून घेतात. सर, तुम्ही लक्ष घातले तर...''

''मॅडम, मणिभद्रला आपण सोडणार नाही. माझा शब्द आहे.''

''सर, आभारी आहे.'' असे बोलून मॅडम निघून आल्या. माने सरांनी शब्द दिला म्हणजे काम झाले. त्यांना मनापासून आनंद वाटला. आता मणिभद्र जाण्याचा प्रश्न नव्हता.

काळ पुढे सरकत होता. मणिभद्रचा प्रबंध परीक्षणासाठी पाठवण्यात आला. मान्यता तशी फार औपचारिक बाब होती. राष्ट्रीय आणि आंतरराष्ट्रीय स्तरावर मान्यता मिळालेलीच असल्यामुळे, आता वेगळी मान्यता हा नियमांचा भाग होता. ज्या प्रकल्पामुळे मणिभद्र आणि नभा मॅडम सहवासात आले, तो पूर्णत्वाच्या मार्गावर होता. सर्व संदर्भ तपासून कच्चे लिखाण झाले होते. किरकोळ दुरुस्ती करून त्याची संगणक आवृत्ती तयार होणे, इतके काम राहिले होते. अनुदान मंडळाने अदा केलेल्या रकमेचा आढावा तयार होता. कामाचा ताण संपल्यामुळे मोकळे वाटत होते. अडीच वर्षांचा कालावधी संपला होता.

''माई, आता प्रकल्पाचे काम संपले आहे. महिन्याभरात मणिभद्रना डॉक्टरेट पदवी मिळेल. फार मोकळे आणि मस्त वाटत आहे,'' नभा आपल्या आईस म्हणाल्या.

माईच्या लक्षात मुलीच्या बोलण्याचा अर्थ आला. आता ही संधी सोडायची नाही. ''नभा, ३१ वर्षे तुझे ऐकत आले. आता तू लग्न करावेस. मणिभद्र तुला

आवडतात. कधी स्पष्ट सांगितले नाहीस, पण सर्वांना ते समजले आहे. तेसुद्धा हुशार आहेत. अडचण फक्त वयाची आहे. तुझ्यापेक्षा वयाने लहान; शिवाय ते तुझे विद्यार्थी एवढी अडचण आहे. त्यांना ग्रामीण संस्कार असल्यामुळे सहज मान्य होणे कठीण वाटते. परंतु तुझ्याकडे पाहून त्यांना मान्य होईल असे वाटते. परंतु इतक्या दिवसांत त्यांनी अप्रत्यक्षरीत्या काही होकारात्मक संदेश दिलेला नाही. अर्थात, नकारात्मकसुद्धा नाही. म्हणून आशा वाटते. तुझे काय म्हणणे आहे?"

"माई, मणिभद्र आणि माझ्या विचारात बरेच साम्य आहे. त्यांच्यासोबत जीवन व्यतीत करण्यास अडचण नाही. त्यांना प्रथम पाहिले तेव्हाच ते आवडले. सहवासातून त्यांचे विचार समजले. जुळतील असे वाटले."

"मग विचार त्यांना."

"मी?"

"का?"

"माई, लाज वाटते."

"बरे बाई! मी विचारते. विचारू ना?"

"मी नसताना विचार."

"बघते."

एके दिवशी मॅडमनी मणिभद्रना सांगितले, की माईनी बोलावले आहे.
मणिभद्र घरी आल्यानंतर म्हणाला, "माई, बोलावले?"

"या! मणिभद्र या! तुमचा प्रबंध झाला. प्रकल्पाचेही काम झाले. पुढे काय विचार आहे?"

"म्हणजे?"

"नोकरी, लग्न याविषयी विचारते."

अशी विचारणा त्याला अपेक्षित होती तरीसुद्धा तो स्तंभित झाला.

काही उत्तर आले नाही, तेव्हा आता स्पष्टच विचारणे गरजेचे वाटले, "मणिभद्र, आपण दोन वर्षांपेक्षा जास्त काळापासून सहवासात आहोत. माझ्या लक्षात आले आहे, तुमचे आणि नभाचे विचार जुळतात. मलाही तुमचा स्वभाव आवडतो. नभाचा तुमच्यावर फार जीव आहे. तुमच्या लक्षात आले असेलच. ती सुंदर आणि हुशार आहे. तुम्ही तिच्या जीवनात आलात तर आम्हाला आनंदच वाटेल."

"माई," काय बोलावे ते त्याला सुचेना.

"अहो तुम्हाला वाटत असेल ती तुमची गुरुजन. शिवाय, वयाने तुमच्यापेक्षा जास्त म्हणून तुमच्यावरील संस्कारामुळे अडचण असेल; पण आताच्या जगात या अडचणी शहरी माणसांना फार मोठ्या वाटत नाहीत. तुम्हाला वाटत असेल तुमचे आई-वडील याला मान्यता देणार नाहीत. ते आपण पुढे पाहू. प्रथम सांगा, माझी

नभा तुम्हाला आवडते का?''

''माई, मॅडम सर्वांनाच आवडण्यासारख्या आहेत.''

''मणिभद्र, मोघम बोलू नका. तुमच्याबद्दल सांगा.''

''माई, तुम्ही मला मोठ्या संकटात टाकले आहे.''

''आता यात काय संकट?''

''माई, जीवनाच्या वाटा इतक्या सहज आणि सरळ नसतात. तुम्हाला जी गोष्ट सहज सोपी वाटते तशी ती इतरांच्या बाबतीत असेलच असे नसते. मॅडम सुंदर आहेत. त्यांच्यासोबत सहजीवन भाग्याचे आहे. पण भाग्य प्रत्येकाला साथ देतेच असे नाही. प्रत्येकाच्या जीवनाच्या वाटा भाग्याने वेगवेगळ्या लिहून ठेवलेल्या असतात. त्या बदलणे काही जणांना कदाचित जमत असेल.''

माई मध्येच म्हणाल्या, ''मणिभद्र, माझा प्रश्न खूप साधा आणि सरळ आहे.''

''माई, माझे बोलणे सहज आणि सरळ नाही. माझे प्रश्न वेगळे आहेत. कधीतरी मला तुमच्या किंवा मॅडमच्या प्रश्नाला सामोरे जावे लागणार ही कल्पना होती; पण या प्रश्नाला काय उत्तर असेल ते मला माहिती नाही.''

''मणिभद्र तुमचे काय म्हणणे आहे ते समजतच नाही.''

डोक्याला हात लावत तो म्हणाला, ''माई, माझे जीवनच फार वेगळे आहे. काही क्षणात मला सर्व गोष्टींचा खुलासा करता येईल, पण ते आपणास सहन होण्यासारखे नाही.''

माई, चक्रावून गेल्या. आपण बोलतो काय आणि हे सांगतात काय? काही मेळ बसत नव्हता. ''मणिभद्र!''

''माई, काही विचारू नका. मला जाऊ द्या.'' हात जोडून तो म्हणाला. तो अस्वस्थपणे निघून गेला.

''माईना सर्वच अनपेक्षित होते. मणिभद्रना नेमके काय म्हणायचे होते? आता नभाला काय सांगावे? इतक्या वर्षांनी सर्व गोष्टी छान जुळत आल्या होत्या. नभा लग्नासाठी तयार झाली. मणिभद्र फार आढेवेढे घेणार नाहीत. वयाचा प्रश्नही गंभीर नाही. त्यांच्या आई-वडिलांना हात जोडून समजावण्याची तयारी होती; फक्त मणिभद्रचा होकार पाहिजे होता. या संवादातून काय समजावे? त्यांचा नकार असता तर ते इतके अस्वस्थ का झाले? माईंच्या समोर मणिभद्रचा वेदनेने भरलेला चेहरा तरळत राहिला.

मॅडम मोठ्या उत्सुकतेने घरी आल्या. माईंच्या गळ्यात हात टाकून म्हणाल्या, ''माई, काय म्हणाले मणिभद्र?''

''ते विभागात आले नाहीत?''

''नाही! खूप वेळ वाट पाहिली. मला वाटले, माझ्या नजरेला नजर कशी

द्यावयाची असे वाटले असेल. इतके दिवस मॅडम म्हणत आले तिला बायको कसे म्हणायचे असा प्रश्न पडला म्हणून आले नसतील असे वाटले. माई, काय म्हणाले ते?''

''त्यांनी मॅडमचे हात गळ्यातून काढून घट्ट धरले. त्यांना कोचावर बसवत म्हणाल्या, ''नभा मी त्यांना स्पष्ट विचारले.''

''त्यांनी काय उत्तर दिले? मी पाहिजे होते त्यांचा चेहरा बघायला.'' मॅडमच्या चेहऱ्यावर मिस्कील हास्य होते. ''माई, आपण पुण्यामधील. कोल्हापूरला येणे स्वप्नातसुद्धा शक्य वाटत नव्हते. या ठिकाणी मणिभद्रची गाठ पडते काय... संबंध जुळतात काय... गंमत आहे ना?''

''नभा, मणिभद्र नेमके काय म्हणत होते तेच समजत नव्हते. होकार का नकार मी संभ्रमात पडले आहे.''

''माई!'' मॅडमचा आवाज चढला होता. चेहरा गंभीर झाला. ''तू काय म्हणतेस?''

''अगं, मलाच काही समजले नाही.''

''असे कसे?''

''ते जे काही म्हणत होते त्याची सांगड घालणेच जमत नाही.''

''माई, असे नको ना बोलू.'' मॅडमचा आवाज रडवेला झाला होता. डोळ्यांत पाणी जमा झाले.

''बाळ नभा, त्यांना काय म्हणायचे होते त्याचे संदर्भच लागत नव्हते.''

मॅडम उदास झाल्या. त्यांनी मणिभद्रला फार गृहीत धरले होते. त्यांच्याकडून पट्कन होकार अपेक्षित होता. माई नभाजवळ बसल्या, ''नभा आता तुलाच विचारावे लागेल.''

''माई, काय विचारू? नकार ऐकण्याची शक्ती नाही माझ्याजवळ.''

''अगं, मला समजले नाही; कदाचित तुला समजेल. आपणांत दोन पिढ्यांचे अंतर आहे.''

''माई, वयाची अडचण आहे का? मी आवडत नाही असे तर नाही ना?''

''नभा, तू आवडतेस गं. त्यांचा चेहरा वेदनेने भरला होता. त्यांचेही प्रेम असावे. आत्तापर्यंत त्यांनी कधीच काही अंदाज लागू दिला नाही.''

''माई, मी प्रत्यक्ष, अप्रत्यक्ष कितीतरी वेळा माझे प्रेम व्यक्त केले. बऱ्याच वेळा आम्ही एकत्र राहिलो. त्यांनी कधी स्वतःला व्यक्त केले नाही. फक्त एकदा त्यांचा तोल जात होता, पण त्यांनी स्वतःस सावरले. त्यानंतर त्यांनी विरोधही केला नाही किंवा व्यक्तही झाले नाहीत. बोलण्यातून ते व्यक्त होत नव्हते, पण भावना लपवून ठेवल्या नाहीत. काही वेळा स्पर्शातून किंवा डोळ्यांतून माणसं बोलतात.

त्यांना होणाऱ्या अवचित स्पर्शानं किंवा नजरेनं त्यांच्या प्रेमाची जाणीव होत असे. त्यांनाही समजत असावे. त्यांचा चेहरा त्यांच्या भावनेचा आरसा आहे. माझी फसगत नाही होणार. त्यांना माझ्याबद्दल निश्चित प्रेम वाटतं. मग का नाही बोलले. तुझ्याशी बोलण्यास काय हरकत होती? माई! काय गं हे? जीवनाचा डाव मांडण्याआधीच उधळतो काय! माई, त्यांच्याशिवाय माझं जीवन अशी कल्पनासुद्धा भयावह वाटते. अगं, मी त्यांना आमच्याच विभागात नोकरीसाठी प्रयत्न केला. मला तसं आश्वासनही मिळालं. सुखी जीवनासाठी लागणाऱ्या सर्व गोष्टीची तयारी होत आली आहे.'' मॅडम भारावलेल्या स्वरात आपल्या आईसमोर खुलेपणाने व्यक्त होत होत्या. आत्तापर्यंत अभ्यास आणि आई एवढेच त्यांचे विश्व होते. वडिलांचा कोपरा नियतीने बंद करून टाकला होता. मणिभद्रच्या सहवासाने एक नवीन कंगोरा जीवनाला लाभला होता.

''नभा, कदाचित माझ्यासमोर त्यांना बोलणं अवघडल्यासारखं वाटलं असेल. तू विचारून पाहा. तुला सांगतील.''

''मला विचारावंच लागेल.''

दोघीही काहीही न खाता आपापल्या विचारातच गढून गेल्या. त्यांना वेळेचेसुद्धा भान राहिले नाही.

मणिभद्रला मॅडमच्यासमोर उभे राहण्याचे धैर्य नव्हते. तो विभागाकडे फिरण्याचे नाव घेईना. मॅडमना त्याला भेटायचे होते. त्यांना खुलासा पाहिजे होता. दोन दिवसांत त्यांनी स्वतःला बरेच सावरले होते. त्यांनी काहीही स्वीकारण्याची तयारी ठेवली. तशा त्या खंबीर होत्या. आव्हानात्मक परिस्थितीशी झगडण्याची तयारी होती. सर्वसामान्य तरुणीप्रमाणे सतत दुःखात असणाऱ्या नव्हत्या. मणिभद्रच्या बाबतीत मात्र त्या फार हळव्या झाल्या होत्या. त्यांना कारणाचा छडा लावायचा होता. त्यांना वाटत होते मणिभद्र सतत फार सामान्य माणसांच्या संपर्कात राहिले असल्यामुळे त्यांच्या कल्पना फार पुढारलेल्या नसाव्यात. गुरु-शिष्य परंपरा अगदी सनातन काळापासून आहे. गुरूविषयी विशेष आस्था आणि आदर ठेवण्याची शिकवण आजही आहे. गुरूला देवत्वाची झळाळी असल्यामुळे गुरू ठिकाणी असणाऱ्या व्यक्तीबरोबर लग्न ही कल्पना सहजासहजी पचनी पडण्यासारखी आजही नाही. त्यांना, आपल्या आई, वडील आणि गावातील लोकांना हे मान्य होण्यासारखे वाटले नसावे. आपण वयाने त्यांच्यापेक्षा जास्त आहोत ही वस्तुस्थिती आजच्या पुढारलेल्या समाजातही स्वीकारली जात नाही. मुलगी वयाने १० वर्षांपेक्षा कमी असली तरी स्वीकारली जाते. तीच वयाने जास्त किंवा अगदी बरोबरीची असली तरी टाळण्याची वृत्ती सर्वत्र दिसते. हा आपला समाज, आपल्या पारंपरिक, सनातन तत्त्वांना घट्ट चिकटून बसलेला असतो. त्या तत्त्वांचा अर्थ समजलेला नसला तरी

पारंपारिक वारसा विसरता येत नाही. सुशिक्षित म्हणवणारे तर आता जास्तच धर्मवेडे झालेले दिसतात. आजकाल धार्मिक यात्रेला, प्रवचनासाठी, कीर्तनासाठी, भजनासाठी खूप समुदाय जमा होताना दिसतो. धर्माचे अवडंबर आज खूप मोठ्या प्रमाणात माजलेले दिसते. त्यामुळे पारंपरिक तत्त्वे आणखीनच घट्ट रुजताना दिसतात. लहान गावांमध्ये तर हे जास्तच प्रमाणात दिसते. परंपरा मोडण्यासाठी जे धैर्य लागते ते सर्वसामान्य माणसात दिसत नाही. मणिभद्रला आपण ओळखतो. त्याच्या विचारात प्रगल्भता दिसते. काही वेळा अनिष्ट तत्त्वांवर ते कडाडून प्रहार करतात. त्यांच्या इतके आधुनिक विचार आजच्या समाजसुधारकांकडेही क्वचित आढळतात. हिंदू धर्मातील बुरसटलेल्या कल्पना त्यांना मान्य नाहीत. अशा कल्पना बदलण्याचे त्यांचे ध्येय आहे म्हणतात. मग माझ्याशी लग्नाबाबत ते काय म्हणतात?

माई म्हणते त्यांनी सरळ उत्तर दिले नाही. ते जे बोलत होते ते समजत नव्हते. काहीतरी भाग्याविषयी बोलले. काय बोलत होते त्याचा संदर्भ लागत नव्हता. नाही, मणिभद्र वायफळ बोलणाऱ्यांपैकी नाहीत. माईला समजले नसेल; पण मला समजेल. त्यांनी आत्तापर्यंत न विचारता कधी सुट्टी घेतली नाही. आज दोन दिवसांपासून ते इकडे आले नाहीत. कसलाही संपर्क नाही. मॅडमना राहवले नाही. त्यांनी मणिभद्रना फोन लावला आणि ताबडतोब विभागामध्ये येण्यास सांगितले.

फार काळ तोंड लपवता येणार नव्हते. काळ सर्वांवर प्रभावी उपाय आहे. कालच्यापेक्षा आज आणि आजपेक्षा उद्या घटनेची तीव्रता कमी होतच असते. अशा वेळी विवेक आणि सारासार बुद्धी विचलित झालेली असते. माणसाच्या बोलण्याचे आणि कृतीचे भान विसरलेले असते. माणूस तेव्हा असे काही करून बसतो की नंतर पश्चाताप होऊनही उपयोग नसतो. अशा वेळी समोर जाणे इष्ट नसते. मणिभद्र वयाने लहान असला तरी विचाराने प्रगल्भ होता. त्याने घटनेचे गांभीर्य लक्षात घेऊन वेळ जाऊ देणे योग्य समजले होते. त्याच्या कयासानुसार फोन येणे अपेक्षित होते. फोन आला याचाच अर्थ होता मॅडम सावरत आहेत. आता त्यांना माझी अपरिहार्यता समजेल. तो निर्विकारपणे मॅडमसमोर उभा होता. बराच वेळ निस्तब्धता पसरली होती. मॅडमनी टेबलवर एक संदर्भ ग्रंथ उघडून ठेवला होता. दोघांनाही माहिती होते; ग्रंथ उपचारापुरता उघडलेला होता. शेवटी मॅडमना शांतता असह्य झाली. त्यांनी आपले साहित्य गोळा करून ठेवले. त्या म्हणाल्या, "चला!"

मणिभद्र आज्ञाधारक विद्यार्थ्याप्रमाणे निघाला. 'कोठे जायचे... का जायचे... काही विचारले नाही. त्याने आपली मोटरसायकल सुरू केली. मॅडम त्याच्या पाठीमागे बसल्या. त्यांनी कटाक्षाने मणिभद्रला स्पर्श करण्याचे टाळले. मणिभद्रने बाइक महालक्ष्मी मंदिराकडे आणली. त्याला देवीचा आधार पाहिजे होता. मॅडम शांत आहेत, पण वादळापूर्वीची शांतता, हे तो जाणून होता. काही क्षणांत

ज्वालामुखीचा स्फोट होऊन उष्ण ज्वालारस आपणस भाजून काढणार, हे माहीत होते.

देवळात आल्यामुळे दर्शन घेणे क्रमप्राप्त होते. १० वाजून गेले होते. त्यामुळे फार गर्दी नव्हती. दोघे गाभाऱ्यात बसले. बऱ्याच वेळांनी मॅडमनी विचारले, ''मणिभद्र, माईनी काय विचारले ते समजले ना?''

त्याने खाली मान घालून होकारार्थी मान हलवली. मॅडमनी त्याची हनुवटी उचलली, ''बघा माझ्याकडे. एक स्त्री म्हणून पाहा. हजारोमध्ये उठून दिसेल असे सौंदर्य तुमच्यासमोर आहे. काही कमतरता वाटते का तुम्हाला? तुमचे आधीच लग्न ठरले आहे का? तुमचे दुसऱ्या कोणावर प्रेम आहे का?''

तिन्ही प्रश्नांना त्याने नकारार्थी मान हलवली.

''मी आवडत नाही....

पुन्हा नकारार्थी मानेची हालचाल.

''मी गुरू-तुम्ही शिष्य, मी वयाने मोठी.. ही अडचण?''

पुन्हा तीच प्रतिक्रिया.

त्याच्या दंडास धरून मॅडमनी त्याला हलवले. ''बोला मणिभद्र बोला. काहीतरी खोटे का असेना कारण सांगा. माझ्या समाधानासाठी काहीतरी बोला. मी तुमच्यावर तुमच्या विचारांवर, तुमच्या बुद्धीवर जिवापाड प्रेम केले आहे. तुमच्याशिवाय यापुढे जगण्याचीही भीती वाटते. आत्तापर्यंत माझे जीवन भारावून टाकणारे कोणीही नव्हते. आयुष्यातील अपूर्णता तुम्ही पूर्ण केली. तुमच्या सान्निध्यात मी नेहमी सुखी राहिले. तुमच्यापासून काही लपवण्याची कधी भावना झाली नाही. मी माने सरांना सांगून तुमची विद्यापीठातील नोकरीही ठरवली आहे. तुमचा सहवास कायम मिळावा ही भावना ठेवली. मी नेहमी अबोल आणि गंभीर मुलगी होते. तुम्ही माझ्या जीवनात आल्यामुळे माझा कायापालट झाला. नेहमी मला एकाकी वाटे. आपणास जवळचे कोणी नाही, असे वाटत होते. तुमचा भक्कम आधार मिळाल्याचा भास झाला. या आधाराच्या जोरावर मी कल्पनेची इमारत उभी केली. आता वाटते काही आधारच नव्हता. मी हवेतच इमले बांधत गेले. वाऱ्याच्या साध्या झुळकेमुळे ते सारे पडून गेले. मणिभद्र, मी चुकीच्या आधाराला धरले का? मला तुमच्यावर प्रेम करण्याचा अधिकार नाही का? बोला मणिभद्र बोला!'' मॅडम आपल्या सर्व अभिव्यक्ती प्रकट करत होत्या. बोलताना त्यांच्या डोळ्यांतून अखंड पाणी गळत होते.

मणिभद्रला त्यांची तगमग सहन झाली नाही. त्याने आपल्या हातांनी त्यांचे डोळे पुसले. ओंजळीत त्यांचा चेहरा धरून तो म्हणाला, ''नभा, इतकी नक्षत्रासारखी सुंदर मुलगी नाकारणारा करंटाच असेल. अशा अस्सल सौंदर्यवतीशी लग्न करण्याची संधी कोणालाही सोडवेल का? आयुष्यभर आपल्या डाव्या बाजूकडे अभिमानाने

पाहण्याचे क्षण पुरुषास सतत हवे असतात. गुरू-शिष्य किंवा जास्त वय ही समस्या नाहीच. अव्वा आणि अण्णा तुला सून म्हणून सहज स्वीकारतील. आम्ही वस्तीवर राहत असलो, तरी वैचारिक प्रगल्भता फार मोठी आहे. माझ्या लक्षात तुझे प्रेम आले नाही असे वाटले का? ताजमहालाच्या सान्निध्यात मला बिलगून चालणारी नभा, काळजाईला जाताना पाण्यामुळे भिजलेले मुसमुसते तारुण्य, अमेरिकेत यशप्राप्तीच्या वेळी घट्ट मिठी मारणारी कोमल काया, सतत माझ्या खांद्यावर डोके ठेवून विश्वासाने स्वप्नांच्या दुनियेत फिरणारी धुंद बावरी प्रिया... हे विसरणे शक्य तरी आहे का?"

मणिभद्रच्या शब्दांनी पुलकित झालेली प्रेमबावरी नभा म्हणाली, "तरीसुद्धा अडचण, नकार का?"

"नभा, आपल्या भेटीच्या आधी मी शब्दांनी बांधला गेलो आहे. बऱ्याच वेळा बंड करण्याची, शब्द झुगारून देण्याची इच्छा झाली."

"कसला शब्द? कोणाविरुद्ध बंड?" नभाने भयाने विचारले.

"मी मलाच दिलेला शब्द आणि माझेच माझ्याविरुद्ध बंड."

"मला नाही समजले. माईसुद्धा म्हणाली, तिलाही नाही संदर्भ लागला."

मणिभद्र भानावर आला. "मॅडम!"

"मला नभा म्हणा ना!"

"नाही मॅडम, भावनातिरेकामुळे मी तसे म्हणालो, पण नाही पुन्हा नाही. आपण आता इथून निघू. तुम्हाला सर्व सांगितलेच पाहिजे. तुमची कार घेऊन जाऊ. तुम्ही सर्व समजून घ्या नंतर सांगा मी काय करावे?"

मणिभद्र मॅडमना घेऊन राणीहळ्ळीस आला. मठातून आत प्रवेश करताना बाहेर जाणारे भक्त मणिभद्रला पाहून, "नमस्कार स्वामीजी!" म्हणत पायावर डोके टेकवत होते. "जगदंब!" म्हणून तो आशीर्वाद देत होता. समोर दासप्पा बसला होता. उभे राहत तो म्हणाला, "धाकटे स्वामी! आज अचानक."

मणिभद्रने फक्त हुंकार भरला. तो हात-पाय पाण्याने स्वच्छ करू लागताच दासप्पाने धावत जाऊन मणिभद्रचा पांढरा शुभ्र टॉवेल आणला. मणिभद्रने हात-पाय पुसत मॅडमनाही हात-पाय स्वच्छ करण्यास सांगितले. तेव्हा मॅडमनी तोच टॉवेल चालेल असे सांगितले. एक लहानसे कर्नाटकातील खेडे. गावापासून दूर असणारा अत्याधुनिक सोई असणारा झाडीमध्ये दडलेला रमणीय मठ. मॅडमना काहीच लक्षात येईना. मणिभद्रने कागलच्या दिशेने कार वळवली तेव्हा त्यांना वाटले वस्तीवर जाणार आहोत. वस्तीवर न जाता कार पुढे आली. तेव्हा वाटले हे आपणास त्यांच्या मावशीकडे निपाणीस नेत आहेत. निपाणीतही कार थांबली नाही तेव्हा त्यांनी विचार सोडले. राणीहळ्ळी गावात आल्यानंतर त्यांना आश्चर्य वाटले. आता आपण काही

विचारायचे नाही, असे त्यांनी ठरवले.

पूर्णानंदस्वामी भोजन करून वर्तमानपत्र वाचत बसले होते. दासप्पाने त्यांना धाकटे स्वामी आणि एक बाई आल्याचे वर्तमान सांगितले होते. स्वामीजींची बलदंड आणि वात्सल्यपूर्ण वृद्ध व्यक्तिरेखा पाहून मॅडमना दडपण आले. अनाहूतपणे मणिभद्र पाठोपाठ त्यांनी नमस्कार केला.

''स्वामीजी, या महंती मॅडम.''

स्वामींनी महंती मॅडमना लक्षपूर्वक पाहिले. ते म्हणाले, ''मणिभद्र भोजन झाले?''

पुढच्या गोष्टी काय हे माहिती होते. स्वामीजींसमोर असत्य वचन करण्याची हिंमत नव्हती. तो शांत राहिला. स्वामीजी म्हणाले, ''दासूजी, भानुमतीस सांगा.''

मॅडमना कसलाच संदर्भ लागणे शक्य नव्हते.

''स्वामीजी, मॅडमना मठ आणि मंदिर दाखवून येतो.''

''मणिभद्र आम्ही वाट पाहतो. नंतर आम्हास बळ्ळारीस निघायचे आहे.''

''येतो स्वामीजी.''

मठाच्या मागील बाजूस विस्तीर्ण मैदानात उभे असणारे कात्यायिनी देवीचे भव्य मंदिर नवागतास नतमस्तक होण्यास भाग पाडे. मंदिराभोवती असणारा प्रशस्त प्रदक्षिणा मार्ग, मंदिरातील पाषाणातील सिंहारूढ कात्यायिनी देवीची अत्यंत सुबक आणि देखणी मूर्ती, चालुक्य काळातील ८०० शतकापूर्वीचे स्थापत्य. डोळे विस्फारलेले जात. मॅडमना मठ आणि मंदिर मनापासून आवडले. त्यांना भारतीय स्थापत्य शास्त्रातील कौशल्याचा अभिमान वाटला. इतक्या छोट्या खेडेगावात इतका भव्य मठ आणि अलौकिक मंदिर शक्यतेच्या कसोटीवर बसत नव्हते. स्वामीजींच्या प्रसन्न व्यक्तिमत्त्वाचा प्रभाव पडला होता.

दर्शनानंतर दोघे स्वामींच्या चरणापाशी बसले. ''महंती मॅडम, तुम्ही मणिभद्रच्या मार्गदर्शक. मणिभद्र सांगत असत तुमच्याविषयी; त्यामुळे तुमची प्रतिमा जी उभी राहते, त्याला छेद देणारे व्यक्तिमत्त्व आहे. खूप लहान दिसता वयाने. अर्थात, वय आणि प्रतिभा यांची सांगड घालणे योग्य नाही म्हणा! अल्पावधीत तुम्ही जागतिक स्तरावर नाव मिळवले आहे. आम्हाला आनंद झाला. आमच्या मणिभद्रला तुमचे मार्गदर्शन मिळाले. खूप कमी वेळात त्यांचा प्रबंध तयार झाला. ते तुमचे पहिले शिष्य. तुमच्यामुळे ते डॉक्टरेट पदवी मिळवण्यात यशस्वी झाले.''

''स्वामीजी, तसे पाहिले तर मी निमित्तमात्रच. मणिभद्र फार प्रतिभावान आहेत. त्यांची स्मरणशक्ती खूप चांगली आहे. काम करण्यास आळस नाही. तशी मीसुद्धा नवखीच आहे. काही कल्पना त्यांनीच मला सुचवल्या. जागतिक स्तरावर नाव होण्यामागे यांचेच नावीन्यपूर्ण विचार आहेत.''

"काहीही असो. तुम्ही दोघांनी आपल्या देशाचा गौरव वाढवला हे फार महत्त्वाचे आहे. तुम्ही आमच्या मठामध्ये प्रथम आला आहात. वास्तविक आम्ही थांबणे आवश्यक आहे. पण पूर्वनियोजित कार्यक्रमामुळे शक्य नाही. आपण समजून घ्याल. मणिभद्र आहेत, आमचे प्रतिनिधी तुमच्यासोबत. जेवण तयार होईल ते घेवूनच जा. आता आम्हाला परवानगी द्या." स्वामीजी निघून गेले.

मॅडम म्हणाल्या, "आपण इथे का आलो?"

"तुमच्या प्रश्नाचे उत्तर इथेच आहे," मणिभद्र म्हणाला.

"इथे?"

"हो इथेच. आपणास स्वामीजींची आज्ञा झाली आहे. भोजन घ्यावे लागेल."

"माझी इच्छा नाही."

"माझ्यासाठी दोन घास घ्या."

मणिभद्रचे म्हणणे टाळणे मॅडमना शक्य नव्हते. भोजन झाल्यानंतर मणिभद्र त्यांना आपल्या खोलीमध्ये घेऊन गेला. तिथे असणारा लॅपटॉप सुरू केला. त्याने प्रथम दसऱ्यामध्ये घडणारे कार्यक्रम दाखवले.

हजारोंच्या संख्येने येणारे लोक, त्यांचा भक्तिभाव पाहून थक्क होणे अगदी नास्तिकांनाही क्रमप्राप्त होते. इतक्या लोकांचे व्यवस्थापन मोठ्या कौशल्याने केले जात होते. भक्तगणांमध्ये सर्व थरांतील माणसे दिसत होती. सर्व जण स्वामीजींच्या चरणी नतमस्तक होताना दिसत होते.

मणिभद्रने अंधश्रद्धा निर्मूलन संस्थेचे लोक, विज्ञानवादी लोक आणि स्वामीजींची चर्चा जी दूरदर्शनवर झाली होती ती दाखवली.

स्वामीजींची प्रवचने दाखवली. पारंपरिक रूढी कशा रीतीने बदलता येतात, हे प्रकर्षाने दिसत होते.

"पाहिले मॅडम, हा मठ म्हणजे फक्त भक्तगणांच्या श्रद्धेचा फायदा घेऊन पैसे गोळा करण्याचे केंद्र नाही. स्वामीजींच्या चित्रफिती पाहून, त्यांचे विचार ऐकून लक्षात येते, हा मठ सामाजिक परिवर्तनाचे फार मोठे साधन आहे. या मठाच्या स्वामींना फार मोठी प्रतिष्ठा आहे. या मठाकडे समाजाने दिलेला कोट्यवधी रुपयांत रोख पैसा आहे. स्वामीजींनी किती घरांना प्रत्यक्ष-अप्रत्यक्ष मदत करून त्यांना मोठे होण्यास मदत केली आहे. मी स्वतः पाहिले आहे, त्यांच्या शब्दांना संपूर्ण राज्यामध्ये वजन आहे. कित्येक दुर्बल माणसांना त्यांच्या शब्दामुळे जगण्याचे साधन मिळाले आहे. त्यांनी कित्येक तरुणांना आर्थिक मदत करून अगदी परदेशी शिक्षणासाठी पाठवले आहे. अनेक जण मठाशी बांधले गेले आहेत. स्वामीजींच्या एका शब्दासाठी ते समर्पणास तयार आहेत. स्वामीजी कधीही कोणास एक नया पैसा मागत नाहीत. लोक आपणहून मठाला देणगी देत असतात. त्यांना स्वामीजींनी

केलेल्या ऋणाची जाण आहे. मॅडम मी आपणास फार अल्प माहिती सांगितली आहे. स्वामीजी ५० वर्षांपेक्षा जास्त काळापासून समाजासाठी कार्यरत आहेत. आपण त्यांच्यासमोर अगदी क्षुल्लक आहोत. त्यांनी मलाही पीएच.डी.साठी आर्थिक मदत देण्याची तयारी दाखवली होती. काही वर्षांपासून मी त्यांच्या संपर्कात आलो आहे. कात्यायिनी देवी आमची कुलदेवता असल्यामुळे सारखे येणे होत असते.''

क्षणभर थांबून मणिभद्र पुढे म्हणाला, ''मॅडम, स्वामीजींचे वय झाले आहे. त्यांना मठासाठी वारस नेमणे गरजेचे वाटू लागले. माझी एम.ए.ची शेवटची परीक्षा झाल्यावर, मला बोलावून मठाधिपती होण्याची विचारणा केली. ते आज्ञा करू शकत होत; परंतु त्यांनी तसे नाही केले. मला, माझ्या घरातील सर्वांना सगळे समजावून सांगितले. विचार करून निर्णयस्वातंत्र्य दिले. माझा समाजशास्त्र विषयाचा ओढा आणि समाजाविषयी काहीतरी करण्याची तीव्र भावना, या मठाच्या गादीवर बसण्याचे दुर्लभ भाग्य या गोष्टींमुळे आम्ही संमती दिली. नंतर आपण सहवासात आलो. माझा मठाधिपती म्हणून स्वीकार झाला. हा सोहळा पाहा.'' त्याने सोहळ्याची चित्रफीत दाखवली. अतिशय भव्य सोहळा. नयनमनोहारी रोषणाई, मिरवणुकीसाठी केलेली विशेष तयारी. सर्व पाहून मॅडमचे नेत्र विस्फारित झाले.

''हा पाहा स्वामीजींच्या प्रवचनाचा सोहळा.'' त्याने बेळगावी झालेला तीन दिवसांचा सोहळा दाखवला. इतक्या संख्येने लोक येतात आणि स्वामीजींचा शब्द प्रमाण मानतात. आवाहन केलेले नसताना देणगी देण्यासाठी रांगा लावतात. मॅडमना हे सर्व अशक्य वाटत होते.

''मॅडम, नंतर आपण जवळ येत गेलो. सुरुवातीस मला शक्य वाटत नव्हते, परंतु तुमच्या पुढाकाराने मी गुंतत गेलो. यापूर्वी कधीही मी स्त्रीच्या सान्निध्यात आलो नव्हतो. कधी नियमित कॉलेजही करणे परिस्थितीमुळे शक्य झाले नाही. त्यामुळे मुलींचा सहवास किंवा तशा भावनाही उमलल्या नाहीत. आपलेही सुरुवातीस गुरू-शिष्य नाते होते. तुमच्या नास्तिकतेच्या भावनेमुळे मी काही सांगितले नाही. नंतर नातेच बदलत गेले. मीसुद्धा कधी तुमच्यावर प्रेम करू लागलो ते समजले नाही. माझ्या जीवनाचा हा भाग सांगण्याचे धैर्यही झाले नाही. सर्व झुगारून द्यावे, बंड करावे आणि तुमच्या प्रेमाचा स्वीकार करावा, असेही क्षण येत गेले. तोल जाणारच होता; परंतु स्वामीजींना केवढा धक्का बसला असता. त्यांनी माझी निवड करून अत्यंत विश्वासाने मला सर्वांसमोर सादर केले होते. नवीन व्यक्ती सर्वसामान्यांना मान्य होणार नाही म्हणून त्यांनी लोकांसमोर परीक्षा घेतली. माझ्याकडून धर्माभ्यास करवून घेतला. बेळगावी त्यांनी मला प्रवचनामध्ये भाग घेण्यास सांगितले. तुम्ही चित्रफीत पाहिली आहे. केवढे मान्यवर उपस्थित होते. सुरुवातीस माझी दखल घेतली गेली नाही, नंतर सर्वांनी उभे राहून मला मान्यता दिली. मी चक्रव्यूहात

शिरलो होतो. माझे परतीचे मार्ग बंद होते. तुमच्या प्रेमाच्या ताकदीनेसुद्धा मार्ग उघडणार नव्हते. एवढे करूनही मी सारे बंध झुगारून तुमच्यासह जीवन जगण्याचा निर्णय घेऊ शकलो असतो; पण माझ्या पापभीरू वृत्तींनी सतत प्रतारणेची जाणीव जागी ठेवली असती. प्रेम मिळाले असते; परंतु संसारात मी असमाधानीच राहिलो असतो. मी सुखी होणार नव्हतोच, शिवाय तुमच्या दुःखास कारणीभूत ठरलो असतो. मॅडम, पैशाचे सुख दोन्हीकडे मुबलक आहे. एका बाजूला तुमच्या प्रेमाचे भांडार होते; दुसरीकडे शब्दास जागल्याचे समाधान होते. तुमच्यावरील प्रेमामुळेच मी निर्णय घेण्यास समर्थ ठरलो. तुमचे प्रेम कधीच नाकारणार नाही, नव्हे नाकारणे शक्यच नाही. फक्त प्रेमामुळे येणारी बंधने साखळदंडासारखी झाली आहेत. साखळदंडाचे ओझे पेलण्यास तयार आहे; परंतु बंधनात अडकण्याची परवानगी नाही मला. सध्या मठावर माझी नेमणूक झाली आहे; परंतु संपूर्ण जबाबदारी स्वामीजींनी दिलेली नाही. माझ्या शिक्षणाच्या कालावधीपुरती सवलत आहे. जेव्हा संपूर्ण जबाबदारी मला घ्यावी लागेल, तेव्हा मला सारी बंधने तोडावी लागणार आहेत. अव्वा आणि अण्णा माझे आई-वडील असणार नाहीत. मठाचे शिष्य असतील आणि मठाधिपती म्हणून ते माझ्या पाया पडतील. मला त्यांच्या पाया पडता येणार नाही. मुलगा म्हणून मला त्यांना वेगळी किंवा खास वागणूक देता येणार नाही. त्यांच्या आजारपणात त्यांची सेवाही करणे जमणार नाही. मठाचे कार्य आणि आई-वडिलांची सेवा यांपैकी एक असा पर्यायच नाही. आता तुम्ही सांगा, माझे तुमच्यावर प्रेम आहे. ते सदैव राहणार आहे. विवाह केला म्हणजे प्रेम आहे, नाहीतर नाही, असे नसते ना? तुम्ही माझ्यावर केलेले प्रेम, तुम्ही कधीच विसरू शकत नाही. माझेही तसेच आहे. हे प्रेम अबाधित राहणे चांगलेच आहे; पण आपल्या कर्तव्यात अडथळा ठरू नये. तुम्ही कालांतराने जीवनाचा पट आणखी कोणासोबत मांडला तरी आपले प्रेम त्यात विघ्न निर्माण करणार नाही. आपण नैतिकतेच्या बंधनास कधीच तोडले नाही. तुम्ही सुखात असावे अशीच प्रेमभावना असणार आहे.''

मणिभद्रच्या बोलण्याने मॅडमना सर्व उलगडा झाला. हे इतका संयम का दाखवत होते? इतके ओझे डोक्यावर असेल असे माहीत नव्हते. त्यांना मणिभद्रची दया आली. त्यांनी दाखवलेल्या चित्रफितीमुळे ते मठाच्या कार्यात खूप खोलवर रुतल्याचे दिसतच होते. मॅडमसुद्धा दिलेल्या शब्दांचे मोल जाणून होत्या. शब्द स्वामीजींना दिला होता. एका भेटीतच स्वामीजींचा प्रभाव केवढा प्रचंड आहे ते त्यांना समजले. त्यांच्या लक्षात आले होते या साधूमाणसांचे गारूड जनसामान्यावर केवढे मोठे आहे. त्यांच्या एका शब्दासाठी काहीही करण्याची माणसांची तयारी आहे. त्यांचे सर्वांवर प्रेम आहे, ते सर्वांना माणूस म्हणून वागवतात, भेद नाही करत.

यांचा किंवा यांना दिलेला शब्द मोडण्याचे धारिष्ट्य त्यांनाही झाले नसते. मणिभद्रची हतबलता त्यांना समजली. परिस्थितीच अशी होती त्यावर उपाय नव्हता. त्या अगतिक झाल्या. डोळ्यांतून पाणी येऊ लागले. कातर आवाजात त्या एवढेच म्हणाल्या, "मणिभद्र!"

"मॅडम, रडू नका. तुम्ही दुःखी झालेले मला पाहवत नाही. दैवगती! याशिवाय काही शब्द नाही. आपले मार्ग वेगवेगळे आहेत. माईंना फार वेदना होतील. पण काय करणार? मॅडम, तुम्ही सतत माझ्या नजरेसमोर राहणार. तुम्हाला विसरणे शक्य नाही. यापुढे आपण कायम स्नेही अशा बंधनात राहू. शारीरिक ओढ सोडून आपण कायम आंतरिक ओढीने पुढे जात राहू. आपले काम आणखी काही महिने चालू राहील. सहवास घडणार, पण आता एकमेकांकडे पाहण्याचे संदर्भ बदलू. अवघड आहे, परंतु नात्याला नितळपणा येईल. आपल्या भावना स्वच्छ होतील. आपण मोकळेपणाने सर्व समजावून घेतले, तर चोरटेपणा राहणार नाही. आपले प्रेम आपण निराळ्या उंचीवर घेऊन जाऊ. आपण दोघांनीही प्रयत्न केला तर सहज शक्य आहे. आपण एकमेकांस विसरण्याचा प्रयत्न केला तर दुःखी झाल्याशिवाय राहणार नाही. आपण सतत एकमेकांस आठवत जाऊ; त्यामुळे आपणास नेहमी समाधान वाटेल. तुमच्याही आयुष्याचा हा प्राथमिक काळ आहे; तुमच्याकडे खूप उंच झेप घेण्याची क्षमता आहे. आता नाव झाले आहे, ते आणखीन ठळक होण्याचे पाहा. मलाही समाजसेवेचे वेगळे माध्यम मिळाले आहे. आपापल्या क्षेत्रात काहीतरी वेगळे करण्याचा प्रयत्न करू. अर्थात, मी तुमच्या उपयोगी पडणार असेन तर मला मोकळ्या मनाने बोलवा. आयुष्याच्या शेवटच्या क्षणीसुद्धा मी येईन."

"मणिभद्र हेच तुमचे बोलणे, तुमच्या विचारांची उंची मला वेड लावत आली. मला तुम्ही नाकारले नाही. तुमचे माझ्यावर असणारे प्रेम व्यक्त केले. आता लक्षात आले, आपली क्षेत्र वेगवेगळी आहेत. मी तुमच्यावर प्रेम केले. विसरण्याचा प्रश्नच नाहीच. आता आयुष्यास कोणते वळण मिळणार, ते माहीत नाही. वेदना होणार, कारण सतत तुमचे स्वप्न पाहत आले. मी कामात गुंतवून घेऊन बघते वेदनेची तीव्रता कमी होते का? तुम्ही जे क्षेत्र अंगीकारले आहे, ते खूप आव्हानात्मक आहे. त्यामध्ये माझी अडचण होणार नाही यासाठी प्रयत्न करीन. तुम्हाला आवश्यकता असल्यास स्वच्छ भावनेने येण्यास तयार आहे. चला निघू आपण."

मॅडम उभ्या राहिल्या. मणिभद्रने त्यांच्या पायावर डोके ठेवले. "हे काय मणिभद्र!"

"मॅडम, जेव्हा मी मठाधिपतीची धुरा सांभाळण्यास सुरुवात करीन, तेव्हा दोनच व्यक्तींच्या चरणावर माथा टेकवता येणार आहे. एक स्वामीजी, दुसऱ्या तुम्ही. दोघेही मला गुरुस्थानी आहात."

"मला अवघडल्यासारखे वाटते."

"चला निघू आता."

मॅडमनी मणिभद्रला डोळे भरून पाहून घेतले. पुन्हा त्यांचे डोळे पाणावले.

घरी आल्यानंतर त्यांनी माईच्या कुशीत अश्रूंना मुक्त वाट करून दिली. अश्रूंसोबत त्यांच्या अंतःकरणातील मळभ निघून गेले, वृत्ती स्वच्छ झाल्या. त्यांना मोकळे वाटले.

सर्व वृत्तान्त समजल्यानंतर माईंना हळहळ वाटली. मुलीच्या जीवनात वडिलांच्या मृत्यूचा आघात झाला होता. आता ती त्यातून बाहेर पडली होती; तेवढ्यात तितकाच मोठा आघात पुन्हा झाला. त्यांना नभाची फार काळजी वाटत राहिली. ही मुलगी जर कोशात शिरली तर बाहेर येणे फार अवघड आहे. त्या स्वतःच्या मुलीला चांगलेच ओळखत होत्या. ती बोलणार नाही, परंतु तिची जखम भरून येणार नाही. काय उपाय करावा हे त्यांना समजेना. सुधाताई सतत रेडिओ लावून गाणी, बातम्या ऐकत वेळ घालवत असत. मॅडम आल्या तेव्हा रेडिओ चालू होता. त्यांना गाण्याचे शब्द ऐकू आले.

तकदिर का फँसाना, जाकर किसे सुनाए।
इस दिलमें जल रही है, अरमानकी चितायें।।

त्या गडबडीने उठल्या आणि रेडिओ बंद केला.

☙

माणसास कितीही दुःख झाले, डोळ्यांदेखत अपघातात आपल्या स्वजनांना मृत्युमुखी पडताना पाहिले तरी त्याची दैनंदिन कामे फार दिवस थांबत नसतात. म्हणतात ना, मृतासोबत कोणीही स्वतःस खड्ड्यात पुरून घेत नाहीत. अर्थात, कामे चालू असली तरी त्याच्यात फार स्वारस्य नसते. ही अवस्था काही दिवस राहते. हळूहळू सर्व पूर्वपदास येते. काळ हा सर्व दुःखावर उपाय असतो.

मणिभद्र नेहमीप्रमाणे येत होता. मॅडमसोबत काम चालू होते. मॅडम फारशा बोलतच नसत. आता तेही बोलणे कमी झाले होते. वातावरणात काही प्राण नसल्यासारखे झाले होते. मृणाल आणि समीरलासुद्धा कसला तरी अनामिक ताण जाणवत होता. त्यात त्यांचा मणिभैय्या खूपच शांत वाटत होता. त्याचे खेळकर हास्य लुप्त झाले होते. गंभीर वातावरणामुळे त्या दोघांना दडपण आले होते. मॅडम आणि मणिभद्र एकमेकांशी फार कमी बोलत होते. एकमेकांकडे पाहणे कटाक्षाने टाळत होते.

वातावरणातील ताण निघून जाऊन ते पुन्हा आनंदी आणि खेळकर होणे गरजेचे होते. मणिभद्रला जाणवले आपणच काहीतरी केले पाहिजे.

"मॅडम, परवा रविवार आहे. तुम्हाला सकाळी १० वाजता विभागात येणे जमेल का?

"का?"

"मॅडम प्रश्न विचारायचा नाही, होय किंवा नाही एवढेच सांगायचे."

मॅडमना हा थोडा आगाऊपणा वाटला. "आपण काय न्यायालयातील जाब-जबाबाची तयारी करत आहोत का?"

"पुन्हा प्रश्न? तुम्हाला उत्तर देणे बंधनकारक नाही. शांत राहिलात तरी चालेल.

मॅडम वरमल्या, "ठीक आहे, सांगते. येते."

"तुमची कार घेऊन याल?"

मॅडमना प्रश्न पडला, कोठे नेणार? त्यांनी प्रयासाने प्रश्न विचारणे टाळले. "अडचण नाही."

"आपणास परतण्यास संध्याकाळ होईल, चालेल?"

"हरकत नाही."

"आपली रविवारी गाठ पडेल. आज काही काम नसेल तर मी जाऊ का?"

"हं."

तो निघून गेला. मॅडमना मात्र विचाराने वेढले. असंख्य प्रश्नांची माळ तयार झाली. संपूर्ण रात्र आणि शनिवारचा पूर्ण दिवस आणि रात्र प्रश्न त्यांना छळत राहिले. त्यामुळे नकळत त्यांच्या मेंदूतील वेदनेचा विषय त्या काळापुरता दूर राहिला.

मॅडम रविवारी १० वाजता आपली अल्टो ८०० घेऊन आल्या. विभागात त्यांच्या आधी मणिभद्र, समीर आणि मृणाल येऊन थांबले होते. मॅडमचा विरस झाला. त्यांना वाटले आपण आणि मणिभद्र दोघेच असणार.

"मॅडम, चावी."

मॅडमनी मणिभद्रला गाडीची चावी दिली. त्याने गाडीची डिकी उघडून स्वतःची बॅग ठेवली. तो ड्रायव्हिंग सीटवर बसला. मॅडम विचारात पडल्या. शेवटी त्या म्हणाल्या, "मृणाल, ये माझ्यासोबत." त्या दोघी मागील बाजूस बसल्या. समीरला स्वाभाविकपणे मणिभद्रशेजारी बसावे लागले. कार सुरू झाल्यानंतर मणिभद्रने सर्वांना सांगितले, "आपण राधानगरी धरणाकडे जाणार आहोत. या वर्षी मस्त पाऊस पडला आहे. निसर्गाने आपले नयनरम्य दर्शन सर्वांसाठी खुले केले आहे. माझ्या माहितीप्रमाणे मॅडम आणि तुम्ही दोघांनी तो परिसर पाहिलेला नसावा. हिरव्यागार वनश्रीच्या सान्निध्यात, खळखळ वाहणाऱ्या पाण्याच्या प्रवाहात आपला बौद्धिक थकवा निघून जाईल आणि आपण ताजेतवाने होऊन पुन्हा जोमाने कामास

सुरुवात करू. मी माझ्या आईकडून झणझणीत कोल्हापुरी स्वयंपाक सर्वांसाठी करून आणला आहे. पिण्यासाठी भोगावती नदीचे पाणी आहे. अगदी नैसर्गिक पाणी.''

तो सर्वांना उद्देशून बोलत होता. परंतु मॅडमच्या लक्षात आले होते ते आपणास सांगत आहेत. राधानगरीस जाण्याच्या कल्पनेने त्यांना बरे वाटले. काहीतरी बोलणे आवश्यक होते. ''मणिभद्र, आईंना कशासाठी त्रास दिला? आपण बाहेरच जेवण घेतले असते.''

''मॅडम, आईच्या हातचे जेवण सतत मिळणार नाही. तेव्हा विचार केला जेवढे शक्यतो अव्वाच्या हातून तयार झालेले अन्न घ्यायचे.''

समीर-मृणालला मणिभय्या काय म्हणतात ते समजले नाही. मॅडमना संदर्भ लक्षात आला. त्यांना आठवले काही महिन्यांनंतर मणिभद्र मठाधिपती पदाची धुरा सांभाळणार आहेत. मणिभद्रने बोलणे सुरू करून दिले होते. समीर आणि मृणालही आपल्या घरातील आईच्या स्वयंपाकाविषयी बोलू लागले. मॅडमसुद्धा त्यांच्या बोलण्यात सहभागी झाल्या.

विलोभनीय निसर्गसौंदर्य, खळखळ वाहणारे शुभ्र पाणी माणसाच्या चित्तवृत्ती प्रसन्न करत होते. मॅडमच्या लक्षात आले, एकाच विचाराभोवती गुरफटल्यामुळे जीवनातल्या असंख्य आनंदास मुकावे लागते. आपले स्वतःचे आयुष्य सोडून, सभोवतालच्या वातावरणात अनेक आनंद देणाऱ्या गोष्टी असतात. थोडे तिकडे लक्ष दिले तर आपणास दुःख देणाऱ्या घटकापासून दूर जाता येते. जीवनात प्रसन्नता येते. आपण मणिभद्र यांच्याविषयीच्या विचारापासून थोडेफार दूर जाऊ शकतो. निसर्गसान्निध्यामुळे त्यांच्या जीवनातील मरगळ दूर झाली. मणिभद्रने फक्त आपणास आनंद मिळावा, आपले जीवन पूर्ववत व्हावे म्हणूनच ही सहलीची कल्पना आखली. मला बरे वाटावे यासाठीच ते झटत असतात. मला एकटीस घेऊन येता आले असते, पण जखमेवरील खपली निघावी तसे होण्याची शक्यता होती. त्यांनी मृणाल आणि समीर यांना सोबत घेतले. माझ्या विचारांची दिशा बदलण्याचा प्रयत्न केला. दुसऱ्यांच्या भावना मणिभद्रना समजतात. त्या जपण्यासाठी ते किती प्रयत्न करतात. त्यांना माझ्याविषयी प्रेम आहे. त्यांनी सांगितलेही आहे. मला वेदना होतात. अश्रूंच्या रूपात त्या दाखवता येतात. त्यांनाही वेदना होतच असणार; परंतु ते मूकपणे सहन करतात. मी आनंदी असावे, असा प्रयत्न करतात. माझे त्यांच्यावर प्रेम असेल तर मीसुद्धा त्यांना आनंद देण्याचा प्रयत्न केला पाहिजे. आपण ज्याच्यावर जिवापाड प्रेम करतो ती व्यक्ती सुखी असेल तर समाधान वाटते. मी जर दुःखाचे प्रदर्शन करत राहिले तर त्यांना बरे नाही वाटणार. त्यांना माझ्या विचारांपासून दूर ठेवायचे असेल, तर मी माझ्या वागण्यात मोकळेपणा आणला

पाहिजे. एका स्नेह्याप्रमाणे त्यांच्याशी वागले पाहिजे. मॅडमच्या वागण्यात बदल होत गेला. तिघांसोबत त्या प्रसन्न वातावरणात रममाण झाल्या.

मणिभद्रचे त्यांच्या वर्तनावर लक्ष होते. आता त्या अपेक्षाभंगाच्या काळोख्या दरीतून बलपूर्वक वर आल्याचे त्यांच्या लक्षात आले. त्या मोकळ्या होत होत्या. आपण केलेल्या प्रयत्नास यश येत आहे, हे दिसल्यामुळे त्याला बरे वाटले. कोमेजलेल्या फुलास टवटवी येत होती. त्याचा हेतू सफल झाला.

छोट्या सहलीनंतर मॅडमच्या वागण्यात बदल दिसत गेला. मणिभद्रला विसरणे शक्य नव्हते. आणखी काही दिवसांनंतर तो जाणार होता. आहे तोपर्यंत आपण त्याच्याशी व्यवस्थित बोलून आपण ठीक आहोत हे दाखवले पाहिजे. दिवस जात होते. काम सुरू होते. सारे आवाक्यात आले. मणिभद्र आणि मॅडम यांच्यात संवाद घडे. तो मॅडमच्या घरी नेहमीप्रमाणे जात राहिला. सुधाताईंनी परिस्थिती मान्य केली होती. लग्नाविषयी नंतर कोणीच बोलले नाही. थोडी अवघडलेली अवस्था होती. परंतु संबंधात फरक पडला नव्हता. संबंध असेच टिकून राहावेत असे त्यांना वाटत होते. संबंधाना कोणत्याही नात्यात गुंतवणे कोणालाच मान्य नव्हते.

आज मॅडम आणि मणिभद्र दोघेही आनंदात होते. मणिभद्रंना पीएच. डी. मिळाल्याची मान्यता आली होती. अर्थात, तो फक्त उपचार होता. तोही पूर्ण झाला. मॅडमचा पहिला विद्यार्थी यशस्वी झाला. आनंद स्वाभाविक होता. विभागप्रमुख डॉ. फत्तेचंद माने यांनी बोलावले असल्यामुळे दोघे त्यांच्या कक्षात गेले.

“अभिनंदन डॉ. मणिभद्र कौलगी!” त्याच्याशी हस्तांदोलन करत माने सर उद्गारले. “मॅडम तुमचेही अभिनंदन! पीएच. डी. मिळणे ही गोष्ट आपल्या इथे फार नावीन्याची नाही; परंतु मणिभद्र यांची पदवी फार विशेष आहे. इतक्या कमी वेळात पदवी; शिवाय, तिला जागतिक मान्यता. याचे श्रेय डॉ. महंती मॅडम आणि तुमच्या कष्टांस निश्चित आहे. मणिभद्र तुमच्यासारखा हिरा आपल्या विभागात पाहिजे. दीपावलीच्या सुट्टीआधी जाहिरात निघेल. तुम्हास मॅडम कळवतील. तुम्ही तुमचा अर्ज आत्ताच मॅडमजवळ ठेवा. त्यावर तारीख घालू नका. अनेक अर्ज येतील; परंतु माझा शब्द फायनल असेल. तुम्ही आमच्यासोबत काम करण्यासाठी या. भविष्यासाठी शुभेच्छा!”

माने सरांच्या भाष्यावर दोघांनी एकमेकांकडे पाहिले. “धन्यवाद सर!” एवढेच मणिभद्र म्हणाला. दोघेही कक्षाबाहेर आले.

विभागात आल्यानंतर मणिभद्र म्हणाला, “मॅडम, आता निरोपाची वेळ आली. वाईट वाटते तुमचा सहवास संपत आहे. आता मठाची व्यवस्था पाहावी लागेल. आमच्या मठाचे क्षेत्र कर्नाटकात असल्यामुळे या बाजूस मुद्दाम यावे लागेल. माझे नातेवाईक या भागात नाहीत आणि शिष्यगणही फारसे नाहीत. पदवीदान

समारंभास आवर्जून येणे होईल. माझ्या म्हणण्याचा अर्थ असा आहे की आपली प्रत्यक्ष भेट अभावानेच घडेल. आठवण मात्र कायम असेल. फोनद्वारा आपणास संपर्कात राहता येईल.''

''मणिभद्र, तुम्ही पीएच. डी. कशासाठी मिळवली? खरंच काही गरज होती त्याची?''

''मॅडम, आपल्या क्षेत्रातील सर्वोच्च बहुमान आहे तो. शक्य असल्यास तो मिळवणे चुकीचे आहे का?''

''पदवी मिळवणे चांगलीच गोष्ट आहे; पण ती मिळवून वाया घालवणे मला तरी पटत नाही.''

''म्हणजे?''

''अहो, त्या पदवीचा उपयोग नको का?''

''मी शिक्षण क्षेत्रामध्ये आलो असतो तर त्याचा उपयोग झाला असता.''

''आपल्या शिक्षणाचा उपयोग करण्यासाठी विशिष्ट क्षेत्र पाहिजे असे असते?''

''मी नाही समजलो?''

''संशोधनाला मर्यादा नसतात. तुमच्याकडे तीव्र बुद्धी आहे. नवीन कल्पना सतत येत असतात. अभ्यास चालू ठेवला तर आपल्या विषयास आणखी समृद्ध करणे शक्य आहे. संशोधन चालू राहू शकते. आता तुम्हीही डॉक्टर झाला आहात. तुम्हाला सर्व बारकावे माहिती आहेत. तुम्ही पेपर्स तयार करू शकता आणि राष्ट्रीय किंवा आंतरराष्ट्रीय स्तरावर पाठवू शकता.''

''अरेच्चा! माझ्या लक्षात आले नाही. पण त्यासाठी मला संदर्भग्रंथाची गरज भासेल.''

''तुम्ही चांगल्या वाचनालयाचे सदस्य झाला म्हणजे ती समस्या सुटू शकते.''

''मॅडम, वाचनालयाचा सदस्य होणे म्हणजे त्या ठिकाणी जाणे आले. मला कितपत वेळ मिळतो याची अजून कल्पना नाही. तुमचा हा मुद्दा मला आवडला.''

''तुमच्या संशोधनासाठी यू.जी.सी. म्हणजेच पर्यायाने सरकार पैसा पुरवते. त्यांचा पैसा देण्यामागे उद्देश असा असतो; तुमच्या संशोधनाचा समाजास उपयोग झाला पाहिजे. तुम्ही मठाधिपती होणार म्हणजे समाजाशी संलग्न राहणार. तुम्हाला समाजातील विविध माणसांच्या वृत्तींचा जवळून परिचय होणार. तुमचे अनुभव विश्व अशा व्यक्तींच्या संपर्कातून समृद्ध होणार. तुमच्या वर्तनशास्त्राच्या मुद्द्याला पूरक अनेक प्रत्यक्ष पुरावे मिळणार. पदवीमुळे तुम्हाला बघण्याचा दृष्टिकोन मिळाला आहे. तुमच्या नवीन आयुष्यातील घटनांच्या नोंदी तुम्ही साठवण करत राहाल आणि त्यावर तुमचे विचार मांडत राहाल, तर अल्पावधीत तुम्ही एखादा ग्रंथ लिहू शकाल. तुमच्या विचाराला जगन्मान्यता आधीच मिळाली आहे. तसेच काही घडून तुमचा

ग्रंथ सर्वमान्य होईल.''

''पाहा मॅडम, शेवटी गुरू तो गुरूच असतो. तुम्ही विषयांशी इतके एकरूप झाला आहात की भवितव्यामध्ये काय घडावे हे तुम्ही अधिकारवाणीने सांगू शकता. तुमच्या विचारांचा मी आदर करतो आणि तुम्हाला आश्वासन देतो की मी अभ्यास चालू ठेवेन आणि माझे अनुभव संग्रहित करीन.''

''आता भेट?''

''तुम्ही बोलवा, मी काही तासांत तुमच्यासमोर असेन. तुम्हास वाटले तर राणीहळ्ळीस येण्यास मज्जाव नाही.''

मणिभद्र निघून गेला. डॉ. महंतीना एकदम पोकळी जाणवली. त्यांना विभागामध्ये थांबावे वाटेना. त्या घरी आल्या. सुधाताईंच्या कुशीत बराच वेळ स्तब्ध पडून राहिल्या. ही वेळ येणार होती. मणिभद्र कायमचे निघून जाणार होते. पुढे काय? सुधाताईंना काहीच दिसत नव्हते. अत्यंत हळव्या स्वभावाच्या त्यांच्या मुलीवर मोठा आघात झाला होता. त्यातून ती सावरणे आता अशक्य होते. आपल्या एकुलत्या एक मुलीच्या भवितव्यात काय असेल...? त्याही अशा विचाराने खचल्या होत्या.

ೞ

डॉ. मणिभद्र आता सर्व पाश सोडून कात्यायिनी मठाच्या सेवेत रुजू झाले. पूर्णानंदस्वामींना वाटले, आता आपण सुटलो. त्यांचा बराचसा वेळ ध्यानामध्ये जात असे. मठाची आणि मठाच्या संपत्तीची जबाबदारी स्वामी मणिभद्र यांच्या ताब्यात दिली होती. भक्तगणांनाही त्याची माहिती झाली होती. मणिभद्र नेहमी धर्मग्रंथाच्या अभ्यासात मग्न असत.

धर्मग्रंथ कोणी लिहिला... कोणत्या काळात लिखाण झाले... त्या काळातील समाजजीवन आणि सामाजिक धारणा कोणत्या होत्या...? एखादी व्यक्ती जेव्हा लिखाण करते तेव्हा तिचे विचार त्या काळातील रीतीरिवाजांचे दर्शनच असते. मणिभद्रच्या नजरेसमोर तो काळ उभा राही. त्या काळातील रूढी आणि परंपरा कोणत्या असाव्यात याचा ते परामर्श घेत. त्याची टिपणे काढत. सतत अशा पद्धतीने अभ्यास सुरू असल्यामुळे त्यांचा वेळ जाई; असे म्हणण्यापेक्षा वेळ पुरत नसे. मठाची धर्मग्रंथ असण्याची परंपरा असल्यामुळे अतिप्राचीन आणि अमूल्य भांडारच होते. त्यामुळे वेळ कमी पडे. अभ्यासामुळे मणिभद्रंना कित्येक रूढींच्या निर्मितीचा पाया माहीत होत गेला. धर्मावर पुराव्यासह बोलण्याचा अधिकार प्राप्त होत होता. आज आपण कित्येक गोष्टी आपले आईवडील करतात म्हणून करत असतो. 'हे असे का' असे विचारणे धर्मविरोधी ठरत असते. जिथे मुद्दे संपतात तिथे गुद्दे सुरू होतात. पूजाविधी करताना जे मंत्र असतात; त्यांचे अर्थ कित्येकांना माहिती

नसतात. मणिभद्र अशा गोष्टींचा कार्यकारण भाव समजून घेण्याच्या प्रयत्न करत. समाजातील अनिष्ट वाटणाऱ्या परंपरा समजावून घेऊन, त्या कशा बदलता येतील, त्यावर जनमान्यतेचा शिक्का कसा उमटवता येईल, असे विचार ते सतत करत असत. पूर्णानंद स्वामींनी बळीची परंपरा अत्यंत सुंदर पद्धतीने मोडून काढली होती. नवीन पद्धतीने बळीचा हेतू साध्य होत होता आणि मुक्या जनावरांचे रक्त सांडणे थांबले होते. मणिभद्रंनासुद्धा जुन्या परंपरा- ज्याचे स्त्री वर्गास फारच क्लेश होतात त्या- बदलून सुसह्य होतील अशा पद्धतीने सांगायच्या होत्या. त्यासाठी ते धर्मग्रंथाची पारायणे करत असत. आता ते मठाधिपती असल्यामुळे असे बदल सामान्य रयतेस सहजी मान्य होण्यासारखे होते. विरोधाचे भय प्रतिष्ठित आणि सुशिक्षित व्यक्तींचे होते. त्यांच्याशी वादविवाद करताना धर्मग्रंथांचा आधार आणि रूढीमागील कारणमीमांसा थोपवणे अवघड असते याची जाण त्यांना होती.

डॉ. मणिभद्रस्वामी आता कात्यायिनी मठाच्या दैनंदिन कार्यात मग्न झाले. मठाच्या संपत्तीचे व्यवस्थापन बघण्यास त्यांनी सुरुवात केली. कात्यायिनी साखर कारखान्याचे अध्यक्ष रावसाहेब भिमदे हे अत्यंत हुशार होते. त्यांनी कारखाना उत्तमरित्या सुरू ठेवला होता. सर्व सभासदांचा त्यांच्यावर विश्वास होता. विरोध होण्याआधी ते विरोध संपवत असत. ते स्वतः गर्भश्रीमंत होते. त्यांना त्यांच्या शेतीतून मुबलक उत्पन्न मिळत असल्याकारणाने त्यांना पैशाची हाव नव्हती. आपण मालक नसून विश्वस्त आहोत, हे ते कधी विसरत नसत. त्यांची दोन मुले उच्चशिक्षित होती. त्यांना शेती किंवा कारखान्यात रस नव्हता. रावसाहेबांनीही त्यांना आग्रह केला नव्हता. ते त्यांच्या व्यवसायात गुंतलेले होते. त्यामुळे घराणेशाहीचा ठपका त्यांना लागू शकत नव्हता. डॉ. मणिभद्र आणि रावसाहेब यांचे विचार चांगल्या रीतीने जुळलेले होते. मणिभद्र वडीलकीच्या नात्याने त्यांचा सल्ला घेत असत.

डॉ. मणिभद्रस्वामींना शेतीविषयी आस्था असल्यामुळे त्यांचे लक्ष मठापेक्षा शेतीमध्ये जास्त असे. उसाच्या नवीन जाती त्यांना माहिती होत्या. पारंपरिक शेतीपेक्षा आधुनिक पद्धतीने केलेली शेती कमी पाण्यात जास्त उत्पादन देते; हे त्यांनी अनुभवले होते.

डॉ. मणिभद्रस्वामी शेतामध्ये आल्यानंतर गौतम आणि शेषनाथ त्यांच्यासोबत असत. आज ते मुद्दाम शेतामध्ये निरीक्षणासाठी आले होते. त्यांनी भानुमतीस जेवण करणार नसल्याचे सांगितले होते.

"शेषनाथजी आणि गौतमजी आज आम्ही इथेच संध्याकाळपर्यंत थांबणार आहोत. जेवण तुमच्यासोबतच रानामध्ये करणार आहोत."

स्वामींच्या शब्दांनी दोघांनाही आश्चर्य वाटले. आनंदही झाला. स्वामीजींचा

सहवास आणि ते आपल्या घरातील अन्न घेणार हे त्यांना खरे वाटेना. आपण मागास जमातीमधील आणि स्वामीजी आपल्या घरातील अन्न घेणार, त्यांचा विश्वास बसणे अशक्य होते. छोट्या गावांमध्ये जातीच्या रचना इतक्या घट्ट असतात, की त्यावरून सतत वाद आणि भांडणे होत असत.

"आपण शेती पारंपरिक पद्धतीने करतो. त्यामध्ये पाण्याचा अपव्यय फार होतो आणि उत्पादनही कमी मिळते."

"पर स्वामीजी, आपनास पानी बक्कळ हाय की," गौतम म्हणाला.

"अन् स्वामीजी, एकरी २५ ते ३० टन ऊस निघतो. इतर शेतकऱ्यांनासुदिक तितकाच ऊस मिळतो," शेषनाथ म्हणाला.

"हेच ते. पारंपरिक पद्धतीने इतकेच उत्पादन मिळते. पण थोडा बदल केला नवीन वाण लावले; योग्य तितकेच पाणी आणि गावखत वापरले तर याच्या दुप्पट उत्पादन सहज मिळते. आम्ही एकरी ७० ते ८० टन इतके पीक घेतले आहे."

"अबब! मंजे इथल्यापरीस डबलच मनायचं की!" गौतमचा प्रश्न.

"आपण या वर्षी थोडा बदल करून पाहू, आम्ही नवीन बियाणे मागवून घेतो. तुम्ही गावखत मिळवण्याचे पाहा. याच्याशिवाय आपण हापूस आंब्याची रोपे मागवू. तुम्ही दोघांनी आमच्या सूचनेप्रमाणे काम केले तर आम्ही सांगतो तसे फरक सहज दिसतील."

दोन कामकऱ्यांना आश्चर्य वाटले. कळते तसे दोघांचे आयुष्य शेती करण्यातच गेलेले असल्यामुळे त्यांना विश्वास ठेवणे कठीण जात होते. त्यांचा समज झाला की स्वामीजी नवीन आहेत, यांना शेतीविषयी फारशी माहिती नसावी.

"आपल्याकडे दुभत्या गायी किती आहेत?"

"पाच गायी हायती. समद्या १ वितीच्या हायती."

"गौतम, आपण त्यांच्यासाठी एक छानसा गोठा बांधू. सध्या तुम्ही त्यांना झावळ्यांनी शाकारलेल्या गोठ्यात बांधता. चांगला गोठा बांधला म्हणजे त्यांना आजाराची भीती राहणार नाही. त्यांना पुढील वितीसाठी कृत्रिम रेतनाची व्यवस्था करू. त्यामुळे पुढील पिढी आणखीन चांगली निपजेल."

दोघांनाही स्वामी नेमके काय म्हणत आहेत ते समजले नाही. त्यांना एवढेच माहीत होते आपण हुकमाचे ताबेदार.

डॉ. मणिभद्र स्वामींनी बराच वेळ शेतात हिंडून व्यवस्थित पाहणी केली.

जेवणाच्या वेळेपर्यंत त्यांनी गौतम आणि शेषनाथ यांच्या सर्व सदस्यांसोबत गप्पा केल्या. त्यांच्या लक्षात आले की दोघांची मुले शिक्षणापासून वंचित आहेत. शेती गावापासून दूर असल्यामुळे शाळेपर्यंत या लहान मुलांना सोडणे शक्य नाही.

काशीबाई आणि लिंगव्वा यांनी स्वामीजींसाठी झटून स्वयंपाक केला. आपल्या

हातचे जेवण ते घेणार, याचेच त्यांना अप्रूप वाटत होते.

जेवण झाल्यानंतर मणिभद्रांनी त्या दोघींच्या जेवणाचे कौतुक केले. दोघींचा जीव सुपाएवढा झाला.

"शेषनाथ, तुम्ही उद्या निपाणीस जा. तेथून एक नवीन सायकल आणि मुलांसाठी पुस्तके आणा. परवापासून मुले शाळेत गेली पाहिजेत. दोघांपैकी एकाने मुलांना दररोज शाळेत सोडायचे आणि आणायचे. आम्ही शाळेत तशी सूचना देतो. मुलांच्या शिक्षणाची काळजी तुम्ही करायची नाही. ती व्यवस्था मठाकडून होईल. चालेल ना?"

"लई उपकार झालं स्वामीजी. लेकरं आडानी रायलेली कुन्या आई-बापास आवडंल. पर शाळा लांब आहे आनी लेकरं ल्हान. जरा उशिरा साळंत पाठवायचा बेत हुता. तुमच्या क्रिपेनं लवकर शिकाया सुरुवात व्हईल." सद्गदित होत गौतमने दोघांचेही भाव दर्शवले.

शेतीचा विषय डोक्यात घेऊन डॉ. मणिभद्रस्वामी मठाकडे परतले. त्यांना पूर्णानंद स्वामींनी सर्वाधिकार दिले असले, तरी आपण करणार असणाऱ्या योजना त्यांना सांगण्याचा परिपाठ होता. पूर्णानंदानी लक्ष काढून घेतले होते. ते एवढेच म्हणत, "तुम्ही नवीन पिढीतील आहात. तुम्हाला आमच्यापेक्षा चार गोष्टी जास्त माहिती असतात. बदलत्या काळाबरोबर बदलणे हिताचे असते. मठ असला तरी मठाच्या संसारासोबत मोह-माया येतातच. आता आम्हाला त्यात अडकून राहायचं नाही. आमचा सर्व वेळ जगन्मातेच्या ध्यानात घालवायचा आहे. ध्यानधारणेचा आनंद इतका अपरिमित असतो, हे समजण्यासाठी आमच्या आयुष्याची इतकी वर्षं लागली. तुम्ही सर्व धुरा समर्थपणे सांभाळत आहात. आम्हाला आता ध्यानातच रममाण होणं आवडतं. पुन्हा मठाच्या संसारात अडकायचं नाही."

"स्वामीजी, आपण म्हणता ते सर्वार्थानं योग्य आहे; परंतु वडील माणूस असताना, त्यांना विचारल्याशिवाय राहवत नाही. आपण नाही म्हणणार नाही हे ठाऊक असूनसुद्धा आपल्या कानावर घालणं कर्तव्य वाटतं."

"चला, मी असेपर्यंत हा गोड वाद होतच राहणार."

"स्वामीजी, आपल्या या बोलण्यानं काळजास वेदना होतात."

"मणिभद्र,स्वामींना इतकं हळवं होण्याचा हक्क नाही."

असे संवाद आता दोघांमध्ये नेहमी होत असत. स्वामींच्या परवानगीशिवाय काही करण्यासाठी मणिभद्रंना संकोच वाटे.

थोड्या दिवसांत शेतामध्ये उत्तम सोयी असणारा गोठा तयार झाला. जनावरांच्या स्वच्छतेसाठी, चारापाणी करण्यासाठी आणि धारा काढण्यासाठी सुलभता आली. जनावरांचे काम गौतमकडे होते. त्याला पहिल्या गोठ्यातील आणि नवीन गोठ्यातील

फरक चांगलेच जाणवले.

डॉ. मणिभद्रने निपाणीतून जनावरांच्या डॉक्टरांना आणून जनावरांची तब्येत तपासून घेतली. त्यांनाच कृत्रिम रेतन पद्धतीने गायींची गर्भधारणा करण्यास सांगितले. शेतीच्या कामासाठी मध्यम आकाराचा ट्रॅक्टर घेतला. सोबत उपयुक्त अवजारेसुद्धा आणली. गावातील जाणकारांकडून गौतम आणि शेषनाथ दोघांनाही ट्रॅक्टर आणि अवजारे वापरण्याचे ट्रेनिंग दिले. थोड्याच दिवसांत दोघे तयार झाले. त्यांच्या कामाच्या वेळात खूपच बचत झाली.

सायकल आल्यामुळे मुलांची सोय झाली. उसाचे सुधारित बियाणे, खताची योग्य मात्रा, ठिंबक सिंचन, गायींसाठी आधुनिक गोठा यांसारख्या शेतीच्या कामात गुंतवून घेतल्यामुळे ऐहिक जगाचा मोह दूर करण्यास डॉ. मणिभद्र स्वामींना उत्तम साधन मिळाले. दैनंदिन पूजा, अधूनमधून होणारी प्रवचने यांचाही त्यांना उपयोग झाला. इतक्या सर्व व्यापातूनही त्यांना महंती मॅडमची आठवण होई. आठवणींची तीव्रता त्यांना बेचैन करून सोडी. अशा वेळी कात्यायिनी देवीचे स्तोत्र मोठ्याने म्हणत ते ध्यान करण्यासाठी बसत. देवीचे स्तोत्र म्हणताच त्यांचे चित्त शांत आणि एकाग्र होई. आपणास मॅडमची आठवण झाली, की त्याचे पडसाद तिथे मॅडमनाही जाणवतात. असा प्रसंग आला की दुसऱ्या दिवशी मॅडमचा फोन येत असे. त्यांच्या ख्यालीखुशालीच्या गप्पा होत. बऱ्याच वेळा दोघेही स्तब्ध असत; परंतु अंतरीचे संवाद सुरू असत. न बोलता दोघांना एकमेकांचे शब्द समजत. आपणास आठवण झाली तर मॅडमना आपोआप ते समजते आणि त्यांना अस्वस्थता येते, हे स्वामींना समजे. शक्यतो ते कामात खूपच व्यग्र राहत. असे प्रसंग टाळण्याचा प्रयत्न करूनही ते कधीतरी घडे. परमेश्वराची काय योजना असेल? मणिभद्रना उत्तर सापडत नसे.

डॉ. मणिभद्र स्वामींचा फोन वाजला. पटलावर रत्नम्मा हे नाव उमटले. आपण रत्नम्माला विसरलो? स्वामी खजील झाले.

"मणिभय्या!"

"बोला रत्नाम्मा. खूप दिवसांनी मणिभय्या अशी साद ऐकू आल्यामुळे बरे वाटले."

"माफ करा स्वामीजी. सवयीमुळे अशी साद घातली. अण्णांनी मला सांगितले की तुम्ही एका मठाच्या गादीवर बसला आहात. त्यामुळे तुम्हाला वस्तीवर येण्यास बंधने आली आहेत. स्वामीभय्या, अण्णांच्या नजरेत मला विषाद दिसत होता. स्वामीभय्या, आता अव्वांच्या स्वभावात खूप बदल झाला आहे. मला त्या फार आपुलकीने जवळ घेतात. त्यांना त्यांच्या मणीच्या आवडत्या वस्तू आणि व्यक्तीबद्दल फार प्रेम वाटते. दोन दिवसांमागे तुमच्या मॅडम त्यांच्या आईंना घेऊन

वस्तीवर आल्या होत्या. दिवसभर राहिल्या घरी. दोघीही तुमची फार आठवण काढत होत्या.''

मॅडमची बातमी मणिभद्रना नवीन होती का? प्रश्नाने त्यांना घेरून टाकले. तेवढ्यातून स्वतःला सावरून घेत विचारले.

''रत्नाम्मा, फोन का केलात?''

''स्वामीभय्या, एखादी जबाबदारी घेतल्यानंतर बाकी सर्व विसरायचे असते? अव्वा, अण्णा, मी, मॅडम सर्वांना विसरावेच लागते?''

मॅडमचे नाव रत्नाम्माने घेताच मणिभद्र चक्रावले. ''असे का म्हणता रत्नाम्मा?''

''स्वामीभय्या, काल स्पर्धा परीक्षेचा रिझल्ट समजला. मला ७६० पैकी ६२३ गुण मिळाले. माझी मेडिकलची ॲडमिशन निश्चित आहे. तुम्हाला निकाल कळवण्यासाठी मुद्दाम फोन केला.''

''रत्नाम्मा, फार उत्तम गुण मिळाले. इतक्या मागासलेल्या वर्गात जन्म घेऊन परिस्थितीशी झगडत तुम्ही यश मिळवले, मनापासून अभिनंदन! आता प्रवेश कोठे घेणार?''

''उद्या मी कोल्हापूरला मॅडमकडे जाणार आहे. त्यांनाही मी निकाल सांगितला. त्या म्हणतात, तुला महाराष्ट्रातील कोणत्याही चांगल्या वैद्यकीय महाविद्यालयात प्रवेश मिळू शकतो. त्यांना वाटते की पुण्यातील बी.जे. मेडिकल कॉलेजमध्ये प्रवेश घ्यावा, त्या पुण्यातील असल्यामुळे त्यांच्या ओळखी आहेत. म्हणून सोईचे आहे.''

''अरे वा! तुमची आणि मॅडमची चांगलीच ओळख झाली म्हणायची.''

''स्वामीभय्या, मी तुमची आवडती मुलगी म्हणून, तुमच्यावर प्रेम करणारे सर्व माझ्यावर प्रेम करतात. नाहीतर मी अव्वांना कधीतरी आवडत होते का? आणि मॅडम तर खूप चांगल्या आहेत. त्या म्हणत होत्या, रत्ना तू एम.डी.पर्यंत शिक्षण घ्यायचे. तुला स्कॉलरशिप मिळणार आहेच; तरीही आपण बँकेचे प्रकरण करू. त्या जामीन राहणार आहेत. माझ्या शिक्षणासाठी सर्व सोय झाली. ते कळवण्यासाठी मी संपर्क केला. मी पुण्यास जाण्याआधी तुमचे आशीर्वाद घेण्यासाठी येऊन जाणार आहे. तुम्ही स्पर्धा परीक्षेसाठी पुस्तके आणून दिली, माझ्या शिकवणीची सोय केली; त्यामुळे माझी पदवी तुम्हालाच अर्पण करणार आहे.''

''रत्नम्मा, इतक्या लहान वयात एवढी समज. परिस्थिती माणसांना समजूतदार बनवते. तुमच्या शिक्षणात मॅडम लक्ष घालणार तेव्हा काळजी मिटली. शिक्षणामुळे तुम्ही समाजात मोठे स्थान मिळवा, असा आशीर्वाद सतत तुम्हाला असणार. तुम्ही पुण्यास जाण्याआधी अवश्य भेटून जा.''

रत्नाचा फोन संपताच त्यांनी महंती मॅडमना फोन लावला.''हॅलो मॅडम, आत्ताच रत्नाम्माचा फोन झाला. त्यांचा निकाल समजला. त्या हुशार आहेत. तुम्ही

त्यांच्या शिक्षणात लक्ष घालत आहात, हे ऐकून संतोष वाटला. त्यांच्याकडून समजले तुम्ही माईंना घेऊन वस्तीवर गेला होतात. काही विशेष?''

''मणिभद्रजी, विशेष असे काही नाही. तुमची आठवण तीव्रतेने झाली. समाधानासाठी अण्णा, आईकडे गेले. रत्ना आता आपल्या घरीच असते. दिवसभर आम्ही सर्व जण तुमच्या आठवणींना उजाळा देत होतो. आता आमच्या सर्वांच्या हाती एवढेच राहिले आहे. बोलताना रत्नाची हकिगत समजली. इतक्या हुशार आणि तुमच्या आवडत्या रत्नाच्या शिक्षणाची आबाळ होऊ नये म्हणून जबाबदारी घेतली. नाहीतरी तुम्ही सर्व सोय करणार आहातच. आता ते काम आपलेच समजून मी करणा, इतकेच. तुमचे काम करण्याची संधी मिळते, याचेच अपूर्व समाधान वाटते.''

''मॅडम, आम्ही रत्नाम्माची सोय करणार होतो. उगाच तुम्हाला त्रास कशासाठी?''

''मणिभद्रजी जेव्हा आपले विचार जुळतात तेव्हा तुम्ही-आम्ही असा भेद उरतो कोठे?''

''आता आम्ही काय म्हणणार?''

''काही म्हणू नका. आमचे समाधान आम्हाला मिळू द्या.''

फोन बंद झाला; परंतु मणिभद्रस्वामींच्या विचारांचे तुरुंग मोकळे झाले. आपण मॅडमना फोन करणे कटाक्षाने टाळतो. त्याही कधी संपर्क करत नाहीत. वाटत होते काळ जात राहील, संबंध पुसट होत जातील. प्रत्यक्षात उलट घडत होते. काळ जात राहिला; परंतु संबंधाची तीव्रता वाढत आहे. आपणावरील प्रेम व्यक्त करण्यासाठी वेगवेगळे आधार शोधले जात होते. मॅडम म्हणाल्या, ''आपल्या घरी.'' अव्वा, रत्नाम्माचा दुस्वास करत असे. आपण उच्च जातीचे ही मुलगी मागास वर्गातील. पण आता तिचे आपल्या घरी वावरणे सहज झाले. माणसांच्या स्वभावास किती पैलू असू शकतात, हे समजणे अत्यंत कठीण आहे.

'धर्मपरंपरा आणि त्यांचे बदलते संदर्भ' डॉ. मणिभद्र स्वामींनी ग्रंथ प्रकाशित केला. त्या ग्रंथामध्ये त्यांनी परंपरांची निर्मिती का झाली, त्यांचे त्या काळातील संदर्भ, परंपरा, निर्मितीचे स्रोत, आता आधुनिक काळातील बदललेल्या व्यवस्था आणि त्या पार्श्वभूमीवर परंपरांची निरर्थकत, अशा अनेक गोष्टींचा ऊहापोह सोदाहरण केला होता. स्त्रियांना गुलामगिरीत ढकलण्यासाठी केलेल्या युक्त्या आणि त्यावर केलेले प्रहार. ग्रंथाची लोकप्रियता थोड्या अवधीत प्रचंड वाढली. पूर्णानंद स्वामींची प्रदीर्घ प्रस्तावना आणि मणिभद्रच्या लिखाणास संपूर्ण सहमती. दोघांच्याही बुद्धिमत्तेविषयी समाजात आदर होता. कात्यायिनी मठाचे अधिष्ठान यामुळे जनसामान्यांमध्ये दोघांचाही निर्विवाद प्रभाव होता. एक मठाधिपती रूढी-परंपरांची उकल करून त्यांची निरर्थकता समाजासमोर मांडतात, त्याला धर्मग्रंथातूनच समग्र पुरावे देतात. स्वामीजी उच्चविद्याविभूषित

आहेत. या सर्व गोष्टींमुळे समाजजीवनात विविध प्रवाह निर्माण झाले. काही धर्मांध सुशिक्षित व्यक्तींनी कडाडून हल्ला करत निषेध व्यक्त केला. सर्वसामान्य माणसांना लिखाण फार समजले नव्हते; परंतु स्वामींनी केलेले खंडन योग्य वाटत नव्हते. परंपरावादी दृष्टिकोन, बदल सहज मान्य करण्यास तयार नसतो. ग्रंथ लिखाणामुळे समाजात विसंवाद निर्माण झाला. निरनिराळ्या माध्यमांना आयता विषय मिळाला. अर्धवट ज्ञान असणाऱ्या निवेदकांना, परंपरावादी व्यक्तींना हाताशी धरून परिसंवाद घडवून आणण्यास उद्युक्त केले.

दूरदर्शनच्या पटलावर कथित मान्यवर, त्यांपैकी कित्येक अगदी माहीत नसणारेसुद्धा विषयातील अधिकारी म्हणून उपस्थित असत. त्यांच्यासमवेत अंधश्रद्धा निर्मूलन समितीचा एखादा सदस्य असे. कधीकधी एखाद्या धर्मसभेचा प्रतिनिधी संवादासाठी बोलवलेला असे. या सर्वांमध्ये प्रचंड वादळी चर्चा होई. सर्व जण रूढी आणि परंपरांचे समर्थन करणारे असत. ते डॉ. मणिभद्रस्वामींना बालिश समजून, त्यांच्यावर सडकून टीका करत असत. हे नवीन स्वामी रूढीच्या चौकटी मोडून, नाही त्या गोष्टी समाजाला सांगत आहेत. यांना धर्म कळला तरी आहे का? आमच्या पूर्वजांनी समाजासाठी ज्या गोष्टी सांगितल्या आहेत त्याला छेद देणाऱ्या गोष्टी सांगण्याचा यांना काय अधिकार? सतत आठ दिवस माध्यमातून फक्त डॉ. मणिभद्रस्वामी आणि त्यांच्या ग्रंथाची चर्चा होत राहिली. अनेकांनी विविध वर्तमानपत्रांतून लिखाण केले. 'हिंदू धर्म पुरस्कर्त्यांनी तर या माणसाला मठावर अधिपती म्हणून राहण्याचा अधिकार काय,' असा प्रश्न उपस्थित केला. काही मोजक्या जाणकारांनी मात्र बदलत्या सामाजिक स्थित्यंतरामध्ये जुन्या परंपरा बदलणे गरजेचे आहे आणि या बदलांची सुरुवात एक धर्मगुरूच करताहेत, याचे कौतुक केले. अंधश्रद्धा निर्मूलन समितीच्या व्यक्तींना स्वामींबद्दल आदर निर्माण झाला. त्यांना माहिती होते की आपण कितीही तळमळीने धर्मामधील, समाजामधील अनिष्ट व्यवहारांबद्दल सांगितले तरी ते लोकांना पटत नाही; परंतु धर्मगुरूंनी जर ती गोष्ट सांगितली तर ती सहज मान्य होते. हे धर्मगुरू नवीन असले तरी उच्चविद्याभूषित आहेत. त्यांनी धर्मग्रंथाचा सखोल अभ्यास करून पुराव्यासह रूढी किंवा परंपरा कशा निर्माण झाल्या त्याचे मुद्देसूद विवेचन केले आहे. त्यांची तळमळ समाजसुधारणेची आहे.

इतक्या चर्चा, इतके लेख सतत लिहिले जात होते; परंतु डॉ. मणिभद्रस्वामींना चर्चेसाठी बोलावण्याचे भान कोणासही लवकर झाले नाही. शेवटी चर्चेसाठी आलेल्या आणि स्वामींचे समर्थन करणाऱ्या एका विचारवंताने सांगितले की स्वामींना चर्चेसाठी बोलवा. जेव्हा डॉ. मणिभद्रस्वामींना दूरदर्शनवर चर्चेसाठी निमंत्रण आले, तेव्हा त्यांनी अट सांगितली - चर्चा करण्यापूर्वी आम्ही आमच्या ग्रंथाची पार्श्वभूमी सांगणार. कारण आमचा दृष्टिकोन नेमका काय आहे ते समोरील व्यक्तींना

समजावा. बऱ्याच वेळेला चर्चा करताना लिहिणाऱ्या व्यक्तीचा हेतू वेगळा असतो आणि वाचणारे त्यातील त्रुटी शोधत राहतात. अशा वेळी चर्चा दिशाहीन होते. डॉ. मणिभद्रस्वामींची अट मान्य न होण्यासारखे काहीच नव्हते. लेखकास अभिप्रेत असणारा अर्थ नेमकेपणाने समजला तर चर्चा व्यवस्थित दिशेने होईल.

सर्वांसाठी डॉ. मणिभद्रस्वामींनी आपल्या 'धर्म परंपरा आणि त्यांचे बदलते संदर्भ' ग्रंथाविषयी अत्यंत सोप्या शब्दांत सुरुवात केली. "कात्यायिनी देवीच्या भक्तांनो, देवीचा आपणा सर्वांना उदंड आशीर्वाद असो. आम्ही जेव्हा धर्मगुरू होण्यास संमती दिली तेव्हा पहिले कार्य जे केले ते म्हणजे धर्माचा अभ्यास. आमच्या सुदैवाने आम्हास अत्यंत ज्ञानी आणि धर्माभिमानी गुरू स्वामी पूर्णानंदजी यांचे मार्गदर्शन लाभले. धर्म समाजाच्या उन्नतीसाठी असतो. आपल्या धर्मांना हजारो वर्षांची परंपरा आहे. याचा अर्थ असा घ्यावा लागतो की आपणास त्या त्या कालखंडाची माहिती असावी लागते. फार जुने नको, थोडे अलीकडील कालखंड ज्याची माहिती लिखित स्वरूपात उपलब्ध आहे, त्याचे अध्ययन कोणत्याही शिक्षित माणसास सहज शक्य आहे. अध्ययन नाही केले तरी आपणा सर्वांना ज्ञात आहे की मागील आणि आत्ताच्या ज्ञानात फरक पडत आला आहे. आत्ताचे युग विज्ञानवादी आहे. माणूस त्याला पडणाऱ्या प्रश्नांची उत्तरे मिळवण्याचा प्रयत्न करतो. मिळालेली उत्तरे ज्ञानाच्या कसोटीवर तपासून पाहतो. जेव्हा ती उत्तरे कसोटीवर खरी उतरतात; तर्क सुसंगत वाटतात तेव्हा त्यांना सामाजिक मान्यता मिळते. काही काळपर्यंत आपण ती उत्तरे मान्य करतो. ज्ञानाच्या कक्षा वाढत असतात, त्या वेळी आधी मान्य असलेली उत्तरे भ्रामक वाटू लागतात. पुन्हा नव्याने उत्तरे शोधली जातात. ही एक प्रक्रिया असते. त्या त्या वेळी त्या त्या ज्ञानाच्या कक्षात ती उत्तरे खरीच असतात. ज्ञानाच्या कक्षा विस्तीर्ण झाल्यानंतर त्या उत्तरातील कमतरता जाणवू लागते. पुन्हा उत्तराच्या अचूकतेचा प्रयत्न केला जातो. या सर्व प्रकारांतून ती उत्तरे समर्पक होत असतात.

आपल्या रूढी आणि परंपरांचेही तसेच आहे. पाषाण युग, ताम्र युग यांसारखी आपणा संदर्भातील माहिती पाहिली तर मानवाच्या विकासाची कल्पना येते. आपले धर्मग्रंथ रचले गेले, तेव्हा त्या काळातील प्रज्ञावंतांच्या ज्ञानाच्या कक्षा आजच्या काळाइतक्या विस्तीर्ण होत्या, असे म्हणणे शुद्ध कल्पनाविलास मानावा लागेल. त्यामुळे त्यांनी त्या काळाशी सुसंगत रूढी आणि परंपरा सांगितल्या आहेत. त्या चुकीच्या आहेत असे नसते. त्या काळातील माहिती असणाऱ्या ज्ञानावर आधारित आहे. त्यांचा उपयोग समाजबांधणीसाठी आणि उन्नतीसाठी निश्चितपणे झाला आहे. आमच्या लिखाणामध्ये रूढी आणि परंपरा यांना विरोध नाही, तर त्या रूढी आणि परंपरा आजच्या काळाशी सुसंगत नाहीत. या सर्व परंपरामध्ये स्त्री वर्गावर फार मोठा

अन्याय झाला आहे, असे आमचे मत आहे. आमची माता ही एक स्त्री आहे, याचा आम्हाला विसर पडतो. स्त्री म्हणजे मालकी हक्काची वस्तू, दान मिळालेली भिक्षा, वाटून घ्यावयाची वस्तू, राजकारणाच्या पटातील सोंगटी, पणाला लावता येणारी वस्तू, अपमान करण्याची योग्य जागा, ताडन करण्यालायक, भोगवस्तू, अहो तिला माणूस म्हणून कधीच संबोधले गेले नाही. गुलाम, दासी, गरजेच्या वेळी चलन म्हणून वापरण्याजोगी... किती गोष्टी सांगाव्यात. अर्जुनाने स्वयंवरामध्ये कौशल्यावर आपली केलेली द्रौपदी गृहप्रवेशाच्या वेळी भिक्षा असते. कुंती सांगते पाच जणांत वाटून घ्या. द्युताच्या वेळी धर्मराजा तिला पणाला लावतो. या आपणास पुराणातील गोष्टी माहिती आहेत. रामाने अग्निपरीक्षा देण्यास लावून सीतेचे सतीत्व पारखले आणि शेवटी प्रजाजनांच्या व्यर्थ बोलण्यामुळे कलंकित ठरवून वनवासी पाठवले. राजाराम प्रजाननांच्या सुखासाठी झटतो, तेव्हा प्रश्न पडतो त्याची पत्नी त्याची प्रजा नव्हती काय?

स्त्री वर्गाची ही फरफट अनादि काळापासून आजपर्यंत चालूच आहे. अगदी सुशिक्षित म्हणवणाऱ्या आजच्या पिढीची मानसिकता अजूनही तशीच आहे. आजसुद्धा बायकोला मारझोड केली जाते, नवरा म्हणजे देव, त्याने खाल्ल्याशिवाय बायकोला खाण्याचा अधिकार नाही. प्रत्येकाने स्वतःला प्रामाणिकपणे विचारावे, आपण आपल्या पत्नीला माणूस म्हणतो? आपला सहकारी मानतो? बरोबरीचे समजून निर्णयप्रक्रियेत सहभागी करतो? आपण सर्वांनी उच्चरवाने 'होय' असे उत्तर दिले तर ते असत्य आहे, हे वेगळे सांगण्याची गरज नाही.

स्त्री वर्गाचे एक उदाहरण झाले. अशी अनेक उदाहरणे देता येतील. आपण जातीच्या भिंती इतक्या पोलादी करून ठेवल्या आहेत, की दंगली उसळून हजारो निष्पाप लोकांची सहज कत्तल होणे आपणास विशेष वाटत नाही. या रूढी, परंपरा आपल्याच धर्मात आहेत असे नाही, तर सर्व धर्मांमध्ये दिसतात. स्वतःला आर्य म्हणवून घेत ज्यू धर्मीयांची सरसकट कत्तल करणारा हिटलर असतो. धर्मप्रसारासाठी ख्रिस्ती समाजाने जगभर अत्याचार केले. शिया आणि सुन्नी पंथीयांनी किती प्राण घेतले. हे सर्व धर्माच्या नावासाठी केले जाते. परंतु कोणताही धर्म हत्येचे उदात्तीकरण करत नाही. कोणत्याही धर्माचा देव प्रसादासाठी बळी मागत नाही.

आम्हाला वाईट अशासाठी वाटते, हुशार माणसांनी आपल्या स्वार्थाच्या मागण्या धर्माच्या कवचकुंडलात घालून अत्यंत शिताफीने जनसामान्याच्या गळी उतरवल्या. आमची भाबडी प्रज्ञा या दांभिकतेलाच धर्म मानते, हे फार मोठे दुर्दैव आहे. एका धर्मपीठाचा अधिकारी म्हणून या परंपरांच्या, दांभिकतेच्या जोखडातून सर्वसामान्याची मुक्तता करणे, आम्ही आमचे कर्तव्य मानतो. ग्रंथाची रचना प्रदीर्घ अभ्यास आणि चिंतनातून झाली आहे. अर्थात, आम्हाला योग्य वाटले ते काळाच्या

ओघात टिकेल याची खात्री नाही. कारण भावी प्रज्ञावंतांना यापेक्षा आणखी काही योग्य वाटेल. आमचे सर्व लोकांना विनम्र सांगणे आहे, आम्ही आम्हाला योग्य वाटलेले विचार मांडले आहेत; त्याचा स्वीकार केला पाहिजे, असा आग्रह नाही. बळजबरी केल्याने किंवा क्षणार्धात समाज बदलत नसतो. समाजाला स्वीकारार्ह वाटले तर तो बदलाला संमती देतो. आमच्या ग्रंथाची लोकप्रियता आम्ही ठरवणार नसून, तुम्ही जनसामान्य ठरवणार आहात. आम्ही शक्य तेवढे पुरावे प्रत्येक बदलासाठी दिलेले आहेत. त्या पुराव्याचे संदर्भसुद्धा दिले आहेत. समग्र माहितीच्या आधारे मतप्रदर्शन केले आहे. चर्चा करण्यापूर्वी तुम्ही ते तपासून पाहू शकता. आम्ही सर्वज्ञानी आहोत, असा आमचा दावा नाही. एखाद्या अज्ञजनाकडून एखादा ज्ञानकण मिळणार असेल तर तो स्वीकारण्यात आम्हाला गैर वाटणार नाही. आमच्या लिखाणावर टीका करण्याचा हक्क सर्वांना आहे. फक्त मागणे एवढेच आहे, धर्मांध होऊन काही करण्यापेक्षा धर्म समजून घ्या. मानवधर्म हा आद्य धर्म असून, इतर धर्म त्याच्या जपणुकीसाठी तयार झाले आहेत; विनाशासाठी नाही, एवढे भान ठेवा. जगदंब!''

डॉ. मणिभद्रस्वामींनी अत्यंत स्पष्ट आणि थोडक्यात आपली विचारधारा सुसंगतपणे जनसामान्यापुढे मांडली. मांडणीमध्ये सुलभता, सर्वांच्या काळजाला हात घालणारी धीरगंभीर वाणी, स्वतःकडे गौणत्व आणि आपण परिपूर्ण नसलो तरी असणारी समाजाप्रतीची तळमळ; यामुळे विलक्षण परिणाम साधला. चर्चेसाठी येणाऱ्या प्रश्नांचा सरलतेने दिलेला खुलासा, धर्मग्रंथातील पानापानावरील दिलेले दाखले यामुळे आता कोणते प्रश्न विचारून त्यांची अडवणूक करावी, हेच धुरीणांना समजेना. त्यांच्या निवेदनानंतर सर्वांना त्यांची प्रतिभा लक्षात आली. कोणत्याही प्रश्नास विवेकाने, समर्पक उत्तर देण्याची क्षमता पाहून त्यांच्यासमोर उभे राहणे अवघड असल्याची इतरांची खात्री पटली. त्यांच्या विद्वत्तेपुढे जणू सर्वांनी शरणागती पत्करली.

डॉ. मणिभद्रस्वामींची ओळख कर्नाटकातील मर्यादित क्षेत्रापुरती होती. त्यांच्या ग्रंथामुळे आणि निवेदनामुळे विस्तीर्ण झाली. निरनिराळ्या क्षेत्रांमध्ये त्यांच्या विचारांचे स्वागत होत गेले. समस्त देशातील विद्वत्जनांनी ग्रंथाची दखल घेण्यास सुरुवात केली. त्यांच्या ग्रंथाचे विविध भाषांमध्ये अनुवाद होऊ लागले. सातत्याने त्यांच्या ग्रंथावर विविध माध्यमांतून वारंवार लिखाण होऊ लागले. राणीहळ्ळीच्या कात्यायिनी मठाच्या पत्त्यावर पत्रांचा ओघ सुरू झाला. ग्रंथाच्या प्रभावामुळे जनसामान्य त्यांना पत्र लिहून, दूरध्वनीवरून आणि इंटरनेटच्या माध्यमातून स्वतःच्या समस्यांचे समाधान मिळवू लागले. या सर्वांचा परिणाम म्हणून विविध माध्यमांतून त्यांना बोलावणे येऊ लागले. 'धार्मिक शंका समाधान', 'तुमच्या प्रश्नांना डॉ. मणिभद्रस्वामींची

उत्तरे' असे कार्यक्रम दर महिन्याला सुरू झाले. स्वामींच्या मराठी, कन्नड, हिंदी, आणि इंग्रजी भाषेवरील प्रभुत्वामुळे आणि अभ्यासामुळे हे कार्यक्रम अत्यंत यशस्वी होत गेले. स्वामींना असाधारण प्रसिद्धी मिळाली. डॉ. मणिभद्र स्वामी आता सर्वांना आपलेसे वाटू लागले. जनसामान्यातून येणाऱ्या विविध प्रकारच्या प्रश्नांमुळे स्वामी चक्रावून जात. तसे पाहता त्यांचे अनुभव विश्व फार लहान होते. सांसारिक प्रश्नांमुळे त्यांची भंबेरी उडे. पुरुष आणि स्त्री यांचे भावविश्व केवढे प्रचंड आहे, याची जाण होऊ लागली. त्यांना तशी पार्श्वभूमी नसल्यामुळे ते गोंधळून जात आणि नम्रपणे मान्य करत. या बाबतीत मी अनुभवशून्य असल्यामुळे असा अधिकार आपणास नाही, हे प्रांजळपणे सांगत.

डॉ. मणिभद्र स्वामींचा मूळचा पिंड अभ्यासकाचा असल्याकारणे त्यांनी विचारण्यात आलेल्या प्रश्नांची आणि त्यास दिलेल्या उत्तरांची टिपणे ठेवली. कालांतराने त्यांच्या लक्षात आले, की हे सर्वसामान्य लोकांचे प्रश्न आणि त्यांची उत्तरे सर्वांनाच उपयोगी पडणारी आणि मार्गदर्शक ठरणारी आहेत. त्यांनी त्याचे पुस्तक बनवून ते प्रसिद्ध केले. त्यांना वाटत नव्हते, त्याला इतका प्रतिसाद मिळेल. आता डॉ.मणिभद्र स्वामी धर्मशास्त्र आणि समाजशास्त्रातील अधिकारी म्हणून ओळखले जाऊ लागले. कात्यायिनी मठाची धुरा हाती घेऊन चार वर्षांपेक्षा जास्त कालावधी झाला होता. त्यांच्याभोवती अजाणता तेजोवलय निर्माण झाले होते. विविध विद्यापीठांत, नामवंत क्षेत्रांत त्यांना व्याख्यानाची आमंत्रणे येत गेली. आपल्या प्रभावी आणि धीरगंभीर वक्तव्यामुळे त्यांच्या सभा अत्यंत यशस्वी होत होत्या. त्यांच्या बोलण्यामुळे सुज्ञ आणि अज्ञ दोघांचेही विचार आमूलाग्र बदलत गेले. डॉ. मणिभद्र स्वामींचे व्याख्यान ठरवणे हे आता प्रतिष्ठेचे लक्षण झाले होते. स्वामी व्याख्यानासाठी मानधनाची अपेक्षा ठेवत नाहीत, ही त्यांच्या महानतेची बाब ठरे. त्यांनी अपेक्षा ठेवली नसली तरी धनाचा ओघ आपोआप वाढत गेला. कात्यायिनी मठाच्या नावे विविध संस्था धन अर्पण करीत असत.

बऱ्याच दिवसांत आज डॉ. मणिभद्र स्वामींना थोडी उसंत मिळाली होती. मठाच्या शेतीची कामे योग्य तऱ्हेने मार्गी लागली होती. वेळ मिळेल तेव्हा ते गौतम आणि शेषनाथ यांच्याकडे दिवसभराच्या मुक्कामासाठी जात. त्यांच्यासोबत भोजनाचा आनंद घेत. आजही शेतामध्ये जाण्याचा त्यांचा विचार होता. मठामध्ये त्यांनी तशी कल्पना दिली होती. अचानक त्यांना मठासमोर अल्टो गाडी थांबलेली दिसली. गाडी बघताच त्यांच्या लक्षात आले डॉ. महंती मॅडम आल्या वाटते. तेवढ्यात निळी साडी परिधान केलेल्या मॅडम गाडीतून उतरल्या. मणिभद्र स्वामी पुढे आले आणि त्यांचे स्वागत केले. "मॅडम, आपण अचानक?"असे म्हणून त्यांच्या पायांचे दर्शन घेतले.

''स्वामीजी तुम्हाला आठवण राहिली नाही म्हणून विचार केला, तुम्हाला फोन करण्यापेक्षा जाऊन भेटावे. आपण असाल की नसाल याचा विचार आला; परंतु नशिबाची परीक्षा पाहू म्हणून सरळ गाडी काढली आणि येऊन धडकले.''

''नशिबाची परीक्षा उत्तीर्ण झालात म्हणायचे.''

''तुमची आजची दिनचर्या काही विशेष नाही ना? कारण सध्या तुम्ही सतत फिरतीवर असता.''

''आपण म्हणता ते अगदी बरोबर आहे. गेले वर्षभरापासून सवड अशी नाहीच. याला कारण आपणच आहात.''

''अरेच्चा! मी कशी काय?''

''मॅडम, आपणच मला आज्ञा केली. संशोधनाचे कार्य चालू ठेवा. आपण जी विचारसरणी २ ते २॥ वर्षे आमच्या मेंदूमध्ये भरली होती, ती स्वस्थ बसू देत नव्हती. त्यामुळे धर्मग्रंथाच्या अर्थाचे लेखन करण्यासाठी अभ्यास सुरू केला.त्यातून ग्रंथनिर्मिती झाली. त्यामुळे समाजजीवनात बरीच उलथापालथ झाली.''

''अहो मला दारातूनच परत पाठवण्याचा विचार आहे काय? आत बोलावणार नाही?''

''नाही!''

मॅडमचा चेहरा बघण्यासारखा झाला.

''बघू गाडीची चावी.''

मॅडमना काही उकल होईना. त्यांनी यंत्रवत चावी मणिभद्र स्वामींना दिली. स्वामींनी ड्रायव्हिंग व्हीलचा ताबा घेतला. मॅडमना शेजारी बसण्यास खुणावले. गोंधळलेल्या अवस्थेत त्या बसल्या. दहा मिनिटांत ते मठाच्या शेतामध्ये आले.

इतके विस्तीर्ण क्षेत्र, तिन्ही बाजूंनी डोंगर, खळखळणारे पाण्याचे प्रवाह, हिरवागार भूभाग, व्यवस्थित लावलेली जोमात वाढणारी पिके, नारळ आणि आंब्याची रसरशीत झाडे, वेड लावण्याची क्षमता असणारा मानवनिर्मित निसर्ग पाहून मॅडम हरखून गेल्या. त्यांनी प्रश्नार्थक मुद्रेने स्वामींकडे पाहिले.

त्यांच्या नजरेतील प्रश्न पाहून स्वामी म्हणाले, ''मॅडम, ही आमच्या मठाची शेती. थोड्या वेगळ्या परिश्रमांनी आज वेगळ्या पद्धतीने फुललेली आहे. आमचे गौतम आणि शेषनाथ या भक्तांच्या कष्टांवर उभी आहे.''

तेवढ्यात ते दोघे आणि त्यांची बायका-मुले धावत स्वामींच्या दर्शनासाठी आली. ''जगदंब'' उच्चार करून स्वामींनी सर्वांना आशीर्वाद दिला. आज खूप दिवसांनी स्वामी शेतावर आले म्हणजे ते थांबणार, हे लक्षात घेऊन काशीबाई आणि लिंगव्वा लगबगीने स्वयंपाक करण्यासाठी परतल्या. गणेश, दुर्गा आणि कमल यांनी स्वामींना घेराव घातला. त्यांना माहिती होते, स्वामींनी आपणासाठी काहीतरी

खाऊ आणला असणार. स्वामींनी खिशात हात घालून काजू, बदाम, पिस्ते बाहेर काढून मुलांसमोर धरले. सर्वांनी झडप घालून आपल्या चिमुकल्या हातात मावेल तेवढे घेतले. स्वामी मुलांकडे पाहून हसत होते. शेषनाथाच्या कडेवर असणाऱ्या लक्ष्मीने स्वामींकडे आपले दोन्ही हात फैलावले. ''झाशीच्या राणीबाई या इकडे,'' म्हणत स्वामींनी तिला घेतले. स्वामी दिसले की ती नेहमी त्यांनी घ्यावे म्हणून झेप घेत असे. स्वामींनाही सर्वांपेक्षा तिचाच जास्त लळा होता. ''राणीबाई! घ्या तुम्हालाही.'' असे म्हणत तिचे दोन्ही हात खाऊनी भरून टाकले. लक्ष्मीबाई खूश झाल्या. तिच्या चेहऱ्यावरील हास्य पाहून स्वामींना मनस्वी आनंद झाला.

मॅडम अनिमिष नेत्रांनी त्या अकृत्रिम प्रेमाचा सोहळा पाहत होत्या. त्यांनी गमतीने विचारले, ''स्वामी आम्हाला मेवा?'' मणिभद्रस्वामींना हसू आले. त्यांनी मॅडमच्या हातामध्ये मेवा ठेवला. दोघेही हसू लागले. त्या निर्मळ हास्याकडे दोघे पाहत राहिले.

''लई दिसांनी येन केलं धाकले स्वामी.'' गौतमच्या शब्दावर स्वामी म्हणाले, ''गौतमजी आमचे मठावरील निवांत वास्तव्य कमी झाले आहे. सतत बाहेरगावी जावे लागते.''

''पर थोरले स्वामीजी इथच हायती. त्यांनी तर शेतीचा संन्यासच घेतला हाय म्हनायचा?''

शेषनाथच्या प्रश्नावर मणिभद्र स्वामींच्या चेहऱ्यावर औदासीन्य पसरले. ''शेषनाथजी, स्वामीजींनी जणू संपूर्ण विरक्तीच घेतली आहे. त्यांनी आहार कमी केला आहे. ध्यानाचा कालावधी वाढवला, संवाद कमी केला, मागील दोन वर्षांपासून मठाचा उंबरठाही ओलांडला नाही. फक्त दसऱ्याच्या कालावधीत त्यांच्या अंगात प्रचंड उत्साह संचारतो. काही महत्त्वाच्या बैठकींना हजर असतात. काही समजत नाही. त्यांच्या वागण्याचा अर्थ लावणे कठीण झाले आहे. काही विचारले तर आमच्या मस्तकावरून हात फिरवून मंदस्मित करतात. नंतर काही विचारण्याचे धैर्य होत नाही. त्यांच्या स्पर्शातून अद्‌भुत संवेदना मिळतात. स्वर्गीय आनंदाच्या भावना निर्माण होतात.'' स्वामींच्या बोलण्यात विषाद भरला होता.

''स्वामी या पावन्याबाई कोन म्हनायचं?''

''अरे हो! सांगायचं राहिलं. या आमच्या मॅडम आहेत. आम्ही जे लिहितो ते यांच्याच प्रेरणेमुळे. आम्हाला पदवी यांच्याचमुळे मिळाली.''

संकोचाने मॅडम म्हणाल्या, ''तसं काही नाही. तुमचे स्वामी हुशार आहेत. मी निमित्तमात्र.''

''राणीबाई, आता तुमच्या बाबांकडे जा.'' असे म्हणत स्वामींनी लक्ष्मीला शेषनाथकडे दिले.

"मॅडम, चला रानात पाय मोकळे करून येऊ."

"मला तहान लागली आहे."

मणिभद्र स्वामी खजील झाले. इतक्या दुरून मॅडम आल्या, त्यांना दारातूनच इथे आणले. साधे पाणीही विचारले नाही. "मॅडम माफ करा. आम्हाला भानच उरले नाही. पाहुणचाराच्या साध्या कल्पनाही आम्ही विसरलो."

मॅडमना त्याही परिस्थितीत सुख मिळाल्यासारखे समाधान वाटले.

"ज्या अर्थी तुम्ही भान विसरलात, त्या अर्थी आम्ही पाहुण्या नाही." त्या मिस्कीलपणे म्हणाल्या.

"मॅडम आपण आपली माणसं आहात, हे मान्य करण्यासाठी अडचण नाही. पण, गृहस्थधर्म म्हणून पाण्याचे विचारणे कर्तव्य होते."

"स्वामी आपण कोठे गृहस्थधर्मात आहात?"

आपल्या बोलण्यातील विसंगती मॅडमच्या लक्षात आल्यामुळे मणिभद्रांना ओशाळवाणे वाटले. "मॅडम खरंच तुम्ही गुरू आहात."

तेवढ्यात स्वच्छ पेल्यामध्ये पाणी आणून गौतमने मॅडमना दिले. पाणी घेतल्यानंतर त्या म्हणाल्या, "चला."

जाता जाता मणिभद्रांनी विषयाला हात घातला. "मॅडम आपण आलात, खूप दिवसानंतर संवाद होत आहे. आपल्या दर्शनाचा लाभ झाला. प्रत्यक्ष कात्यायिनीदेवी प्रकट झाल्यासारखे वाटते."

"आता भक्त विसरतो म्हटल्यानंतर देवीला प्रकट होण्याशिवाय मार्गच नाही."

"आता ते जाऊ द्या. भेटीचे प्रयोजन समजेल का?

"मणिभद्र तुमचा ग्रंथ अप्रतिम झाला आहे. तुम्ही परंपरांतील रूढ अर्थ आणि त्यांतील बदलांची आवश्यकता इतक्या मार्मिकतेने लिहिली आहे, त्याला तोड नाही. स्त्रियांच्या विदारकतेचे वर्णन फार दाहक आहे. मी एक स्त्री आहे. मी तुलनेने फार सुंदर वातावरणात वाढले. पुरुषप्रधान समाजातील स्त्रियांवर इतके अनन्वित अत्याचार होतात, हे मलाही माहिती नव्हते. साध्या परंपरांतून तिला गुलामगिरीच्या साखळदंडात बंदिस्त करण्याचा चाणाक्षपणा स्तंभित करणारा आहे. या परंपरांमुळे स्त्रीला समजतसुद्धा नाही आपण इतक्या बंधनात आहोत. तिला ते झुगारून देण्याची इच्छाच होऊ नये याची पुरेपूर दक्षता घेतली आहे. कुंकू, मंगळसूत्र, नथ, कर्णफुले, पैंजण, जोडवे हे दागिने नसून सोन्या-चांदीचे नाजूक पण भक्कम साखळदंड आहेत. गंमत म्हणजे हे बंधन आनंदाने स्वीकारण्यात तिला धन्यता वाटते, पुरुष वर्गांनी इतक्या हुशारीने ते प्रस्तुत केले आहे की बंधने म्हणजे हक्क आहे, अशी वातावरणनिर्मिती केली आहे. तुम्ही तुमच्या वैचारिक स्तरावरून आणि सिद्धहस्त लेखणीतून असे आसूड ओढले आहेत, की माझ्यासारख्या बुद्धिमान म्हणवणाऱ्या स्त्रीलासुद्धा ते समजले

नव्हते. तुमच्या लेखणीने सामाजिक उत्थानाचे इतके मोठे लक्ष्य मिळवले आहे, की धन्यता वाटते. तुमचे म्हणणे तुम्ही इतक्या ठळक पुराव्यानिशी सादर केले आहे, की शंकेला वावच नाही. संशोधनाचा अर्थ तुम्हाला जितका समजला आहे, तितका अजून मलाही समजला आहे, असे वाटत नाही. तुम्ही वर्तनशास्त्राचा खूप गहन अभ्यास केला त्याचाच हा परिणाम आहे. तुम्हाला कल्पना नाही, पण आपण लावलेले रोपटे आता विशाल वृक्षात रूपांतरित झालेले आहे. समाजशास्त्र आणि वर्तनशास्त्राची सांगड घालण्याचे इतके विस्तारित प्रयत्न जगभरात सुरू झाले आहेत की सांगता सोय नाही. या सिद्धान्ताचे जनक म्हणून सातत्याने आपला उल्लेख होत असतो. निरनिराळ्या ठिकाणातून या संदर्भातील इतक्या शंका विचारण्यात येतात, की आता पुढील प्रबंध त्याच मार्गाने सुरू ठेवणे भाग पडते. मृणाल आणि समीर दोघांनाही पदवी मिळाली आहे. मृणाल लग्न झाल्यामुळे निघून गेली. डॉ. समीर मात्र विभागामध्ये सहकारी म्हणून रुजू झाला आहे. तो विलक्षण बुद्धिमान आहे. त्याची खूप मदत होते. आपल्या विभागातील संशोधनामुळे विद्यापीठाच्या शिरपेचात अनेक तुरे बसवले जात आहेत. तुम्ही दिलेली पायवाट हमरस्ता होत आहे. मला राहवले नाही. दोन्हीसाठी प्रत्यक्ष भेटून अभिनंदन करण्यासाठी आले आहे.''

डॉ.मणिभद्र स्वामी काही क्षण भूतकाळात रमले. त्यांना विद्यापीठातील समाजशास्त्र विभाग डोळ्यांसमोर दिसत होता. मॅडमचा सहवास, त्यांची संशोधनाची तळमळ, संदर्भ शोधून त्याचा अन्वयार्थ समजावून घेऊन त्याचा उपयोग चपखलपणे करण्याची विलक्षण क्षमता, दिल्लीमधील चर्चासत्राच्या आठवणी, वॉशिंग्टन विद्यापीठात जगभरातील मान्यवरांनी त्यांच्या नवीन संकल्पनेचा केलेला स्वीकार. मॅडमच्या प्रकल्पाचे काम, मृणाल आणि समीर सोबतच्या आठवणी, मॅडमनी स्पर्शाद्वारा प्रदर्शित केलेल्या प्रेमभावना, लग्न करणे शक्य नाही म्हटल्यानंतर त्यांची व्याकूळता. आठवणीच्या मोहळातील माशा उठल्या होत्या. महत्प्रयासाने स्वामींनी स्वतःवर ताबा मिळवला. त्यांनी मॅडमकडे लक्षपूर्वक पाहिले. ही अत्यंत बुद्धिमान आणि विलोभनीय स्त्री निस्तेज दिसत आहे. स्वामींना आत्यंतिक दुःख झाले. आपण त्यांच्या या अवस्थेस कारणीभूत आहोत ही टोचणी जागृत झाली.

''मॅडम जेव्हा संशोधकाच्या नजरेमधून मी धर्मग्रंथाचा अभ्यास सुरू केला, तेव्हा मला प्रहार करण्यायोग्य अनंत जागा मिळत गेल्या. मला ठिकठिकाणी दिसत गेले मूळ ग्रंथामध्ये त्या काळातील विद्वान पुरुषांनी स्वार्थासाठी बेमालूमपणे पाहिजे त्या माहितीची मिसळ केली. काही ठिकाणी स्त्री वर्गाविषयी इतकी निंदनीय माहिती लिहून ठेवली आहे, की वाचताना किळस येते. आपल्या देवदेवतेविषयी जी माहिती लिहिली आहे, ती वाचताना शरम वाटते. उदाहरण म्हणून एक प्रसंग सांगतो. एक स्त्री पतिव्रता आहे, हे देवांच्या पत्नींना आवडत नाही. त्या आपापल्या पतींना तिच्या

पातिव्रत्याचा भंग करण्यास सांगतात. हे देवही त्याप्रमाणे जातात आणि तिला सांगतात तू आम्हाला नग्न होऊन जेवण वाढ. किती भयानक लिखाण आहे. असे अनेक प्रसंग मिळत गेले. आम्हाला लिखाणासाठी वेगळे हुडकण्याची आवश्यकता भासली नाही. यामुळे आमचा ग्रंथ विस्तारित होत गेला. कधीतरी कोणीतरी याविषयी लिहिण्याची गरज होती. जगदंबेच्या आशीर्वादामुळे आम्हाला ते शक्य झाले.''

''मणिभद्र, तुम्हाला विषय मिळाला की त्याची पाळेमुळे खोदून काढण्याचे कसब जन्मजात आहे. तुम्ही खूप चांगल्या पद्धतीने समाजाच्या डोळ्यात अंजन टाकले आहे. त्यामुळेच तुमच्या भेटीसाठी आणि चर्चेसाठी यावे वाटले.''

''माई कशा आहेत?''

''ठीक आहे. गुडघ्याच्या वेदना कमी आहेत; परंतु पूर्ववत नाही.''

''तुम्ही नेहमी वस्तीवर जाता. काही दिवसांपूर्वी अव्वा आणि अण्णा आले होते. अव्वा खूप खराब झाल्या आहेत. त्या तुमच्याबद्दल सांगत होत्या.''

''खोटे कशासाठी बोलू. इथे येण्याचे कटाक्षाने टाळते. आठवणीने जीव व्याकूळ झाला की आई आणि अण्णांच्या सहवासात रमते. मी आलेली दिसले की आईंना पण बरे वाटते. तुमच्या वाटणीचे प्रेम त्या माझ्यावर दाखवतात. त्या बोलत नाहीत, पण माझ्या वेदना त्यांच्या नजरेत दिसतात. माझ्याशी खूप आपलेपणाने वागतात. मलाही जरा सावली मिळाल्याचे समाधान मिळते. मणिभद्र, रत्नाचा फोन येत असेलच. आता ती एम.डी. मेडिसिनसाठी निवडली गेली आहे. तिच्या निमित्ताने पुण्यास जाणे होते. मुलगी खूप हुशार आहे. तिला कसलीच कमतरता पडणार नाही याची व्यवस्था केली आहे.''

''रत्नाम्माचा फोन येत असतो. त्या नेहमी तुम्ही केलेल्या मदतीविषयी बोलत असतात.''

डॉ. मणिभद्रने सहज डावा हात पुढे घेत घड्याळात पाहिले. मॅडमचे लक्ष गेले. त्यांनी दिलेले घड्याळ. त्यांनी नजर दुसरीकडे वळवली. स्वामींच्या नजरेतून त्या हालचाली सुटल्या नाहीत. मॅडमनी चश्मा काढून पदराने तोंड पुसले. तोंड पुसण्याची क्रिया नसून ती अश्रू लपवण्याची धडपड होती. दोघांच्या बोलण्यातील मोकळेपणा अचानक संपला. इतका वेळ असणारी लय संपली. दोघांनाही एकमेकापासून दूर जाण्याची भावना निर्माण झाली.

'' चला मॅडम भोजन घेऊ. रानभोजनाची कल्पना कशी वाटते?''

संवाद पूर्ण करण्याचा प्रयत्न होता. भावनांच्या प्रवाहाला थांबवून मॅडम म्हणाल्या, ''वस्तीवर गेल्यानंतर आम्ही आपल्या शेतामध्ये बसून जेवण घेतो. घराच्या मागील दारातून शेतात सहज जाता येते. निसर्गासमवेत जेवणाचा आनंद काय वर्णावा. इथेही पुन्हा तो आनंद मिळत आहे आणि तोही जगन्मान्य धर्मगुरूसमवेत.''

बऱ्याच वर्षांनी दोघे एकत्र आले होते. ग्रंथाच्या लिखाणामुळे विसर पडल्याप्रमाणे झाले होते. आता भेट झाल्यामुळे जुन्या आठवणी येणे स्वाभाविक होते. परंतु आता नात्यात निर्मळता आली होती. एक शांतता मिळाली. प्रेम आता स्नेहामध्ये रूपांतरित झाले होते. आठवण जाणे जन्म संपेपर्यंत शक्य नव्हते. मॅडमना 'लग्न का केले नाही'असे विचारणेसुद्धा स्वामींना योग्य वाटले नाही. त्यांच्यासोबत राहिल्यामुळे भवितव्यात मॅडम काय करणार, याची त्यांना नकार देताना पुसट जाणीव होत होती. दुसऱ्या व्यक्तीसोबत त्या कधीच जीवन व्यतीत करू शकणार नव्हत्या. स्वामींना खेद वाटत होताच, आता त्याची तीव्रता वाढली होती.

"मणिभद्र मला पूर्णानंद स्वामीजींचे दर्शन घ्यायचे आहे."

"मॅडम, आपण प्रयत्न करू, पण खात्रीपूर्वक सांगू शकत नाही. तुम्ही त्यांना पाहू शकाल; पण संवाद घडण्याची शक्यता वाटत नाही. ते सतत जगदंबेच्या ध्यानात मग्न असतात."

"पाहू. निदान त्यांना नमस्कार केल्यामुळे समाधान वाटेल."

"मॅडम."

"हो मणिभद्र. आम्ही नास्तिक आहोत, परंतु माणसांवर विश्वास ठेवतो. जेव्हा त्यांना पाहिले तेव्हाच एक अनामिक ओढ निर्माण झाली. किती स्नेहार्द्र नजरेने माझ्याकडे पाहिले होते. विसरू शकत नाही. किती संयत वाणीने संवाद करतात. तुम्ही त्यांच्या कार्याविषयी सांगितले, समाजजागृतीची, समाजउन्नतीची त्यांची तळमळ दाखवली. अशा विभूती अभावाने दिसतात. त्यांच्यापुढे नतमस्तक होण्यास, त्यांचे आशीर्वाद घेण्यास नास्तिकता आडवी येत नाही. देव माणसामध्ये असतो असे तुम्हीच सांगत असता."

"मॅडम, स्वामीजींचे व्यक्तिमत्त्व खरंच तेजस्वी आहे. त्यांच्या समाजाविषयी आणि समाजाच्या त्यांच्याविषयी जाणिवा फार दुर्मिळ उदाहरण आहे. त्यांच्या गादीवर बसणे आम्हाला अतिशय कठीण वाटत होते. आम्हाला त्यांच्या जागी पाहणे जनसामान्यांना कितपत आवडेल, असेही वाटे. स्वामीजींनी आणि तुम्ही दोघांनीही तयार केले म्हणून हे शिवधनुष्य पेलण्यास आम्हाला बळ आले."

दोघे मठामध्ये आले. मॅडमना पहिल्या भेटीतच कात्यायिनी देवीचे मंदिर आवडले होते. स्थापत्यशास्त्राचा एक उत्कृष्ट नमुना होते ते. देवीच्या मूर्तीचे दर्शन घेत असतानाच त्यांना कोणीतरी येत असल्याची चाहूल लागली. मागे वळून पाहताच त्यांना पूर्णानंद स्वामीजींची मूर्ती दिसली. दोघांनीही स्वामीजींच्या चरणांचे दर्शन घेतले.

"जगदंब!" अत्यंत स्नेहपूर्ण वाणी ऐकून मॅडमना तृप्तीची भावना झाली.

"डॉ. महंती, खूप वर्षांनी येणे केले."

"स्वामीजी, मणिभद्रांचा ग्रंथ वाचला. त्यांना मी संशोधन चालू ठेवण्याविषयी सांगितले होते. त्याप्रमाणे त्यांनी धर्म पुस्तकांचा अभ्यास करून अत्यंत अप्रतिम ग्रंथ सादर केला. आपण लिहिलेली प्रस्तावना ग्रंथाचा भारदस्तपणा वाढवण्यास महत्त्वाची आहे. खास अभिनंदन करण्यासाठी आणि आपल्या दर्शनाच्या हेतूने येणे झाले."

स्वामीजी खूपच कृश झाले होते. सतत ध्यान समाधीत राहत असल्यामुळे एक वलय त्यांच्याभोवती निर्माण झाल्याचा भास होत होता. डोळे विलक्षण तजेलदार आणि वाणी जणू अमृतवाणी झाली होती.

"त्यांनी सखोल अभ्यासातून धर्मातील अनिष्ट प्रथा उत्तमरीतीने दाखवून त्या कालबाह्य असल्याचे पुराव्यानिशी सिद्ध केले आहे. त्यांना सरस्वतीचे वरदान आणि कात्यायिनीचा आशीर्वाद आहे. तुम्ही त्यांची वैचारिक बैठक तयार केली असल्यामुळे जमले आहे. परमेश्वराची इच्छा असल्यामुळे त्यांच्या हातून कार्यसिद्धी झाली. शेवटी आपण निमित्तमात्र असतो. परमेश्वर इच्छा अंतिम म्हणायचे."

"स्वामीजी, आपले दर्शन झाले. आपणाशी संवाद झाला. समाधान वाटले. बराच वेळ झाला आहे. शेत पाहण्याचा योग आला. फार चांगल्या पद्धतीने कार्य चालले आहे. निसर्गाचे वरदान आहे या क्षेत्रास."

"महंती मॅडम, मणिभद्र खूप सक्षम आहेत. त्यांनी मठाची सूत्रे हाती घेतली; त्यामुळे आम्ही निश्चिंत झालो. ध्यानधारणेचा अलौकिक आनंद सध्या घेत आहोत. मणिभद्र सर्व कार्ये उत्तम पद्धतीने करत आहेत. आमच्या भक्त वर्गानेही त्यांना मान्यता दिली आहे."

"स्वामीजी निघते आता." मॅडमनी पुन्हा एकदा चरणस्पर्श केला.

"जगदंब!" स्वामीजींनी परवानगी दिली.

॥

मॅडम निघून गेल्या. थोडा वेळ स्वामीजींशी बोलणे झाले. स्वामीजींनी डॉ. मणिभद्रना पौर्णिमेच्या संध्याकाळी बैठकीचे आयोजन करण्याविषयी सांगितले. काहीतरी महत्त्वाचे निर्णय घ्यायचे असतील, तेव्हाच बैठक बोलावली जात असे. आता ज्येष्ठ महिना संपत होता. अश्विन महिन्यात नेहमीप्रमाणे दसऱ्यानिमित्त यात्रेचे नियोजन करण्यासाठी बैठक असावी, असा कयास डॉ. मणिभद्रांनी केला. तरीसुद्धा नेहमीपेक्षा बऱ्याच लवकर बैठकीचे आयोजन आहे, असे त्यांना वाटले. त्यावर फारसा विचार त्यांनी केला नाही. ते नभा मॅडमच्या अचानक येण्यामुळे अस्वस्थ झाले होते. त्या संशोधनाच्या कामात व्यग्र होत्या. आत्तापर्यंत पाच-सहा विद्यार्थ्यांना पीएच.डी. मिळाली होती. प्रत्येकाचे प्रबंध विषय अतिशय वेगळे असल्यामुळे

त्याची दखल राष्ट्रीय आणि आंतरराष्ट्रीय स्तरावर घेतली जात होती. त्यांना चर्चासत्रासाठी मार्गदर्शक म्हणून सातत्याने देशातील विविध विद्यापीठांमध्ये बोलावणे येत असे. यू.जी.सी.मध्ये समाजशास्त्र विषयानिमित्त कोणतेही कार्य असेल तर त्यांना हमखास निमंत्रण असे. अभ्यासक्रम अद्ययावत करण्यासाठी त्यांच्या सूचनांची दखल घेतली जात असे. आंतरराष्ट्रीय स्तरावर भारताचा प्रतिनिधी म्हणून त्या अग्रक्रमाने निमंत्रित असत. अनेक विद्यापीठांनी त्यांना डी.लिट. ही सर्वोच्च मानद पदवी दिली होती. इतक्या कमी वयात असा बहुमान मिळवणाऱ्या फार थोड्या प्रतिभावान व्यक्तींपैकी एक होत्या. एवढे असूनही त्या आनंदी नव्हत्या. काहीतरी विसरण्यासाठी त्यांनी हा व्याप वाढवला असल्याचे लक्षात आल्यामुळे मणिभद्र स्वामींना अपराध्यासारखे वाटत होते. नेहमी पाठ टेकवली की गाढ निद्रेत जाणारे स्वामी बराच वेळ जागे होते. इतक्या वर्षांत त्या कधीच मठाकडे आल्या नव्हत्या किंवा स्वामींनाही बोलावणे पाठवले नव्हते. फारच आठवण आली तर त्या वस्तीवर अव्वा-अण्णांना भेटण्यासाठी जात. आज आठवणीची तीव्रता आणि आवेग थांबवणे शक्य झाले नसेल. आपणास पाहण्यासाठी त्या स्वतःला थांबवू शकल्या नसाव्यात. मला पाहताच त्यांना आनंद झाल्याचे जाणवत होते. शेतामध्ये माझ्यासमवेत फिरताना त्यांच्या चित्तवृत्तीची फुलपाखरे झाली होती. माझीही अवस्था तशीच होती. परंतु योगविद्येच्या अभ्यासामुळे मी नियंत्रणात राहिलो. असे चिंतन करता करता स्वामींना झोप लागली.

साधारण एक-दीडच्या सुमारास विचित्र संवेदनांमुळे डॉ. मणिभद्रंना जाग आली. ते पलंगावरून उठून जमिनीवर उभे राहत होते, तेव्हा धरतीच्या पोटातून आवाज झाला. त्यांनी प्रयासाने तोल सांभाळला. तेवढ्यात लाइट गेले. गावातून पडझडीचा, पाठोपाठ लोकांच्या ओरडण्याचा, गोंधळाचा आवाज येऊ लागला. स्वामींच्या लक्षात आले- मोठा भूकंप झाला आहे. दासप्पा आणि मल्लया धावत बैठकीच्या खोलीत आले. दासप्पाने इन्व्हर्टर चालू असल्याचे पाहिले. त्याने मेन स्विच चालू बंद करताच लाइट सुरू झाले. पूर्णानंदजी त्यांच्या ध्यान मंदिरातून बैठकीत आले.

''मणिभद्र, बराच मोठा भूकंप झाला आहे असे वाटते. गावामध्ये गोंधळ उडाला आहे. आपण त्वरित गावात जाऊ.''

''स्वामीजी, मी दासप्पा आणि मल्लयाला घेऊन जातो. आपण इथेच बसून राहा. मठाकडे बरेच जण येतील त्यांना आधार देण्याचे काम केले तर बरे होईल. आम्ही रावसाहेबांना बोलावून घेतो.''

''ठीक आहे.''

डॉ.मणिभद्र स्वामी वेगाने गाडी हाकत काही मिनिटांत गावातील मुख्य

चौकामध्ये आले. गावात येत असतानाच त्यांच्या नजरेस पडझड झालेली कच्च्या बांधणीची घरे दिसत होती. गावात मोजकी पक्क्या बांधणीची घरे होती. त्यांतील कुटुंबे घाबरून रस्त्यावर आली होती. स्वामींना पाहताच ते सर्व जण त्यांच्याभोवती गोळा झाले. त्वरेने हालचाली करण्याची आवश्यकता स्वामींच्या लक्षात आली.

स्वामीजींनी गावकऱ्यांना मार्गदर्शन करण्यास सुरुवात केली. "गावकरी मंडळींनो, ही बोलत बसण्याची वेळ नाही. एकमेकांना मदत करण्याची वेळ आहे. रात्र काळोखी आहे. लाईट्स गेले आहेत. आम्ही गावात येत असताना पाहिले गरिबांच्या कच्च्या घरांची पडझड झाली आहे. तरुण आणि प्रौढ लोकांनी गावाच्या चारी दिशेने जाऊन मदत करा. ज्यांच्याकडे कार आहे त्यांनी वेगवेगळ्या दिशेस जाऊन जमेल तेवढा उजेड पुरवा. दासप्पा, त्या कासिमच्या दुकानात जितके पेट्रोमॅक्स आहेत ते चालू करून निरनिराळ्या ठिकाणी पाठवा."

तेवढ्यात कोपऱ्यातून आवाज आला. "स्वामीजी मी इथेच आहे. आता ताबडतोब माझ्या माणसासोबत मी पेट्रोमॅक्स सुरू करून पाठवून देतो." तो त्वरेने निघून गेला.

स्वामींच्या म्हणण्यानुसार लोक पांगले. काही मोजके थांबले होते; त्यांना उद्देशून स्वामी म्हणाले, "गावातील सर्व डॉक्टर लोकांना सरकारी दवाखान्यात येण्यास सांगा."

तेवढ्यात गावातील सरपंच धावत स्वामींजवळ आले. पाठोपाठ कारखान्याचे अध्यक्ष रावसाहेब आपल्या कारमधून आले. स्वामींना आता बरे वाटले. "सरपंचजी सर्व सदस्यांना वेगवेगळ्या ठिकाणी फिरावयास सांगा; आणि मदत कोणत्या ठिकाणी जास्त गरजेची आहे त्याचा आढावा घ्या. रावसाहेब, बराच मोठा भूकंप झाला आहे. अनेक कुटुंबांची घरे पडल्यामुळे ती उघड्यावर आली आहेत. अनेक जण जखमी झाली आहेत. मृत कोणी नसावे अशी आशा करू या. गंभीर जखमींना निपाणी, बेळगावी पाठवावे लागेल."

"स्वामी, मी कारखान्यावर निरोप पाठवला आहे. सर्व मालट्रक आणि कारखान्यातील माणसे दहा मिनिटांत येतील," रावसाहेब म्हणाले.

स्थानिक ग्रामीण दवाखान्यातील डॉ. शेषहरीराव तिथे आले. "स्वामीजी, जखमींची संख्या जास्त असणार आहे. इथल्या दवाखान्यात २०/२५ लोकांना एका वेळी सामावून घेता येईल. थोडी मोठी जागा असेल तर बरे होईल."

क्षणाचाही विचार न करता स्वामी म्हणाले. "आमच्या मठातील देवीला प्रदक्षिणा घालण्याचा मार्ग प्रशस्त आणि स्वच्छ आहे, जास्तीचे जखमी तिकडे हलवा. दासप्पा तुम्ही मठामध्ये जा. जास्तीच्या उजेडाची सोय करा. भानुमती आणि यल्लमांना तिथे आलेल्या जखमी बाईमाणसांच्या मदतीला सोबत घ्या. डॉक्टर

आमची गाडी आणि मल्लया तुमच्या जवळ असू द्या. तुम्हाला त्याची आवश्यकता आहे.''

''स्वामीजी आपल्या गावात थोडी तरी सोय आहे. आजूबाजूच्या वस्त्यांवर आणि लगतच्या गावात औषधपाण्याची कसलीच सोय नाही.'' सरपंच कळवळ्याने उद्‌गारले. आत्तापर्यंत फक्त राणीहळ्ळी गावाचाच विचार स्वामींच्या डोक्यात होता. गावापुरती सोय होण्यासारखे होते. त्यांचे जीवन खेड्यातच गेले असल्यामुळे त्यांना सरपंचाच्या बोलण्याचा अर्थ लक्षात आला आणि त्यांना कामाच्या व्याप्तीची कल्पना आली. त्यांनी रावसाहेबांकडे पाहिले.

''स्वामी, प्रसंग बाका आहे. जितके जमेल तितके आपण प्रयत्न करू. आता दहा मालट्रक आहेत. त्यातील एक इथे ठेवू आणि उरलेले निरनिराळ्या गावांत पाठवू. अजून किती हानी झाली याची कल्पना नाही. सकाळपर्यंत अंदाज येईल. तोपर्यंत सरकारी मदत मिळण्यास मदत होईल.''

तेवढ्यात चौकाकडे येणाऱ्या रस्त्यावरून रडारडीचे, आक्रोशाचे आवाज येऊ लागले. जखमी, बेशुद्ध, रक्ताने माखलेले देह झोळीतून, पाठीवरून येऊ लागले. त्यामध्ये वृद्ध, स्त्रिया, बालके, तरुण सर्व वयोगटांतील लोक होते. कारखान्यातून मालट्रक आल्याची वर्दी मिळाल्यानंतर रावसाहेब पुढील कार्यवाही करण्यासाठी गेले. त्यांनी एक ट्रक चौकात पाठवला आणि बाकीचे निरनिराळ्या लगतच्या गावाकडे पाठवून दिले.

डॉ. मणिभद्र स्वामींजवळ दोघे जण आले. ''स्वामीजी, आमची गावात औषधाची दुकाने आहेत. आता सरकारी दवाखान्यात जाऊन आलो. ज्या संख्येनी जखमी माणसे येत आहेत ते पाहता, दवाखान्यात सोय होणार नाही. आम्ही औषधे आणि आमच्या ओळखीच्या दोघा डॉक्टरांना घेऊन मठामध्ये जातो. जास्त जखमी लोकांना दवाखान्यात राहू द्या आणि इतरांना मठाकडे पाठवा.'' जनसामान्यांची अशा प्रसंगी मदत करण्याची वृत्ती पाहून स्वामी हेलावून गेले.

स्वामी जातीने जखमी माणसांकडे लक्ष देऊन त्यांना पाठवू लागले. ८००/९०० व्यक्ती कोणत्या ना कोणत्या स्वरूपात जखमी झाल्या होत्या. त्यातील १०/१२ माणसे गंभीररीत्या जखमी होती. त्यांना तातडीने निपाणीच्या सरकारी दवाखान्यात पाठवून दिले. उरलेल्यांपैकी बऱ्याच जणांना किरकोळ जखमा झाल्या होत्या. त्यांना प्रथमोपचार करण्यात आले. बाकी २००/२५० लोकांना उपचारासाठी दवाखान्यात आणि मठामध्ये ठेवण्यात आले. या सर्व व्यवस्थेत पहाटेचे चार वाजून गेले. आता आजूबाजूच्या गावांत पाठवलेल्या मालट्रकमधून जखमींना घेऊन येण्यास सुरुवात झाली. पाहता पाहता मठाचा प्रदक्षिणा मार्ग भरून गेला. मठामध्ये आक्रोश आणि विव्हळण्याचे आवाज येऊ लागले. दृश्य हृदयद्रावक होते. इतक्या जखमींना

उपचारासाठी पुरेसे डॉक्टर आणि नर्सिंग स्टाफ नव्हता. पूर्णानंद स्वामीजी, मणिभद्र स्वामी, रावसाहेब, दासप्पा, यल्लम्मा, मल्लया, भानुमती, गावातील तरुण डॉक्टरच्या मदतीने उपचार करू लागले. सकाळचे ७ वाजलेले समजलेसुद्धा नाही.

डॉ. मणिभद्र स्वामी आणि रावसाहेब भिमदे यांनी काळाची गरज ओळखून तातडीने यंत्रणा राबवली. गंभीर जखमींना निपाणी आणि बेळगावी पाठवले. दवाखान्यामध्ये आणि कात्यायिनी मठामध्ये औषधोपचाराची सोय केली; त्यामुळे गावातील जीवितहानी थोपवली गेली. इतर ठिकाणी इतक्या तातडीने उपाययोजना झाली नाही. त्यामुळे बहुतेक ठिकाणी मृतांची नोंद झाली होती. सकाळी ९ वाजता तहसीलदारांची गाडी मठाच्या दारात थांबली. त्यांनी मंदिराच्या आवारातील जखमी लोकांना पाहिले. त्यांच्यावर उपचार चालू होते. मठाधिपती, कारखान्याचे अध्यक्ष, डॉक्टरांच्या मदतीने स्वतः शुश्रूषा करत आहेत हे पाहून दोन्ही स्वामींना साष्टांग दंडवत घातला. त्यांच्यासमवेत विविध माध्यमांतील बातमीदार, छायाचित्रकार होते. त्यांनी क्षणार्धात बातमी लाईव्ह प्रक्षेपित केली. सरकारी मदत येण्यापूर्वी ८०पेक्षा जास्त वयाचे पूर्णानंद स्वामीजी, ३० ते ३१ वयाचे नवीन स्वामी डॉ. मणिभद्र, ५०पेक्षा जास्त वयाचे साखर कारखान्याचे अध्यक्ष ४००/४५० जखमी व्यक्तींच्या सेवेत अविरत झटत असल्याचे पाहून तहसीलदार गहिवरून गेले. बातमीदार व्यक्तींच्या मुलाखती घेण्यासाठी पुढे झाले. डॉ. मणिभद्र स्वामींच्या लक्षात येताच त्यांनी सर्वांना हात जोडून विनंती केली, "तुम्ही जे विचारणार आहात ते परिस्थितीचे भान ठेवून विचारा. हा मनोरंजनाचा कार्यक्रम नाही. जे फारच जखमी आहेत त्यांना प्रश्न विचारू नका. जे कोणी बोलण्याच्या स्थितीत वाटतात, त्यांनाच मोजके प्रश्न विचारा. उत्तराचा आग्रह करू नका. आमचे तुमच्यावर लक्ष आहे. प्रदक्षिणा परिक्रमेत ठिकठिकाणी कॅमेरे आहेत, हे माहिती असू द्या."

तहसीलदारासहित सर्व जण चकित झाले. इतके लहान, एका आडवळणावरील गाव, इतकी प्रगत व्यवस्था. तहसीलदारांनी त्वरित जिल्हा रुग्णालयास फोनवरून परिस्थितीची कल्पना दिली आणि वैद्यकीय आणि धान्यसामग्री ताबडतोब राणीहळ्ळीस पाठवण्याची आज्ञा दिली. त्यांनी जिल्हाधिकारी साहेबांना इथे आवर्जून येण्याची विनंती केली. इतक्या जखमी माणसांना सोडून निघून जाणेही त्यांना बरे वाटेना. ते स्वतः सर्व जखमींच्या अवस्था पाहू लागले. सकाळचे ११ वाजण्याच्या सुमारास पुण्याच्या मेडिकल कॉलेजची मदतव्हॅन कात्यायिनी मठाच्या दारात आली. त्यातून ८/१० डॉक्टर्स उतरले. ते पाहताच बातमीदारांनी त्यांना गराडा घातला आणि प्रश्न विचारण्यास सुरुवात केली. त्या वेळी सर्वांनी सांगितले आमच्या ग्रुप लिडरला प्रश्न विचारा, त्या तुमच्या प्रश्नांना उत्तरे देतील. बातमीदारांनी ग्रुप लिडरला प्रश्न विचारला, "मॅडम, तुम्ही पुण्यातून इथे कसे काय आला आहात?"

"मी डॉ. रत्नमाला बनहळ्ळी. सध्या एम.डी. मेडिसिन शिकत आहे. माझ्या सोबत हे माझे सहअध्यायी. निरनिराळ्या विभागांत शिकत आहेत. कोणी सर्जरी, कोणी ऑर्थो,कोणी ऑप्थॅल्मिक, कोणी डेंटल असे शिक्षण घेत आहेत. रात्री आम्हाला भूकंपाचा धक्का जाणवला. टी.व्ही.वरील बातम्या पाहताना समजले, कर्नाटकातील बेळगावी परिसरात भूकंपाची तीव्रता जास्त होती. खेड्यातील घरे उद्ध्वस्त झाली असून, मृत आणि जखमींची संख्या जास्त आहेत. आमच्या डीन साहेबांनी सर्वांना बोलावून घेतले आणि मदतीसाठी जाण्यास कोण तयार आहात असे विचारले. सर्व जण तयार असल्याचे सांगितल्यावर त्यांनी तीन व्हॅन्सची योजना करून आम्हाला इथे पाठवले. मी कागल परिसरात राहणारी असल्यामुळे त्यांनी मला सर्वांना मार्गदर्शन करण्यास सांगितले. त्याप्रमाणे आम्ही तीन गट केले आहेत. आता ते निरनिराळ्या ठिकाणी, गरज असेल त्या ठिकाणी जाण्यास तयार आहेत. निपाणीतून आम्ही जिल्हाधिकाऱ्यांशी संपर्क साधला तेव्हा त्यांनी सांगितले तहसीलदार राणीहळ्ळीत आहेत. तिथे जखमींची संख्या जास्त आहे. तेव्हा त्यांची भेट घेऊन त्यांच्या सल्ल्याप्रमाणे मदतीची योजना करा. आमच्या दोन व्हॅन्स निपाणीत आहेत. प्रत्येक व्हॅनमध्ये पुरेशी आणि आवश्यक ती औषधे आणि डॉक्टर्स आहेत."

अत्यंत मुद्देसूद माहिती पूर्ण आत्मविश्वासाने ही मुलगी देत आहे. ती आपल्याच परिसरातील आहे हे सर्वांना समजल्यानंतर त्यांना अभिमान वाटला. काही मिनिटांत डॉ. रत्नमालाची मुलाखत रेडिओ आणि दूरर्शन माध्यमातून सर्वदूर पसरली. कोल्हापूर परिसरातही भूकंपाची तीव्रता जाणवली होती. त्यामुळे सर्व ठिकाणी टी.व्ही. सुरू होते. सुधाताई टी.व्ही. पाहत होत्या. त्यांनी तातडीने हाक मारली, "ए, नभा, ही बघ तुझी लाडकी रत्ना राणीहळ्ळीत आली आहे."

नभामॅडम गडबडीने स्वयंपाकघरातून बाहेर आल्या. रत्नाच्या मुलाखतीतून त्यांना राणीहळ्ळीची अवस्था समजली. त्यांनी निरनिराळी केंद्रे पाहिली. त्यांना कात्यायिनी मंदिर, तेथील जखमी, त्यांची सेवा करणारे पूर्णानंदस्वामी, मणिभद्र यांना एका चित्रवाणीत पाहिले. "माई, मी निघाले." पटकन त्यांनी कपडे बदलले, गाडी काढली आणि त्या निघाल्या. सुधाताई फक्त बघत राहिल्या.

मुलाखत देऊन डॉ. रत्ना सराईतपणे मठामध्ये शिरली. तिला डॉ. मणिभद्रांमुळे मठाचा परिसर माहिती होता. बैठक रिकामी पाहताच ती धावतच मंदिराकडे गेली. असंख्य जखमी आणि त्यांची सेवा करणारा मणिभय्या दिसताच तिने, "स्वामीभय्या म्हणत स्वामींच्या चरणास घट्ट मिठी घातली. आपला भय्या सुखरूप असल्याचे पाहून तिच्या डोळ्यांतून पाण्याच्या धारा चरणावर पडू लागल्या.

"रत्नाम्मा!" स्वामींनाही आश्चर्य वाटले. पुण्यातून इतक्या त्वरित या इथे कशा?

त्यांनी रत्नाम्माच्या खांद्यास धरून उभे केले. रत्नमालापाठोपाठ तिच्या टीममधले डॉक्टर्सही आले होते. त्यांनी जखमींना पाहाताच कोणासही न विचारता त्यांना तपासण्यास सुरुवात केली. जिल्हाधिकाऱ्यांचा फोन येऊन गेला असल्यामुळे तहसीलदारांना संपूर्ण कल्पना आली.

''डॉ. रत्नमाला, आपण पुण्यातून आला आहात. तुमच्या दोन व्हॅन्स निपाणीत आहेत. तुमची टीम इथेच असू द्या. मी निपाणीस जाणार आहे. त्यांच्यासोबत आमच्या माणसांना देऊन जिथे गरज आहे त्या ठिकाणी पाठवतो इतरांना. चालेल ना?''

''साहेब आता आम्ही तुमच्या ताब्यात आहोत. ही आमच्यासोबत आलेल्या डॉक्टर्सच्या फोन क्रमांकांची आणि व्हॅन्स क्रमांकांची यादी. सर्व माहिती सविस्तर दिलेली आहे. आपणास वेळोवेळी संपर्क करण्यासाठी उपयोगी पडेल. आपलाही भ्रमणध्वनी क्रमांक सर्वांकडे आहे.'' डॉ. रत्नमालाच्या बोलण्यातून तहसीलदारांना सर्व कसे योजनापूर्वक तयार आहे ते समजले. त्यांना डॉ. रत्नमालाच्या हुशारीचे कौतुक वाटले.

डॉ. रत्नमाला आणि तिचे सहअध्यायी डॉक्टर्स यांनी कात्यायिनी मंदिराच्या प्रदक्षिणा मार्गात असणाऱ्या जखमींना अथकपणे औषधोपचार करण्यास सुरुवात केली. दुपारी तहसीलदार पुन्हा परतले. त्यांनी डॉ. रत्नमालास विचारून आवश्यक ती औषधे आणि धान्य सोबतच आणले होते. पूर्णानंद स्वामीजींच्या लक्षात आले; आता आपण प्रत्यक्ष उपस्थित राहणे आवश्यक नाही. जखमींना योग्य सेवा मिळत आहे. डॉ. मणिभद्र अत्यंत नियोजनपूर्वक व्यवस्था हाताळत आहेत. ते पूर्ववत ध्यानमंदिरात निघून गेले. तहसीलदार डॉ. मणिभद्र स्वामींना म्हणाले, ''स्वामीजी आपणास विश्रांती मिळालेली नाही, त्यामुळे बोलण्यास संकोच वाटतो; परंतु मला माझ्या कर्तव्यासाठी आपणास विनंती केल्याशिवाय राहवत नाही.''

''साहेब ही विश्रांतीची वेळ नाही. इतकी जखमी माणसे डोळ्यांसमोर असताना विश्रांतीची कल्पनाही आम्ही करू शकत नाही. ही पुण्यातून आलेली मुले रात्रभर प्रवास करत आली आणि कोणास काही न विचारता मानवी सेवाकार्यात त्वरित रुजू झाली. अशा वेळी कार्य महत्त्वाचे. तेव्हा विनासंकोच आपले म्हणणे मांडा.''

''स्वामी, औषधाबाबत मला तितकी काळजी वाटत नाही, पण कपडे, धान्य, तात्पुरत्या निवाऱ्यासाठी आणलेले तंबू यांच्याविषयी थोडी साशंकता वाटते. सदर वस्तू गरजू माणसांना मिळाव्यात असे वाटते. आमची यंत्रणा या वस्तू वितरित करतील; परंतु माझा तितका विश्वास नाही. अशा वस्तूंना पाय फुटतात. मला या परिसराची तितकी कल्पना नाही. आपणास हा परिसर माहीत आहे. इथल्या माणसांचा अभ्यास आहे. म्हणून आपण या वस्तू वितरित करण्यासाठी मार्गदर्शन

करावे. आपली समाजाविषयीची तळमळ आणि आत्मीयता मी माझ्या डोळ्यांनी अनुभवली आहे. मी माझ्या कामातून पळवाट काढत आहे, असा गैरसमज कृपा करून घेऊ नका.''

''तहसीलदार साहेब मीसुद्धा आपणातील माणूस पाहिला आहे. तुम्ही काळजी करू नका. आमच्या परिसरातील परिस्थितीचा अंदाज घेण्यासाठी कारखाना अध्यक्ष रावसाहेबांनी त्यांची यंत्रणा कामासाठी सकाळीच पाठवली आहे. तास-दोन तासांत आपणास समग्र माहिती मिळेल. आपण रावसाहेब आणि त्या त्या भागातील सरपंच किंवा वस्तीवरील प्रमुख यांच्या मदतीने राणीहळ्ळी आणि लगतच्या खेड्यात आणि वस्तीवर मदत देऊ शकता. आपणास इतरही भागांत काम असणार, तेव्हा आपल्या कार्यालयातील माणसांना रावसाहेबांना जोडून द्या. या भागात मदतकार्य अत्यंत सुरळीत होईल, अशी खात्री बाळगा.''

''धन्यवाद स्वामी! माझी माणसे आणि साहित्य इथेच ठेवून जातो. आपल्या आज्ञेप्रमाणे ती मदत देतील.''

दोघांचा संवाद होत असतानाच जिल्हाधिकारी तिथे आले. त्यांच्या पाठोपाठ सदानंद, गंधमती, गार्गी, डॉ. महंती, वरदाई-अण्णा, सरोजमावशी, आत्मारामजी यांचा लवाजामा तिथे आला. जिल्हाधिकारी आलेले पाहून सर्वांनी मठाच्या बैठकीत थांबणे योग्य समजले. डॉ. मणिभद्र स्वामींना जिल्हाधिकाऱ्यांशी बोलताना पाहूनच त्यांना समाधान वाटले.

जिल्हाधिकारी, तहसीलदार आणि मणिभद्र स्वामी जखमी व्यक्तींना पाहण्यासाठी मंदिराकडे गेले. साधारण अर्ध्या तासाने जिल्हाधिकारी यांनी पाहणी करून नोंदी केल्या. तहसीलदारांनी त्यांना मदतवाटपाची माहिती दिली. कात्यायिनी मठामध्ये त्यांना मानवतेचा साक्षात्कार झाला. त्यांनी डॉ. मणिभद्रांचे मनःपूर्वक आभार मानले. त्यांच्या कार्याची सरकार दप्तरी योग्य नोंद घेतली जाईल, याची कल्पना दिली.

जिल्हाधिकारी निघून गेल्यानंतर डॉ. रत्नमालासह स्वामी बैठकीच्या खोलीत आले. त्यांनी डॉ. महंती मॅडमना वाकून नमस्कार केला. मणिभद्रंना पाहूनच सर्वांच्या डोळ्यांत आनंदाश्रू आले. स्वामी आपणास नमस्कार करत आहेत हे जाणवून मॅडमना खूप अवघडल्यासारखे झाले. त्यांनी स्वामींच्या मस्तकावर हात ठेवून मनसोक्त अश्रू ढाळले. भावनावेग संपताच डॉ. रत्नाने मॅडमना मिठी मारली. इतर सर्वांनी डॉ. मणिभद्र स्वामींचे दर्शन घेतले. प्रत्यक्ष आई, बाप, मावशी, काका पाया पडत आहेत आणि आपण पाया पडून घेतले. मॅडमच्या अंतःकरणास घरे पडली.

''स्वामी, आपण सुखरूप आहात हे प्रत्यक्ष डोळ्यांनी पाहिल्याशिवाय खात्री पटली नसती. आम्ही आपल्या कार्यांत अडथळा तर आणत नाही ना?''आत्मारामजी हात जोडून म्हणाले.

"स्वामीजी, आम्ही काही मदत करू शकत असणार तर आम्हास तशी आज्ञा द्या." सदानंदानी विचारणा केली.

अव्वा आणि अण्णांना काय बोलावे ते सुचले नाही. वरदाईला फार वाईट वाटले. आपल्या लेकरास मायेने जवळ घेऊ शकत नाही, हे कल्पनेपेक्षा वेगळे सत्य त्या कसेबसे सहन करत होत्या. त्यांनी आवेगाने डॉ. रत्नाला मिठीत घेतले आणि रडू लागल्या. त्यांच्या भावनांचा कोंडमारा सर्वांच्या लक्षात आला. स्वामींसह सर्वांचे डोळे ओलावले.

मॅडमनी अव्वांना आपल्याजवळ घेतले. "आई, तुमच्या भावना सर्वांनाच समजतात. परिस्थितीच अशी आहे की आपण कोणाच्यातरी हाती दोर असणाऱ्या कळसूत्री बाहुल्या आहोत. तो नाचवेल तसे नाचण्याशिवाय दुसरा पर्याय नाही. दैवगती म्हणतात ती हीच असावी. इतके असले तरी स्वामींच्या माणुसकीचा हा अपूर्व आवेग पाहून आपले दुःख आवरायचे. आता ही व्यक्ती साधारण नाती तोडून माणुसकीच्या नात्याने समाजाशी बांधली गेली आहे. आपली दुःखे त्यांच्या वाटेतला अडथळा ठरणार नाहीत, हे पाहायचे. स्वामी सुखरूप आहेत हे आपण पाहिले. आता रडण्यासारखे काय आहे? स्वामींच्या कार्याची नोंद होत राहणार. तुमचा त्याग मात्र सर्वांच्या नजरेआडच असणार."

मॅडम वस्तुस्थिती सांगत होत्या. मणिभद्र स्वामी असले तरी माणूसच होते. मॅडमच्या बोलण्यामुळे त्यांच्या मस्तकावर जणू वज्राघातच होत होता. परंतु तेसुद्धा नियतीच्या बोटातील दोरांनी बांधलेले होते. त्यांनी महत्प्रयासांनी स्वतःला आवरून ठेवले होते. त्यांनी डोळे मिटून कात्यायिनी देवीची माफी मागितली. सर्वसामान्य माणसाप्रमाणे आपण अजूनही भावनावेगात वाहत जातो, याची खंत वाटत राहिली.

"स्वामी आम्ही निघतो. आमच्या येण्यामुळे तुम्ही अस्वस्थ होता. आम्हालाही कसेतरी वाटते. नात्याचे बंधच असे असतात. ते तुटता तुटत नाहीत. आम्ही सामान्य माणसे आहोत, आवेग आवरणे जमत नाही. वेड्यासारखी धाव घेतो. तुमचे कार्य खरोखर मोलाचे आहे. समाजाला सजग ठेवण्यासाठी नियतीने तुम्हाला योजले आहे. आपल्या कार्यामुळे आम्हाला धन्यता वाटते. तुम्ही आमच्या पायाशी नतमस्तक होता, तेव्हा आशीर्वाद देण्याचा अधिकार दिला आहे. सर्वांच्या वतीने तुमच्या कार्यास सदिच्छा व्यक्त करते."

स्वामी स्थिरतेने मॅडमचे बोलणे ऐकत होते. काही बोलणे झाले तर आपण स्वतःला आवरू शकणार नाही हे जाणून ते काहीही न बोलता सर्वांकडे पाहत राहिले.

अवघडलेली कोंडी फोडण्यासाठी मॅडम म्हणाल्या, "रत्ना, तू सर्व जखमींप्रमाणे, तुझ्या स्वामीभय्याचीही काळजी घे."

सर्व जण निघून गेले. एक आवर्तन संपले. डॉ. मणिभद्र रत्नाम्माचा हात हातामध्ये धरून बराच वेळ बसून राहिले.

बघता बघता दिवस जात राहिले. डॉ. रत्नमाला आणि तिचे सहकारी चौथ्या दिवशी परतले. सर्वांनी इतक्या आपलेपणाने रुग्णांना धीर दिला की सर्व जण भावनिक स्तरावर सावरले. आघात जबरदस्त होता. त्यातून उभारी घेणे महत्त्वाचे होते. सर्वांना उत्तम औषधोपचार मिळाले, त्यामुळे व्याधीवर यशस्वी मात झाली. दोन्ही स्वामींनी त्यांना आंतरिक बळ दिले. मठातील पवित्र वातावरण, धीरगंभीर स्वरातील डॉ. मणिभद्र स्वामींनी कात्यायिनी देवीची केलेली आर्त आळवणी, वयोवृद्ध पूर्णानंद स्वामीजींचा प्रातःस्मरणीय सहवास, जखमी व्यक्तींमध्ये सकारात्मक भावना निर्माण करण्यास फार साहाय्यभूत ठरला.

रावसाहेब आणि मणिभद्र स्वामींनी समग्र आढावा घेऊन आर्थिक साहाय्य, सरकारी मदत सर्व अपघातग्रस्त नागरिकांना योग्य प्रमाणात दिली. स्वामींची निःस्पृहता आणि आपपरभावापलीकडील दृष्टीमुळे काही गडबड होण्याची शक्यता नव्हती. दररोज वार्तापत्रांतून, दूरदर्शन माध्यमातून, रेडिओमधून सातत्याने बातम्या प्रसिद्ध होत होत्या. समाजातील उच्च वर्गातून स्वामींना निधीचा ओघ येऊ लागला. स्वामींनी परदेशातील भक्तांना मदतीचे आवाहन केले होते, त्यामुळे भरपूर आर्थिक मदत सहज उपलब्ध झाली.

डॉ. मणिभद्र स्वामी, रावसाहेब भिमदे आणि विविध सरपंच यांची बैठक झाली. मुख्यमंत्री, गृहमंत्री, केंद्रीय मंत्री यांनी आवर्जून स्वामींना भेट देऊन मागेल ती मदत देण्याचे आश्वासन दिले होते. लगतच्या गावातील सिव्हिल इंजिनियर्सच्या साहाय्याने सर्वांनी १००० घरे बांधण्याची योजना तयार केली. स्वामींनी स्वतःसमवेत एक अस्थायी मंडळ स्थापन केले. त्यांनी अत्यंत चोखपणे आलेल्या जमाखर्चाचा हिशोब सर्वांसमोर ठेवला. थोडा पैसा कमी पडत होता. त्यांनी इंटरनेटच्या साहाय्याने सर्व योजना मुख्यमंत्र्यांना सादर केली आणि बांधकामासाठी जागा आणि परवानगी मागितली. मुख्यमंत्र्यांनी दखल घेऊन जिल्हाधिकाऱ्यांना सर्व अधिकार बहाल करून स्वामींना साहाय्य करण्याची आज्ञा केली. सर्व सोपस्कार पूर्ण होऊन, भूकंप झाल्यापासून २१व्या दिवशी ठिकठिकाणी कॉलनी तयार होण्यास सुरुवात झाली. दोन महिन्यांमध्ये छोट्या घरकुलांच्या मजबूत वसाहती तयार झाल्या. मुख्यमंत्र्यांच्या हस्ते उद्घाटन करून फार गाजावाजा न करता, घरकुले बेघर भूकंपग्रस्तांना हस्तांतरित करण्यात आली.

"रावसाहेब, आज समाधान वाटले. आपल्या अथक आणि प्रामाणिक प्रयत्नांमुळे आज गरीब बेघरांना आसरा मिळाला. भक्त लोकांनी आणि मुख्यमंत्र्यांनी फारसा अडथळता न आणता पैसा पुरवला त्यामुळे योजना सफल झाली."

“स्वामी, आपण निमित्तमात्र आहोत. प्रत्यक्ष कार्य मात्र जगदंबेच्या कृपेमुळे साध्य झाले. कात्यायिनी मठाची परंपरा टिकवून वृद्धी करणारे स्वामी असल्यामुळे लोकसहभाग अभूतपूर्व असा होता. बेघरांना घरे मिळाल्यामुळे त्यांच्या नजरेतील अलौकिक समाधान बघण्यासारखे आहे. सर्व जण मठाशी कायम बांधले गेले आहेत.”

“रावसाहेब, या प्रसंगामुळे आम्हास जाणवले की या परिसरात दवाखान्याची अत्यंत तुटपुंजी व्यवस्था आहे. त्यामुळे आमची अशी भावना झाली आहे, की मठातर्फे एक उत्तम हॉस्पिटल, जिथे अद्ययावत सुविधा असतील अशी बांधणी करावी. आपणास यातील काहीच माहिती नाही. मला वाटते आपण डॉ. रत्नमाला यांना मार्गदर्शन करण्यासाठी विचारणा करू. मठाकडे असणारा पैसा या निमित्ताने सामान्य लोकांसाठी वापरता येईल. स्वामीजींना मी कल्पना दिली, त्यांनी ‘तथास्तु!’ म्हणत आशीर्वादही दिला आहे.”

“स्वामी आपण लाखातील एक गोष्ट बोलत आहात. आम्ही कारखान्यामार्फत हॉस्पिटल तयार करण्याचा प्रस्ताव मंजूर करून ठेवला आहे. परंतु आर्थिक बळ नसल्यामुळे तो तसाच रेंगाळला आहे. कारखाना परिसरातील चार एकर जागासुद्धा त्यासाठी आरक्षित करून ठेवली आहे. तेव्हा हॉस्पिटलची योजना सुरू करण्यास तशी हरकत नाही.”

“चला तर मग, शुभस्य शीघ्रम! आपण एखादा उत्तम अभियंता नेमून त्यांना डॉ. रत्नमाला यांच्याशी संवाद साधण्यास सांगू. डॉ. रत्नमाला यांच्या कॉलेजमधील प्रमुख यांनाही विनंती करून सहकार्य देण्याविषयी बोलू. माझ्या अंदाजे ३ ते ४ कोटी रुपयांचा प्रकल्प असेल; तेवढी क्षमता आम्ही सहज पेलू शकतो. हा प्रकल्प लवकर पूर्ण व्हावा, ही आमची इच्छा आहे.”

निर्णयाशी ठाम असणाऱ्या व्यक्तीस अडचणी येत नाहीत असे नाही; परंतु त्याच्यावर मात करण्याची जिद्द असेल तर त्या सहजतेने दूर होतात. अल्पावधीत कारखान्याच्या परिसरात अद्ययावत हॉस्पिटलच्या बांधकामास रीतसर सुरुवात झाली. आता दर वर्षीप्रमाणे घटस्थापना आणि दसऱ्याचे दिवस येत होते. नेहमीप्रमाणे बैठक घ्यावी लागणार होती. डॉ. मणिभद्रना स्वामीजींनी तीन महिन्यांपूर्वीच बैठक आयोजित करण्यास सांगितले होते. भूकंपामुळे सतत व्यस्त राहिल्यामुळे ते विस्मरणात गेले होते. स्वामींना खेद वाटला. त्यांनी स्वामींजीसमोर क्षमा याचना केली. पूर्णानंद स्वामीजी म्हणाले, “आपण कामाच्या व्यस्ततेमध्ये असल्यामुळे आणि परिस्थिती गंभीर असल्यामुळे आम्ही पण तो विषय तात्पुरता दूर ठेवला होता. आताच्या बैठकीमध्ये तो विषय मांडणार आहोत. तेव्हा वाईट वाटून घेऊ नका. या काळामध्ये तुम्ही केवढे महान कार्य केले आहे. आम्हाला आपला अभिमान वाटतो.

नभांतमणी । २७५

कात्यायिनी मठाच्या गादीवर आमच्यापेक्षा जास्त समर्थ अधिपती रुजू झाला. आमच्या अंतःकरणास संतोष वाटला. आपली हॉस्पिटलची कल्पना माणुसकीचा मानदंड अशी आहे. आपल्याकडे असणाऱ्या संपत्तीचा इतका सुंदर विनियोग अपूर्व आहे. आपल्या कल्पना आणि धडाडीमुळे इतके अनुकूल आणि यथार्थ मार्ग सुचतात. आपणास खरोखर जगदंबेचा आशीर्वाद आहे.''

''स्वामीजी, आपण आम्हास लज्जित करत आहात. योगदान आपले आणि श्रेय आम्हाला. नाही पटत ते.''

''असो! एकंदरीत गुंतण्यासारखे आता आमच्या दृष्टीने काही उरले नाही. एक मार्गस्थ शांततेची अनुभूती आहे.''

स्वामीजींच्या गूढ वचनांचा अर्थबोध डॉ. मणिभद्रना होत नव्हता. स्वामीजी काहीतरी ठरवत असावेत, असे त्यांना वाटत राहिले.

स्वामीजींच्या सांगण्याप्रमाणे बैठकीसाठी दूरदूरच्या विविध भागांतील मान्यवरांना संदेश देण्यात आले. इतर वेळी स्थानिक लोकांनाच बोलवण्याचा रिवाज होता.

बैठकीस सुरुवात पूर्णानंद स्वामीजींनीच केली. ''अनेक वर्षांपासून आपण कात्यायिनी मठाशी संलग्न आहात. आपण मठासाठी उदारहस्ते शक्य आहे ते सर्व करत आलात. मठाशी आणि आपणाशी प्रामाणिक राहून शक्य ते आमच्या कुवतीनुसार करण्याचा प्रयत्न करत आलो. देवाशिवाय कोणीच परिपूर्ण असत नाही. काही गोष्टी आपणास रास्त वाटल्याही नसतील. मानवी कमतरता म्हणून असे संबोधून सोडून द्याव्यात. आता मठाधिपती डॉ. मणिभद्र सर्व व्यवस्था पाहतात. अत्यंत सक्षम, विलक्षण तेजस्वी गुरू आपणास मिळाले आहेत. त्यांच्या सामाजिक जाणिवा अत्यंत प्रगल्भ आहेत. मठाच्या उद्धारासाठी एक समर्थ नेतृत्व आपणासाठी उपलब्ध आहे. त्यांची बौद्धिक आणि आध्यात्मिक तयारी फारच उत्तम आहे. सर्वांत महत्त्वाचे म्हणजे त्यांना आसक्ती नाही. इतक्या तरुण वयात त्यांनी षड्रिपूंवर ताबा मिळवला आहे. त्यामुळे आम्हास जगदंबेच्या भेटीस जाण्यास अडचण नाही.''

सर्व उपस्थितांच्या काळजात चर्र झाले. स्वामीजींच्या वक्तव्यातील भाव सर्वांच्या ध्यानात येत होता. ही तर निरवानिरवीची भाषा.

''भक्तांनो, आपणास आता जे वाटते ते बरोबर आहे.'' स्वामीजींनी जणू सर्वांच्या अंतःकरणात प्रवेश केला होता. ते पुढे बोलू लागले. ''मोह ही अशी शृंखला आहे, की भलेभले त्यात गुंतत जातात. धर्मगुरू असलो तरी आम्हीही मानव जन्मातच आहोत. आम्ही तरी कसे सुटणार जीवनाच्या मोहजालातून. तरीही मोठ्या निग्रहाने आम्ही या निर्णयाप्रत आलो आहोत की आता समाधीस्थ व्हावे. आपल्या वेदना आमच्या यातना ठरतील. तेव्हा कोणताही विलाप आणि वेदना न देता निरोप घ्यावा. आमच्या समजुतीप्रमाणे आमच्या जीवनाची इतिकर्तव्यता पूर्ण

झाली; म्हणून कात्यायिनीच्या चरणाशी रुजू होण्याची परवानगी द्यावी. विजयादशमीच्या दिवशी गोरज मुहूर्तावर जीवन सीमोल्लंघन करणे योग्य ठरेल.''

डॉ. मणिभद्रांनी स्वामीजींच्या चरणास मिठी घातली. ते अबोलपणे अश्रू ढाळू लागले. एक आधारवड कोसळत असल्यासारखे झाले. सभा स्तब्ध झाली होती. इतक्या ज्ञानी आणि तेजस्वी गुरूसमोर बोलणे कोणासही शक्य नव्हते. स्वामीजींचे बोल हे अंतिम.

वायुवेगाने ही बातमी सर्वदूर पसरली. बैठकीच्या दिवसापासून स्वामीजींनी अन्नत्याग केला. संपूर्ण वेळ ते ध्यानमंदिरात राहू लागले. पहाटे पूजेच्या वेळी ते कात्यायिनी आरतीसाठी उपस्थित असत. देवीचे पेला भरून तीर्थ घेऊन ते पुन्हा ध्यानसमाधीत जात. आजकाल पहाटे आरतीच्या निमित्ताने स्वामीजींच्या दर्शनासाठी अलोट गर्दी होई. गर्दीचे नियंत्रण करण्यासाठी पोलीस बंदोबस्त ठेवावा लागे. कर्नाटक राज्याच्या सर्व भागातील भक्त सतत राणीहळ्ळीमध्ये येत राहिले. सर्वांनी फक्त उपचार म्हणून दसरा पाळला. सर्व ठिकाणी एक मळभ साठून राहिले. कात्यायिनी मठाच्या परिसरात एक दैवी शांतता भरून राहिली होती.

पूर्णानंदस्वामींची देहयष्टी कृश झाली; परंतु तेजाची प्रभा वाढत होती. इतके दिवस अन्नत्याग करून झाले होते; परंतु त्यांच्या हालचालीत आणि वाणीत थोडीही शिथिलता आली नव्हती.

आज विजयादशमी! सीमोल्लंघनाचा दिवस. दुपारी चार वाजता स्वामीजींचे प्रवचन आणि सायंकाळी ६ वाजून ११ मिनिटांनी ध्यानसमाधी. कात्यायिनी मठामध्ये पाऊल ठेवण्यास जागा नव्हती. देशातून, परदेशातून माणसांचा ओघ येत होता. स्वामीजींचे बोल साठवून ठेवण्यासाठी प्रत्येक जण आपापल्या मगदुराप्रमाणे प्रयत्न करीत होता. इतक्या संख्येने जनसमुदाय आला होता, परंतु शांतता विलक्षण होती. शांत राहा म्हणण्याची गरज भासली नाही.

बरोबर चार वाजता स्वामी ध्यानमंदिराबाहेर आले. समोरच फुलांनी सजवलेला मंच खूप सुंदर दिसत होता. संपूर्ण आवारात, अगदी प्रदक्षिणा मार्गातही स्त्री-पुरुष भरून राहिले होते. आता दिसणारे स्वामीजींचे दर्शन अंतिम होते. त्यांच्या मुखातून येणारे आशीर्वचन पुन्हा प्रत्यक्ष ऐकता येणार नव्हते. जनमानसांतून उत्स्फूर्तपणे 'पूर्णानंद स्वामीजींचा विजय असो!' जयघोष तीव्रतेने येऊ लागले. जयघोष थांबण्याचे चिन्ह दिसेना, तेव्हा स्वामीजी मंचावर आले. पांढराशुभ्र रेशमी पंचा, तसाच पूर्णबाह्यांचा कुर्ता, रेशमी उपरणे, गळ्यामध्ये सोन्याच्या कोंदणात मढवलेली कवड्यांची माळ, डोक्यावर याही वयात असणारे खांद्यापर्यंत रुळणारे पांढरे केस, कपाळावर शोभणारे लालबुंद कुंकुम. जणू एखादा दैवी पुरुषच समोर उभा आहे, असे सर्वांना वाटून गेले. शरीर अत्यंत कृश झाले होते, परंतु शरीराभोवती

तेजोवलय आहे असे भासत होते. मंचावर येऊन स्वामीजींनी उजवा हात उंचावला तशी नीरव शांतता पसरली. इतका भरगच्च जनसमुदाय आणि कमालीची शांतता सर्वांना प्रसंगाच्या गांभीर्याची जाणीव झाली.

''जगदंबेच्या भक्तांनो, आज आमुच्या जीवनातील हे अभूतपूर्व सीमोल्लंघन आहे. जीवन क्षणभंगुर आहे हे निर्विवाद सत्य आपण मुद्दाम नजरेआड ठेवतो. आपण मृत्यूला घाबरतो; कारण आपण ही माया निर्माण केलेली असते. त्यातून सुटका होणे खूप अवघड असते. एखादा जीव अनंतात विलीन झाला तरी तो कार्य रूपाने स्मरणात राहत असतो. जेव्हा आम्ही मठाधिपती झालो; त्या समयीची परिस्थिती आणि आजची परिस्थिती यात खूप तफावत आहे. बदलासाठी ही सर्व तयारी परमेश्वरानेच केलेली असते. सुरुवातीस पूजापाठ, प्रवचने, भजने करणे इतपतच आपले कार्य असे समजून आम्ही कार्यरत राहिलो. समाजातील अनिष्ट प्रथा, माणसांच्या व्याधी, समाजातील कलह, धर्म दृढता, त्याचे वाईट परिणाम या सर्व गोष्टींना आम्ही अनभिज्ञ होतो. जनसंपर्काची आवड असल्याकारणाने विविध स्तरांतील व्यक्तींच्या ओळखी विस्तारित होत गेल्या. धनवान असो वा दरिद्री असो; सर्वांना कसली ना कसली भ्रांत असल्याचे दिसत गेले. आपण मठाधिपती आहोत, जगदंबेच्या कृपेमुळे मठाविषयी श्रद्धा बाळगणारे सर्व जण विविध स्तरांतील भक्तगण आहेत; हे लक्षात आले. आपल्या पदाचा समाजाच्या सुधारणेसाठी, भक्तजनांच्या सुखासाठी फार प्रभावी उपयोग करता येण्यासारखा आहे, हे समजले. धर्मातून पारंपरिकरीत्या अनेक गैरसमजुती पसरलेल्या दिसल्या. मठाधिपती या अधिकारामुळे असे अंधसमज दूर करणे गरजेचे वाटले. परिवर्तनाची सुरुवात करणे गरजेचे होते. या सर्व घटका आणि काही घटनांमुळे जनसंपर्क वाढत गेला. आपले मठाधिपती जे सांगतात ते धर्मास धरूनच असणार, हा भक्तांचा विश्वास आणि जगदंबेचा कृपाशीर्वाद; यामुळे काही रूढ समजुती ज्या योग्य नाहीत, बदलत्या काळामध्ये त्यांचा फोलपणा घेऊन त्या दूर करणे आम्हाला रास्त वाटले. श्रद्धेमुळे समाजानेही ते बदल स्वीकारले. या बदलांमुळे ज्यांच्या स्वार्थाला धक्का बसत होता, अशा व्यक्तींनी बदलांना विरोध केला. भक्तांनो, असे बदल सांगण्यासाठी सखोल अध्ययन करावे लागते. आम्ही ग्रंथसंपदा मिळवत गेलो. प्रत्येक रूढीचा कार्यकारणभाव शोधत राहिलो. अध्ययनातून बळ मिळत गेले. त्यामुळे सर्व प्रक्रियेस नेमकेपणा आला. आपणही बदलाला साथ दिली म्हणून आजही धन्यता वाटते.

आता मठासाठी अत्यंत योग्य अधिपती डॉ. मणिभद्र स्वामींच्या रूपाने मिळाले आहेत. आमच्या ताकदीनुसार आम्ही इतका काळ हा भार पेलला. आता आपल्या जीवनाची इतिकर्तव्यता सफल झाली, असा भाव अंतःकरणात निर्माण झाला. त्यामुळे आता ध्यानसमाधीसाठी योग्य काळ, हे लक्षात घेऊन मार्गस्थ होत आहोत.

भक्तांनो, परंपरा म्हणून काही करण्याआधी माणूस म्हणून हे बरोबर आहे का असा प्रश्न सतत स्वतःस विचारत राहा. त्यातून मार्ग निघत राहतो, एवढेच आमचे म्हणणे आहे. माणसामध्ये परमेश्वर पाहा; तुमचे जीवन सफल होईल. तुम्हाला परमेश्वर भेटल्याचे समाधान मिळेल. जगदंब!'' अत्यंत तेजस्वी वाणीने स्वामीजींनी केलेला संवाद श्रवण केल्यामुळे उपस्थित जनसमुदायास अमृतवाणी मिळाल्याचे अतीव समाधान मिळाले. सर्वांनी पुन्हा स्वामीजींचा जयघोष सुरू केला.

स्वामीजींच्या वाणीमुळे, अत्यंत समर्पक उपदेशामुळे सर्व जण भावविभोर झाले. आता पुन्हा हा योगी महापुरुष पाहाण्यास मिळणार नाही, याचे अपार दुःख झाले. सीमोल्लंघनासाठी खास तयारी करण्यात आली. होती. एका ट्रॅक्टर ट्रॉलीवर कात्यायिनी देवीची मूर्ती ठेवण्यात आली होती. स्वामीजींसाठी चार पांढऱ्याशुभ्र घोड्यांची ताज्या पुष्पांनी सजवलेली बग्गी तयार होती. बग्गीच्या समोर डॉ. मणिभद्र स्वामी आणि अनेक प्रतिष्ठित व्यक्ती चालत होत्या. मिरवणुकीने सर्व जण माळावर सोने लुटण्यासाठी निघाले. रस्त्यावर सडा घालून रांगोळी काढण्यात आली होती. सर्व धर्मांतील स्त्री वर्ग आपापल्या दारामध्ये पंचारती आणि पुष्पमाला घेऊन उभा होता. पूर्णानंद स्वामीजींच्या चरणावर फुलाने पाणी शिंपडून, अंगठ्यास गंध लावून फुले, पुष्पमाला अर्पण करून आरती करत होत्या. कासवाच्या गतीने प्रवास चालू होता. काही स्त्रिया चरणावर मस्तक ठेवून अश्रूंचे समर्पण करत होत्या. त्यांना मोठ्या मिनतवारीने दूर करावे लागत होते.

हजारोंच्या मुखातून, स्वामीजींचा जयघोष, अंबाबाईचा उदो उदो अखंडपणे सुरू होता. आज माळाची जागा अपुरी पडत होती. स्वामीजींच्या समवेत सोने लुटण्याची संधी पुन्हा येणारच नव्हती. माळाच्या मध्यावरती देवीची मूर्ती ठेवण्यात आल्यानंतर सर्वांनी आपापल्या आपट्याच्या फांद्याच्या पेंढ्या देवीच्या चरणी ठेवल्या. सर्व जण दूरवर गोलाकार उभे राहिले. दोन्ही स्वामी मैदानात येताच एकदम शांतता पसरली. पूर्णानंदजी मणिभद्रच्या हातास धरून मध्यावर आले. दोघांनी हात जोडून देवीचे स्तोत्र उच्चारण केले. ढिगाऱ्यातील आपट्यांची पाने देवीस अर्पण केली. स्वामीजींनी हात जोडून जनसामान्यांस परवानगी दिली. सर्वांनी सोने लुटण्यासाठी धाव घेतली. इतर वेळी सोने लुटून सर्व जण आपापल्या घरी जात. आज घरामध्ये कोणीच नव्हते. स्त्री आणि पुरुष सर्व जणांचे पाय कात्यायिनी मठाकडे चालत होते. मठाचे इतके प्रशस्त आवार; परंतु तेही अपुरे पडले. मठाच्या बाहेर मोठे पडदे ठिकठिकाणी लावून त्यावर कार्यक्रम प्रक्षेपित केला जात होता.

शेवटी समाधी घेण्याचा क्षण आला. स्वामीजी ध्यानमंदिरासमोर उभे राहिले. अचानक आत्मारामजी वेड्यासारखे धावले. त्यांनी स्वामीजींना घट्ट मिठी मारली. आक्रोश करत ते विलाप करू लागले.

"दादा आपण एकाच आईची लेकरं. हसत-खेळत-भांडत राहत होतो. तारुण्यात पदार्पण करताच तुम्हाला ही जबाबदारी स्वीकारावी लागली. आम्हाला ज्या वेळी आधाराची गरज होती; त्या वेळी तुम्ही परके झाला होता. आई-वडील एक एक आधार तुटत होता. आम्ही पोरके झालो. तुमची सावली हवी होती; परंतु मठाशी बांधले गेल्याने तुमच्याशिवाय सर्व सहन करावे लागले. आपली माणसं सुख-दुःखात जवळ पाहिजे असतात, पण तुम्ही जगाचे झाले असल्यामुळे आमचे राहिले नव्हता. तरीही एक समाधान होते, स्वामी म्हणून तुमच्या भेटीसाठी येता येत होते. आता तर तोही आधार संपत आहे. आपला वियोग सहन नाही होत. आम्हाला तुमचा आधार पाहिजे. आशीर्वाद पाहिजे. तुम्ही नाहीत ही कल्पनाच सहन करण्यापलीकडची आहे." बांध फुटला होता. शेवटी मानवी स्वभाव होता. हृदयद्रावक प्रसंग होता. आपल्या भावाच्या मिठीने स्वामीजीही हेलावले.

"आत्मारामजी, शोक आवरा. नियतीने आपले नशीब तसे लिहिले. आपण नियंत्याच्या दोरावर नाचणारी माणसे. हा समय शोक करण्याचा नाही. आम्हाला समाधानाने कात्यायिनी चरणी एकरूप होऊ द्या. भावनांचा उद्रेक स्वाभाविक आहे. त्यावर मात केली तरच परमार्थाचा दरवाजा उघडतो. वियोगाचे दुःख असते; परंतु त्याला कवटाळून कसे चालेल?"

डॉ. मणिभद्र स्वामींनी दुःखी अंतःकरणाने आत्मारामजींना सावरले. त्यांनी कात्यायिनी स्तोत्र म्हणत स्वामीजींच्या चरणाची पूजा केली, स्वामीजींना पुष्पहार घालून नमस्कार केला.

स्वामीजींनी जनसमुदायास नमस्कार केला आणि अत्यंत शांतपणे ध्यानमंदिरात प्रवेश केला. ध्यानमंदिराचे हवेचे झरोके आधीच बंद केले होते. ध्यानमंदिराचा दरवाजा काढून ठेवला होता. स्वामीजी आत जाऊन ध्यानस्थ होताच, गवंडी कामास लागले. आज्ञेनुसार त्यांनी काही मिनिटांत ध्यानमंदिराचा दरवाजा बांधकामामध्ये बंद करून टाकला. त्यावर पूर्णानंद स्वामींचे त्याच आकाराचे सुंदर छायाचित्र बसवण्यात आले. त्यासमोर मोठी समई तेवत ठेवण्यात आली. स्वामीजींच्या प्रतिमेस पुष्पहार घातल्यानंतर डॉ. मणिभद्र स्वामींनी जयघोष करणाऱ्या जनसमुदायास नमस्कार केला. नमस्काराचा अर्थ समजून घेऊन शांतपणे सर्व जण निघून गेले. एक विषण्ण शांतता भरून राहिली. एवढा वेळ विलक्षण ताण आलेला सैलावला. डॉ. मणिभद्र स्वामींनी प्रतिमेसमोर बैठक घातली. विस्कटलेली चित्तवृत्ती एकाग्र करण्याची गरज होती. त्यांनी ध्यान लावून अंतरंगात दाटून आलेला शोक शांत करण्याचा प्रयत्न सुरू केला. मठातील आणि शेतावरील परिवार, डॉ. महंती, वरदाई, अण्णा, आत्माराम, सरोज मावशी, सदानंदाचे सर्व कुटुंबीय स्वामींभोवती विमनस्कपणे बसून राहिले. दोन तासांनी स्वामींची समाधी अवस्था उतरली. एक ज्ञानसंपन्न योगी

निघून गेल्याची पोकळी निर्माण झाली होती. मॅडमना हा सर्व प्रकार विस्मित करणारा वाटत होता. त्यांच्या दृष्टीने ही फार अकल्पित घटना होती. माणसाला सहजपणे अनंतात विलीन होण्याचा निर्णय घेता येतो, ही त्यांना अविश्वसनीय वाटणारी घटना होती. सर्व प्रकार शब्दातीत होता. स्वामीजींच्या कणखर वृत्तींना त्यांनी अंतःकरणापासून अभिवादन केले. ज्ञानदेवांनी समाधी घेतल्याचे वाचले होते. तशीच घटना त्यांनी प्रत्यक्ष पाहिली. माणसांच्या वृत्तींचे अनाकलनीय दर्शन होत होते. यांना विभूती का म्हणतात, याची ती प्रचितीच होती.

स्वामीजी अजूनही शून्यात नजर लावून बसले होते. डॉ. मणिभद्र स्वामींना अशा अवस्थेतून काढणे आवश्यक होते. तसे धैर्य कोणाकडेच नव्हते. अस्वस्थता पसरली होती. शेवटी डॉ. महंती मॅडमच पुढे झाल्या. ''स्वामी, भानावर या. सर्व जणांची अवस्था अवघडलेली झाली आहे. आपण सर्वांनी सावरून पुढील मार्ग चालत राहिले पाहिजे. स्वामीजी आता भेटणार नसले, तरी सर्वत्र चैतन्यरूपाने असणार आहेत.

डॉ. मणिभद्र स्वामींनी स्वतःच्या हातांनी डोळे झाकून घेतले. ''जगदंब!'' म्हणत ते उभे राहिले. आपणामुळे सर्व जण अवघडलेले आहेत हे लक्षात आले. ''चला!'' असे म्हणून त्यांनी स्वामीजींच्या प्रतिमेस नमस्कार केला. सर्व जण मंदिर परिसरातून मठाच्या बैठकीच्या कक्षात आले.

''रात्र बरीच झाली आहे. आपण सर्व जण इथेच थांबा.''

''स्वामी,'' आत्मारामजी म्हणाले, ''आम्ही सर्व जण रात्री निपाणी मुक्कामी थांबतो. सकाळी लवकर सर्वांना जाणे सोईचे होईल.''

''जशी आपली मर्जी.'' स्वामींनी निरोप दिला.

काळ कधीही कोणासाठी थांबत नसतो. स्वामीजींच्या दुःखापासून दूर होण्यासाठी डॉ. मणिभद्र स्वामींनी हॉस्पिटल निर्मितीच्या कामात स्वतःस पूर्ण गुंतवून टाकले. डॉ. रत्नमालाला वेळ असेल तेव्हा बोलावणे जात असे. ती आणि तिच्या गुरुजनांपैकी जाणकार बांधकामाच्या निरीक्षणासाठी येत असत. डॉ. रत्नमालाने हॉस्पिटलची जबाबदारी स्वीकारण्याची तयारी दर्शवली होती. डॉ. मणिभद्र स्वामींना आपल्या रत्नाम्मावर संपूर्ण विश्वास होता. प्रसूतीच्या सोई , शस्त्रक्रिया विभाग, दंतचिकित्सा, अपघात विभाग आणि औषधोपचार सोई या विभागांसाठी आजच्या घडीला जे सर्वोत्तम आहे ते मागवण्याच्या विचाराने हालचाली सुरू झाल्या. डॉ. रत्नम्माला यांच्या गुरुजनांनी त्या संदर्भात मार्गदर्शक सूचना दिल्या होत्या. विविध विभागांसाठी लागणाऱ्या यंत्रसामग्रीसाठी मागणी नोंदवण्यात आली. या हॉस्पिटलसाठी निवासी डॉक्टर्स आणि प्रसंगी भेट देण्यासाठी येणारे डॉक्टर्स, अशी योजना करण्यात यावी अशा दृष्टीने बांधणी सुरू होती. शिक्षित सेवक वर्ग आणि त्यांच्यासाठी निवासाची

सोय. सर्व सुविधा देण्यासाठी आटोकाट प्रयत्न होत होते. जवळपासच्या १५ ते २० किलोमीटर्स परिघातील गावे आणि वस्त्या, तेथील लोकसंख्या सर्व विचारात घेतले होते. डॉ. मणिभद्र स्वामींनी या हॉस्पिटलच्या रूपाने पूर्णानंद स्वामींचे अपूर्व स्मारक निर्माण करण्याचे ठरवले होते. स्वामीजींचे नाव अमर करण्याच्या ध्येयाने ते झपाटल्यासारखे झाले होते. पुतळे उभे करून पैशाचा अपव्यय करण्यापेक्षा सेवा देणारी वास्तुनिर्मिती डॉ. मणिभद्रंना खूप जिव्हाळ्याची वाटत होती. हॉस्पिटलच्या निर्मितीची प्रक्रिया ही गोष्ट लपून राहणारी नव्हती. राणीहळ्ळीसारख्या हमरस्त्यापासून दूर असणाऱ्या छोट्याशा खेडेगावात इतकी भव्य आणि अद्ययावत समाजोपयोगी वास्तुनिर्मिती हा कौतुकाचा विषय झाला. सर्व माध्यमांतून वेळोवेळी सचित्र माहिती प्रसिद्ध होत होती. पूर्णानंद स्वामीजींविषयी अगाढ प्रेम होते. त्यामुळे सर्व भक्तगणांमध्ये स्वामीजींच्या या अतुलनीय स्मारकासाठी आपलेपणा होता. डॉ. मणिभद्र स्वामींच्या दृष्टी आणि धडाडीवर विश्वास होता. स्मारक अत्यंत सुंदर होणार, ही शाश्वती होती. या स्मारकासाठी आपणही काही सहभाग नोंदवला पाहिजे, असे अंतःकरणापासून वाटत असल्यामुळे न मागता पैसा येत राहिला. अखंडपणे काम राहिल्यामुळे १॥ वर्षाच्या कालावधीत संकल्पसिद्धी झाली. अत्यंत भव्य आणि परिपूर्ण हॉस्पिटल माळरानावर दिमाखदारपणे सिद्ध झाले. तीन महिन्यांपूर्वी डॉ. रत्नमालांचा अभ्यास पूर्ण झाला असल्यामुळे तिने राणीहळ्ळीतच मुक्काम ठेवला होता. तिने आपल्या ओळखीच्या आधाराने हॉस्पिटलसाठी आवश्यक सहकारी डॉक्टर्सचा छोटा समूह तयार केला होता. सर्वांनी प्रत्यक्ष हॉस्पिटलच्या स्थानावर येऊन माहिती घेतली. इतक्या छान सुविधा असणाऱ्या ठिकाणी काम करण्याची संधी उमेदीच्या काळात मिळणार, म्हणून ते समाधानी होते.

डॉ. मणिभद्र स्वामी लोकोपयोगी कार्यामुळे आधीच संपूर्ण राज्यात एक आदरणीय मान्यवर म्हणून परिचित झाले होते. भूकंपाच्या पार्श्वभूमीवर १००० कुटुंबाना घरे दिल्यामुळे त्यांच्या कीर्तीत भर पडली होती. जिल्हाधिकाऱ्यांनी त्यांच्या कार्याची नोंद घेऊन सरकारतर्फे त्यांचा सत्कार करून 'समाजभूषण' ही पदवी दिली होती. सरकार दरबारी त्यांचे एक नैतिक वजन निर्माण झाले होते. त्यांनी आमंत्रित केल्यास मुख्यमंत्र्यापासून कोणतेही मंत्रिमहोदय येण्यासाठी तयार असत. हॉस्पिटलच्या उद्‌घाटनासाठी मुख्यमंत्र्यासमवेत बेळगावातील सर्व प्रथितयश डॉक्टर्सना आमंत्रित केले होते. अत्यंत भव्य उद्‌घाटन सोहळा करून 'स्वामी पूर्णानंद रुग्णालय आणि संशोधन केंद्र' या नावाने हॉस्पिटल लोकार्पण करण्यात आले. संचालक म्हणून डॉ. रत्नमाला बनहळ्ळी हिला सर्व कारभार करण्याचे स्वातंत्र्य देण्यात आले. संचालक मंडळात आपले नाव डॉ. मणिभद्रांनी कटाक्षाने टाळले होते. डॉ. रत्नमालाने निवडलेले सहकारी डॉक्टर्स संचालक मंडळातील सदस्य करण्यात आले. तरुण

रक्ताला वाव मिळावा या हेतूने डॉ. मणिभद्र स्वामींनी दिलदार वृत्तीने इतके मौल्यवान स्मारक त्यांना सुपूर्त केले. नाममात्र शुल्कामध्ये जनतेला सर्व वैद्यकीय सेवा पुरवण्यासाठी हॉस्पिटल बांधील होते. अत्यंत सूक्ष्मपणे सर्व शक्यता नज़रेसमोर ठेवून घटना तयार करण्यात आली होती.

डॉ. रत्नमाला आणि तिचे सहकारी तरुण असले तरी बुद्धिमान होते. त्यांना जबाबदारीचे अचूक भान होते. त्यातील काही जण गर्भश्रीमंत होते. त्यांना पैसा फार महत्त्वाचा घटक वाटत नव्हता. रुग्णसेवा हे त्यांच्या सुखाचे निधान होते. पूर्णानंद स्वामीजींचे नाव आणि आशीर्वाद यामुळे हॉस्पिटलला मागे वळून पाहण्याची गरज नव्हती. रुग्णांना हॉस्पिटलबद्दल लवकरच विश्वास निर्माण झाला. त्यांना रुग्णालयामध्ये योग्य उपचार मिळत होते. डॉ. रत्नमाला स्वतः अत्यंत गरीब घरातून आलेली होती. गरीब लोकांच्या भावना, त्यांची आर्थिक क्षमता याची ओळख असल्यामुळे ती त्यांच्याशी चटकन जवळीक साधे. सर्वांना डॉ. रत्नमाला आपल्या घरातील सदस्यच वाटे. तिचे रोगनिदान अचूक असे. औषधोपचार अल्प दरात आणि प्रभावी असत. आसपासच्या गावातील लोकांना एक आधार मिळाला. रुग्णालयास रुग्णांची कमतरता भासली नाही. हर एक प्रकारचे रुग्ण उपलब्ध असल्यामुळे डॉक्टरांच्या ज्ञानात भर पडत गेली. सतत आव्हाने झेलण्यास मिळाल्यामुळे डॉक्टर समुदायास उसंत मिळत नव्हती.

सर्व डॉक्टर्स नुकतेच अभ्यासक्रम संपवून सेवेत रुजू झाले होते. सर्व जण रत्नमालाचे वर्गमित्र होते. भूकंपाच्या वेळी सर्वांनी परिसर पाहिलेला होता. त्या वेळी रुग्णालय नव्हते. पुन्हा जेव्हा रुग्णालय पाहण्यासाठी आले, तेव्हा हिरव्यागार वनश्रीच्या पार्श्वभूमीवर अत्यंत सुंदररीत्या निर्माण केलेली अद्ययावत वास्तू पाहून ते तिच्या प्रेमात पडले. काही क्षणी पैसा, शहरातील सुखसोई आणि लहानसे गाव, भौतिक सुविधांची कमतरता अशी द्विधा अवस्था होणे स्वभाविक होते. डॉ. स्वामींना त्यांची दोलायमान अवस्था लक्षात आली होती. त्यांनी सर्वांशी बोलून इथे राहणे म्हणजे फार भौतिक सुविधांची अपेक्षा करणे चुकीचे असल्याचे स्पष्ट समजावले होते. तुमच्या मागणीप्रमाणे हळूहळू जास्तीत जास्त आणि शक्य असेल त्या सुविधा उपलब्ध करून देण्याचे आश्वासन दिले होते. सर्वांना जास्तीत जास्त आर्थिक उत्पन्न देण्याची सोय कशी करणार, हे सांगितले. सर्वांत जास्त महत्त्व अर्थात पेशंटला सर्वोत्तम सेवा देणे असल्याचे निक्षून बजावले होते. स्वामींचे संभाषण आणि वास्तववादी आश्वासन यामुळे डॉक्टर्स मंडळींचे समाधान झाले होते. प्रत्येकास स्वतंत्र आणि प्रशस्त बंगले दिले होते. सर्व जण अद्याप अविवाहित असल्यामुळे त्यांना मेसतर्फे उत्तम जेवण देण्याची सोय केली होती. रुग्णालयातील सर्व सेवकांना राहण्यासाठी इमारतीमध्ये छोट्या फ्लॅट्सची नाममात्र भाड्याने सोय केली होती.

सतत कामात गुंतून राहावे लागत असल्यामुळे सर्वांना इतर गोष्टींच्या कमतरतेची तेवढी जाणीव होत नसे. तसे सुटी घेऊन बेळगावी किंवा कोल्हापूर, निपाणी अशा शहरी वस्तीत जाणे सोईचे पडत असे. सर्वांची सतत निरनिराळ्या प्रकारच्या आजारी रुग्णांशी गाठ पडत असल्यामुळे, सतत आव्हाने स्वीकारावी लागत. अशा आव्हानांचा सामना करून त्यावर मात केल्यानंतरचे समाधान अवर्णनीय असे. रुग्णालयामध्ये बंगळूर-बेळगावी इथल्या प्रथितयश डॉक्टर्सची शिबिरे नियमित ठेवण्यात येत. त्यामुळे इथल्या डॉक्टर्सना मार्गदर्शन मिळे. प्रसिद्ध डॉक्टर्स काही अवघड रोग्यांवर केलेले उपचार तपासून स्थानिक डॉक्टर्सचे कौतुक करत. या सर्व घटना स्थानिक नवीन डॉक्टर्सचा उत्साह वाढवत.

डॉ. रत्नमालाच्या कक्षात तिची मैत्रीण प्रसूतिशास्त्रज्ञ डॉ. गिरीजा आली. नुकतीच डॉ. गिरिजाने एक अवघड प्रसूती अत्यंत कुशलतेने शस्त्रक्रियेविना यशस्वी केली होती. कामाचा ताण कमी करण्याच्या हेतूने ती रत्नमालाशी गप्पा मारण्यास आली होती. डॉ. गिरिजाशी गप्पा मारत डॉ. रत्नमाला रुग्ण तपासून औषध लिहून देत होती. साधारण अर्ध्या तासामध्ये सर्व रुग्ण तपासून डॉ. रत्नास उसंत मिळाली.

''बोल गिरिजा, बराच ताण आलेला दिसतोय. थांब मी कॉफी मागवते.'' डॉ. रत्नाने वॉर्डबॉयला मेसमधून कॉफी आणण्यासाठी पाठवले.

''रत्ना अद्यापही आपल्याकडे मुलींची लग्ने कमी वयात होतात. लग्न होऊ दे; परंतु लगेच तिने अपत्यास जन्म दिलाच पाहिजे, ही विचारधारा काही संपत नाही. आत्ताची मुलगी १९/२० वर्षांचीच. तिच्या गर्भात वाढलेले बाळही चांगलेच वजनदार. अगं, ३ किलो ७०० ग्रॅम वजन भरले. बाळ काही फिरले नव्हते गर्भाशयात; त्यामुळे फारच कठीण परिस्थिती झाली होती. आई होणारी वेदनेने तळमळत होती. बराच प्रयत्न करूनही काही उपयोग होईना. शेवटी सीझर करावे या निर्णयापर्यंत आले होते. त्यापूर्वी शेवटचा प्रयत्न करावा म्हणून फोर्सेप्स वापरला आणि महत्प्रयासाने ओढून काढले. चांगलाच दम लागला मला. सीझरशिवाय प्रसूती करण्याकडे माझा कल असल्यामुळे मलाच त्रास होतो.''

''गिरिजा, पण समाधान किती मिळते. हे बघ तसे आपण नवीनच आहोत. आपण आपणाजवळील सर्वोत्तम देण्याचा प्रयत्न करत असतो. सोप्या पद्धती आहेत; परंतु त्यासाठी पेशंटला आर्थिक झळ बसते. आपण पाहतच आहोत इथली परिस्थिती, आणि पेशंटची आर्थिक क्षमता दुबळी आहे. त्यामुळे आपणास त्रास होतो.''

''अगं तक्रार नाही गं! फक्त लोकांच्या अज्ञानाचे वाईट वाटते. तरी डॉ. स्वामीजी आपल्या प्रवचनातून सतत प्रबोधन करत असतात. त्यामुळे दाईकडून प्रसूती करून घेणे थांबले आहे. ही मुलगी जर दाईकडे गेली असती तर उद्याचा

दिवस पाहूच शकली नसती.''

तेवढ्यात त्या दोघींना शस्त्रक्रियानिपुण डॉ. कुशल येऊन मिळाला. हा त्यांचा नेहमीचा प्रघात झाला होता. दिवेलागणीच्या वेळी एकत्र बसायचे आणि दिवसभराचा आढावा घ्यायचा. काही कमतरता असेल तर डॉ. रत्नमालास कल्पना द्यायची. रुग्णालयाच्या व्यवस्थेसाठी डॉ. स्वामींनी रावसाहेब भिमदे यांना मार्गदर्शक म्हणून लक्ष देण्याची विनंती केली होती. ते कारखान्याकडे आले की रुग्णालयात येऊन जात. दर १५ दिवसांनी सर्व डॉक्टर्स आणि त्यांचा सहकारी वर्ग यांच्याशी संवाद करत. सर्वांच्या म्हणण्याचा आशय लक्षात घेऊन शक्य त्या उपाययोजना करत. डॉ. मणिभद्र नेहमी रुग्णालयात फेरी टाकत. ते डॉक्टर्सपेक्षा रुग्णांमध्ये जास्त रममाण होत. त्यांच्या अडचणी समजावून घेऊन त्यांना धीर देत. स्वामी आपली चौकशी करतात, हे रुग्णांना फार समाधान देऊन जाई.

''काय डॉ. कुशल, आज काही विशेष?'' डॉ. रत्नाने विचारले.

''डॉ. रत्ना, विशेष काही नाही, नेहमीचेच. आज तसे आव्हानात्मक फारसे नव्हते. काल मात्र त्या करिअप्पाचे ऑपरेशन खूपच क्लिष्ट होते. एक तर वार्धक्य, त्यात प्रोस्टेटमध्ये कॅन्सरची शक्यता. रक्त पुरेसे उपलब्ध नव्हते. वाटत होते एक बॉटल पुरणार नाही. दुसरी मिळाली नाही. फार झटपट आणि सुरक्षित शस्त्रक्रिया करण्याची आवश्यकता होती. जास्त वेळ भूल देणे अवघड होते. अक्षरशः घड्याळाकडे बघत आटोपले. मला वाटते जरी कॅन्सरची लक्षणे असली तरी सेल्स बॉडीत पसरल्या नसाव्यात आणि शक्य तेवढा लवकर ट्यूमर काढला गेला.''

डॉ. रत्ना म्हणाली, ''कुशल, तुला सर्जरीमध्ये सर्वोत्तम गुण मिळाले आहेत. त्यामुळे ही अवघड शस्त्रक्रिया तू सहज करू शकलास.''

''मॅडम, काय उपयोग त्या गुणांचा. जोपर्यंत तू ओके म्हणत नाहीस तोपर्यंत शस्त्रक्रिया करता येते का? शेवटी तू होय म्हणालीस तरच आम्ही शस्त्र हातात घेणार.''

डॉ. कुशल घरचा अत्यंत धनवान होता. त्याचे वडील अहमदनगर शहरातील नामवंत डॉक्टर होते. आईसुद्धा प्रसिद्ध नेत्ररोगतज्ज्ञ होती. दोघांची इच्छा होती की कुशलने आपल्या सोबत राहावे आणि सतत पैसा ओढावा. रुग्णांचा दोघांवरही विश्वास होता. परंतु दोघेही पैसा शब्द प्रमाण मानत. कुशलला ते सर्व आवडत नसे. शिवाय, रत्नाविषयी त्याला काही विशेष वाटे. रत्नासही तशी पुसट शंका होती. आपण मागासवगीर्य, कुशल उच्चवर्णीय, त्यामुळे ती दुर्लक्ष करीत असे. सर्व सोडून हा केवळ आपणामुळे इथे आला. रत्नाला वाटत होते, खेडेगावामध्ये भौतिक सुखाच्या कमतरतेमुळे हा काही रमणार नाही. तू येणार का राणीहळ्ळीस असे विचारणे तिला प्रशस्त वाटत नव्हते; पण नाही विचारणेही बरे दिसले नसते. केवळ

उपचार म्हणून तिने येण्याविषयी विचारले. डॉ. कुशल सहज येण्यास तयार झाला. इतका उत्तम सर्जन सहकारी मिळाल्यामुळे डॉ. रत्नास आनंद झाला. आता त्याला टाळणे शक्य नव्हते.

"कुशल, तुझे बोलणे नेहमी वक्रोक्तीपूर्ण असते."

"रत्ना, माझे बोलणे चुकीचे आहे का? जोपर्यंत एम.डी. सांगत नाहीत तोपर्यंत सर्जन काही करू शकत नाही. हा नियम आपणा सर्वांनाच माहिती आहे. तेव्हा यात वावगे काही आहे?"

"कुशल, नियम वगैरे "....... रत्ना त्याला उत्तर देणार तेवढ्यात नर्स परवानगी न घेता घाईने आत आली.

"डॉ. गिरिजा, ती सरिता आणि तिची आई रूममध्ये नाहीत."

डॉ. गिरिजा ताड्कन उभी राहिली. "अगं अजून एक तासही झाला नाही तिच्या प्रसूतीस, कोठे जाईल ती? बघ, बाथरूमला गेली असेल."

"डॉक्टर सर्व जण हुडकत आहेत तिला, परंतु ती नाही दवाखान्यात."

"चल आपण पाहू." तिघेही नर्ससोबत गडबडीने निघाले. रूममध्ये आल्यानंतर त्यांना दिसले रूममध्ये सर्व सामान होते. पाळण्यात तासापूर्वी जगामध्ये आलेले गुटगुटीत बाळ मुठी आवळून शांत पहुडले होते. बाळाची आई आणि आजी दोघी नव्हत्या. डॉ. कुशलने तपासणी केली. सामान जुजबी आणि फसवे होते. त्यामध्ये पत्ता शोधण्याचा संदर्भ सापडला नाही.

"डॉ. गिरिजा, तू त्या दोघींना पाहिले असशील"

"नाही डॉ. कुशल, दोघींना नाही; फक्त सरिता नावाच्या मुलीला पाहिले. तिच्या आईने आपला चेहरा दिसणार नाही अशी दक्षता बाळगली होती. सरितानेही तोंड झाकून घेतले होते. परंतु प्रसूतीच्या वेळी नाइलाज म्हणून चेहरा उघडला असावा. आता माझ्या लक्षात येते." डॉ. गिरिजा म्हणाली.

"इथे आल्यानंतर नोंदणी केली असेलच " डॉ. रत्नमालाने विचारले.

"मॅडम, इथे येतानाच तिला असह्य वेदना होत होत्या. आधी प्रसूतिगृहात पाठवले आणि डॉ. गिरिजा मॅडमना कल्पना दिली. त्या म्हणाल्या, नोंदणी नंतर करू; आधी पेशंटला पाहते. नंतर नोंदणी करून घ्यावी या हेतूने रूममध्ये आले तर इथे कोणीच नव्हते." रजिस्टर लिहिणाऱ्या मुलीने सांगितले. ती कमालीची घाबरली होती.

डॉ. रत्नमालाने तिच्या खांद्यावर हात ठेवला आणि शांतपणे म्हणाली, "नंदा, तू घाबरू नको. जा तुझ्या कामाला."

नंतर म्हणाली, "डॉक्टर, आपण टेक्निशियनला कॅमेऱ्याचे फूटेज तपासण्यास सांगू. कॅमेऱ्यामध्ये त्यांचे चेहरे आले असतील."

सर्वांनी फुटेज पाहिले. सरिता आणि तिच्या सोबत असणाऱ्या स्त्रीने आपले चेहरे दिसणार नाहीत, हे पुरेपूर पाहिले होते. त्यांना कल्पना होती की दवाखान्यात कॅमेरे लावले आहेत. त्यांनी खेडुतासारखा वेष घातला होता; परंतु त्या खेड्यातील नसाव्यात. फक्त प्रसूतिगृहात सरिता म्हणणाऱ्या मुलीचा चेहरा तिथे असणाऱ्यांनी पाहिला होता. हॉस्पिटलबाहेरील कॅमेऱ्यातील चित्रफीत पाहताना त्यांना दिसले, अर्ध्या तासापूर्वी त्या दोघी गडबडीने पांढऱ्या स्विफ्ट कारमध्ये बसल्या आणि निघून गेल्या. कारच्या नंबरप्लेटवर चिखल लावला होता, त्यामुळे कारचा नंबर दिसत नव्हता. त्या अत्यंत निर्दयपणे इवल्याशा मुलाला दवाखान्यात टाकून निघून गेल्या होत्या.

डॉक्टरांची मतीच गुंग झाली. आई इतकी निर्दयी असू शकते? हा गर्भ अनैतिक संबंधातून राहिला असावा. खेड्यातील दवाखाना- तोही काही वर्षांपूर्वी सुरू झालेला हेरून बाळंतपणासाठी निवडला होता. माणसे अडाणी नसून, धूर्त होती. कारमध्ये बसलेली व्यक्ती कारमधून क्षणभरही बाहेर आली नव्हती. योजना अत्यंत पद्धतशीरपणे आखलेली होती.

डॉ. रत्नमाला धक्क्यातून बाहेर आली. तिने वॉर्ड बॉयला गावात जाऊन पोलीस पाटलास पुढे घालून घेऊन येण्यास सांगितले.

डॉ. गिरिजा हतबल झाली होती. इतक्या लहान बाळाचे पुढे काय? प्रश्न उभा राहिला. मानवी स्वभावाचा हा अनोखा पैलू पाहण्यास मिळत होता.

डॉ. रत्नमालाने रावसाहेबांना आणि डॉ. स्वामींना त्वरित दवाखान्यात येण्याची विनंती केली.

दवाखान्यामध्ये छोटासा पण अद्ययावत कॉन्फरन्स हॉल होता. सर्व डॉक्टर्स आणि प्रमुख नर्स शिलावती जमले. रावसाहेब भिमदे आणि डॉ. स्वामींची सर्व जण वाट पाहत होते.

''डॉ. रत्ना, या मुलीच्या भानगडीतून हे मूल जन्माला आले असावे किंवा घरातल्याच कोणीतरी मुलीला फशी पाडले असावे. कार घेऊन आले म्हणजे मंडळी पैसेवाली असावीत. मुलीला मोकळे करणे, इतकाच हेतू असावा.''

''डॉ. कुशल, शक्यता अनेक असू शकतात. मुलीचे लग्न झाले असेल, सासरची लोकं चांगली नसतील म्हणून पुन्हा परत पाठवले नसेल; नंतर समजले असेल आता ती गरोदर राहिली आहे. पुन्हा पाठवण्याचा प्रयत्न केला; परंतु मुलाकडील माणसांनी स्वीकारले नसेल. आणखी असेही असू शकते, तिचे लग्न झाले असेल; परंतु अचानक नवरा निधन पावला असेल. मुलीपुढे आयुष्याचा प्रश्न असेल. अरे, आपल्याकडे मुलीला जन्मभर सांभाळण्याची आई-वडिलांची मानसिकता नसते.''

"डॉ. रत्ना आणि डॉ. कुशल शक्यतेचा विषय सोडा, जरा वस्तुस्थितीकडे बघा. आपण शोध घेऊ; परंतु शक्यता धूसरसुद्धा नाही. इतक्या झटपट निघून गेले म्हणजे पुरेपूर काळजी घेऊनच त्यांनी योजना आखली असणार. कारमध्ये असणारी व्यक्ती जवळजवळ तीन तासांपर्यंत बाहेर आलेली नाही. या बाळाचे काय? मोठा गहन प्रश्न आहे.'' डॉ. गिरिजा म्हणाली.

"डॉ. गिरिजा, गेली दोन वर्षे आयुष्य अत्यंत चाकोरीबद्ध आणि रुळल्यासारखे झाले होते. जरा धमाल पाहिजे होती ती मिळाली.''

"डॉ. वरुण, तुम्हाला कोणत्याही घटनेत धमाल वाटते. प्रसंग काय तू बोलतोस काय?'' डॉ. गिरिजा चिडून बोलली.

"गिरिजा, चेहरे गंभीर किंवा दुःखी करून बसल्यामुळे प्रश्न सुटतात काय? अरे! प्रसंगाला भिडले पाहिजे. मी तुला भविष्य सांगतो, तू नेहमी साध्या साध्या प्रश्नांना घाबरतेस. हे बाळ तुझ्याच गळ्यात पडते की नाही ते बघ. बस सांभाळत. भावी जीवनाचा सराव म्हणायचा.''

"वरुण, का नेहमी छळत असतोस रे गिरिजाला? ती खूप संवेदनशील आहे.'' डॉ. समीर म्हणाला.

डॉ. रत्नाने सर्वांना दरडावले,'' गप्प बसा रे! जरा विचार करा पुढे काय करायचे ते.''

तेवढ्यात डॉ. स्वामीजी आणि रावसाहेब आले. डॉ. रत्नाने सर्व घटना दोघांना सांगितली. हॉलमधील पडद्यावर चित्रफीतही दाखवली. घटनेचा परामर्श घेऊन स्वामी म्हणाले, "एकंदरीत घटना गंभीर आहे. त्या माणसांनी अत्यंत जाणीवपूर्वक हे सर्व केले आहे. त्यांचा तपास लावणे अवघड आहे. आम्ही पोलीस कमिशनरांना लक्ष घालण्याची विनंती करतो. बाळाला त्यांच्या हवाली करून आपली सोडवणूक सहज होईल. ते काय करतील? या तान्ह्या जीवाला एखाद्या अनाथालयाच्या हवाली करून मोकळे होतील. परंतु माणूस म्हणून योग्य नाही वाटत. या नवजात शिशूची पहिले तीन महिने काळजी घेणे आवश्यक वाटते. त्याला आईच्या दुधाची अत्यंत गरज आहे. डॉ. गिरिजा आम्ही म्हणतो ते ठीक आहे ना?''

डॉ. गिरिजासह सर्वांच्या नजरा डॉ. वरुणकडे वळाल्या. तो मात्र जाणीवपूर्वक गंभीर चेहरा करून बसला.

"होय स्वामीजी, आईच्या दुधाची सोय करता येण्यासारखी आहे.''

"शिलावती, तुम्ही इथल्या प्रमुख परिचारिका आहात. तुम्ही तुमच्या सहकाऱ्यांच्या साहाय्याने या बाळाची व्यवस्था पाहण्यास तयार आहात का? जर तुम्हाला अडचणीचे वाटत असेल तर तसे सांगा म्हणजे दुसरी काही सोय करता येईल.

"स्वामीजी, आपण मला या कामासाठी सांगितले, हाच मी माझा बहुमान समजते. आपण सांगाल ते काम करणे माझे सौभाग्य आहे." हात जोडून शिलावती सद्गदित होऊन म्हणाली.

शिलावतीचे उद्ध्वस्त झालेले जीवन स्वामींनी सावरण्यास मदत केली असल्यामुळे तिला स्वामीजींविषयी फार आदर होता.

"सर्व जण लक्षात ठेवा, कर्तव्य म्हणून काही करण्यापेक्षा स्नेहानं ते कार्य केलं, तर त्याच्यासारखा दुसरा आनंद नाही. या बाळाची व्यवस्था लवकरच होईल. रावसाहेब, परवा हुबळीचे व्यापारी रमणलाल बाहिजा आले होते. नवरा-बायको फार दुःखी आहेत. कात्यायिनीच्या दर्शनाने शांती मिळेल असे वाटत होते. त्यांनी ते सांगितले त्यामुळे आम्हीही अस्वस्थ आहोत. दोघांना अपत्य नव्हते. सर्व उपचार करून झाले; पण उपयोग झाला नाही. शेवटी वयाच्या चाळिसाव्या वर्षी त्यांनी एक सहा-सात महिन्यांचे बालक दत्तक घेतले. त्यांच्या प्रेमामुळे आणि संस्कारामुळे त्याचे उत्तम संगोपन झाले. वयाच्या अठराव्या वर्षी रमणलालनी मुलास सत्य सांगितले. तेव्हा तो मुलगा म्हणाला, 'माझ्या जन्मदात्या आई-बापांनी मला अनाथ करून उपकारच केले आहेत. त्यामुळे तर तुमच्यासारखे इतके चांगले आई-वडील मिळाले.' दोन महिन्यांपूर्वी त्या मुलाचा अपघाती मृत्यू झाला. रमणलालनी त्याला वाचवण्यासाठी पाण्यासारखा पैसा खर्च केला; परंतु उपयोग झाला नाही. मरण पावताना मुलाने रमणलाल यांना सांगितले, 'बाबा अनाथ मुलांसाठी काहीतरी करा.' खूपच हृदयास पीळ पाडणारी घटना.

रमणलाल म्हणत होते, देवीने मला निपुत्रिक म्हणून पाठवले. मी देवीच्या इच्छेचा अवमान केला. दत्तक पुत्र मिळवून समाधानी होतो; परंतु तिच्या इच्छेशिवाय या जगात काहीच शक्य नाही. फार खचले होते. इतकी संपत्ती असूनही मी सुखाचा एक कणही विकत घेऊ शकत नाही. आम्हाला विनंती केली, की आपण अनाथाश्रम सुरू करा. पैसा जितका पाहिजे तितका देतो म्हणाले. आत्ताच रुग्णालयाचा व्याप सुरू केला असल्यामुळे लगेच दुसरी जबाबदारी स्वीकारण्यास साशंक होतो. योगायोगाचे आश्चर्य वाटते. रावसाहेब, काय म्हणायचे याला?"

"स्वामी, जगाच्या कल्याणा संतांच्या विभूती; दुसरे काय?" रावसाहेबांनी उत्तर दिले

"डॉ. रत्नमाला, काही दिवसांमध्ये या बाळाची व्यवस्था करू. तोपर्यंत डॉ. गिरिजा आणि शिलावती लक्ष देतील. याचे आई-वडील मिळाले तर उत्तमच. प्रयत्न करू."

स्वामींच्या बोलण्यावर विषय तात्पुरता संपला.

स्वामीजी आणि रावसाहेब निघून जाताच हास्याचा स्फोट झाला. वरुणचे

भविष्य तंतोतंत खरे झाले होते. तिरिमिरीत डॉ. गिरिजा उठली आणि वरुणच्या पाठीवर धपके मारू लागली. "तुझे तोंडच वाईट आहे. का माझ्याच मागे लागतो?"

"ए, तू काय स्वप्नसुंदरी आहेस का तुझ्या मागे लागायला? वासुदेवसुद्धा तुझ्या पाठीमागे येणार नाही." वरुणला संधी मिळाली होती.

डॉ. रत्ना म्हणाली, " अरे आता आपणास बाळ झाले आहे, तेव्हा थोडेतरी गंभीर व्हा."

पाय आपटत डॉ. गिरिजा म्हणाली, "रत्ना तूसुद्धा?" हास्याचे फवारे उडत राहिले. गंभीर प्रश्नावर सर्वांचे हे उत्तर असे.

फक्त दोन महिन्यांच्या कालावधीत डॉ. स्वामींच्या निरीक्षणाखाली 'सद्निवास' नावाने अनाथ मुलांसाठी आहे त्या वास्तूमध्ये सोय करण्यात आली. तालुका आणि जिल्हास्तरीय परवानगी घेतली. डॉ. स्वामी अनाथांसाठी उभे राहिले, हे समजल्यानंतर तहसीलदार, पोलीस अधीक्षक आणि जिल्हाधिकारी यांनी आवर्जून गरजू अनाथ बालकांना डॉ. स्वामींच्या परवानगीने 'सद्निवासात' पाठवण्यास सुरुवात केली. लहानपणी पळवून आणून अपंग करून भिक्षा मागण्यास तयार केलेली मुले, वेश्या वस्तीतील देशाच्या विविध भागांतून पळवून आणलेल्या, पैसे मोजून आणलेल्या लहान मुली, आत्महत्या करून मुलांना वाऱ्यावर सोडलेले अश्या अनेक प्रकारच्या मुलामुलींनी 'सद्निवास' काही दिवसांत भरून गेले. सद्भावना आणि सद्विवेक असणाऱ्या सर्वांना हेलावून टाकणारे समाजचित्र दिसत होते. डॉ. मणिभद्र स्वामींना 'अनाथ' या नावाची व्याख्या नव्याने समजली. इतके विदारक वास्तव कल्पनेपेक्षा भयानक होते. शेवटी स्वामींना सर्वांना सांगावे लागले, 'कृपया आता नवीन अनाथांना पाठवू नका.' असे सांगताना त्यांना क्लेश होत होते. पण आभाळच फाटलेले, ठिगळ तरी लावणार कोठे आणि कसे, प्रश्न होताच.

डॉ. स्वामींना सर्वांत जास्त जिव्हाळा या अनाथ, अश्राप मुला-मुलींविषयी वाटू लागला. ते आपला जास्तीत जास्त वेळ या मुलांसमवेत घालवत. अपंग मुलांना सर्वोत्तम सेवा देण्यासाठी ते विशेष दक्ष असत.

सर्वांच्या फिरक्या घेणाऱ्या डॉ. वरुणमध्ये आमूलाग्र बदल झाला. त्याने प्रतिज्ञा केली की मी आजन्म या 'सद्निवासातच' जीवन व्यतीत करणार. रुग्णालयातील अपघात विभागाचे काम व्यवस्थितरीत्या करून तो सतत या मुलांच्या सान्निध्यात राहू लागला. आपलेच भाईबंद इतक्या निर्दयपणे अजाण मुलांना पळवून त्यांचा फक्त पैशासाठी उपयोग करतात. डॉ. वरुणच्या तरुण रक्तास उकळ्या फुटत, पण त्या विरून जात. कोणास जबाबदार धरणार? डॉ. गिरिजाने वरुणमधली माणुसकी बघितली. ती भारावून गेली आणि त्याच्यामागे उभी राहिली.

डॉ. मणिभद्र स्वामी सर्व मुला-मुलींचा स्वामीबाबा झाला होता. जेव्हा स्वामीबाबा

सद्निवासात येत, तेव्हा सर्व मुले वेगाने धावत त्यांना बिलगण्यासाठी येत. सर्वांत वेगवान असे मितू नावाची ७ वर्षांची मुलगी. ढुंगणाच्या साहाय्याने शरीर फरफटत ती सर्वांच्या पुढे असे. स्वामींचे लक्ष मितूकडे असे. ते वेगाने पुढे येऊन मितूला उचलून कडेवर घेत आणि म्हणत, ''मितू जिंकली.'' या एका वाक्याने मितालीला स्वर्गप्राप्तीचा आनंद होई. जेव्हा ती सद्निवासात आली, तेव्हा फार मलूल आणि निस्तेज होती. पाय अधू झालेले. खरडत चालणे असह्य होई. डॉ. स्वामींनी अस्थिरोगतज्ज्ञ डॉ. वरुणला तिला तपासण्यास सांगितले. जेव्हा वरुणने तिला तपासले तेव्हा तो अक्षरशः हादरून गेला. ही अत्यंत रूपवान मुलगी कोणीतरी पळवून आणली होती. तिच्याशी संवाद करताना समजले, की तिच्या पायावर लाकडी दंडुक्याने प्रहार करून तिच्या गुडघ्याखालील हाडांचा चुरा करण्यात आला होता. नंतर तिला रस्त्यावर भीक मागण्यास सोडून भाईजान नावाचा राक्षस पहारा करी. इतक्या सुंदर पण हतबल मुलीस पाहून सर्वांत जास्त भीक तिला मिळे. मितूचे नशीब बलवत्तर ! पोलीस निरीक्षकासमोर भीक मागत असताना त्यांना संशय आला. त्यांनी चौकशी करताच वस्तुस्थिती लक्षात आली. त्यांनी तिला उचलून जीपमध्ये ठेवले आणि सद्निवासात आणून सोडले. डॉ. वरुणने मितूला स्वतःच्या पायांवर उभे करण्याचा निश्चय केला होता. शक्यता ३०% इतकीच होती. डॉ. वरुणला वाटत होते, लहान वय असल्यामुळे ती उपचारास प्रतिसाद देईल. तिच्या दोन्ही पायांची अनेक ऑपरेशन्स करणे आवश्यक होते. डॉ. वरुणने प्रथम तिच्याशी मैत्री करून विश्वास मिळवला. त्यामुळे वरुणला त्याचे सर्व वैद्यकीय ज्ञान पणास लावावे लागणार होते, शिवाय उपचाराचा कालावधी दीर्घ होता.

रमा आणि भगत हे वर्षाच्या आतील बहीण-भाऊ. त्यांची गोष्ट अत्यंत दुःखद होती. आई-वडिलांच्या प्रेताजवळ रडताना ती मुले सापडली. आई-वडील कोण ? तपास करूनही काहीच समजले नव्हते. शिक्षणाचा गंधही नसल्यामुळे मुलांकडून काही कळले नाही.

इथे असणाऱ्या प्रत्येकाची स्वतंत्र आणि दुःखद कहाणी होती. डॉ. मणिभद्र स्वामी त्यांना वात्सल्य देण्यात अंतःकरणापासून प्रयत्न करत. त्यांनी लवकरच रुग्णालयाच्या आवारातच सुंदर वास्तू उभी केली. त्या वास्तूमध्ये विविध वयोगटाची गरज आणि भविष्यात लागणाऱ्या बाबींचा विचार करून सोयी करवून घेतल्या होत्या. सतत देखरेख असावी म्हणून महिला अधीक्षकाची नेमणूक केली. डॉ. स्वामी नेहमी सद्निवासात असत त्यामुळे निवासातील मुलांची हेळसांड होण्याची शक्यता नव्हती. मुलांच्या शिक्षणाची सोय स्थानिक शाळेतून केली होती. सद्निवासातील मुलांची मागणी स्वामी स्वतः विचारून घेत आणि त्याची पूर्तता करत.

८२

“काय रत्नाम्मा, आज अचानक मठामध्ये?”

“स्वामीभय्या, कामच तसे निघाले. काल मॅडमचा फोन आला होता. माईंना श्वसनाचा त्रास जाणवत आहे. त्यांनी कोल्हापुरातील अनेक डॉक्टर्सना दाखवले. प्रत्येक जण वेगवेगळी औषधे देतात. काही दिवस बरे असते, पुन्हा त्रास सुरू होतो. मॅडम म्हणत होत्या जवळजवळ सहा महिने झाले; परंतु फार फरक दिसत नाही. तूच एकदा तपासून पाहा.”

“ रत्नाम्मा या वर्षी थंडी फार पडली आहे. शिवाय माईंचे वय ६५ वर्षांपेक्षा जास्त आहे. प्रतिकारशक्ती कमी झाली असेल, त्यामुळे वेळ लागत असणार. तुम्ही जाऊन तपासून या.”

“स्वामीभय्या तुम्ही म्हणता तसेच असेल. मी माईंना तपासून येते. आल्यानंतर सविस्तर कल्पना देते.”

“माईंची काळजी घ्या. काही गंभीर नसणार; परंतु तसे असल्यास सर्वोत्तम उपाय करा. अर्थात, तुम्हाला सांगण्याची गरज नाही. मॅडमना फक्त माईंचाच आधार आहे.”

“स्वामीभय्या इतके भावुक होण्याची आवश्यकता नाही. वैद्यकीय शास्त्र इतके प्रगत झाले आहे की बरेचसे आजार आता आटोक्यात आले आहेत. फक्त तुम्हाला कल्पना देण्यासाठी आले होते.”

“रत्नाम्मा तुमचा ग्रुप खूप छान रमला इथे. आता ३ वर्षांपेक्षा जास्त कालावधी झाला आहे. दुसरीकडे जाण्याचा विषय डोक्यात येत नाही?”

“स्वामीभय्या, इथे सर्वांना संपूर्ण मोकळीक मिळते. सतत नवीन प्रकारच्या समस्या येत राहतात. बुद्धीस चालना मिळत असते. आम्हा सर्वांना आव्हानांचा सामना करणे आवडते. आम्हा सर्वांची मैत्री पूर्वीपासूनच होती. इथे आल्यामुळे आणखीन घट्ट झाली आहे. आता मात्र काही दिवसांनी कदाचित फरक पडण्याची शक्यता आहे.”

“ का फरक पडेल?”

“स्वामीभय्या, आता सर्वांना लग्नाविषयी विचारणा होत असते. नवीन जोडीदार इथे रुळतीलच, असे कसे सांगता येईल?”

“हो, तुम्ही म्हणता ते बरोबर आहे. म्हणजे आपणास आता नवीन डॉक्टर्स पाहावे लागतील. आम्हाला हा विचार आतापर्यंत सुचला नाही. तुमचे काय? तुमच्या घरातील लोकसुद्धा तुम्हास लग्नाविषयी विचारत असणारच.”

“भय्या मागील दोन वर्षांपासून सतत विचारत आहेत. मलाही विचार करावा

लागणार. राणीहळ्ळी सोडून जाण्याचा माझा विचारच नाही. इथे माझ्यासोबत राहू इच्छिणारीच व्यक्ती मी पाहणार आहे. ती व्यक्ती डॉक्टर असावी ही इच्छा आहे, परंतु आमच्या समाजात डॉक्टर माणूस अभावानेच मिळतो. माझी गाडी इथेच अडली आहे. शेवटी डॉक्टर मुलगा नाही मिळाल्यास इतर कोणत्याही क्षेत्रातील व्यक्ती स्वीकारावी लागेल; फक्त शिक्षण चांगले असावे.''

"छान! म्हणजे तुम्ही इथेच राहणार. आनंद वाटला. मध्यंतरी आम्हालाही प्रश्न पडत असे- तुम्ही मुले इथे कायम राहणार नाहीत. तुम्ही लग्नानंतर निघून जाणार असे वाटत होते. एवढा मोठा पसारा वाढवून ठेवला तो सांभाळणे तुमच्याशिवाय अवघड वाटत होते. तुमच्या बोलण्याने आश्वस्त झालो आहोत.''

"डॉ. गिरिजा आणि डॉ. वरुणही राणीहळ्ळी सोडणार नाहीत. त्या दोघांचा लग्न करण्याचा विचार आहे. वरुण सद्निवासात चांगलाच गुंतत चालला आहे. गिरिजाही त्याच्यासोबत इथेच राहणार आहे. कुशल आणि समीरचे निश्चित सांगता येत नाही. भविष्याच्या उदरात काय लपलेले आहे ते सांगणे शक्य नाही. आम्ही तिघे मात्र इथेच असणार आहोत.''

"डॉ. कुशल फार उत्तम सर्जन आहेत. त्यांचे नाव बेळगावी, हुबळी, धारवाडपर्यंत माहीत झाले आहे. शस्त्रक्रियेसाठी फार दूरवरील माणसे येत आहेत. अनेक डॉक्टर्स त्यांचे रुग्ण आवर्जून इथे पाठवतात. आमच्या डोक्यात नेहमी विचार येतात, त्यांना प्रसिद्धी मिळत आहे, त्यांचे आई आणि वडील दोघेही नामवंत डॉक्टर्स आहेत. त्यांना परंपरागत स्वतःच्या रुग्णालयाची उपलब्धता आहे. ते इथे राहणे कठीण वाटते.''

"कुशल जाणं शक्य नाही.'' डॉ. रत्नमाला अचानक तीव्रतेने बोलली. नंतर ती चपापली आणि म्हणाली, "म्हणजे तो इथं रुळला आहे, म्हणून वाटतं.''

"रत्नाम्मा, तुम्ही इतक्या खात्रीनं कसं सांगू शकता?''

"होय स्वामीभय्या. दुसऱ्याविषयी इतक्या खात्रीनं सांगणं अवघडच! बरं, मी निघते, आल्यानंतर भेट घेते.'' डॉ. रत्नाने विषय संपवला. ती रुग्णालयात परतली.

डॉ. वरुण मितालीच्या बेडवर बसून तिच्या पायांच्या हालचाली तपासत होता. तेवढ्यात गिरिजा त्याच्याकडे आली.

"वरुण, किती फरक पडला आहे? गेली १ ते १॥ वर्ष तू ट्रीटमेंट देत आहेस. मितू मुक्तपणे चालू शकेल?''

"गिरिजा, तिच्या पिंढरीच्या हाडाची तोडल्यानंतर वेडीवाकडी वाढ झाली होती. मी तीन वेळा ती वाढ सरळ आणि व्यवस्थित होण्यासाठी शस्त्रक्रिया केली. जवळजवळ ८०% नॉर्मल झाली आहेत. थोडा वाकडेपणा राहिला आहे तो तसाच राहणार. आता गुडघ्याच्या वाट्यांकडे लक्ष देणार आहे. त्या जर दुरुस्त करण्यात

५०% यश मिळाले तरी खूप चांगले. निदान ती उभी राहू शकेल. कुबड्या घेऊन का होईना, ती चालू लागली तरी मला बरे वाटेल. इतक्या लहान मुलीची शस्त्रक्रिया तरी किती वेळा करणार? फार वेदना होतात मला.''

''अरे, डॉक्टरने असे रुग्णांमध्ये गुंतून राहायचे नसते. त्यामुळे आत्मविश्वास कमी होतो.''

''गिरिजा, ही मुलगी इतकी लोभस आहे की विचारू नकोस. बघ ती किती निरागसपणे हसते. कार्तीने फारच जीव लावला आहे. गिरिजा, अलीकडे माझ्या डोक्यात असा विचार येत आहे की आपण हिला दत्तक घेऊन तिचे संगोपन करावे. तुला आवडेल का?''

''आता तुला पत्करण्याचे ठरवलेच आहे, तेव्हा तुझे सगळे मान्य असायला पाहिजे.''

''गिरिजा, इच्छा नसताना केवळ माझ्यामुळे चालेल असे नको.''

''अरे! गमतीने बोलले. इतक्या गंभीरपणे घेऊ नकोस. आपण या लहानश्या गावात का आलो? आपणास इथला परिसर, इथली माणसे आवडली म्हणूनच ना? या रुग्णालयाच्या प्रेमात पडलो आहोत. इतके झटतो आपण, हे काही इच्छा नाही म्हणून का? अरे, पूर्वीचा धमाल करणारा वरुण हरवला आहे. म्हणून विचार केला आपणच जरा गंमत करावी.''

''अगं, या अनाथ मुलांच्या अगतिकतेकडे पाहून मी पूर्ण बदललो आहे. बिचाऱ्यांचा दोष काय?''

''वरुण आता ती बिचारी नाहीत. तू पाहतोस ना स्वामी किती जपतात या फुलांना.''

''स्वामींबद्दल काय बोलावे? इतका अभ्यासू आणि ज्ञानी माणूस, समाजातील विविध घटकांसाठी किती तळमळीने झटत असतात. लोकसुद्धा किती आदराने आणि विश्वासाने त्यांच्याकडे पाहतात, धन्य वाटते. आपण त्यांच्या दृष्टीने फार सामान्य आहोत. रामाच्या सेतुबंधनात आपला खारीचा जरी वाटा घालता आला तरी पुरे.''

''वरुण, आज रत्नाने स्वामीजींना आपण लग्न करणार याची कल्पना दिली आहे.''

''चांगली गोष्ट आहे. आपण लवकरच मठामध्ये जाऊन त्यांचे आशीर्वाद घेऊ. त्यांना मुहूर्त विचारून कात्यायिनीच्यासमोरच विवाह करू.''

डॉ. कुशल रत्नमालाच्या कक्षात नेहमीप्रमाणे आला.

''रत्ना, तू उद्या कोल्हापूरला जाणार आहेस?''

''हो, डॉ. नभा मॅडमच्या आईंना बरे वाटत नाही. त्यांनी बऱ्याच ठिकाणी

दाखवले; परंतु गुण नाही. मॅडम म्हणत होत्या की मी त्यांना तपासावे.''

कुशलने उत्तर दिले नाही. तो शांत बसून राहिला.

रत्नाने विचारले, ''एवढा शांतपणे बसून राहिला आहेस.''

''विचार करत आहे.''

''कसला विचार?''

''नगरला जावे असे वाटत आहे. तिथे आमचा दवाखाना आहेच. तुला तर सर्व माहिती आहेच.''

डॉ. रत्नमालास चांगलाच धक्का बसला. तिचा चेहरा उतरला.

''का गं? तुला आवडला नाही निर्णय?''

'' कुशल, निर्णय तुझा आहे. तुझा इतक्या दिवसांचा सहवास. तुटताना वेदना होणारच.''

''माझा सहवास?'' कुशलने दीर्घ उसासा टाकला.

''म्हणजे किती वर्ष आपण एकत्र आहोत. इथे छान रुळलो आहोत. आधी मला वाटतंच नव्हते की तू शहरी सुखसोई सोडून इथे येशील.''

''रत्ना, तुझे काम झाले असेल तर जरा बाहेर फिरून येऊ.''

रत्ना निमूटपणे त्याच्यासोबत निघाली. तिला वाटत नव्हते की कुशल इतक्या तडकाफडकी निघून जाण्याची भाषा करेल. दोघे संथपणे माळरानावर चालू लागले. अद्याप दिवस मावळला नव्हता. संध्याकाळचा काळोख हळुवारपणे येत होता.

''रत्ना मी का आलो माहीत आहे तुला?''

रत्ना गप्पच राहिली.

''हे तुझे गप्प राहणे डोक्यात भिनते माझ्या. मी प्रत्यक्ष- अप्रत्यक्ष माझे म्हणणे खूप वेळा सांगितले. तुझे उत्तर ठरलेले. गप्प राहणे. आता माझी सहनशीलता संपली आहे. तू समोर असतेस म्हणून नियंत्रण ठेवत होतो. तू माझा थोडासुद्धा विचार करत नाहीस.''

रत्ना तरीही गप्पच राहिली.

कुशलने तिच्या दंडास धरून हलवले, ''अगं निर्दयी बाई, बोल काहीतरी बोल! तुला माझ्याबद्दल काहीच वाटत नाही का?''

''कुशल आपण इथे बसू.'' बसल्यानंतर रत्ना बोलू लागली. ''मी माणूस नाही का रे? मला भावना नाहीत का? तू खूप वेळा सांगितले. मला काही वाटत नसेल? आजच स्वामीभय्या म्हणत होते 'कुशल अत्यंत निष्णात सर्जन आहेत. त्यांच्या समोर फार मोठी संधी आहे. ते फार दिवस इथे राहणार नाहीत. तेव्हा अचानक मी बोलून गेले कुशल सोडून जाणे शक्य नाही.''

''तू खरंच असे म्हणालीस?'' त्याने अविश्वासाने विचारले.

“हो, बोलून गेले. का ते नाही कळले?”

“का? तू तुझ्या इच्छा व्यक्त करत नाहीस?”

“ कुशल तू इतका देखणा, मी एक काळीसावळी मुलगी, आम्ही मागासवर्गीय, आता जरा पैसा पाहण्यास मिळत आहे. तू जन्मतानाच तोंडात सोन्याचा चमचा घेऊन जन्मलेला. एक शिक्षण हा मुद्दा सोडला तर बरोबरी करण्यासारखी कोणतीच गोष्ट आपणामध्ये नाही. तुझी इच्छा समजत नाही असे नाही, पण इथे फक्त दोघांचा प्रश्न नसतो. कुटुंबं बांधली जातात एकमेकांशी. तारुण्याच्या भरात एखादी गोष्ट आपण करून जातो, नंतर पश्चात्ताप झाला तरी उपयोग होत नाही. काही काळाने समजा वेगळे झालो तरी आठवणींचे सल सतत टोचत राहातात. विषाची परीक्षा घेण्याचे धाडस होत नाही.”

“रत्ना, मला फार दुःख झाले. मी स्वतःलाच अपराधी समजतो. मी माझ्याविषयी तुला विश्वास देण्यास कमी पडलो. मला शासन होणेच योग्य आहे. चल परतू या.”

“नाही रे, तुझ्याविषयी विश्वास नाही असे कसे म्हणतोस? माझाच माझ्यावर विश्वास नाही. मी लहानपणापासून इतके अपमान सोसले आहेत याची कल्पना तुम्हाला नाही. एकतर मुलगी, दिसण्यात फार चांगली नव्हे; तर बरीसुद्धा नाही, पुन्हा हलक्या जातीची, शाळेतसुद्धा बरी वागणूक नव्हती. त्यामुळे माझ्या विचारात कडवटपणा भरून राहिला आहे. नेहमी वाटत राहते, इतरांशी बरोबरी करण्याची आपली लायकीसुद्धा नाही. फक्त माझ्या मणिभय्याने नेहमी मदत केली, धीर दिला. माझ्या शिक्षणासाठी आमच्या घरच्यांशी भांडला. मला शिक्षणासाठी पैसा दिला. हे समोर पसरलेले अवाढव्य हॉस्पिटल माझ्यासाठी उभे केले. त्यामुळे माणुसकीवर थोडातरी विश्वास बसतो. जर भय्या माझ्या मागे उभा राहिला नसता तर माझी ओळखच निर्माण झाली नसती.”

“रत्ना, तुझी पार्श्वभूमी समजली. तू म्हणतेस ते खरं आहे. समाजातून कशी वागणूक मिळाली असेल ते नाही समजणार. माझा जन्म किंवा तुझा जन्म कोठे व्हावा, हे आपल्या हातामध्ये नव्हते. माझा जन्म श्रीमंत घरात झाला, यात माझा दोष काय? रूपसंपन्न मुलगी असेल तर प्रेम करावं; सुंदर नसणाऱ्या मुलीवर प्रेम करू नये, असा नियम असतो का? कोणाला कोणाविषयी प्रेम व्हावं, हे हातात नसतं. रूपसंपन्नता हा एक विशेष असेल, तर सुंदर स्वभाव हा एक विशेष असू शकत नाही? कॉलेजपासून माझ्या लक्षात तुझा स्वभाव विशेष आला. बाह्यरंगापेक्षा तुझ्या अंतरंगानं मला मोहून टाकलं आहे रत्ना! केवळ तू म्हणालीस म्हणून आम्ही सर्व इथे आलो आहोत. सर्व जण आपापल्या विषयात इतके निष्णात आहेत अगदी तूसुद्धा, की प्रत्येकास प्रचंड संधी उपलब्ध आहे. गेली अनेक वर्षं सर्व जण इथे

इतक्या आत्मीयतेनं काम करतात, याचं श्रेय तुला नाही तर कोणाला आहे? यामुळे मी आणखीनच गुंतत जातो. नाही तुझ्याशिवाय जमणार. तू नावाप्रमाणे रत्न आहेस. नकारात्मक भावनांमुळे तुला तुझं खरं सौंदर्य दिसत नाही. रुग्णालयात येणाऱ्या माणसांशी तुझं बोलणं इतकं मधुर असतं की त्यांचा तुझ्यावर चट्कन विश्वास बसतो. ही माणसं तुझ्या रूपावरून ठरवतात का विश्वास? तुला माहीत नाही, त्यांनाही तुझा स्वभावच आवडतो. तुझ्या मागील अपमानाविषयी किंवा जखमांची पुढील आयुष्यात जाणीवही होऊ देणार नाही. माझ्यावर विश्वास ठेव. तुला समजेल खरं प्रेम कसं असतं. तुझ्या भावनांना फुलांसारखं जपण्याचं वचन देतो; पण मला नाराज करू नकोस. नाहीतर मी मोडून जाईन. आताही निघून जाण्याचा निर्णय वैफल्यातून घेतला आहे.''

कुशलच्या हातावर हात ठेवून रत्ना म्हणाली, ''चल खूप उशीर झाला.''

रत्नानं आपण होऊन स्पर्श केल्यामुळे कुशल मोहरून गेला. रत्ना स्पर्श करण्याचं कटाक्षानं टाळत असे. आज तिनं आपला हात त्याच्या हातात दिला होता.

रत्ना दुसऱ्या दिवशी कुशलला शोधत त्याच्या कक्षात आली. तो सर्जरी झालेल्या रुग्णांना तपासून आपल्या कक्षात बसला होता. रत्ना त्याच्यासमोरील खुर्चीमध्ये बसली. ''मी कोल्हापूरला जाऊन येते.'' पापण्या झुकवून तिनं सांगितलं.

डॉ. कुशलला आनंदमिश्रित आश्चर्य वाटलं; कारण रत्ना स्वतः त्याच्या कक्षात येत नसे. शिवाय, आता ती सांगत आहे की परवानगी मागत आहे, काही समजत नव्हतं.

''रत्ना माझ्याकडे पाहा.''

रत्नानं वर पाहण्याऐवजी मान आणखीन झुकवली.

''अरेच्चा! मॅडम चक्क लाजत आहेत. अमृतकांचनयोग म्हणायचा.''

''बाबा, मुद्दाम सांगण्यासाठी आले. तू अचानक निघून जाशील. भीती वाटली.''

''रत्ना आता मी जाऊ शकतच नाही. तुझ्या स्पर्शानं मला कायमचं जखडून ठेवलं आहे. काळजी करू नकोस. जाऊन ये कोल्हापूरला. तुझ्या अस्तित्वाचा सर्वांनाच आधार वाटतो. मॅडमनाही बरं वाटेल.''

''आपण दोघंही जावं, असं वाटत होतं. परंतु किती वेळ लागेल हे सांगता येत नाही. विचार होता, कोल्हापूरच्या अंबाबाईचं दर्शन घ्यावं.''

''एवढंच ना! देवीचं दर्शन घ्यायचं ना,चल! आपण कात्यायिनीचं दर्शन घेऊ. तुझी इच्छा पूर्ण करू. कात्यायिनी काय किंवा अंबाबाई काय; नावं वेगळी असतील; देवी एकच आहे.''

''अरे स्वामीभय्या असतील मठामध्ये. मला कसंतरीच वाटत आहे. यापूर्वी आपण दोघं एकत्र दर्शनासाठी गेलो नाहीत. त्यांना काय वाटेल?''

"रत्ना, आज नाही तर उद्या त्यांना सांगावंच लागेल. काळजी करू नकोस; स्वामी मठात नाहीत. ते सद्निवासात जाताना दिसले मला. आता दुपारपर्यंत ते तिथेच असणार."

दोघांनी कात्यायिनीचं दर्शन घेतलं. नंतर डॉ. रत्नमाला कोल्हापूरला गेली. डॉ. कुशलला स्वर्ग दोन बोटांवर असल्याचा आनंद झाला. तो एका वेगळ्या धुंदीत रुग्णालयात परतला. त्याच्या इतक्या दिवसांच्या तपस्येला फळ आलं होतं. त्याला त्याची देवी प्रसन्न झाली होती.

ड्रायव्हरनं कार शिवाजी विद्यापीठाच्या आवारातील प्राध्यापक निवासी भागात आणून डॉ. महंती मॅडम राहतात, त्या इमारतीसमोर उभी केली. डॉ. रत्नमाला मॅडमच्या घरी गेली. नभा मॅडमनंच दरवाजा उघडला. रत्नाला पाहून त्यांना मणिभद्रला पाहिल्याचं समाधान मिळत असे.

"मॅडम नमस्कार करते."

"तुझं लग्न लवकर होऊ दे." मॅडमनी हसत आशीर्वाद देऊन तिला जवळ घेत विचारलं, "काय म्हणतं तुमचं रुग्णालय? तुझे सहकारी? तुझे स्वामीभय्या?"

"दवाखाना उत्तम चालू आहे. अपवादानंच एखादा अतिशय गंभीर आजारी रुग्ण असेल तरच आम्ही कमी पडतो. त्याचंही उरलेलं आयुष्य वेदनारहित व्यतीत होईल, असं पाहतो. मॅडम, आम्ही डॉक्टर आहोत; देव नाही. अजूनही काही असाध्य आजार आहेत, उदा. ऑटोइम्युनिटी, त्याचं कारणही माहिती नाही आणि उपाययोजना नाही. बाकी आजार जे अत्यंत दुर्धर समजले जात होते ते आता पूर्णतः बरे होतात. स्वामीभय्यानी दवाखान्यासाठी अफाट पैसा खर्च केला आहे. अद्ययावत यंत्रसामग्री आणवून घेतली आहे. त्यामुळे रुग्णांस दुसरीकडे पाठवावं लागत नाही. आमचे सहकारी इथेच छान रमले आहेत. वरुण आणि गिरिजा लग्न करून इथेच स्थायिक होणार आहेत. मी काही स्वामीभय्याना सोडून जाणार नाही."

"रत्ना लग्न केल्यानंतर परिस्थिती बदलेल. होय की नाही."

क्षणभर बोलावे किंवा नाही या विचाराने ती थांबली. नंतर म्हणाली, "माझ्या लग्नाचा विषय कालच संपला."

"संपला म्हणजे लग्नच करणार नाहीस का जमलं तुझं लग्न?"

"आमच्या इथले सर्जन डॉ. कुशल म्हणतात, 'रत्ना तुझ्याशी विवाह करावयाचा आहे."

नभा मॅडम न राहून जोरात म्हणाल्या, "काय, डॉ. कुशल?"

मॅडमच्या उद्गारामुळे रत्ना खजील झाली. अशीच प्रतिक्रिया आपणास मिळणार याची जाणीव असूनही तिचा चेहरा पडला. मॅडमना तिचा चेहरा पडलेला पाहून वाईट वाटले. "रत्ना, माफ कर!"

"मॅडम, तो केवळ माझ्यासाठीच राणीहळ्ळीस आला आहे. गेली अनेक वर्षं तो मला तशी जाणीव करून देत असे. माझं धैर्य होत नव्हतं प्रतिसाद देण्यासाठी. शेवटी तो म्हणाला, की 'रत्ना मी निघून जातो इथून.' मी फार अस्वस्थ झाले. मला तो आवडत होताच. त्याला 'हो' म्हणणं मला फार अवघड जात होतं. मी त्याला स्वप्नातून वास्तव दुनियेत आणण्याचा प्रयत्न केला. तो ऐकणार नाही हे पाहून शेवटी मला होकार देणं भाग पडलं. तुम्ही दिल्या तशाच प्रतिक्रिया प्रत्यक्ष अप्रत्यक्ष ऐकण्यास मिळणार, हे माहीत होतं. माझ्यापेक्षा त्यालाच हे फार जड जाणार आहे. मला लहानपणापासूनच दुत्कार सहन करावे लागले. त्यामुळे मी सरावले आहे. त्याला हे सर्व सोसवेल का, हा प्रश्न आजसुद्धा आहेच. दैवावर हवाला ठेवून तयार झाले. आतापासूनच यापुढे येणाऱ्या कोणत्याही प्रसंगास लढण्यास तयार राहण्याची भूमिका तयार करत आहे."

मॅडमनी रत्नास जवळ घेतले, "रत्ना, जर कुशल तुझ्यासंदर्भात एवढा संवेदनशील असेल, तर मी त्याला रत्नपारखीच म्हणेन. तू खरोखरीच नावाप्रमाणे रत्न आहेस. तुझ्यातील चांगुलपणा फार अभावानं इतरत्र पाहण्यास मिळतो. एक तुझे स्वामीभय्या, त्यांना माणसांची पारख करण्याची जन्मजात देणगी आहे. लहानपणापासून तुझ्यातील स्फुल्लिंग त्यांनी ओळखलं आणि तुझी जपणूक केली. स्वामींमुळे मी तुझ्या संपर्कात आले. तुझ्या संपर्कात येणाऱ्यास वेड लावण्याचं सामर्थ्य तुझ्या अंतःकरणात नक्की आहे. मला वाटतं, ही बातमी तुम्हा दोघांशिवाय आता फक्त मलाच माहिती आहे ना? स्वामींनाही ही बातमी सांगितली नसणार. खरं आहे ना?"

रत्नाने मानेने होकार दर्शवला. "रत्ना घाबरू नकोस. सर्व छानच होणार. अगं स्वामींचा आशीर्वाद तुला आहे."

त्यांचा संवाद सुरू असतानाच माईंच्या जोरदार खोकण्याचा आवाज आला. रत्नाच्या लक्षात आले, हा तर कोरडा खोकला. माईंना श्वास घेण्यास अडचण येत असणार. ती गडबडीने आत त्यांच्या खोलीत गेली. रत्ना अचूक निदान करण्यात निष्णात होती. माईंना पाहताच तिला माईंच्या आजाराचा अंदाज आला. ती मुळापासून हादरली. माईंचे वजन खूपच कमी झाले होते. खोकल्यामुळे गोऱ्यापान माईंचा चेहरा लाल/काळा झाला होता. त्यांना श्वास घेण्यास अडचण होत होती.

"बघ रत्ना, माई कशी कासावीस होते. बराच वेळ ही अवस्था असते. औषध दिले की बरे वाटते. कोल्हापुरातील खूप डॉक्टर्सना दाखवले. काय झाले असे विचारले, तर म्हणतात 'बरे होईल.' प्रत्यक्षात बरे होण्याऐवजी तिची तब्येत ढासळत चालली आहे. डॉक्टर बदलले की औषधे बदलतात. मग वाटते, आता बरे वाटेल; पण नाही. शेवटी पुणे इथे जावे असा विचार केला. त्यापूर्वी तुझा सल्ला

घ्यावा म्हणून फोन केला. पुण्यास नेमके कोणास दाखवावे हे तुला विचारावे किंवा तुझ्याकडेच उपचारासाठी आणावे. आता तूच निर्णय घे.

"मॅडम, औषधांची यादी, छातीचा एक्स-रे आणि सी./टी. स्कॅन काढला असेलच. सर्व मला दाखवा."

माई किंचित सावरल्या होत्या. "रत्ना, काय झाले आहे मला? श्वास घेण्यास फार त्रास होतो. स्नायू आणि सांधे खूप दुखतात. काही वेळेस जीव नकोसा होतो."

"माई, आता मी आले आहे ना? शांत राहा. तुमचे रिपोर्ट पाहते, मग ठरवते. काळजी करू नका." रत्ना बोलत होती, परंतु तिच्या बोलण्यात ठामपणा नव्हता. ती साशंक होती.

मॅडमनी सर्व रिपोर्ट्स, औषधे, पॅथ-रिपोर्ट्स, एक्स-रे, सी./टी. स्कॅन फोटोज रत्नासमोर ठेवले. रत्नाने फक्त स्कॅनिंग फिल्म पाहिली. तिचे समाधान झाले नाही. "मॅडम, आपण आणखी एक सी./टी. स्कॅन काढून पाहू. हा साधा स्कॅन आहे. हाय रिझोल्युशन स्कॅनिंग काढून घेऊ. कोणत्याच डॉक्टरनी हा स्कॅन काढायला सांगितले नाही, आश्चर्य वाटते."

"मला त्यातले काय समजणार? डॉक्टर म्हणाले त्याप्रमाणे रिपोर्ट्स घेतले."

"शंका दूर करण्यासाठी हा स्कॅन करणे जरुरीचे वाटते. मला वाटते डॉ. पत्की यांच्या हॉस्पिटलमध्ये सोय असेल. आपण तिथे जाऊन स्कॅनिंग करून घेऊ." रत्नाला 'इंटरस्टिशियल लंग डिसीजची' शंका होती. लक्षणांवरून तिला तसे वाटत होते. फार अपवादात्मक आढळणारा फुफ्फुसाचा आजार होता.

दुपारी चार वाजण्याच्या सुमारास सी./टी. स्कॅन आणि रिपोर्ट्स आले. ते पाहताच डॉ. रत्नमाला सुन्न झाली. तिची शंका खरी ठरली होती. मोठ्या प्रयत्नांनी तिने स्वतःचा चेहरा शांत ठेवला होता. तिने रिपोर्टमधून मान वर करताच मॅडम म्हणाल्या "रत्ना, काय आहे रिपोटर्मध्ये."

हा प्रश्न येणार होताच. याला काय उत्तर द्यावे हे रत्नास कळत नव्हते. खरे उत्तर मॅडमना सांगणे शक्य नव्हते. "मॅडम, माईंना फुफ्फुसाचे इन्फेक्शन झाले आहे. सध्या असणारी औषधे चालू असू द्या." आत्तापर्यंत इतर डॉक्टर्सनी मॅडमना सांगितले तेच सांगण्याची पाळी तिच्यावर आली होती. तिला आता मॅडमसोबत थांबणे अवघड वाटत होते. दोघींना घरी सोडून ती राणीहळ्ळीस परतली. तिने मॅडमला दोन दिवसांनी परत येण्याचे आश्वासन दिले. ती दिवेलागणीच्या वेळी परतली ती थेट स्वामींच्या मठामध्ये आली. तिच्या कानावर स्वामींच्या धीरगंभीर आवाजातील आरतीचा शेवटचा भाग ऐकू आला.

प्रसन्न वदने होशी प्रसन्न निज दासा

क्लेशापासून सोडी, तोडी भवपाशा
अंबे तुज वाचून कोण पुरवील आशा
नरहरी तल्लीन झाला पदपंकज लेशा
जय देवी, जय देवी जय महिषासुरमर्दिनी
सुरवर ईश्वर वरदे तारक संजीवनी
जयदेवी.....

सांध्य पूजा आणि आरती अर्पण करून स्वामी डॉ. मणिभद्र बैठकीत परतले. रत्नाला बघताच त्यांनी विचारले. "रत्नाम्मा आलात जाऊन कोल्हापूरला? माई कशा आहेत?"

"स्वामी माईंची तब्येत खूपच खराब झाली आहे. त्यांचे वजन घटले आहे. त्यांना फुफ्फुसांचा आजार झाला आहे. त्यांच्या फुफ्फुसातील घटकांची जाडी वाढत आहे. त्यामुळे आकुंचन-प्रसरणाची क्षमता कमी झाली आहे. त्यामुळे रक्तामध्ये कमी प्रमाणात प्राणवायू मिसळतो. आता फुफ्फुसांची लवचीकता कमी होऊन ते अप्रसरणशील बनत आहेत. ती पूर्ववत होण्याची शक्यता नाही."

"रत्नमाला, तुमचा चेहरा आणि तुमचे सांगणे ऐकून आजार फारच गंभीर असल्याचे समजते. आता आम्हाला सांगा, यासाठी उपाय कोणता. तो भारतात उपलब्ध नसेल, तर आपण जगाच्या पाठीवर कोठेही जाऊन पाहिजे ती औषधे मागवू शकतो किंवा माईंना नेऊ शकतो. माई जगल्या पाहिजेत. नाहीतर मॅडमचा आधारच तुटेल. ते त्या सहन करू शकणार नाहीत."

डॉ. रत्नाच्या लक्षात आले, स्वामी फार हळवे झाले आहेत. ते अस्वस्थ झाले आहेत. "स्वामी उगाच आशेवर राहण्यासारखी परिस्थिती नाही. या रोगावर जगात अद्याप बरे करणारे औषध नाही. कारण कॅन्सरचे जसे नेमके कारण माहिती नाही तसेच याही रोगाचे आहे. ज्या रोगांची कारणे माहिती आहेत, त्या रोगांसाठी औषधे आहेत. ज्याचे कारण माहिती नाही, त्यावर औषधे नाहीत. अशा रोगासाठी जी औषधे दिली जातात, ती लक्षणांपासून त्रास कमी करणारी असतात, रोग बरा करणारी नसतात."

"जगदंब," डॉ. मणिभद्रस्वामींनी फार अस्वस्थतेने देवीस पुकारले. "रत्नमाला, तुम्ही या आता. आम्ही सकाळी तुमच्या भेटीस येतो." त्यांनी डॉ. रत्नमालास निरोप दिला. जड अंतःकरणाने ती रुग्णालयाच्या दिशेने निघून गेली.

स्वामींनी भानुमतीस आपण रात्री भोजन करणार नसल्याचा निरोप दिला. अस्वस्थ भावना स्थिर करण्यासाठी त्यांनी बैठकीच्या कक्षातच ध्यानसमाधी सुरू केली.

रत्ना स्वतःच्या कक्षात आली. डॉ. कुशल कॉफी घेत तिचीच वाट पाहत होता. रत्नाचा चेहरा बघताच त्याला कल्पना आली. प्रकरण गंभीर दिसत आहे. काही विचारण्याआधी तिला पाणी, कॉफीची आवश्यकता आहे हे लक्षात घेऊन त्याने पेल्यामध्ये पाणी भरून पेला तिच्यासमोर धरला. पाणी घेत रत्ना खुर्चीमध्ये बसली. कुशलने कॉफी भरून मग तिच्या हातात दिला. रत्नाच्या लक्षात आले किती साधी गोष्ट; परंतु वेळेवर मिळाली तर किती समाधान वाटते. तिने अत्यंत प्रेमाने केवळ नजरेतून ते दर्शवले. प्रत्येक भावना शब्दांतूनच व्यक्त केली पाहिजे, असे नसते. आपल्या नजरेतून आपण अनंत भाव सहज व्यक्त करू शकतो.

''काही खाल्ले आहेस का?''

''नाही रे, मॅडमनी चहा-बिस्किटे दिली तेवढेच. नंतर भुकेचे भान राहिले नाही.''

''याचा अर्थ मॅडमच्या आईंचा आजार गंभीर दिसतोय.''

''इंटरस्टिशियल लंग डिसीज.'' रत्ना फक्त एवढेच म्हणाली.

''बापरे! तू तपासले असणारच!''

''हाय रिझोल्युशन सी./टी. करून घेतला.''

''किती काळ?''

''फार तर चार महिने.''

''मॅडमना सांगितले?''

''कसे सांगणार?''

''पुढे काय?''

''कुशल, उद्या स्वामी येणार आहेत. त्या वेळी त्यांच्या सल्ल्यानुसार ठरवणार आहे.''

''चल मेसमध्ये जाऊ. काहीतरी खाऊन घे.''

''नको खाण्याची इच्छा नाही.''

''अगं, असे म्हणून कसे चालेल. नाहीतर चल थोडे फिरून येऊ. बाहेरच्या मोकळ्या वातावरणात बरे वाटेल तुला.''

दुसऱ्या दिवशी डॉ. मणिभद्र स्वामी डॉ. रत्नाच्या कक्षात आले. ''रत्ना, आता मला सर्व स्पष्ट समजावून सांगा. माईंना का बरे वाटणार नाही?''

''स्वामीभय्या, माईंच्या फुफ्फुसाची आकुंचन-प्रसरणाची क्षमता कमी होत आहे. फुफ्फुसाच्या भिंती जाड झाल्यामुळे रक्तामध्ये प्राणवायू जाण्यास अडथळा निर्माण झाला आहे. त्यामुळे शरीरास पुरेसा प्राणवायू मिळत नाही. असे घडण्याचे कारण प्रदूषण, इन्फेक्शन, आनुवंशिकता किंवा इतर अनेक. परंतु नक्की माहीत नाही. हे असे होण्याचे प्रमाण वाढतच जाणार आणि उपाय नाही.''

"म्हणजे?"

"आता स्पष्ट शब्दांत सांगायचे म्हणजे वाट पाहायची किती दिवस औषधांचा उपयोग होतो."

"अरेरे! मॅडमच्या जीवनातला हा तिसरा जबरदस्त धक्का. रत्ना, मॅडम फार खचून जातील. त्यांना सहन होणार नाही. किती दिवस माई आपल्यासोबत...." स्वामींना वाक्य पूर्ण करणे जमले नाही.

"स्वामीभय्या दोन ते चार महिने फक्त."

"रत्ना, पुणे, मुंबई, चेन्नई, किंवा जगातील कोणत्याही हॉस्पिटलमध्ये उपाययोजना नाही."

"स्वामीभय्या फुफ्फुस बदलणे हा उपाय असू शकतो; परंतु खात्री देणे अवघड आहे."

"रत्ना, तुम्ही उत्तम डॉक्टर आहात. तेव्हा शंका घेण्यास वाव नाही. तुम्हीसुद्धा मॅडमच्या घरातील सदस्याप्रमाणेच आहात. तुम्हासही हे सर्व डोळ्यांसमोर पाहणे अवघड आहे. आपण आता मॅडमना एकटे सोडू शकत नाही. मला वाटते, त्या आपल्या नजरेसमोर असतील तेवढे चांगले. आम्हाला कितीही वाटले तरी आम्ही ज्या स्थानावर आहोत त्यामुळे गुंतता येणार नाही. याचा अर्थ आता जे करावयाचे आहे ते तुम्हालाच पाहावे लागणार. तुमच्या पाठीशी आम्ही आहोतच. इतक्या लहान वयात तुमच्या अंगावर ही जबाबदारी टाकणे योग्य नाही, परंतु दुसरा मार्गही नाही."

"स्वामीभय्या, दुःख होणारच; पण कर्तव्य करावे लागणारच. मॅडमना हे कसे सांगावे, तेच समजत नाही. काल अक्षरशः मी त्यांच्या नजरेस नजर न देता निघून आले. अजूनही सांगण्याचे धाडस नाही."

"रत्ना तुम्ही त्या दोघींना इथे आपल्या रुग्णालयात आणा. इथे शक्य तेवढे चांगले उपचार करा. त्यांना अंदाज येईलच. तेव्हा निदान आपण त्यांची समजूत काढू शकू. दूरवरच्या दवाखान्यात त्यांना एकट्याने सर्व करावे लागेल. त्यांना अगदी जवळचे नातेवाईकसुद्धा नाहीत."

"स्वामीभय्या मी मॅडमना 'उद्या येते', असे सांगितले आहे. तेव्हा उपचारासाठी इथे घेऊन येते."

दुसऱ्या दिवशी डॉ. कुशलला सोबत घेऊन रत्नमाला मॅडमकडे गेली.

दोघांना पाहून मॅडमना आनंद झाला. "आज काय जोडीने?"

दोघांनाही परिस्थितीची कल्पना असल्यामुळे फारच अवघडल्यासारखे झाले.

"मॅडम, आपण माईंना दवाखान्यात काही दिवस ठेवू."

"रत्ना, परवा फार न बोलता निघून गेलीस. काही गंभीर तर नाही ना?"

"मॅडम, थोडे गंभीर वाटते. त्यांना दवाखान्यात ठेवणे गरजेचे आहे. इथे दवाखान्यात ठेवणे तुमच्या दृष्टीने अवघड वाटते. आपला दवाखाना उत्तम आहे. तिथे सर्व सोई आहेत. मला आणखी काही तपासण्या करून घ्यावयाच्या आहेत. तेव्हा सर्व दृष्टींनी मला सोईचे होईल.''

''किती दिवस ठेवावे लागेल? म्हणजे मला तशी रजा घेता येईल.''

''साधारण आठ दिवस तरी ठेवावे लागेल. अगदी दवाखान्यातच ठेवावे लागेल असे नाही. मी माझ्यासोबतच ठेवण्याचा विचार करते. तुम्ही नाही आलात तरी चालेल. मी आहे ना.''

''रत्ना, मी माईला सोडून राहीन वाटते? शक्यच नाही. मी येणारच.''

''मॅडम, तुम्ही आला तरी हरकत नाही.''

तेवढ्यात सुधाताई बाहेर आल्या, ''रत्ना, कोठे नेणार आहेस मला?''

''माई, माझ्या घरी. तिथे मी तुमच्यासोबत असणार आहे. तिथे तुमच्यावर उपचार करण्यास सोपे जाईल.''

''तुझा दवाखाना म्हणजे एक छान पिकनिक स्पॉटच आहे. मणिभद्रांनी फारच कलात्मकरीत्या रचना केली. वातावरणच इतके सुंदर आहे की आजार पळूनच गेला पाहिजे. झाडी इतकी दाट आहे की तो हिरवागार निसर्ग पाहून मन एकदम प्रसन्न होते. तुझे घरसुद्धा अप्रतिम बांधले आहे. मणिभद्रांनी तेथील लोकांसाठी फार उत्तम सोय केली आहे. दवाखान्यामध्ये राहणे चांगले नसते. इथे मात्र आजारी पडून तुझ्या दवाखान्यात राहण्याचा मोह होतो.''

''माई, तुम्ही म्हणजे धन्य आहात. आजारी पडण्याचा मोह म्हणजे अगदीच काहीतरी.''

''अगं गमतीने बोलले. तुझ्यासोबत डॉ. कुशलच आहेत वाटतं. परवा नभानं सांगितलं मला. छान आहे तुझा जीवनसाथी. मला तुझा हेवा वाटतो. केवढा उमदा नवरा मिळवलास तू. अंतःकरणापासून तुझं अभिनंदन!''

रत्नमालाला त्याही परिस्थितीत लाज वाटली. ''माई सध्या ही बातमी तुमच्यापर्यंतच ठेवा. चला माझ्यासोबत.''

बोलत असतानाच माईंना श्वास घेण्यास त्रास होऊ लागला. क्षणात वातावरणातील हलकेपणा गेला. क्षणात माईंचा चेहरा काळानिळा झाला. नभा मॅडमनी पटकन त्यांना एक गोळी पाण्यासोबत दिली. रत्ना सुधाताईंच्या छातीला दाब देत चोळू लागली. दहा मिनिटांनी माई बऱ्यापैकी पूर्ववत झाल्या.

''रत्ना, नेहमी तिला ठीक होण्यासाठी बराच वेळ लागतो. तुझ्या हातात जादू दिसते. आता ती लवकर स्थिर झाली. चल, माईला आता तुझ्याजवळच ठेवते.''

राणीहळ्ळीस आल्यानंतर रत्नाने प्रथम सर्वांना मठामध्ये नेले. कात्यायिनी

देवीचे दर्शन घेतल्यानंतर ते स्वामींसमोर हजर झाले. स्वामींनी माई आणि मॅडमच्या चरणांना स्पर्श करून नमस्कार केला.

"माई तुम्हाला भेटून दोन वर्षांपेक्षा जास्त काळ झाला. किती खराब झाला आहात."

"मणिभद्र, गेल्या सहा महिन्यांपासून हवा पुरेशी मिळत नाही. सतत गुदमरल्यासारखं वाटतं. काही वेळा तर अशी अवस्था होते की आता मरणार असं वाटत राहतं. मरण कोणास टळलं आहे! माझा जीव नभामध्ये अडकून राहिला आहे. सर्वोच्च बहुमान मिळवूनही ती समाधानी नाही. दाखवत नाही, पण एक सल तिच्या हृदयात रुतून बसला आहे. तुम्ही विद्यापीठात असताना ती खूप आनंदी होती. मुक्तपणे हसत होती. मला लहानपणीची नभा आठवत होती. तुम्ही इकडे......"

माई काय बोलणार याचा अंदाज आल्यामुळे मॅडम भानावर आल्या. सुधाताईंचे वाक्य पूर्ण होण्याआधी गडबडीने त्या म्हणाल्या, "माई कशाला जास्त बोलतेस. पुन्हा त्रास झाला म्हणजे? आपण इथे तुला बरे वाटावे म्हणून आलो ना? आपली रत्ना आहे ना? तिचा त्रास वाढवू नको. स्वामी, खूप दिवसांनी तुम्हाला पाहिल्यामुळे हिला भरून आलं म्हणून ती बोलत आहे."

"मॅडम आपली माणसं भेटली की बोलावं वाटतं. आम्ही विद्यापीठात तुमच्याकडे शिकत असताना त्या माझ्यावरसुद्धा तुमच्यावर करतात तेवढंच प्रेम करत असत. त्यामुळे त्यांना अंतःकरणात साठलेलं व्यक्त करावं वाटलं. मोकळे होण्यास मार्ग मिळाला की पाणीसुद्धा त्याच दिशेनं वाहतं; आपण तर माणूस आहोत. भावना व्यक्त करण्यास जागा मिळाली की बोलत राहतो. अंतःकरण मोकळं झालं की हलकं वाटतं. आम्ही भाग्यवान आहोत, की माईंना आमच्यासमोर व्यक्त होण्यास आमच्या रूपानं जागा मिळाली."

"स्वामी, आता ती काही दिवस इथेच राहणार आहे. सगळं एकदमच बोललं पाहिजे का? त्रास होतो तिला."

"बरं बाई! फार बोलत नाही. खूप दिवसांनी मणिभद्र दिसले म्हणून बोलले. इतर वेळी मी आपली गाणी ऐकत बसलेली असते."

"माई तुम्ही रत्नाकडे राहणार आहात ना? तिलासुद्धा गाणी ऐकण्याची आवड आहे. रुग्ण तपासत असतानाही तिच्या कक्षात बारीक आवाजात रेडिओ सुरू असतो. संगीतामुळे जीवन सुसह्य होतं. त्याची लांबी वाढते. रत्ना तुमचा उपचार करणार आहेत. तुमचा त्रास नक्की कमी होईल."

"मॅडम, तुम्ही इथे थांबता का? मला दवाखान्यात जावे लागेल. बरेच पेशंट्स थांबले असतील," रत्ना म्हणाली.

"नको रत्ना, स्वामींची भेट झाली आपण जाऊ." मॅडमनी उत्तर दिले.

"मॅडम, आम्ही माझ्या बंगल्यात तुमच्या राहाण्याची सोय केली आहे. डॉ. कुशल तुम्हाला घेऊन जातील. तिथे ऑक्सिजन सिलिंडर आणि मास्क ठेवला आहे. डॉ. कुशल तो कसा वापरायचा ते सांगतील. सोपं आहे. जर माईंना फार गुदमरल्यासारखं वाटलं, तर तो वापरा. मी मधूनमधून फेरी टाकून जाईन. चालेल ना? कारण आता मला गेलं पाहिजे."

"रत्ना, तू तुझ्या कामासाठी जा. आम्ही लगेचच निघतो डॉ. कुशलसोबत." मॅडमच्या उत्तरानंतर डॉ. रत्नमाला दवाखान्याकडे निघून गेल्या.

बघता बघता काळ आपल्या चालीने पुढे सरकत राहिला. सुधाताई आणि मॅडमना येऊन आठ दिवस होऊन गेले. सुधाताईंच्या तब्येतीत चढउतार होतच राहिले. पहिल्यापेक्षा आता त्रासाची तीव्रता कमी होण्याऐवजी वाढली होती. डॉ. रत्नाने शेवटी सुधाताईंना रुग्णालयातील स्पेशल वार्डमध्ये हलवले. ती वारंवार माईंच्या छातीचे स्कॅनिंग करून पाहू लागली. या सर्व प्रकारामुळे मॅडमना आता मात्र शंका येण्यास सुरुवात झाली. दवाखान्यात आणूनही बरेच दिवस झाले होते. रत्नास विचारल्यानंतर ती "बरे वाटेल" असे सांगून वेळ काढत असे. मॅडम रत्नाच्या चेहऱ्याकडे निरखून पाहात. माईंना तपासून झाल्यानंतर ती हताश झाल्यासारखी वाटत असे.

डॉ. मणिभद्र स्वामी दोन दिवसांतून एकदा माईंना पाहून जात. त्यांचाही चेहरा गंभीर दिसे. सर्व जण आपल्यापासून काहीतरी लपवत आहेत, ही भावना मॅडमच्या विचारात बळावत चालली. एके दिवशी निश्चय करून त्या मठामध्ये गेल्या. मणिभद्रस्वामी बैठकीच्या कक्षात वृत्तपत्र वाचन करत बसले होते. मॅडमच्या करारी चेहऱ्याकडे बघताच ते उठले. "मॅडम चला माझ्यासोबत." ते मॅडमना घेऊन कात्यायिनी मंदिराकडे आले.

"मणिभद्र, मला सर्व जण अंधारात ठेवतात असं वाटतं. तुम्हा सर्वांना माईसंदर्भात माहिती आहे; पण मला सांगत नाहीत." एवढे बोलून त्या ओक्साबोक्शी रडू लागल्या.

स्वामी देवीच्या गाभाऱ्यासमोर प्रदक्षिणा पथावर बसले होते.

"मणिभद्र, तुम्हाला देवीची शपथ आहे. मला खरं सांगा."

"मॅडम, तुम्ही खाली बसा आणि शांत व्हा. तुम्हाला आता सांगण्याशिवाय गत्यंतर नाही."

मॅडमना एकदम अंधारून आल्याप्रमाणे वाटले.

"माईंना फुफ्फुसाचा दुर्धर आजार झाला आहे. आम्ही रत्नमालाबरोबर चर्चा केली. त्यांना विचारले- जगाच्या कोणत्याही ठिकाणी आपण माईंना घेऊन जाऊन उपचार करू. त्या म्हणाल्या, "या रोगावर बरे करणारा उपायच नाही." आपणास

माहिती आहे रत्ना अत्यंत निष्णात डॉक्टर आहेत. त्यांनी माईंच्या संदर्भात जगातील नामवंत डॉक्टरांसमवेत संपर्क करून चर्चा केली. सर्वांचे म्हणणे समानच आले. अत्यंत वाईट वाटते; पण सर्व जणच हतबल आहेत.''

मॅडमच्या रडण्यास आता धरबंद राहिला नाही. त्यांचा करुण विलाप संपूर्ण आसमंतात भरून राहिला. त्यांच्या दुःखाचा आवेग कमी होण्याचे चिन्ह दिसेना, तेव्हा डॉ. मणिभद्र स्वामींनी त्यांना धीर देण्यासाठी त्यांच्या हातावर हात ठेवला.

मणिभद्रच्या स्पर्शाने मॅडम चमकल्या. त्यांनी आपल्या दोन्ही हातांनी त्यांचा हात हातात घेऊन चेहऱ्यावर ठेवला. त्यांच्या अश्रूंचा वेग वाढला. स्वामींचा हात त्यांच्या डोळ्यातील अश्रूंनी भिजून गेला. त्या भिजण्यामधील अनंत भावनांनी स्वामींचे हृदय हेलावून गेले.

''स्वामी, माझं काळीज कापून कोणीतरी घेऊन चाललं आहे. तुमच्या सामर्थ्यानं थांबवा त्याला. माई माझ्या जगण्याचा शेवटचा आधार. तोही आता निखळून चालला. मी जगण्याचं आता प्रयोजन काय? स्वामी सांगा?''

स्वामींनी हळुवारपणे आपला हात त्यांच्या हातातून काढून घेतला. ''नभा'' स्वामींच्या तोंडून एवढा एक शब्द येताच मॅडम सावरल्या. ''जन्म एकटा येत नाही तो आपल्यासोबत आपला कायम सोबती मृत्यूला घेऊनच येतो. प्रत्यक्ष परमेश्वरांनी जरी मानवांच्या उद्धारासाठी जन्म घेतला, तरी त्यांच्याभोवतीसुद्धा मृत्यूचे पाश होतेच. ही गोष्ट अटळ आहे. परमेश्वरी अवतारांनासुद्धा ते चुकवता आले नाहीत. आपण हे समजून घेऊन संयम ठेवला पाहिजे. थोडं धीरानं वागलं पाहिजे.''

''आपली जन्मदात्री आई कणाकणानं मरताना दिसत असताना संयम, धीर या सर्व गोष्टी पाण्याचे बुडबुडे वाटतात. दुःखातून बाहेर पडण्यासाठी आप्त-स्वकियांचा आधार लागतो. मला माईशिवाय या जगात कोणीच नाही. तुमचा आधार मिळेल असं वाटलं, तर तोही हातातून निसटून गेला. त्या वेळीही दुःख अतोनात झालं; परंतु माईचा आधार होता म्हणून सावरले. आता मी कशी सावरू स्वतःला, सांगा! मणिभद्र सांगा. मॅडम गुडघ्यामध्ये मान घालून पुन्हा मुक्तपणे रडू लागल्या.

''नभा, तुला माझ्यासोबत राहिल्यामुळे बरे वाटेल का?'' मॅडमचे रडणे जणू एकदम आटले. त्यांनी मणिभद्रकडे पाहिले. ''होय मीच बोलत आहे. माझ्यासोबत राहून समाधान वाटणार असेल, धीर येणार असेल, तू स्वतःला सावरून घेणार असशील तर तसे करता येणे अवघड नाही. मी तुला पूर्वी सांगितले होते, आपण आपले नाते वेगळ्या उंचीवर घेऊन जाऊ. माझ्याकडे पाहून तुझ्या जगण्याचे सार्थक होणार असेल तर ते होऊ शकते.''

''मणिभद्र मला समजले नाही.''

''नभा, तुला कायम इथे राहणे अवघड नाही. इथला व्याप वाढतच आहे.

तुझ्या सामाजिक जाणिवा प्रखर आहेतच. इथे अनाथ बालकांसाठी 'सद्निवास' सुरू केले आहे. मला एकट्याला ते सांभाळणे अवघड झाले आहे. अनाथांचा नाथ होण्याची फार गरज आहे. इथे अनाथांसाठी 'सद्निवास' सुरू झाल्याचे समजताच इतक्या संख्येने त्यांना इथे आणले की हा भार घेणे अवघड वाटू लागले. या अभागी बालकांच्या गोष्टी ऐकल्या तरी अंगावर शहारे येतात. आपण आपली एवढीशी शाश्वत दुःखे कुरवाळून त्यांना मोठी करत बसतो. या बालकांची दुःखे इतकी भयानक आहेत, की आपली क्षणीक दुःखे सुईच्या अग्राने काढलेल्या ठिपक्याएवढीसुद्धा नाहीत. त्यांना संगोपनाची आणि वात्सल्याची खूप गरज आहे. आपण दोघे त्यांचे आई-वडील होऊ. त्यांना वात्सल्य देऊ. तुला इतके समाधान मिळेल की इतर सर्व गोष्टी आपोआप विसरतील. तू खूप संवेदनशील स्त्री आहेस. तुझी वैचारिक पातळी उच्च प्रतीची आहे. या अनाथ विश्वात तू इतकी हरवून जाशील, की मणिभद्र त्यापुढे कोणीच असणार नाही. नभा, मी अत्यंत आपलेपणाने आणि विश्वासाने तुला जगण्याचा, अत्यंत समाधानाचा आधार देत आहे. या आधारावर जगणे सोपे आहे. जगातील बहुतेक जण स्वतःसाठी किंवा आपल्या आप्तासाठी जगत असतात. आपण एकमेकांकडे पाहत यांच्यासाठी जगत राहू.

''नभा, माझा विश्वास आहे की, शांतपणे विचार केला तर तुझ्या लक्षात येईल, प्रेमाचा असा अनोखा पैलू फार कमी लोकांना अनुभवता येतो. या अनाथांना आधार देत आपण एकमेकांचे आधार झालेले आपणास समजणारसुद्धा नाही.''

मणिभद्रला पहिल्या वेळी पाहिल्यानंतर मी त्याच्या प्रेमात पडले. जसा त्याचा संपर्क वाढत गेला तेव्हा त्याच्या ज्ञानाच्या कक्षा आणि विचारांचा आवाका इतरांपेक्षा वेगळा आणि महान आहे ते समजले. निर्व्याज प्रेमाची ओळख त्याने करून दिली. विकार आणि भावनांवर त्याच्यासारखे नियंत्रण अपवादानेच पाहण्यास मिळाले. आताही त्याने माझ्यासारख्या अत्यंत दुःखी स्त्रीला किती शांतपणे समजावले. माझ्या दुःखाचे प्रवाह सहजरीत्या संपवून माझ्यापुढे जगण्यासाठी मार्ग खुला करून दिला. मला कोशातून बाहेर काढणे कोणासही शक्य नाही. त्यांनी मला फुलपाखरू बनवून वेगळे आकाश मिळवून दिले. डॉ. नभा मॅडम स्वामींच्या बोलण्याने भारावून गेल्या.

''स्वामी मी आईजवळ जाते.'' इतके बोलून डॉ. नभा मॅडम वेगळ्या विचारांची पखाल खांद्यावर घेऊन समाधानाने निघून गेल्या.

■

शारीर मर्यादांना अफाट जिद्दीपुढे झुकवणाऱ्या सक्षम स्त्रीची कहाणी

आकाश झेलताना

मंजुश्री गोखले

शुभदा म्हणजे खरोखर आकाश झेलणारी गंगाच होती. हे करत असताना आलेल्या अनंत संकटांना तिनं आपल्या मजबूत खांद्यावर पेललं होतं. ग्रीष्मातल्या प्रखर सूर्यासारखी अनेक दाहक संकटे तिच्यासमोर एकापाठोपाठ एक उभी ठाकली होती; पण त्या सर्व संकटांवर मात करून तिनं आपल्या कर्तृत्वानं सुखाचं, कल्याणाचं, आनंदाचं वातावरण निर्माण केलं होतं. संकटांचं आकाश झेलून तिनं साठे परिवाराला सुखाची, समाधानाची सावली दिली होती. तिच्यात असलेल्या प्रत्येक गुणाचा कस लावून, कर्तृत्वाच्या कसोटीवर खरी उतरणारी शुभदा आता सर्वांना दिसणार होती सुखाचं, समृद्धीचं, समाधानाचं आकाश झेलताना! हेच तिच्या आयुष्याचं सार्थक होतं. हीच इतिकर्तव्यता होती.

सत्य आणि स्वप्न यातला फरक जाणून न घेणाऱ्यांची गती-गर्तेत जाणारी - जशी वैष्णवी, ह्या गर्तेतून वर येण्याची प्रबळ इच्छा वैष्णवीला होणं म्हणजेच तिची गती, एक-एक पायरी वर

एक पायरी वर

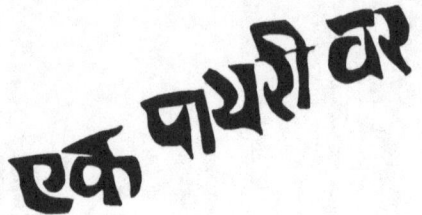

स्वाती चांदोरकर

मी नं, आज एका दारातून आत शिरले. एकच पाऊल टाकलं आणि तशीच उभी राहिले. ते उघडं दार इतकं सुंदर दिसत होतं की... दाराच्या आतलं पाऊल पुन्हा बाहेर घेतलं. उघड्या दाराची चौकट इतकी छान होती, की मंत्रमुग्ध झाले. असं दार दिसायला हवं. पण माणसं अधाशी असतात. जरा फट दिसली, तरी धक्के मारमारून आत घुसतात. आतलं सर्व काही ओरबाडून घेतात, तरीही समाधान मिळत नाही. समाधान होत नाही. मग दुसरी फट...! असा अधाशीपणा मीही केलाच केव्हातरी. आता मात्र सताड उघडं दार, सहजी आत जाता येतंय, पण... आपल्यासाठी एक दार उघडं आहे, हे बघूनच समाधान होतंय.

www.ingramcontent.com/pod-product-compliance
Lightning Source LLC
LaVergne TN
LVHW030317070526
838199LV00069B/6485
* 9 7 8 9 3 5 3 1 7 5 0 5 4 *